దాయాదుల తోట

మధురాంతకం నరేంద్ర

Dayadula Thota
Novel by
Madhuranthakam Narendra

Published in paperback in India in 2024 by
Aju Publications
An imprint of Sapien Stories Pvt. Ltd.

Second Edition : November 2025

ISBN

978-81-967176-2-9

Cover Art

Charan Parimi

Cover Design
Brahmam – Bhavana Grafix

For Copies
Aju Publications
www.ajupublications.com
Email: aju.publications@gmail.com
Amazon : www.bit.ly/ajubooks
& All major book shops.

Price:

Rs. 275/-

మంచి మనుషులు

శీనన్నకూ

సుబ్బనాగరత్నం చిన్నాయనకూ

సాంబమూర్తి మామకూ

నేను మనుషుల్ని గురించి కాదు, వాళ్ళ ప్రవృత్తుల్ని గురించి రాస్తాను; వ్యక్తుల్ని గురించి కాదు, సమూహాల గురించి రాస్తాను.

- హెన్రీ ఫీల్డింగ్, ప్రముఖ ఇంగ్లీష్ నవలా రచయిత.

I describe not men, but manners;
not an individual, but a species.

- Henry Fielding, Novelist

ప్రారంభం

ప్రశ్నభూమి

పై పైకి వెళ్ళిపోయిన ఆకాశాన్ని అందుకోవడం కోసమన్నట్టుగా వుబ్బెత్తుగా లేచిన యెర్రమిట్టపైకి వెళ్ళాక, కారును రోడ్డు అంచుల్లో ఆపి, కిందికి దిగి, కారు వెనకే పరిగెత్తుకొస్తున్న పొడవాటి వ్యక్తికేసి తిరిగి, "యెక్కడ? యింకా యెక్కడ?" అని పెద్దగా వుద్వేగంగా అరిచాను.

మరో రెండు నిముషాలకు గానీ అక్కడికి చేరుకోలేకపోయిన ఆ మనిషి, చేతిని యెడమవైపుకు చాపి "యిక్కడనే యిక్కడనే సా... బారెడు పొద్దెక్కిందాంకా ఆ యిద్దురు పోలీసోళ్లూ యిక్కడనే పడిగాపులు పడినారు.. యిప్పుడే అరగడియకు ముందర్నే తెల్లజీబొచ్చి పీనిగనెత్తుకోనిపోయింది. ఆ పోలీసోళ్లు దాంట్లోనే యెక్కొడ్సినారు," అన్నాడు గసలు పోస్తూ.

రోడ్డుకు పది మీటర్ల దూరంలో ముళ్ళ పొదల మధ్యలో బీడుగావున్నచోటు, రాత్రంతా అడవి జంతువులు పాడుచేసి వెళ్ళినట్టుగా గజిబిజిగా వుంది. అక్కడ రెండు అడుగుల వెడల్పుతో ఆరడుగుల పొడవుతో యెవరో వంకరటింకరగా దీర్ఘచతురస్రపు ఆకారంలో గీత గీసివున్నారు. దానికి నాలుగు మూలల్లో ఫుట్బాల్ అంత పెద్ద రాళ్లను పెట్టారు.

"యిక్కడేముండాదని యీ యెండలో యింత దూరం వచ్చుండావు చిన్నసా," అనే మాట వినబడగానే దిగ్గున వెనక్కు తిరిగి చూశాను. "ఆ తోపులోకైనా వచ్చుంటే కూర్చునే దానికి కుర్చీలు అయినా వుండాయి. యీ పాడూ యిషండం మనిషి చచ్చి కూడా సాధిస్తావుండాడు," అంటూ చిట్టెమ్మ అంగలార్చింది. "దేశం గాని దేశం నుంచి వచ్చి వొక దినం కూడా కాలేదు. యీ పాడూ దొబ్బుడు లేకుంటే యీ పాటికి పెండ్లి చూపులకు

పోయి కాబోయే పెండ్లాన్ని కళ్ళారా చూసుకోనుందువు."

తల్లి తర్వాత తల్లి లాంటిదైన చిట్టెమ్మ చాలా సంవత్సరాల తర్వాత నన్ను చూడటంతోనే కళ్ళనిండా నీళ్లు పెట్టుకుంది.

చాలా సంవత్సరాల తర్వాత చిట్టెమ్మను చూడడంతో నా కళ్ళలోనూ నీళ్లు తిరిగాయి. ఆమె నిజమే చెప్తోంది. యిక్కడీ గొడవ జరగకుండావుంటే యీసరికి పెళ్లిచూపులకు వెళ్ళుండేవాణ్ణి. వుదయాన్నే మేము నగరికి బయలుదేరుతుండగా పోలీసు జీబొచ్చి డాడీని తీసుకెళ్ళిపోయింది. ఆయన ఫాక్టరీగట్టబోతున్న యీ చోటులో దానికి ప్రొటెస్టు చేసినవాడెవడో చచ్చిపడున్నాడనీ, దాన్ని విచారించేందుకే మా డాడీని పోలీసులు తీసుకెళ్లారని తెలిసింది.

ముఖం పక్కకు తిప్పుకొని కర్చీఫ్‌తో కళ్ళు తుడుచుకున్నాక "రావలసిన టయానికే యిండియాకు వచ్చినాను చిట్టెమ్మా! డాడీకి ప్రాబ్లంగా తయారైన యీ డెత్‌ను యిన్వెస్టిగేట్ చేసి నిజంగా తప్పుచేసిన వాళ్ళను కనిపెట్టే పని చేయాల్సింది నేనే కదా. ఆ పని జరిగాకే పెళ్లిచూపులయినా పెళ్లయినా," అన్నాను.

"యిదంతా తొండాకులు గుడ్లు పెట్టే నేలసా. యిప్పుడు గవర్నమెంట్‌లో గెలిచుండేవాళ్ళు మనోళ్లు కాదు కదా! అందుకే వాళ్ళు పోలీసుల్ని తెల్లగుండ్ల పల్లె మనుషులకు వత్తాసుగా తోలినారు. కాలం గాకపోతే యీ మాదిరిగా తొండాకి కూడా కొమ్మ పైకెక్కి యెక్కిరిస్తాది," చిరిగిపోయిన చొక్కా జెండాలా యెగురుతుండగా పొడవాటి వ్యక్తి యింకా గస పోస్తూనే చెప్పాడు.

చిట్టెమ్మ చిత్రంగా సిగ్గుపడుతూ తన చేతిని అతడి వైపుకు చాపి "యీయన నా యజమానుడు సా... అప్పుడెప్పుడో వూరు యిడిసిపెట్టి పోయినోడు, రెండేళ్ల ముందు తిరుక్కోనొచ్చినాడు," అంది.

"యీ తపోవనం మిట్ట మా తాత ముత్తాతలు నడయాడిన తావు సా..." చిట్టెమ్మ వెనకే తాపీగా నడచి వచ్చిన గడ్డం మనిషి నాకు బాగా పరిచయమున్న వాడిలా చెబుతున్నాడు.

"యీ చిన్నబ్బన్న నాకు అన్నదమ్ముడులాంటోడు చిన్నసా. యీ తోపు బేరంచేసిన దాంట్లో పెద్ద సారుకు తలలో నాలిక మాదిరిగా పనిచేసినాడు. అందుకనే పెద్ద సారీ అన్నకు కూడా మాకు తోడుగా యీ తోపులో కావిలుండే వుద్యోగం యిచ్చినాడు."

గుబురు గడ్డంతో తల వెంట్రుకలు కలిసిపోయి సుత్తిలా విచిత్రంగా వున్న చిన్నబ్బ "ఆ చీకి పొదలకాపక్కకు పోతే పాడుబడిన మొండిగోడలు కనబడతాయిసా. మా తాతల కాలంలో గంజి కరువొచ్చినప్పుడు మా వూరోళ్లందురూ నీళ్లు యెతుక్కుంటా దేశాలనుబట్టి

పోయినారు, వానలు కురిసినాంక తిరుక్కోని వచ్చినోళ్ళు కొందురు యిక్కడ కాకుండా తెల్లగుండ్ల పల్లి పక్కలో గుడిసెలేసుకున్నారు. మిగిలినోళ్లేమయినారో తెలవదు. యీ తావీ మాదిరిగా బీడై పల్లాకులపాలైపోయింది," అన్నాడు.

నేను నాలుగు అడుగులు ముందుకేసి పొదలమధ్య నాటిన పొడవాటి సిమెంట్ స్తంభాన్ని పట్టుకుని, "అతడిని యెప్పుడు చూశారు మీరంతా?" అని యిన్వెస్టిగేషన్ ప్రారంభించాను.

నా మాటలు చెవినబడనట్టుగా "ఆ సిమెంట్ కూసాలు మన ఫ్యాక్టరీ కాంపౌండు కట్టేదానికి నాటినవి సా... ఆ పనెత్తుకుంటానే పోలీసులు వచ్చి అడ్డం కూర్చున్నారు. లేకపోయుంటే యిప్పటికి గోడలు కూడా లేచిపోయున్ను," అన్నాడు సంజీవి.

చిన్నబ్బ నా వైపు రెండడుగులు ముందుకేసి, "యెవుర్ని సార్? ఆ పీనిగనా?" అని అడిగాడు. "వాని పేరు వేరా అంట సా.. యిచిత్రంగా వుండాది కదా పేరు! ఆ మడిసి కూడా మిడిమేలంగానే వుండేటోడు. మా తెల్లగుండ్లపల్లెలో గుడిసె బాడిగకు తీసుకున్నాడు ఆరేదు నెలలుగా. పసోడే. వయసు నీ అంతే వుంటందేమో," అని అంతలోనే తప్పు జరిగినట్టుగా నాలుక కరుచుకొన్నాడు. "ఆ వుపాతకం బట్టినోడికింత బిన్నాగా చావొస్తుందని యెవురూ అనుకోలేదు సార్. ఆ మడిసుండే గుడిసెలోపల పగుల్లో గూడుపుఠానీలూ, రేత్రుల్లో తాగుళ్లూ జరగతా వుంటాయని తెలుసును గానీ యింత పని జరిగిపోతాదని నేను అనుకోలేదు. తిరపతిలో మూటలు మోసో, బేల్దారి పనిచేసో, సాయంత్రానికంతా సంపాదించిన యిన్నూరు మున్నూరు రూపాయల్ని రంగంపేటలోనో భాకరాపేటలోనో సారాయి కల్లు అంగళ్ళకు యిచ్చేసి, యే నడిరేతిరికో వొట్టి చేతలతో యిండ్లు చేరే మా వూరి మనుషులు, ఆ వుత్తరాదోని యెనకాల చేతులు కట్టుకోని తిరుగుతారని నేను కలలో కూడా అనుకోలేదు. చూస్తావుండంగానే ఆ కనికరాయి యీ బూరగపత్తినించీ అగ్గిని రగిలించేసింది. 'మీ యిండ్లుండిన తావులో వాళ్లు పెద్ద ఫ్యాక్టరీలు కట్టుకుంటా వుంటే గొమ్మునా చూస్తా వుంటారా మీరు? చేతలకు గాజులేసుకోనుండారా?' అని వాళ్లనంతా యెగదోసినాడు. ఆరేడు నెలలుగా తెల్లగుండ్లపల్లోళ్ళను పట్టలేకపోతా వుండాం. పోలీసులనీ, లాయర్లనీ, కోర్టులనీ, యెమ్మెల్యేలనీ, వొకటే ఆగడం చేస్తా వుండారు."

"యీ చోట్లో వాడెవడో చస్తే మా డాడీ వెనకాల పడతారెందుకీ పోలీసులు?" నా కోపాన్ని యెవరిపైన చూపాలో తెలియలేదు.

చిట్టెమ్మ మొగుడు చుట్టూ పొదల్లో తగులుకుని రెపరెపలాడుతున్న కాగితాలనన్నీ లాక్కునివచ్చి "యివన్నీ యీ పొద్దు పేపర్లే అయ్యుండాలసా. ఆ పోలీసులిద్దరూ యిక్కడ్నే ఆ పీనిగేపక్కనే సట్టంగా కూర్చోని అచ్చుర్మచ్చిరమూ చిదిగిపారేసినారు. పోతా పోతా

యివిట్నీ మాదిరిగా దిగ్గొలికేసిపొయ్యుండారు," అన్నాడు.

దూరంగా వో పొదలో కనిపించిన కాగితం కోసం గబగబా అటు వెళ్లిన చిన్నబ్బ అక్కడే నిలబడిపోయి, "సా... సా... యిక్కడ జూడు, యిక్కడ," అని పెద్దగా గొంతుచించుకుని అరిచాడు. వయసుతో గూనివాడిలా వంగిపోయి నడుస్తున్న సంజీవి వొక్కసారిగా జింకలా ముందుకు గెంతి, చెట్టుకవతలిదాకా పరిగెత్తి, "రేయ్ యెవుడ్రా నువ్వు? లైర్రా పైకి. లెయ్యి," అని పెద్దగా అరిచాడు.

చిట్టెమ్మ కూడా పడుచుపిల్లలా పరిగెత్తి, "యెవుడో యిక్కడ యీరగిలబడుండాడు చిన్నసా," అని అరిచింది. మరో నాలుగడుగులటువెళ్లి, "చెట్టుకు చేరగిలబడుండాడు సా. బతికేవుండాడు. యెగశాసతో కొట్టకలాడతావుండాడు," అని అరిసింది.

ముళ్లపొదల పైనుంచీ యెగిరెగిరి దూకుతూ ముందుకు పరిగెత్తాను. రెండు మీటర్ల వెడల్పు వుండే పెద్ద చెట్టుకో ముసలిమనిషి స్మారకం కోల్పోయిన జంతువులా అతుక్కుపోయివున్నాడు. శబ్దమొచ్చేలా శ్వాసపీలుస్తున్నాడు. అతడి యెదరొమ్ము బెలూన్లా యెగసిపడుతోంది. అతడు తొడుక్కున్న పాతచొక్కా, కట్టుకున్న పాత లుంగీ చెమటతో తడిసిపోయివున్నాయి. నుదురుపైన చిందరవందరగా పడుతున్న తెల్లవెంట్రుకల కింద కళ్ళూ, తెల్లముళ్ల లాగున్న మీసాలకింద పెదవులూ పూర్తిగా దాక్కున్నాయి. అయినా యెప్పుడో యెక్కడో చూసిన ముఖంలాగనిపించింది నాకెందుకో.

వొంగి ఆ ముసలాడి ముఖంలోకి చూస్తూ, "బిన్నంగా ఆస్పత్రికి చేర్చాల సా. లేకపోతే..." అని చేయెత్తి ఆకాశంకేసి చూపెట్టాడు చిన్నబ్బ.

"ఛ్ఛత్. సరైన శాంతి జరిగిందిలే! వీడెప్పుడైనా వొంటిగా దొరికుంటే నాకుండే కోపానికి నేనే వీడ్ని రెండుకు రెండుగా నరికేసుందును," అని గాండ్రించి సంజీవి పక్కనున్న పొదపైకి వూశాడు. నావైపుకు తిరిగి, "యీ రంపుకంతా లీడరు యీ మడిషే సా! వీడు రెండు నెలలముందు తెల్లగుండ్లపల్లె చేరినాకే యీ రంపు పెద్దదయ్యింది. యెప్పుడూ యింగ్లీపీసు మాట్లాడతా సట్టం మాట్లాడేదీ పోసుగులోడే. వీనివల్లేసా, మన సారుకన్ని అగసాట్లు. తెల్లారీ తెల్లారకముందే యిక్కడ్నే పడిసచ్చిన పోరంబోకోడు వీని కొడుకే సా. వానికంటే విషాండం వీడు. వీనికంటే యిషం వాడు," అని చెప్తూ పళ్ళు పటపటా కొరికాడు కోపంగా.

యెవరో వెనకనుంచీ తోసినట్టుగా చిట్టెమ్మ నా ముందుకు విసురుకొచ్చి, "అన్నాయంగా జచ్చిపోతాడు సా... యిది మంచీ చెడ్డ యెంచాల్సిన టయిం గాదన్నా. బిన్నాగా ఆస్పత్రికెత్తకపోకపోతే పచ్చిపానం పోతిందన్నా. యెట్టయినా పాణం కాపాడేది

యిదాయకం రా. ముందూ యెనకా ఆలోసిన జేసే గడియగాదిది," అని అందరితోనూ వొకేసారిగా ఆక్రోశంగా మాట్లాడింది.

"భాకరాపేట డాక్టరు దగ్గిర కాంపౌండరుగా పదేండ్లు పనిచేసినోడ్ని సా నేను. వచ్చే ప్రాణం పొయ్యే ప్రాణంగా వుండాది.. గబగబా ఆస్పత్రికి జేర్చకపోతే డేంజర్ గారెంటీ," అన్నాడు చిన్నబ్బ నాకేసి అదోలా చూస్తూ.

మా డాడీని పోలీసులు తీసుకెళ్లడానికి యితడే కారణమన్న విషయం మళ్ళీ గుర్తుకు రాగానే నాకు చెప్పలేనంత కోపం వచ్చింది. అతడ్ని కాల్చేసేలా వురిమిచూసి పక్కకు తిరిగి రోడ్డువైపుకు వేగంగా నడవసాగాను.

చిట్టెమ్మ నా వెనకే పరిగెత్తుకుంటూ వచ్చి, "యేదైనా చేద్దాం చిన్నసా, చచ్చిపోతాడు పాపం," అని యేడవబోయింది.

"నీకేది యిష్టమో అది చేసుకో చిట్టెమ్మా! నన్నాపద్దు," అన్నాను కత్తితో కోసినట్టుగా. పోలీసులు అన్యాయంగా మా డాడీపైన నిందమోపడానికి కారణమైనవాడు అతడేనని తెలియగానే నాకతగాడిపైన చెప్పలేనంత కోపమూ ద్వేషమూ వచ్చాయి.

"దోవనబొయ్యే తగులాటం నీకెందుకే? వాని పాపం వాణ్ని కట్టికుదిపేస్తావుండాదంతే! సారేం చేస్తే అదే మనమూ చెయ్యాల. పద, నడువు," అని సంజీవి చిట్టెమ్మ చెయ్యిపట్టుకోని లాగతా నా వెనకే వచ్చాడు. చిన్నబ్బ కూడా మాతో వచ్చేసాడు.

చిట్టెమ్మ నా దగ్గరికి విసురుకొచ్చి, "మనతోపులోకి పోదాం పద చిన్నసా! కొంచెపు కూర్చొని పోదువు గానీ. నువ్వొస్తావని చాన్నాళ్లుగా కాపెట్టుకోనుండాను," అంది దీనంగా.

పుట్టి బుద్ధిదెలిసిన తర్వాత నాకు తెలిసిన మొదటిస్పర్శ మా అమ్మదో, చిట్టెమ్మదో చెప్పలేను. నాకు మూడేళ్ళ వయసున్నప్పుడే మా అమ్మకు వుద్యోగం వచ్చిందనీ, ఆమె నన్ను చిట్టెమ్మకప్పగించి వెళ్లేదనీ చెప్పేవాళ్ళు. నేను రిషివాలీ స్కూల్లో చేరిన తర్వాత కూడా, సెలవుల్లో యింటికి వచ్చినప్పుడు నన్ను చిట్టెమ్మే ఆడించేది. నేను అమెరికాకెళ్ళాక కూడా ఫోను చేసినప్పుడల్లా చిట్టెమ్మను గురించి విచారించి తెలుసుకుంటూనే వున్నాను. యింట్లోవాళ్ళు ఆమెను పనిమనిషిగా చూసినప్పుడల్లా నాకు కోపం మండుకొచ్చేది.

"సరే, పోదాం పద చిట్టెమ్మా!" అన్నాను నవ్వడానికి ప్రయత్నిస్తూ. దాదాపుగా మా అమ్మ వయస్సే వుండొచ్చామెకు. అయినా వొక్క తెల్లవెంట్రుకయినా లేదామె జడలో. చిన్నప్పుడా జడతో యెన్నోసార్లు ఆడుకునివుంటాను. ఐదడుగుల పొడవుతో టేకుకొయ్యతో చేసినట్టున్న ఆమె నాలో చిన్ననాటి జ్ఞాపకాల్ని రేపుతోంది.

జేబులోంచీ మొబైల్ తీసి రెండుసార్లు నొక్కాను.

"యిక్కడ పలకదు సా. వూరికి బాగా దూరంగదా!" సంజీవి మా అందరికంటే ముందుగా నడవసాగాడు.

నేను కారును వెనక్కు తిప్పుకుని ఫర్లాంగ్ దూరంలో వున్న మామిడితోట దగ్గరికొచ్చి ఆపాను.

మామిడిచెట్లకింద నేలపైన ట్రాక్టరు దున్నిన చాల్లు కనబడుతున్నాయి. తోటచుట్టూ కంచెపక్కన టేకుచెట్లు పెరుగుతున్నాయి. తోటలో రోడ్డునానుకుని వున్న ఫామ్‌హౌస్ అమెరికాలో వుండే ర్యాంచ్‌లను గుర్తుచేస్తోంది. హవుస్ ముందున్న డాల్మేషన్ డాగ్ నన్ను చూస్తూనే మొరగసాగింది.

పరుగే నడకగా తోటలోకొచ్చిన చిట్టెమ్మ వరండాలోని ప్లాస్టిక్ కుర్చీని తన పయిటతో తుడిచాక, "పోయిన తూరొచ్చినప్పుడెట్లున్నావో అట్నే వుండావు. వండిపెట్టేటోళ్లు లేనితావులో అగసాట్లు పడతావుండావు. యీ తూరయినా పెండ్లిచేసుకొని పెండ్లాన్ని తొడుక్కొనిపో," అంది ముఖమంతా నవ్వు జేసుకుంటూ.

అప్పుడే తోటలోపలికొచ్చిన సంజీవి, "చెట్లెంత జంపుగా వుండాయో జూడుసా! దూరంగా కనబడతావుండే ఆ కొండకింద చెరువుండాది. అది నిండిందంటే నేలలోకి వూటలు దిగిపోతాయి. మన తోటలో ఆ పక్కనేసుండే బోరింగులో రెండేళ్ల యెడంతో నీళ్ళుపడినాయి. మిషినేస్తే రెయ్యా పొగులూ గొట్టినా నీళ్లయిపోవు," అన్నాడు సంబరంగా తెచ్చిన న్యూస్ పేపర్లను కింద పడేస్తూ.

పొద్దున నిస్సహాయంగా పోలీసుల వెనకే వెళ్లిన డాడీనే గుర్తుకొస్తున్నాడు. అటు యింటికీ వెళ్లబుద్ధిగాక, యిటు యిక్కడా వుండాలనిపించక మనస్సంతా గజిబిజిగా వుంది.

ఫామ్‌హౌస్ లోపలినించీ వెలక్కాయతెచ్చి, దానికి రంధ్రం చేసి తేనె పోసి నాకిచ్చి, "నీ కోసమనే యెత్తి పెట్టుండాను సా! యిది సీతాఫలాల కాలంగాదు. రేగుపండ్లు మాత్రం మానావురిగా కాసినాయి," అంది చిట్టెమ్మ.

"ఫాక్టరీ కట్టడానికి యీ యానాదుల చోటు తప్ప యింకేదీ దొరకలేదా డాడీకి," అన్నాను విసుగ్గా.

"అదంతా నాకెట్ల తెలిస్తాది సా!" అంది చిట్టెమ్మ బిక్కమొహమేసుకుని. "వచ్చిన ఆపీసర్లంతా యీ తావు బలే బాగుండాదని చెప్పేసిపోయినారు.. ముందు యీ

తోపుగూడా అడివిమాదిరే వునింది సా. యెందురు మనుషులూ, యెన్ని టాకటర్లూ, యెన్ని బులుడోజార్లూ, యెంత ఖరుసూ. మన తోపు పక్కన్నే వుండాదిగదా అని దాన్ని పాక్టిరీకని బేరం చేసుండారు. మొదుట్లో తెల్లగుండ్లపల్లోళ్లు గొమ్ముగానేవుండినారు. వచ్చిన ఆ అబ్బా కొడుకులే యింత పనిజేసినారు. వొకడు పోయినాడు. యింగొకడు..." చిట్టెమ్మ గొంతుకకేదో అడ్డంబడ్డట్టుగా మాట్లాడడం ఆపేసింది.

తోటముందో మోటార్ బైక్ ఆగింది. యిద్దరు పోలీసులు బూట్లు టకటకాలాడిస్తూ లోపలికొచ్చారు.

"యెవరూ కదలద్దండి. యెక్కడోల్లు అక్కడే వుండాలని మా యెస్సయి సార్ ఆర్డరు," అన్నాడో పోలీసు.

2

"నన్ను కదలొద్దనడానికి మీరెవరు? నేనసలు యిండియా సిటిజన్నేగాదు. నాకు అమెరికా గ్రీన్ కార్డుంది," అన్నాను కోపంగా.

"అదంతా మాకు తెలియదు. ఆ గ్రీన్ కార్డేన్దో మా యెస్సయి సారుకి చూపించుకో. ఆయనొచ్చేదాకా యిక్కడ్నించీ యెవ్వర్నీ కదలనిచ్చేదిలేదు," రెండో పోలీసు దురుసుగా కసిరాడు.

"మీ సారు రేపుటి దాకా రాకపోతే అందాకా మా చిన్న సారునిక్కడ గొమ్ముగా గుచ్చోమంటారా మీరు? మంచీ చెడ్డా, యిరతం పరతం యెంచరా మీరు?" చిట్టెమ్మ ధైర్యంగా ముందుకొచ్చి వాళ్ళను దబాయించింది.

"అమ్మా తల్లీ! నువ్వు మమ్మల్ని నిష్ఠూరం జేసి లాభంలేదు. మేము చేస్తావుండేది డ్యూటీ. మాకు మా యెస్సయిసార్ చెప్పిందే రూలు. యిప్పుడీ గొడవ కలెక్టరుదాకా పొయ్యింది. ఆయిన మా యెస్సయిని తోమతా వుండాడు. మా యెస్సయి మమ్మల్ని తరమతా వుండాడు. కొంచేపుట్లో మా యెస్సయి సారొస్తావుండాడు. ఆయన్నడిగి ఆయనేమి చెప్తే అదిచేసుకోండి. అంతవరకూ కదిలితే మేమొప్పుకోము," అంటూ పొడుగ్గావున్న పోలీసు కుర్చీలో కూర్చుని టోపీతీసి దానితోనే గాలి విసురుకోసాగాడు.

నాకేం చేయాలో తోచలేదు.

పొట్టిపోలీసు మరో ప్లాస్టిక్ కుర్చీని లాక్కుని కూచుంటూ, "అక్కడ సాయిబుల ఘోరీ యేందో వుండాదేందిరా?" అని అడిగాడు.

చిన్నబ్బ ముందుకొచ్చి, "అది మామూలు ఘోరీ గాదుసా. ఖాదరవలీసాబు దర్గా. మా తెల్లగుండ్లపల్లెలో వుండే దూదేకుల సాయిబుల దర్గా యిది. పతేడూ పెద్ద వుర్సు జరగతాదిక్కడ. అసలదుండే తావీతోపుదే. అప్పుడప్పుడూ బిడ్డాపాపల్తో వాళ్లొచ్చి నమాజు చేసుకొనిపోతావుంటారు. పెద్దతలగుడ్డ గట్టుకోనుండే ముల్లా వొకాయన నెమిలీకలకట్టా, సాంబ్రాణేసే ముంతా యెత్తుకోని వాళ్ళతో వస్తాడు. వాళ్ళతో యెందుకొచ్చిన రంపులే అని సారు ఆ తావును వాళ్ళకే యిడిసిపెట్టి కళ్లేయించినాడు," అన్నాడు గసబోస్తూ.

పొడుగు పోలీసు కిందపడున్న డైలీపేపర్ కాగితాలనన్నీ యేరుకుని తెచ్చుకుని, వాటిని సర్దుకున్నాక, "మొత్తం మూడు పేపర్లూవుండాయి, వాటి టాబ్లాయిడ్లతో బాటూ" అని కిసుక్కుమని నవ్వి, తాను కొన్ని పట్టుకుని, కొన్ని నాకూ, మరికొన్ని పొట్టి పోలీసుకూ యిచ్చాడు.

పొట్టి పోలీసు రెండు కాగితాలు తిప్పి, "నిన్న పేపరు. యీ పొద్దు వాళ్లకు రంజుగా న్యూసు దొరికింది. అదంతా రేపు పండగమాదిరి రాయబోతారు. జచ్చిపోయినోడి దగ్గిర సూయిసైడు నోటు దొరికిందని తెలిసిందే అనుకో, యింక వాళ్ళను పట్టలేం," అని పెద్దగా నవ్వేసాడు.

నేను వులిక్కిపడి "సూయిసైడు నోటా? అదేమిటి?" అని అడిగాను.

"ఆ పిల్లోని పాకెట్టులో రెండు పేపర్లు దొరికినాయి. పోయినవారం వాణ్ని అరెస్టుజేసిన న్యూసు కటింగొకటి. రెండోది వాడే రాసిపెట్టిన నోటు. వాని మూమెంటును నీళ్లుగారిపిస్తా వుండేవాళ్ళకు ప్రొటెస్టుగా ఆత్మహత్య జేసుకుంటావుండానని రాసేసిపోయినాడు దాంట్లో. వానికీ మాదిరిగా సూయిసైడు అటెంప్ట్ జేసే జాడ్యం చిన్నప్పటినించీ వుండాదంట! యీసారి యెవురూ కాపాడలేకపోయినారు," ఆ పోలీసు చెప్పేదాపేసి నవ్వసాగినాడు.

"అంటే యీ వ్యవహారంలో యింకెవరి ప్రమేయమూ లేదనేగదా సార్ అర్థం. యిక మా డాడీనెందుకు స్టేషనుకు తీసుకెళ్లారు మీరు?" అని అడిగాను విసుగ్గా.

"అది అప్పటి దెశిషను. యిప్పుడు యింటికి పంపించేసుంటారనుకుంటా," అంటూ అతను ఆవులించాడు.

ఆ చనిపోయినవాడు సూయిసైడ్ నోట్ రాసిపెట్టిపోయాడని తెలియగానే తలపైన్నుంచీ పెద్ద బరువు దిగిపోయినట్టయింది. పెద్దగా వూపిరి తీసుకుంటూ రిలాక్స్ గావడానికి ప్రయత్నించాను.

"యింతల మాత్రానికి మా చిన్న సారును పెండ్లిచూపులకు పోనీకుండా ఆపేసినారు మీరంతా జేరి. యీ నష్టాన్నెవురు గట్టిస్తారు?" చిట్టెమ్మ వాళ్ళను మొరిసి చూసింది.

"అమెరికా గ్రీన్ కార్డుండే వాళ్లకు యిండియా సంబంధాలేం నచ్చుతాయిలేమ్మా?" అంటూ పొట్టిపోలీసు నవ్వబోయాడు.

"మా చిన్నసారట్లాటోడు గాడు సార్," అంది చిట్టెమ్మ కోపంగా.

నాకు వెంటనే సోఫియా గుర్తుకొచ్చింది. ఆమెను జ్ఞాపకం చేసుకోడం మరచిపోయి యిరవై నాలుగు గంటలైపోయిందని స్ఫురించింది. పేరెంట్స్ చూపెట్టే పెళ్ళిచూపులకెళ్లడం, కట్నకానుకల కోసం బేరాలు చేయడం, అంతవరకూ ముక్కూమొహమూ తెలియని అమ్మాయిని పెళ్ళాడడం, యిదంతా పెద్ద ఫార్సులాగుందని సోఫియా నవ్వేసింది.

సోఫియా గురించి ఆలోచిస్తున్నప్పుడే మధుశాలిని గుర్తుకురావడం ఆశ్చర్యంగా వుంది. ఆ అమ్మాయి చిన్నప్పుడు అత్తా అత్తా అని మా అమ్మ కొంగుపట్టుకుని తిరిగేదట! తెలియని అమ్మాయిని చేసుకునే కంటే ఆ అమ్మాయిని చేసుకుంటే మేలని అమ్మ అంటోంది.

మూడు వారాల లీవుపైన రాక తప్పలేదు. యింకా జెట్లాగ్ గూడా తగ్గలేదు. యింతలో యిలా...

పేపర్లో 'యానాదులు దిబ్బలో లాండ్ మాఫియాతో దళితుల పోరాటం' అనే కాప్షన్ కనబడగానే వులిక్కిపడ్డాను.

"ఆరేళ్ళముందు అప్పుడు అధికారంలో వున్న ప్రభుత్వం కోట్ల విలువ చేసే ముప్పయ్యేకరాల భూమిని జాన్ సుభాష్ అనే యిండస్ట్రియలిస్టుకు లక్షలకే అమ్మేసింది. కొత్త ప్రభుత్వం దానిపైన యెంక్వయరీలూ కమీషన్లూ వేసింది. ఆ భూమికి స్వంతదారులైన అమాయక యానాదులకు ద్రోహం జరిగిపోయింది. జరిగింది తెలిసాక వాళ్ళు చేస్తున్న ఆందోళనను కర్కశంగా అణిచివేస్తున్నారు."

ఆ పేపర్ని పడేసి యింకోదాన్ని తీసుకున్నాను. దాన్లో చనిపోయిన వేరా అనే వ్యక్తిని గురించి రాసున్నారు. "వేరా పూర్తి పేరు చేగువేరా. అతను వెంసూ అనే తీవ్రవాది కొడుకు. చాలా సంవత్సరాలు అండర్గ్రౌండ్లో గడిపాక వెంసూ రెండేళ్ళ క్రితమే జనజీవన స్రవంతిలో కలిసాడు. అతను ముప్పయ్యయిదేళ్ల క్రితం తిరుపతి యూనివర్సిటీలో చదివాడు. చేస్తున్న రీసెర్చి సగంలో ఆపేసి తీవ్రవాదులతో కలిసిపోయాడు. అతను యూనివర్సిటీలో చదివేరోజుల్లోనే జాన్ సుభాష్ భార్య సంగీతారెడ్డి యెంయే చేశారు."

నేనా కాగితాన్ని విసిరికొట్టి, "యింత వైల్డ్గా రాస్తారేంటి వీళ్ళు? యిప్పుడీ అనవసరపు యిన్వెస్టిగేషన్లెందుకు?" అని గొణిగాను.

పొడుగు పోలీసాకాగితాన్ని చేతికి తీసుకుని "మా వూరికి వచ్చే పేపర్లలో యీ మూడే

పాపులర్ సార్! మూడూ వొక్కసారిగా చదివినోడు యెవురు రాసింది నిజమో తెలుసుకోలేక జుట్టుపీక్కోని పిచ్చోడైపోవాల్సిందే!" అని గొల్లుమని నవ్వేసాడు.

కోపంతో పెదవి కొరుక్కుంటూ యింకో పత్రికను వెతికి పట్టుకున్నాను. దాని మూడో పేజీలో కనబడిందా వార్త. "జాన్ సుభాష్ అనే ఇంజినీరు చెన్నయిలో చదివాడు. కడప, కర్నూలు, అనంతపురాల్లో పనిచేసాక ట్రాన్స్‌ఫర్‌పైన తిరుపతికొచ్చాడు. అతడికి 1989లో సంగీతారెడ్డితో పెళ్లయింది. ఆమె విమెన్స్ వెల్ఫేర్ డిపార్టుమెంటులో డైరక్టరుగా వుద్యోగం చేస్తోంది. ఫాక్టరీ కడుతున్నామనే నెపంతో వాళ్ళు దళితుల్ని బలవంతంగా క్రిస్టియానిటీలోకి మతమార్పిడి చేస్తున్నారు."

"డేట్లు గూడా తప్పు రాసి ఫాక్చువల్ యెర్రర్స్ రాస్తారేంటి వీళ్ళు? అబ్సర్డ్‌గా, కేర్లస్‌గా, రెక్లస్‌గా రాసి పారేస్తున్నారు. వీళ్ళపైన యాక్షన్ తీసుకునేవాళ్లే లేరా?" అని పెద్దగా వాపోయాను.

పొట్టిపోలీసు అదోలా నవ్వి, "యింత జబర్దస్తీగా వుండే ఫామ్‌హౌస్‌లో టీ నీళ్లయినా దొరకవా మాకు?" అని అడిగాడు. చిట్టెమ్మ రుసరుసలాడుతూనే లోపలికెళ్ళింది.

"యానాదుల మిట్ట అనీ తపోవనం దిబ్బ అనీ ఈ తావును రెండు రకాలుగా రాస్తారేంది?" అని అడిగాడు పొట్టి పోలీసు తనలో తాను మాట్లాడుకుంటున్నట్టుగా.

"రెండూ వొగటే సా! యానాదులు దీన్ని తపోవనం దిబ్బనీ బయటోళ్లు యానాదోళ్ల మిట్టనీ అంటారు," అన్నాడు చిన్నబ్బ. పోలీసులిద్దరూ వోరగాచూసి నవ్వుకుంటుండడం చూడగానే "నేనూ యానాదోడినే సా! మాదీ తెల్లగుండ్లపల్లే. యీ చిట్టెమ్మ, సంజీవి బావా కూడా యానాదోల్లే గానీ వీళ్లది యీ వూరు గాదు. వీళ్లెప్పుడో రాజింపేటనించీ వొచ్చి తిరుపతి జేరిపోయినారు," అన్నాడు.

"యానాదులు తపస్సు జేసే ఋషులని దీన్ని తపోవన మిట్టని పిలిచుంటారు," అని పొడుగు పోలీసు పడి పడీ నవ్వసాగాడు.

చిన్నబ్బ పద్మాసనమేసుకుని కూర్చుని, కళ్ళు మూసుకుని, చెంపలేసుకుని, "తప్పుసా! అట్లనద్దు. యిదంతా మగత్య ముండే నేల. మా తాతలు మా నాయనలకు జెప్పింది, వాళ్ళు మాకు జెప్పింది వొగటుండాది. మావోల్లు ఆ రోడ్డు పక్కనుండే మునీశ్వరుడికి పొంగళ్ళు పెడతారు పతి సమత్సరమూ. ఆయనెంత మగత్యముండే సామి అంటే," అంటూ భక్తితో నమస్కారం జేసుకున్నాడు. "యిదే తావులో వొగప్పుడు, చానా చానా యేండ్లకు ముందరొక మునీస్పరుడు తపస్సుజేసుకుంటా వున్నాడు. అప్పుడా రాజ్యాన్నేలే మగారాజుకు సంతు లేదు. ఆయనొచ్చి మునీస్పరుడికి చెప్పుకొని బోరోమని

యేడ్చినాడు. అప్పుడా మునీస్పరుడు పక్కనే వుండే మావిడిచెట్టు నుంచీ పండొకటి కోసి మహారాజుకిచ్చినాడు. ఆ మగారాజా పండునెత్తకపొయ్యి మగారాణికిచ్చినాడు. అంతే! సంవత్సరం తిరగకుండానే మగారాణి తీర్థమాడి పండుమాదిరుండే కొడుకును గనింది. దాంతో మగారాజు యీ తావునంతా ఆ మునీస్పరునికే యిచ్చేసి, యిక్కడ దున్నుకుంటా వుండుండిన రైతులనంతా ఆయనకే కప్పం గట్టాల్సిందిగా చాటింపేసినాడు. ఆ రైతులందురూ వాళ్ళు పండించిన పంటనంతా దెచ్చి మునీస్పరుడి ముందర్నే కుప్పబోసినారు. అవుతే యింగో మడిషి కష్టంలో పొయ్యేదానికి ఆ మునీశ్వరుడు వొప్పుకోలేదు. మహారాజుకు భయపడిన రైతులంతా వాళ్ళు తెచ్చిన పంటనంతా యిక్కడ్నే యిడిసిపెట్టేసి తిరుక్కొనిపోయినారు. తపస్సుజేస్తావున్న మునీస్పరుడు కండ్లు తెరిసి చూసినప్పుడు యెదురుగ్గా పంట కుప్ప కనబడింది. దాంతో మునీస్పరుడికి వుగ్రమొచ్చి, దాంట్లోవుండే గడ్డిపోచయినా తాకకుండా, ఆ యెదురుగ్గా దూరంగా గనబడతా వుండాదే ఆ కొండ గెవిలోకెల్బారిపోయినాడు. మహారాజుకు భయపడిన రైతులంతా వాళ్ళ భూముల్ని పరిగిలదోలేసి, పరాయి రాజ్జానికి పారిపోయినారు. యిప్పుడు కూడా ఆ మునీస్పరుడా గెవిలో తపస్సు చేసుకుంటా వుండాడంట. అడివికి కట్టెలు కొట్టుకొచ్చుకునేదానికి పోయినోళ్లకు కొందురికి గనబడినాడంట. ఆయనొచ్చి కప్పం తీసుకునేదాకా యీ నేలలో మడకలుగట్టమని మా యానాదోళ్లుకూడా కట్టుగా వుండిపోయినారు.. యిప్పటికీ మా తెలుగుండ్లపల్లి యానాదులు యవసాయం చెయ్యరు."

చిట్టెమ్మ తెచ్చిన టీ చప్పరిస్తా, "కాయకష్టం చెయ్యకుండా మీ తాతముత్తాతెవుడో భలే కవిగట్టేసుండాడు. అందుకే తెల్లోడు యానాదోళ్లు కేట్‌మార్లని రికార్డుల్లో రాసిపెట్టి పోయినాడు," అన్నాడు పొడుగు పోలీసు.

పొట్టిపోలీసు గోడపైనుండే యేసుక్రీస్తు ఫోటోను జూసి, "ఆ కొండగుహలో మునీశ్వరుడు, తోట ఫెన్సింగు దగ్గర సాయిబుల దర్గా, యీ యింట్లో క్రీస్తు, వుండాల్సినోళ్లంతా యిక్కడ్నే చేరుండారు. శెభాష్!" అన్నాడు. అతను మెచ్చుకుంటున్నాడో, విమర్శిస్తున్నాడో తెలియలేదు. తోటముందో జీపు ఆగింది. పోలీసులిద్దరూ లేచి పరిగెత్తారు.

జీపులోనుంచీ దిగిన యస్సయి, "యిక్కడేంజేస్తావుండారు మీరు? ఆ పక్కన యిప్పుడింకో డెడ్ బాడీ తేలింది. ముందక్కడికి పదండి," అని పెద్దగా అరిచాడు.

"యింకో పీనిగా? అదెవురుసార్?" అని పొడుగు పోలీసు ఆక్రోశించాడు.

"అక్కడ జనం ఆగడం జేస్తావుండారు. కంట్రోలు తప్పితే నాకు దొబ్బులు. పరిగెత్తండి ముందు. తిరుపతి నుంచీ యింకో యిద్దురు పోలీసులును తరమతాను," అని

మాట్లాడుతూనే యెస్సయి జీపెక్కి వెళ్ళిపోయాడు.

"వొరే బావా, చచ్చిపోయింది వాడేనేమోరా," చిన్నబ్బ యేడవబోయాడు.

"పాణం కొటకలాడతా వునిందప్పుడే. ఆ అబ్బా కొడుకులిద్దరికీ యీడనే రాసి పెట్టుండాది. దేముడైనా యెంతకని వోరస్తాడు? చేసుకున్నోళ్లకు చేసినంత," సంజీవి మొరుసుకున్నాడు.

గట్టిగా ముక్కుచీది, "తప్పంతా యీ తోపుదే! యిది దాయాదుల తోపనీ, యిది రంపులు జరిగే తావనీ చిన్నబ్బన్న చెప్పనే చెప్పినాడు. ఆ సంగతి సారుకు చెప్పకుండా తోపును కొనిపించినారు," అంది చిట్టెమ్మ.

నాకు ఆమేం చెబుతోందో అర్థం గాలేదు. "యేమిటేమిటి?" అని అడిగాను.

చిన్నబ్బ నా ముందుకొచ్చి, "అదంతా యెప్పుడో జరిగిన కతలేసా! యీ తోపు మా వూరి ముసిలోడిది. వానికి ముగ్గురు పెండ్లాలు. ముగ్గురికీ ముగ్గురు కొడుకులు. భాగపరిష్కారంలో ముగ్గురూ సమ్మతికి రాలేదు. ముగ్గురూ దీన్ని పరిగిలదోలేసినారు. అప్పుడు దాన్ని అన్నదమ్ములతోట అని పిలిచేటోళ్లు. ఆయిన కాలమైనాక ఆయిన మనమళ్లు దుడ్డు అవసరంతో అమ్మేసి పంచుకున్నారు. అయితే పంచుకునేదాంట్లోగూడా సమ్మతిలేక యింకా కొట్టుకుంటానే వుండారు. అందుకని మావోళ్లు యీ దాయాదులతోపు నేలలోనే కీసులాడుకునే గుణముండాదంటారు," అన్నాడు.

నా తలంతా మొద్దుబారిపోయింది. యేం చేయాలో తోచలేదు.

యాంత్రికంగా ముందుకు నడచి, "అతడేనేమో, చూద్దాం పదండి," అన్నాను వణుకుతున్న గొంతుతో.

3

ఆ పెద్దచెట్టు చుట్టూ చాలామంది మనుషులు గుమికూడిపోయివున్నారు. నలిగిన శరీరాలూ, దుమ్మూధూళితో చేసినట్టున్న ముఖాలూ, బురద పూసుకున్న చేతులూ, పుసులు గట్టిన కళ్ళూ, మురికి బిడ్డల్ని చంకనేసుకున్న తల్లులూ, వెదురు కర్రలపైన వూతంగా వంగిపోయిన ముసిలివాళ్ళూ, అందరూ వొకేరకంగా కనబడుతున్న గలీజు మనుషులు..

మట్టినేలపైనే మాసిన దుప్పటి పరిచి దాని పైన ఆ ముసలి శరీరాన్ని పడుకోబెట్టి వున్నారు. చుట్టూ గొంతుక్కూచున్న దుబ్బుతలల ఆడవాళ్లు ముందుకూ వెనక్కూ వూగుతూ వికారంగా యేడుస్తున్నారు. వాళ్ళ వెనక నిలబడ్డ గోచిపాతల మగవాళ్ళు

గోలగోలగా గొంతులు చించుకుంటున్నారు.

గుంపులోనుంచీ వొక మనిషిని యివతలికి లాగి, "యేమి జరిగిందన్నా?" అని అడిగాడు చిన్నబ్బ.

ఆతను వెనక్కు తిరిగి అయోమయంగా చూశాడు. జీరబోయిన గొంతు మూసుకుపోతూండగా, "గొర్రెలోల్లెవురో చూసి వూర్లోకి పోవుడి జెప్పినారు," అంటూ యేడవబోయాడు. "భాకరాపేటకు పరిగెత్తుకొనిపొయ్యి డాకటర్ను పిలుచుకొచ్చినారు. అప్పటికే పాణం పొయ్యింది. రవ్వంత సేపు... రవ్వంతసేపు ముందుగా పిలుచుంటే పాణం గాపాడేసుండేటోడినంటా వుండాడు డాకటారు. రవ్వంతసేపే... కాలుగెంటో, అగ్గిపుల్ల గీచేటంత సేపు, అంతే.. మొత్తంగా మడిషినే పోగొట్టుకుంటిమి. మాకోసరమని యెంతో దూరంనుంచీ యెగేసుకుంటా వచ్చినోడు. ఆ కొడుకు నిన్న అర్ధరాత్రెప్పుడో కాలమైపోయినాడు. యిప్పుడీయన... యెవురికి కబురు అంపియ్యాల్నో గూడా తెలవదు."

చిన్నబ్బ నావైపుకు తిరిగి, "రవ్వంతసేపే సా, రవ్వంతసేపే," అని అంగలార్చాడు.

"నిజింగానే యీ యిషండం మడిషి యిట్లా సచ్చిపోతాడనుకోలేదు సా," అంటూ సంజీవికూడా గుక్కిళ్లు మింగాడు.

కంగారుపడుతూ వెనక్కడుగేశాను.

కళ్ళనుండీ కన్నీళ్లు బొటబొటా రాలుతుండగా, "రవ్వంతసేపే చిన్నసా, మనమప్పుడే ఆస్పత్రికెత్తకపొయ్యుంటే నిండు పాణం యిట్లా పొయ్యుండదు," అంది చిట్టెమ్మ.

డాడీని యిబ్బంది పెట్టినవాడూ, యిక్కడిలా గొడవ చేయించినవాడూ, అలా చావుబతుకుల్లో కొట్టుమిట్టాడుతూ కనిపించినప్పుడు కసి తీరిందనుకున్నాను. అయితే అప్పుడీ మనిషిలా చచ్చేపోతాడనుకోలేదు. అతని గురించిన ఆ విషయాలు తెలియకుండా వుండి వుంటే అట్లాటప్పుడు తప్పకుండా హాస్పిటలుకు తీసుకెళ్ళే వుండేవాడు తాను.

రవ్వంతసేపు, అనేమాట నన్నే నిలదీస్తున్నట్టుగా వుంది. యెవరి ముఖంలోకీ చూడలేకపోతున్నాను. ముద్దాయిని నేనేననిపిస్తోంది. నా గుండె పెద్దగా కొట్టుకోసాగింది.

జరిగిందేమిటో యెవరికీ తెలియకపోవచ్చు. చిట్టెమ్మ, చిన్నబ్బా, సంజీవీ, దీంట్లో నా తప్పులేదని తేల్చేయవచ్చు. కానీ జరిగిందేమిటో నాకు తెలుస్తూనే వుంది. యిది హత్య కాకపోవచ్చు. కానీ యిది సహజమరణం కూడాగాదు.

యెవరితోనూ యేమీ చెప్పకుండా కారు దాకా పరిగెత్తినట్టుగా వచ్చి, కారెక్కి స్టార్ట్ చేశాను.

కారు పరుగెత్తుతోంది. నాకు వెనక్కు తిరిగి చూసే సాహసం లేదు. నా గుండె కొట్టుకుంటున్న శబ్దం నాకే స్పష్టంగా వినబడుతోంది. నా చూపులు రోడ్డుపైన జారిపోతున్నాయి. మనస్సు స్తబ్ధంగావుంది. యంత్రాన్ని మరో యంత్రం నడుపుతున్నట్టుగా కారు వెళ్తోంది.

అమెరికాలో కీప్ రైట్ డ్రైవింగుకలవాటు పడ్డవాడ్ని, యిండియా కీప్ లెఫ్ట్‌కు తడబడుతున్నాను. చాన్నాళ్ళుగా నా పైనున్న నమ్మకమేదో తలకిందులైపోయింది. వెళ్తున్న ప్రయాణంపైన గానీ, చేరబోతున్న గమ్యంపైన గానీ గౌరవం కలగడంలేదు. యెక్కడికి పారిపోతున్నానో తెలియదు గానీ కారును వేగంగా నడిపేస్తున్నాను. కారు మళ్ళీ వూరి శివార్లలోకి వచ్చాక యింటికెళ్ళడం తప్ప మరో మార్గం లేదని తోచగానే వుసూరుమని నీరసపడిపోయాను.

కారు యింటిముందు ఆగగానే వాచ్‌మేన్, "సారు మధ్యానానికంతా యింటికొచ్చేసినారు. మీ కోసం అందురూ వెతకతా వుండారు," అన్నాడు.

వంటావిడ హాల్లో యెదురై "సారూ మేడమూ ఆఫీసురూములో వుండారు. ఫాస్టరొచ్చి ప్రార్థన జేయిస్తావుండాడు," అంది.

వాళ్ళకేసి చూడకుండా మిద్దెపైకి వచ్చేశాను. బూట్లయినా విప్పకుండా పడకపైన పడిపోయాను. అంతసేపూ ఆగిన కన్నీళ్లు చెంపలపైకి పాకి షర్టునుకూడా తడిపేస్తున్నాయి.

రవ్వంతసేపే... రవ్వంతసేపే... ఆ మాట పీడకలలా వెంటాడుతోంది.

డాడీని పోలీస్‌స్టేషనుకు లాగిన ముద్దాయిల్ని పట్టుకోవాలని వెళ్లాను. నేనే ముద్దాయినై తిరిగొచ్చాను.

యెవరికీ నా గిల్టు తెలియకపోవచ్చు. కానీ యీ గిల్టునుంచీ తప్పించుకోవడమెలాగో తెలియడం లేదు. పెద్దగా యేడవాలనివుంది. కోపంతో దేన్నయినా విరగ్గొట్టాలనివుంది.

కన్నీళ్లు మోచేత్తో తుడుచుకుంటూ దిండుపైన పక్కకు వొత్తిగిల్లాను. నా అమెరికన్ టూరిస్టర్ ట్రాలీ సూట్కేసుపైన గోధుమరంగు యెన్వలప్ కనబడగానే వులిక్కిపడ్డాను. కళ్ళుతుడుచుకుంటూ అటు చూశాను. కవరుపైన 'హర్షవర్ధన్, కేరాఫ్ జాన్ సుభాష్, న్యూ బాలాజీ కాలనీ, తిరుపతి.' అని పెద్ద అక్షరాలతో అడ్రస్ రాసివుంది.

లెటరనేదాన్ని చూసి దశాబ్దాలైపోయింది. యిండియాలో మూడువారాలు మాత్రమే వుండబోతున్న నాకు యీ అడ్రస్‌కు లెటర్ రావడమేమిటి? గేటుదాటి యిదిలా నా గదిదాకా యెలా వచ్చింది?

విస్తుపోతూ, వణుకుతున్న చేతుల్తో కవర్ని చింపాను. లోపలో డైలీ న్యూస్ పేపరు కటింగూ, చిన్న కాగితమూ వున్నాయి.

ఆ న్యూస్ పేపరు కటింగ్ నేను ఫామ్‌హౌస్‌లో చూసిన పేపరుదేనని తెలిసిపోయింది. దాన్లో మూడు వాక్యాల కింద యెరుపు రంగు గీతలున్నాయి. 'జాన్ సుభాష్‌కు సంగీతారెడ్డితో 1989లో చెన్నయిలో పెళ్లయింది. 1986లో వెంసూ తిరుపతి యూనివర్సిటీలో చదివాడు. అప్పుడు సంగీతారెడ్డి అక్కడే యెమ్మే చదివింది.' - అవీ ఆ మూడు వాక్యాలు.

దానితోబాటూ వున్న చిన్న తెల్లకాగితం పైన వరసగా పన్నెండు నెంబర్లున్నాయి. పది సంఖ్యలున్న వాటిని చూస్తూనే అవి ఫోన్ నెంబర్లయివుంటాయని తెలిసిపోతోంది. కింద బ్రాకెట్లో వెంసూ డెయిరీలోంచీ అని రాసుంది.

అసలే అనుకోని విపత్తులో మునిగి స్తబ్ధమైపోయివున్న నా బుర్రలోకి ఆ కాగితాలు బురదలోకి చురకత్తులు దిగినట్టుగా దిగిపోయాయి.

'అది ఆక్సిడెంట్. అంతే! కేవలం ఆక్సిడెంట్!' అని మళ్ళీ మళ్ళీ గొణుక్కోసాగాను.

నేనక్కడికి వెళ్లడం వొక ఆక్సిడెంట్. యెగశ్వాసతో చావబోతున్న అతడ్ని చూడ్డం ఆక్సిడెంట్! ఆ మనిషి చనిపోబోతాడని నాకు తెలియకపోవడమూ ఆక్సిడెంటే! దాంట్లో నా ప్రమేయం అణుమాత్రమైనా లేదు. నేనిలా గిల్టు ఫీలవడం నా మంచితనం వల్ల మాత్రమే!

యిది మంచితనమా? కాకపోతే మూర్ఖత్వమా?... యేది నిజం?

నాతో నేనే మాట్లాడుకోసాగాను. నా మాటల పైన నాకే నమ్మకం కలగకపోవడంతో మళ్ళీ మళ్ళీ అదే మాటలు చెప్పుకోసాగాను. నాకు నేనే చెప్పుకుంటున్న సముదాయింపులో యెక్కడో డొల్ల వుంటోంది. ఆ డొల్లలోకి ఆ రెండు కాగితాలూ రాక్షసకీటకాల్లా దూరి గీపెడుతున్నాయి. అవి చిన్నప్పటినుంచీ నన్ను వేధిస్తున్న అనుమానాపు తెరల్ని చినిగిపోయేలా కుడుతున్నాయి.

నాకు మూడేళ్ల వయసున్నప్పుడే అవ్వాతాతా నన్ను మదనపల్లెకు తీసుకెళ్లిపోయారు. మా అమ్మ వుద్యోగానికెళ్తుండడమే దానికి కారణమన్నారు. నాలుగో తరగతిలోనే నన్ను రిషివాలీ స్కూల్లో చేర్పించేశారు. లీవుల్లో కొన్ని రోజులు మాత్రమే అమ్మదగ్గరికెళ్లగలిగేవాడ్ని. అమ్మే వొంటరిగా అప్పుడప్పుడూ వచ్చి గెస్ట్‌హౌస్‌లో నాతో కొన్నిరోజులుండి వెళ్ళేది.

అమ్మంటే నాకెంతో యిష్టమని నాకెంతో ఆలస్యంగా తెలిసింది. ఆమెతో మరికొన్ని రోజులు గడపాలని యెప్పుడూ వువ్విళ్లూరేవాడ్ని. యెప్పుడామె నన్ను విడిచివెళ్తున్నా నాకేడుపొచ్చేసేది. అవ్వా, తాతా, చిట్టెమ్మ నన్ను సముదాయించలేక

సతమతమైపోయేవాళ్లు.

రిషివాలీ నుంచీ డిగ్రీ చదువుకే అమెరికాకెళ్ళిపోయాను. అప్పటినుంచీ అమ్మతో ఫోన్లో మాట్లాడడం మాత్రమే కుదిరింది. వారానికోసారయినా కనీసం గంటసేపయినా మాట్లాడకపోతే బెంగగా వుండేది.

డాడీ నాతో క్లోజుగా వుండడం లేదనే సందేహమెప్పుడూ యిబ్బంది పెడుతూనే వుంది. లీవుల్లో వెళ్ళినప్పుడు ఆయన యింట్లో తక్కువగా వుండేవాడు. 'ఆయనకు ఆఫీసులో పనెక్కువ' అనేది అమ్మ మామూలుగా చెప్పేమాట. నన్ను చూసినప్పుడైనా ఆయన నాతో మాట్లాడేది రెండు మూడు మాటలు మాత్రమే. అదైనా తప్పదన్నట్టుగా వుండేది. అదే వ్యక్తి మా చెల్లెలితో మాత్రం యెంతో క్లోజ్‌గా హుషారుగా వుండేవాడు. ఆయన నాతో అంత వుదాసీనంగా వున్నాడెందుకన్న ప్రశ్న వొకటి నన్ను వేటాడుతూనే వుంది. ఆయన అందరి డాడీల్లా నాతో వుండడని నాకు బాగా తెలుసు. దానివెనకేదో కారణముండే వుంటుందనే అనుమానమొకటి చిన్నప్పటినుంచీ నన్ను వెంటాడుతూనే వుంది. ఆ కారణమేదో యిప్పుడీ పత్రికలకు తెలిసిందేమోననిపిస్తోంది.

నేను 1987లో పుట్టానని నా సర్టిఫికెట్లే చెప్తున్నాయి. మరి పేపరువాళ్ళు మా అమ్మ పెళ్లి 1989లో జరిగిందని రాసారెందుకు? పత్రికలవాళ్ళకు గాలివార్తలు రాయడమెంత మామూలో, మరునాడు సవరణ అంటూ దాన్ని దిద్దుకోడమూ అంతే అలవాటని నాకు తెలుసు. కానీ అలా అని సరిపెట్టుకోలేకపోతున్నాను.

చనిపోయినవాడి గురించి ఆరా తీయాలని వెళ్లాను. చనిపోయినవాడి చావుకు నేనే కారణమయ్యానని వేదనలో పడిపోయాను. యింతకూ నేను కనిపెట్టాల్సింది ఆ రెండు చావుల్ని గురించి కాదనీ, వాటికంటే కీలకమైనది, ముఖ్యమైనది మరొకటుందనీ నా చెవుల్లో యెవరో గూబలు గుయ్యిమనేలా చెప్తున్నారు.

యేదో తెలియని అదృశ్యశక్తి నన్నిలా కక్షగట్టి సరిగ్గా యీ సమయంలో అమెరికానుంచీ యిండియాకు తరిమింది. అదే శక్తి నన్ను ఆ చోటికి లాక్కెళ్ళింది. అయితే సూర్యుడిలా ఆ సత్యమేదో నా చూపులకు అందకుండా కళ్ళను బైర్లుకమ్మిస్తోంది.

"వెతుకు.. వెతుకు.." అన్ని నన్నెవరో ముందుకు తోస్తున్నారు.

"దేన్ని? యెందుకు?" అని నా మనస్సు మూలుగుతోంది.

యీ వెతుకులాట పలానాదానికోసమని వాచ్యంగా వ్యక్తపరచుకోగల సాహసం కలగడం లేదు. చెప్పడానికి కావాల్సినన్ని ఆధారాలూ లేవు. అలాగని విస్మరించడానికి మనసొప్పుకోడం లేదు. శూలాలతో పొడుస్తున్నట్టు, దివిటీలతో కాలుస్తున్నట్టు మనస్సు

మూలుగుతోంది. అనుమానాల్లో తగులుకున్న ఆలోచనలు యెటుపడితే అటువెళ్లి బుర్రను కాల్చేస్తున్నాయి. చిన్నప్పటినుంచీ నన్ను వదలని వొంటరితనం యిప్పుడు కార్చిచ్చుగా మారి నా అస్తిత్వాన్ని దహించేస్తోంది.

భోజనానికి రమ్మని రెండోసారి పిలుపొచ్చింది. వెళ్లి పాస్టరుముందు తిన్నట్టు నటించి వెనక్కొచ్చేశాను.

పడక ముళ్లపాన్పై గుచ్చుతోంది. బయటి ప్రపంచంతో లంకె తెగిపోవడంతో సమయమెంత గడిచిందో తెలియలేదు. వున్నట్టుండి యెవరో జుట్టుపట్టి లేపినట్టుగా పైకి లేచాను. తెల్లవారబోతోంది. లేచి నిలబడ్డానికి కష్టమైపోయింది. ఆహారం శరీరంలోకెళ్ళి యిరవై గంటలకు పైగా అయ్యుండవచ్చుననే స్పృహ గూడా అప్పుడు లేదు. జ్వరమొచ్చినట్టుగా శరీరం తూలుతోంది.

పక్కపైన పడివున్న కవరు తీసి తెల్లకాగితాన్ని పైకి లాగాను. అందులోని నెంబర్లకూ, ఆ రెండు చావులకూ తప్పకుండా సంబంధముండే వుంటుంది.

మొదటి నెంబరుకు ఫోన్ చేశాను. అవతలినుంచీ, "యెవురూ?" అనే ప్రశ్న వినిపించింది.

"నువ్వెవరో చెప్పు," అసహనంగా అరిచాను.

"నేను సా, సంజీవి.. చిట్టెమ్మ మొగుడ్ని," అనే సమాధానం వచ్చింది.

నా జీవితానికి తెరతీసినవాళ్లలో మా అమ్మ తర్వాత ముఖ్యమైన వ్యక్తి చిట్టెమ్మే!

చిట్టెమ్మ దగ్గరినుంచీ నా వెతుకులాట మొదలుగావడం యాదృచ్ఛికం గాదు.

యింతకూ చిట్టెమ్మ యెక్కడుంది?

మొదటి భాగం

అతడితో వాళ్ళు

i. చిట్టెమ్మ: దాది

"మా అమ్మకెప్పుడు పెండ్లయింది? యే వూర్లో జరిగింది? అప్పుడు నువ్వేడుండావు? నేనేవూర్లో పుట్టినాను," అని కసువూడ్చేదానికి మిద్దెపైకి పోతానే నన్ను నిలదీసి అడిగినాడు చిన్నసారు. అంతేగాకుండా, "నీ కొడుకుల్ని బలంతంగా చర్చికి తొడుక్కోని బొయ్యి మతం మార్పించినోల్లెవురు?" అంటా రాదీసినాడు. నాకేం జెప్పాల్నో తెలవలేదు. నోరెండకపోయింది. యింతలోపల కిందనించీ మేడం గొంతినబడింది. పిలస్తావుండారనిజెప్పి కిందికి పరిగెత్తుకునొచ్చేసినాను. ఆమైన ఆ పిల్లోడి కండ్లల్లో బడకుండా తిరగలేక నా చావు సదరమైపోయింది. యీ దాయాదుల తోపులోకొచ్చి పడేదాంకా నా గుండెలు గొట్టుకుంటానే వుండాయి. చిన్నసారు నన్నెతుక్కుంటా యీడికీ వస్తాడేమోనని భయంగా వుండాది.

నేను తోపులోకొచ్చేకాడికి మొగోల్లిద్దురూ మంచి కైపుమిందుండారు. సాపైనా, సాంగెమయినా మా మొగోళ్లకు ముందుగా మందుగావల్సిందే! నిన్న జరిగిన రెండు చావుల పేరు జెప్పి మా చిన్నబ్బన్నా, మా యజమానుడూ, తెలార్తోనే గుర్రమెక్కేసుండారు.

రెండుబారలు పైకెక్కుండే యెండ తోపు పైన్నించీ జల్లెడ బట్టించుకొని యింటి

వరండాలోకొచ్చి పడతావుండాది. యెండలో గుదిగాళ్లపైన గుచ్చేనే వాళ్లిద్దరూ కాకుల మాదిరిగా గొంతులు చినిగిపోయ్యేటట్టుగా రావిడిసిజేస్తావుండారు. యిప్పేసిన నూనె కాగితాల్లో బిరియానీ, మూతలు దీసేసిన జాడీల్లో వూరగాయులూ, నేలపైన పడి దొర్లతావుండే సీసాయిలూ, సుట్లా సగంగాలిపడిన బీడీలూ, నడవంతా గాబరాగీబరగావుండాది. చెట్టుకుగట్టేసిన సీమకుక్క నాలిక పొడుగ్గా జాపుకోని ముక్కులెగబీలస్తా కవళం కోసరం యెగజూస్తావుండాది. వాసనబట్టుకోనొచ్చిన వూరకుక్కలు రెండు కల్లకాపక్కనే తోకలూపుకుంటా నిలబడుండాయి.

నన్నుజూస్తానే సంజీవి యెక్కడ్లేని అక్కరంతా మూతి మిందికి దెచ్చుకోని "రాయే నా పెండ్లామా! నీకోసరమని వొగిటోరకం మందూ, జంజమాయిస్తా వుండే బిర్యానీ రెడీజేసిపెట్టుండాను," అంటా నా చెయ్యి పట్టుకొని లాగినాడు.

వాని ముందర సతికిలబడి, సిగ్గుబడతా చిన్నబ్బన్నను జూసి, గోడపక్కకు జరుక్కున్నాను. పొట్లంలో వుండే మందు గలాసులోకి పోసి నా ముందుకు తోసినాడు సంజీవి. చిన్నప్పుడు మా జెంగాలమ్మ గూడింలో పండక్కూ, యెండక్కూ మందే మందు. మేడమొల్ల దగ్గిరికి పోయినాక గొంతు దడుపుకునే యెరవే లేకుండా బోయింది. మళ్ళా సంజీవిగాడొచ్చినాంకే యీ మాదిరిగా తోపులో దొంగతనంగా రెండు గళాసులు తాగే దానికవతాండాది.

బిరియానీలో చియ్యల కోసరం దేవులాడతా, "ఆ ముండాకొడుకు యింగేడా తావులేనట్టు యీ తపోవనమిట్ట దగ్గిరికొచ్చి వూపిరిడిసినాడు. దెయ్యం పోతా పోతా కొమ్మలించేసిపోతిందంట. ఆ మడిషి కయ్యోమనిందే నా తప్పయినట్టుగా నా తలమిందికొచ్చింది. చిన్నసారు నన్ను అడగరాని సంగతులడగతా వుండాడు. ఆ పిల్లోడి మనువవబోతింది గదా అని కాపెట్టుకోనుండాను. యెన్నబడేటప్పుడా కషమాలం మడిషి కుండపగలగొట్టేసినాడు," అని పెద్దగా అంగలార్చినాను.

చేతిలోవుండే లోటానట్లే కిందికిసిరేసి, "చిన్నసారుకు మనువనిగాదు దీని సంబడం. మనువవతానే సారు ఫాక్టిరీ పనెత్తుకుంటాడనీ, అప్పుడా మునిరాజుగోడికి వుద్దోగం యిస్తాడనీ కాపెట్టుకోనుండాదీ దొంగలంజ," అని గయ్యిమన్నాడు సంజీవి.

నేను నిమ్మళంగా నిమ్మదబ్బ సప్పరించి, "నిజిమే. దాంట్లో యింగోమాటేముండాది? నన్నుజూసే సారోళ్లు నా పెద్దకొడుక్కు ఆపీసులో వుద్దోగమేయుంచుండారు. రేపు ఫాక్టిరీలో నా చిన్నకొడుక్కూ వుద్దోగమిస్తారు. నా కన్నబిడ్డలిద్దరూ నా కండ్లముందర్నే వుండాలని నా ఆశ," అనినాను.

లోటాలో మిగిలిందంతా వొకగుక్కలో తాగేసి, "అంతేగదరా బావా! రవణగాడు నీ కొడుకయితే, రవణా, మునిరాజా యిద్దరూ నా సెల్లికి రెండు కండ్లమాదిరి," అంటా చిన్నబ్బన్న నాకు వత్తాసు బలికినాడు.

వూడిపోతా వుండే పంచను గూడా జూసుకోకుండా, సూట్రగాలి మాదిరిగా పైకిలేసి, "అప్పుటికి నాకు బుట్టినోడికీ, యెవుడో పిచ్చిగుంట్లోడికి బుట్టినోడికీ సాపత్యమా బాంచెత్," అంటా సంజీవి తొడగొట్టినాడు.

యెప్పుడో నడంత్రంలో నన్ను దిగ్గొలికేసి పరాస్తలం పోయినోడు, నలభై యేండ్లయినాక (అన్ని సంత్సరాలయినాయని మేడం లెక్కగట్టి చెప్పినాకే నాకు తెలిసింది), వురుముల్లేకుండా వచ్చే వానమాదిరిగా వొకనాడు తోపుదగ్గిర యికిలిస్తా నాకడ్డం నిలబడి, "బాగుండావా చిట్టీ!" అని పలకరించినప్పుడీ మడిశిని నేను పోలికేబట్టలేకపోయినాను. నాకు రెండో కొడుకుండాడని తెలస్తానే, "యెవుడే దొంగలంజా నీ రెండో మొగుడు? వాడ్నిప్పుడే నరికేస్తా," అంటా యీరంగం దొక్కినాడు.

"అసలుకు నువ్వెప్పుడు నన్ను మనువాడినావురా మిడిమేలం నా కొడకా? నిండుగర్భంతో వుండే నన్ను అన్నాయంగా యిడిసిపెట్టిపోయింది గాకుండా యిప్పుడొచ్చి పెండ్లామా అని యే నోటితో పిలుస్తావురా లండీకే!" అని నేను తిరగబడినాను. ఆ పొద్దు నాకొచ్చిన వుగ్రం జూసి చిన్నబ్బన్నే అదిరిపొయినాడు.

"కనీ సాకీ సంతరిస్తే యిప్పుడు వీడు నా కొడుకని నువ్వంటే యెవుడొప్పుకుంటాడు," అని మళ్ళా కచ్చిగా అడ్డం మాట్లాడినాను.

"మూడుమొగసాయిలా రవణగాడు నా మాదిరే దిగబడినాడు. వాడ్ని నా కొడుకు గాదని యెవురైనా అంటే వాని సదుగులించేస్తాను. నీకు పుస్తె గావాలంటే యిప్పుడే పోదాంరాయే లంజా! కాణిపాకం గుళ్లో పమానకంజేసి పుస్తె గట్టేస్తాను," అంటా బీడిని అగ్గిపుల్లతో ముట్టించుకోలేకపోతా బండ తిట్లు తిట్టేదానికి మల్లుకున్నాడు సంజీవి.

"గుడ్డెద్దు చేన్లోబడినట్టుగా ఆత్రమాత్రంగా అట్లా లోటాలు లోటాలు తాగద్దురా నా కొడకా అంటే యినవుగదరా లండీ కొడకా! కొంచెం యెక్కిందంటే వుప్పర పట్టె గాస్తావు. నోర్మూసుకొని తాక్కుంటావా, ఆ రూములోకి తోసి గడేయమంటావా రంపునాకొడకా?" సిన్నబ్బన్న గూడా బండతిట్లు తిట్టేదాంట్లో తగ్గలేదు.

వొకరినొకరు పట్టలేకుండా యిద్దరూ జారినేలపైన ధమాల్‌మని పడినారు. నేను కిసుక్కుమని నవ్వేసి, "యీ మడిషి సక్రంగా వుండుంటే యీపొద్దు నా సేతల్తో యెత్తికొని సాకిన బిడ్డకే బయపడి సావాల్సిన గెతి నాకు పట్టున్నా అన్నా! యీ పోసుగులు మడిషి

నేను పెద్దమనిషి గాకముందునుంచీ నాపైన కంటుబెట్టుకున్నాడు," అనినాను.

"అదేనే యీ సంజీవిగాని పట్టంటే! నాకింకా బాగా గెవనముండాది. మర్రాకుల కోనలో పేటు బండకాడ చీకిపండ్లు గోసుకుంటా వున్నప్పుడు చెయ్యేసినా. యింగా యిడిసిపెట్టలా," అని మీసాలు దిప్పినాడు వాడు.

ఆ పొద్దు యెనకాల్నేవచ్చి నా జెబ్బపట్టుకొని యెనక్కుదోసి, "నీ అంత గిత్తదానికి ఆ పండ్లందవు పిల్లా! పక్కకు జరుగు," అని యెదురుకట్టెమాదిరుండే చేతలతో దోటిమాదిరుండే పిల్లోడు పండ్లు గోసేదానికి మల్లుకున్నాడు. వాని మూతిపైన అప్పుడప్పుడే పుల్లంగా యెంటికలు మొలస్తాందాయి. జుత్తు యెన్నులు గోసేసిన జొన్నచేను మాదిరుండాది. సవకం నిండా పండ్లుగోసిచ్చి, "నీ మామ సంజీవిగోడు గోసిచ్చినాడని నీ సావాసకాపులకంతా పంచుకోబోయే," అని పెద్దగా నగతా యెలబారిపోయినాడు.

ఆమైన వొకనాడు చీకిపండ్లూ, యింగోనాడు రేగ్గాయలూ, మల్లొకనాడు కిచ్చిలికాయలూ; యిట్లా దినమ్మూ వొద్దని జెప్పినా యినకుండా సవకం నిండా గోసి తెచ్చి నా ముందర బోసి పోతావున్నాడు.

నేను పెద్దమనిషైన దినంనాడు అడివికిపోలేదు. ఆ పొద్దే అప్పటికప్పుడే మన్నుతో గోడలుగట్టి, పైన తాటాకులుగప్పి, మా నాయిన నాకోసరం ముట్టుగుడిసె గట్టినాడు. దాంట్లో నేను పండుకోనుంటే నడిరేత్రిలో వచ్చి, "యేం పిల్లా! యీ పొద్దు అడివికి రాలేదే? నీ బీకిపండ్లు నీకిచ్చేసిపోదామనొచ్చినా," అంటా పాతగుడ్డలో గట్టిన పండ్ల మూట గుడిసె లోపలికేసినాడు.

"మొగపిల్లోల్లీపక్కకు రాగూడదుపోరా," అని గదమాయించినాను.

"వొంటిగా మొబ్బులో బయపడి జస్తావని వచ్చినాన్లే పిల్లా! నీకు కావిలుంటాన్లే," అనినాడు.

"ఆ మూలన మా అవ్వ ముష్ఠికొమ్మ నాటుండాది. దాన్ని జూస్తే దెయ్యాలూ, మిత్తవలూ గూడా పారుకుంటాయి. పురుగూబుర్రా గడపదెగ్గిరనించీ అట్నే దవుడుదీస్తాయి. యిక్కడ్నే వున్నావంటే వాంతులూ బేదులు దగిలి నీలిగి జస్తావు పోపోరా," అని అరిసినాను.

అయితే ఆ రేత్రంతా మొబ్బులో వాడు గాలస్తావుండే బీడీ మిణుగురు పురుగు మాదిరిగా యెర్రంగా రగలతానే గనబడతావునింది. తెల్లారి లేచినాక జూస్తే వాడు కనబడలేదు. తొమ్మిది దినాలయినాక, మా అమ్మ దేవరిండ్లలో పూజలుజేయించి, పొంగుళ్ళుబెట్టించినాక, మా నాయిన యేటపందిని గోయించి వూరికంతా వండించి పెట్టినాక, రేత్రికి యిప్పసారాయి పోయించి మేళంగూడా పెట్టించినప్పుడు, సంజీవిగాడొచ్చినాడా అని జూసినాను. రాలేదు.

ముట్టుగుడిసెనుంచీ వచ్చిన రెండుమూడు నెలలదాకా మా అమ్మ నన్ను అడివిలోకి పొనీలేదు. మళ్లయినా వారానికొకటి రెండుసార్లు మాత్రమే పోనిచ్చింది. వొకదినం మాకాళమ్మ గుండుదెగ్గిర రేగిపండ్ల గంపెత్తుకొని వస్తావుంటే సంజీవిగాడు పిల్లి మాదిరిగా యెనకెనకే వచ్చి, నాపైన బడినాడు. కోడిపెట్టను పుంజు తొక్కేసినట్టుగా, యెదకొచ్చిన గొడ్డు ఆవుపైకెక్కినట్టుగా, నేను ఆలగోడు బాలగోడుగా అరస్తావుంటే గూడా యినకుండా నన్ను నలగ్గుద్దిపారేసినాడు. రగతమొచ్చి నేనేడస్తావుంటే, “గొమ్మునుండే పిచ్చిముండా! తొలీతడవ అట్నే వుంటాది,” అని బిస్కెట్లూ చాకిలెట్లూ యిచ్చి బేలించేసినాడు. యింటికొచ్చినాక వొళ్లు నొప్పులుగా వుంటే మా అమ్మ శొంఠి కషాయం జేసిచ్చింది. రెండు దినాలయినాక జరిగింది మా పక్కింటి పెద్దక్కకు జెప్పితే, “మొదుట్లో అంతేనే! రుచి మరిగినావంటే నువ్వే వానెనకబడతావు,” అని నవ్వేసింది.

పద్దినాలయినాక మళ్ళా అడివిలో మాటేసి పట్టుకున్నాడు. “యిప్పుడు అప్పుడంత నొప్పుండదులేయే,” అని కాళ్ళావేళ్ళాబడినాడు. పోతేపోనీలే అని సరేనన్నాను. అయితే వాడు దాంతో వదల్లేదు. దినామూ మాటినేదాకా అడుక్కునేటోడు. పేటనించీ మిక్సర్ పొట్లాలూ, కమర్ కట్లూ అదీ యిదీ దెచ్చియిచ్చి బేలించేటోడు. కొన్నిదినాలయినాక పెద్దక్క జెప్పినట్టుగా నాగ్గూడా యిష్టమొచ్చేసింది. అడివిలో మేమిద్దరూ వొకరినొకరు తరుముకుంటా యెన్నాటలాడినామో నాకే తెలవదు.

యీలోపల నాకేందో అయింది. తిండి దిగలేదు. వాంతులయినాయి. మా అమ్మకనుమానం వొచ్చి దబాయించింది. నేను నోరిప్పలేదు గానీ పక్కింటి పెద్దక్క అంతా చెప్పేసింది. మా అమ్మ చింతబరికెలిరిగిపోయ్యేదాకా వాయించేసింది. మా నాయినా యింకో రెండు బరకలు యించేసినాడు. మా అవ్వ అడ్డం రాకపొయ్యుంటే నాకాపొద్దు తీరిపొయ్యుండు.

సంజీవిగాని ఆసుపాసులు దెలుసుకొని మా నాయిన వాని నాయిన దెగ్గిరికిపొయి, జరిగిందంతా చెప్పి, వానికీ నాకూ మనువు జెయ్యాల్సిందే అని పట్టుబట్టి కూచ్చున్నాడు. వాళ్ళమాటలు జరగతా వుండంగానే యీ సంజీవిగాడు యిల్లిడిసి పోయినాడు. నెలలూ సమత్సరాలూ గడిసినా అయిపులేకుండా బొయినాడు.

“యీ మడిషి గనబడకుండా పొయినప్పుడు మా అమ్మ నా కడుపు దీయించేయాలని యెన్ని పసాకుమందులు తాపించిందో తెలుసునా చిన్నబ్బన్నా? మా రవణగాడు గెట్టి పిండం. తాగిన మందులెట్ల బొయినాయో తెలవదు గానీ, బిడ్డ మాత్రం పెరిగిపొయినాడు. దేవుడిచ్చిన బిడ్డను వొద్దంటే ధూము దగిలిపోతారని మా అవ్వ ఆగడం జేసింది. ఆ చిన్న వొయిసులో బానంత కడుపేసుకొని తిరగతావుంటే, వూర్లో వుండే చిన్నాపెద్దా

అంతా అంగలార్చినారు. మా అవ్వ ఆ ముసిలి వొయిసులో నాకు పురుడుబోసింది. బిడ్డ బొడ్డుగోసి, ఆ కత్తిని నా సాపకింద పెట్టి, యాపాకులేసిన నీళ్ల దుత్తను గుడిసెలోబెట్టించి, దిష్టి తగలకుండా గువ్వల వలను గడపకు గట్టించి, రంగమోడికి దక్షిణిచ్చి రంగమిండ్లలో రంగంబెట్టించి, బిడ్డకు మా యింటి దేముడిపేరు రమణా అని పెట్టించింది. మన్నులో గలిసేదాంకా వాణ్ని సంకనించీ దించలేదు. ఆమెను తలుసుకోని దీపంబెట్టుకోవాలగానీ, యీ మడిషి యిప్పుడొచ్చి నా కొడుకంటే నాయమా జెప్పు?" మందు సప్పరిస్తానే అడగాల్సిన నాలుగు మాటలు కసితీరేటట్టుగా అడిగేసినాను.

"పెండ్లంటే అట్ల బయపడేటోడివి, నాసెల్లినట్లా యెందుకు తగులుకున్నావురా బావా? నీ ఆసుంటోడ్ని నిలువునా నరికేసినా తప్పులేదు," అంటా చిన్నబ్బన్నగూడా వాణ్ని వుతికి ఆరేసినాడు.

"అది బయిం గాదురా ముట్టాల్! మిలట్రీలో జేరతానంటే యింట్లో యినలేదు. కోపమొచ్చి వూరే యిడిసిపెట్టిపోయినాను," అంటా సంజీవి మళ్ళా మీసాలు దిప్పినాడు.

"మిలిట్రీలోజేరితే మాత్రం తిరుక్కోని రాకుండా అన్నేండ్లు యాడికి పోతార్రా? నువ్వేందో తప్పుజేసి మా కండ్లు గప్పతాండావు," సిన్నబ్బన్న వాడ్ని గుక్కతిప్పుకోనీయలేదు.

"తప్పుజేసేది మా వొంశంలోనే లేదురా బామ్మర్దీ! నేను సొక్కమైన రెడ్డియానాదోడిని. నాకు సదువులేదని మిలిట్రీలో జేర్చుకోము పొమ్మనేసినారు. వుత్త చేతుల్తో యింటికి తిరుక్కోని పొయ్యేది బొగిసానం గాదా? అందుకని యమ్మటనే లారీ క్లినారుగా జేరినాను. దేశాలన్నీ తిరుక్కోనొచ్చినాను," అనినాడు సంజీవి యింగో బీడీ ముట్టించుకుంటా.

"యీ మడిషి యాడికిబోతే నాదేం బోయిందిలేన్నా! నన్నుగూడా వుండోర్లో వుండనీకుండా జేసిపోయినాడు. యెంత పెద్ద అడివి? యెన్ని జీవాలు? యెన్ని పండ్లు? యెంత తేనె! యెంత సుఖంగా బతికిన బతుకు? అట్లాటూరినిడుసుకోని బిడ్డల్ని సాక్కునేదానికని శీనివాసరెడ్డి సారెనక వూరుగాని వూరుకు పోవాల్సొచ్చింది. యిప్పుడిట్లా చిన్నసారేమడగతాడో అని బయిపడి సావాల్సొచ్చింది. చిన్నసారుకు ముప్పయిరెండేండ్లని చిన్నమేడం చెప్తాది. ఆ పిల్లోడు పుట్టినప్పుడు మేడంకంటే ముందుగా నేనే యెత్తుకున్నాను. యెర్రంగా గుమ్మిడికాయమాదిరెంత బాగున్నాడో దెలుసునా బిడ్డ! పిల్లోడు పుట్టేదానికి మూడు నెలలముందు రాజింపేట రైలుటేషన్లో నన్ను శీనివాసరెడ్డి పెండ్లాన్నికి అప్పగించి, "యింగ పైన యీ మగాతల్లినే నువ్వు తల్లనుకోవాల. యీ పున్నాత్మురాలు కాలితో చెప్పిన పని చేత్తో చెయ్యాల. యీ అంబను నమ్ముకుంటే నీకూ, నీ బిడ్డలకూ, కొండా కోనల్లో గొడ్డూ గోదా మాదిరిగా తిరిగే కర్మం వుండదు," అని జెప్పినాడు మా నాయిన. అప్పుడేం జరిగిందో తలుసుకుంటేనే నాకు యేడుపు తన్నకొస్తావుండాది," అంటా అదంతా

యిప్పుడే జరిగినట్టుగా రెండేడ్పులేడ్చేసినాను.

2

చెవులు తూట్లుబడేటట్టుగా రైలు అరస్తా పరిగెత్తంగానే మూల్లో గుచ్చోనుండే నేను, వొక దూకుతో ఆమె దగ్గిరికొచ్చి, యేడుపు తన్నుకోస్తావుండంగా, "మనం మదనపల్లెకెప్పుడు జేరతాం పెద్దమ్మా?" అని అడిగినాను.

ఆమె నా పక్కకు తలగూడా దిప్పకుండా, "మనం పోతావుండేది మదరాసుకు. నువ్వు నోర్మూసుకొని గుచ్చోపో," అని యిదిలించి పారేసింది. కిటికీకాపక్క పరిగెత్తే చెట్లనూ, కొండలనూ, రైలాగినప్పుడంతా యెక్కిదిగే జనాలనూ, యిచిత్రకపోయి చూస్తా లోలోపలే యేడ్సుకుంటా గుచ్చున్నాను.

వాళ్ళతో గూడా రైలు దిగినప్పుడు ఆ పెద్దరైలు చుట్లా చచ్చినపాము చుట్లా తిరిగే చీమల మాదిరుండే జనాల్ని జూసి బిత్తరబోయినాను. తలకుమించిన బరువు మోస్తా వాళ్లెనకాల నడవలేకబొయినాను. అప్పుడు నేనెక్కిన బండిపేరు కారు అని మల్లంకెప్పుడో తెలిసింది. రోడ్డుపక్కనుండే కొండంత మహిడీలను జూసి టారెత్తిపొయినాను. అయిదంతస్తుల మెహిడీ పైకి చేదుకునే పెట్టెలోకి నన్ను వాళ్ళు లాగినప్పుడు బెదిరిపోయినాను. అది మూడో అంతస్తులో ఆగతానే బొరోమని అరస్తా బయిటికి దూకినాను.

లోపల తెల్ల పరుపులుండే మంచాల చుట్లా తలలకు తెల్లగుడ్డల్ని గట్టుకొని తిరగతావుండే తెల్ల చీరల ఆడోళ్ళను జూసి అదిరిపోయినాను. నడవా దాటినాక చిన్న రూములో పెద్దపుస్తకం చదవతావుండే చిన్నమేడంను తొలీసారిగా జూసినప్పుడు ఆ మగాతల్లి నన్ను బతుకంతా చెయ్యిడిసిపెట్టదని నాకప్పుడు తెలవనే తెలవదు.

శీనివాసరెడ్డి పెండ్లాం పార్వతమ్మకు బో వుబ్బసం. కష్టమైన పనేందీ జెయ్యలేంది. అన్ని పనులూ జేయించుకునేదానికని నన్ను రప్పించుకునింది. అది ఆసుపత్రి అని తెలిసింది. హోటళ్ళనించీ వచ్చే కారియర్లలో వుండే అన్నాన్ని వాళ్ళు తినేసినాంక, మిగిలింది నేను తిని ఆ గిన్నెల్ని గడగాల. మాసిపోయిన గుడ్డల్ని వుతికి ఆరేయాల. ఆ మాత్రం పనులుజేసేది నాకేమీ కష్టం గాదు. అప్పుడే పెద్దామె జెప్పింది, "నన్ను మేడం అనీ, నా కూతుర్ని చిన్నమేడం అనీ, ఆయన్ను సార్ అనీ పిలవాల. యేందీ, యెవురు, యెక్కడా అనే అనావస్యం ప్రశ్నలేస్తే రోడ్డుపైకి తోసేస్తా. నీకు గాని వాంట్లో తలదూర్సద్దు."

మూడ్నెలలయినాంక చిన్నమేడంకు యెర్రంగా బుర్రంగా కొడుకు పుడతానే నాకు పని పెరిగిపోయింది. సిన్నబిడ్డకు తానం జేయించే పనీ, గుడ్డలు మార్సేదీ, వాడు గలీజుజేసే

గుడ్డలు వుతికి ఆరేసేదీ, గిన్నెలు గడిగేదీ, అన్నీ నేనే జెయ్యాల.

ఆసుపత్రి నించీ దూరంగా యింకో యింటి మూడో అంతస్థులోకి పొయినాంక, "నా బిడ్డల్ని జూసి అయిదునెళ్ళకు పైగా అయిపొయింది మేడం. వొకతూరి వూరికిపొయి చూసుకోనొస్తాను," అని అడుక్కున్నాను.

"వచ్చే నెలలో అంపిస్తాలే. మీ నాయిన సారుకు రాజంపేటలో గనబడినాడంటలే! ఆడ అందురూ బాగుండారంటలే," అనిందామె. అట్నే అడిగినప్పుడంతా తోస్తా తోస్తా నెలలకు నెలలే దొర్లించేసింది.

"బిడ్డలు కలలో కొస్తావుండారమ్మా! యీతూరి అంపీకపోతే వాళ్ళ కలవరంలోనే కాయిలాబడి చస్తాను," అని బొరోమని యేడిసినాను.

కడాకెట్టనో రాజింపేటకెలబారిన సారుతో గూడా నన్ను రైలెక్కించినారు. రాజింపేటలో రైలు దిగి ఆటోలో మా జంగాలమ్మ గూడిం జేరినాను.

చిన్నబ్బన్నతో మా వూరు జెమ్మనుంటాదని కోసినాను గానీ అది నిజెం గాదు. అప్పుటికే నాకు పెండ్లయ్యి కనమలోపల్లిలో అయిదేండ్లు ఆగోరించినాను.

బిడ్డలిద్దరునీ అబ్బిలించుకోని కంటికి కడివెడు గార్చినాను. "బిడ్డేల్లేకుండా నేనుండలేన్నాయినా! యింక నేనాడికి పోను," అనేసినాను.

మా నాయిన దిగ్గున లేసి, "అంతమాటనద్దు బిడ్డా! సారు పుణ్యమా అని నీ కొడుకులూ, మేమూ, పూటకింత తిని బట్టగడతా వుండాము. యిప్పుడీ కొంపలో మనమాదిరిగా ధీమాగా బతికేటోళ్ళేవురూ లేరు. అడివి బీడుబోయింది. కూరా నారా యెతుక్కుంటా అడివికిబోతే ఫారెస్టోళ్లు సావగొడతాండారు. పేటలో యెక్కడే దొంగతనం జరిగినా కేటుమార్లు మీరే జేసుంటారని పోలీసోల్లు సావదన్ని కమ్ముల్లోకి దోస్తావుండారు. యీడ బతుకేలేదు," అని అంగలార్చినాడు.

వూర్లో మొండి గోడల యిండ్లే గనబడినాయి. ముసిలోళ్ళూ, పసిబిడ్డలూ, సత్తు బోకులెత్తుకోని, బయిటికి పొయినోళ్లేమిదెస్తారా అని యెగజూసుకోనుండారు.

సారు జెప్పిందానికంటే ముందుగా వొచ్చి రాజింపేట టేషనులో కుచ్చున్నాను.

జరిగిపోయిందంతా గెవసం రాంగానే కండ్లల్లో తిరిగిన నీళ్లు కొంగుతో తుడుచుకుంటా, "అంత లేబిడ్డల్ని వొదిలిపెట్టి వచ్చేస్తే మా అమ్మా నాయినా వుడిగిపోయిన ఆ వొయిసులో సాకి సంతరించినారు. నేను కన్నగసాట్లూ బడినాంక యిప్పుడీ మడిషి వొచ్చి నన్నుద్ధరించేదేముండాది చిన్నబ్బన్నా?" అని యేడవబోయినాను.

తోపు ముందుకు జీపొచ్చి నిలిచింది. నేను బెదిరిపోయి లేసి, "అయ్యయ్యో! యీ మాదిరి తాగినామని మేడంకు దెలిస్తే చంపేస్తాది," అని యింటిలోపలికి జారుకోబోయినాను.

"అదంతా మనిష్టం. నా పెండ్లాముగా వుండేది యింగొకరికి భయపడి జస్తావుంటే గొమ్ముమండేదానికి నేను సప్పాణిగాడ్ని గాదు. నా పెండ్లాన్ని నేను సాకలేననుకుంటాండావా? పొదాం పదే ముందు. యెలబారక పోయినావంటే యిక్కడ్నే గుంత దీసి పూడ్చేస్తాను," అంటా సంజీవి గుండందొక్కిన కోతి మాదిరిగా యెగిరినాడు.

జీపు దిగేసొచ్చిన డ్రైయివరు బాలాజీ అన్న, "పట్టపొగులే మందేసినారా చిట్టెమ్మా? మొగోల్లతో సమానంగా నువ్వు తాగతా గనబడితే చెప్పమని చెప్పింది మేడం. యీడుండేటట్టుగా నిన్ను తొడుక్కొని రమ్మనింది. రెండు కోకలు గూడా యెత్తుకొని రమ్మనింది. కదులూ ముందు," అని అరిసినాడు.

నేనింటి లోపలికి పరిగెత్తి రెండు బకెట్ల నీళ్లెత్తి నెత్తిన గుమ్మరించుకోని, యేపపుల్లను కసాబిసా నమిలి దాంతో పండ్లు రెండుసుట్లు తోముకున్నాను. నాలుగు యేలకలు నములుకుంటా నేను బయటికొచ్చేకాడికి, బాలాజీ అన్నను పక్కన్నే గూచ్చోబెట్టుకోని సిన్నబ్బన్న గలాసును ఆయన్న నోటి దెగ్గిర బెట్టి, "తాగన్నా తాగు," అని మర్యాద జేస్తావుండాడు.

"ముప్పయ్యేండ్లయినాంక తిరుక్కోనొస్తే రాజంపేటకు అయిదు మైళ్ళ దూరంలో జంగాలమ్మగూడెమూ, దానికి రొండు మైళ్ళకాపక్క కోటప్ప పల్లె గూడా అయిపులేకుండా, గుణాతాల్తో గూడా లేసిపొయ్యిండాయన్నా!" అంటా సంజీవి మాటల మత్తులో వొత్తొత్తి పలకతాండాడు. "కనబడిన పతి నరపురుగునూ ఆ పల్లెలెట్లబొయినాయిరా మగన్నబావా అని అడిగి అడిగి బంగపోయినా. జోగలోళ్ళపల్లె వుండాల్సిన తావులో గనబడిన ముసిలోడు, "మా యిండ్లూ, మా పందులూ, అవిటి గూళ్లూ అంతా యేమయినాయో నాకే దెల్వదు. మీ యానాదోళ్ల సంగతి నాకెట్ల దెలస్తాదిరా," అని యితండం మాట్లాడినాడు. వొడ్డిపల్లె కాడుండే ముసిలామెను పలకరిస్తే, "మా పల్లె అంతా ఖిలమైపొయ్యుండాది. మావోళ్ళేవురైనా గనబడితే నా పోవిడి జెప్పు కొడకా," అని నన్ను పట్టుకోని యేడిసింది. సంతలో తాళ్ళపాక అచ్చెయ్యగాడు గనబడి మునిగానికూతురు చిట్టెమ్మ శీనివాసరెడ్డి తావన జేరుండాదని జెప్పినాకే యిక్కడికొచ్చినాను. యిన్నగసాట్లూ పడొస్తే యీ నా లంజ యెగసెక్కంగా మాట్లాడతాదా? పెండ్లాన్ని చెప్పుకింద తొక్కిపెట్టేదెట్టనో తెలియనోడా యీ మేకల సంజీవి?"

గబా గబా రెండు గలాసులు మాత్రం తాగేసి అక్కడ్నించీ లేచొచ్చేసిన బాలాజీ అన్న, "యిప్పటికే లేటయింది. పద చిట్టెమ్మా!" అని జీబుదెగ్గిరికి పరిగెత్తినాడు.

జీబు కదలంగానే, "మేడంతో జెప్పద్దన్నా. జచ్చి నీ కడుపులో పుడతా," అని మొత్తుకున్నాను.

బాలాజీ అన్నక్కూడా కొంచెం యెక్కినట్టుండాది. మూతికి గంటుబెట్టుకోని, "ఆ బయిం తాగకముందుండాల చిట్టెమ్మా!" అనినాడు.

"చిన్న సారు గూడా యింట్లోనే వుండాడాన్నా? మేడం దేనికి నన్ను రమ్మనింది? కోకలెందుకు దెచ్చుకోమనింది? వాళ్ళేమైనా వూరికి పోతాండారా?" అని అడిగినాను.

"నీకు మందెక్కవై వుండాది. లొడలొడా వాగకుండా నోర్మ్యాసుకోని గొమ్మునా గుచ్చో," అని ఆ అన్న గయ్యిమన్నాడు.

బితుకు బితుకుమని కండ్లార్పుకుంటా, సణుక్కుంటా వుండిపొయినాను.

జీపును రంగంపేట దగ్గిర ఆపి, "యింగ దిగు. మేడం నిన్ను మదనపల్లె బస్సెక్కించమనింది. శీనివాసరెడ్డి సారు యమ్మటనే నిన్ను అంపించమన్నాడంట," అనినాడు.

నేను జీబులోనించీ గబామని కిందికి దూకి, "నా కడుపులో పాలు బోసినావు గదన్నా! మదనపల్లి తోపులో నా చిన్నకొడుకు కావిలుండాడు. నా మనవడు కండ్లల్లో మెదలతా వుండాడు. వానికి బిస్కత్తులంటే పాణం. యీడుండే అంగిట్లో దొరకతాయేమో జూడు," అని సంతోషంగా అడిగినాను.

"అక్కడ బస్సొస్తావుండాది జూడు. యీ దుడ్డు మేడం నీకిమ్మనింది. ఆ వూరి బస్టాండు నిండా బిస్కత్తు అంగిల్లుండాయి. బస్సెక్కు," అని తొందరపెట్టినాడు బాలాజీ అన్న.

బస్సు కదలతా వుండంగా, "నన్ను మదనపల్లికంపిస్తావుండే సంగతి తోపులో జెప్పకుండా మంచిపని జేసినావన్నా! నేను చిన్నకొడుకు దెగ్గిరికి పోతాండానంటే ఆ మడిషి కండ్లల్లో నిప్పులు బోసుకుంటాడు," అనినాను సంబరంగా.

బాలాజీ అన్నకేమి యినబడిందో గానీ, "అవును చిట్టెమ్మా! చిన్నసారు రేపు మదనపల్లెకొస్తాడంట," అనినాడు.

వొకదెబ్బతో మాడు బగిలిపోయినట్టుగా సీటుపైన యిరసకబడినాను. చిన్నసారక్కడికి వొస్తే నా పని పెనెం పైనించీ పొయ్యిలోకి బడినట్టే.

నా చిన్నకొడుక్కు పుట్టినప్పటిమీంచీ కడగండ్లే. వాడు నా మొగుడికి బుట్టినాడని దెలిసినప్పట్నుంచీ సాపిస్తా వుండాడు సంజీవి. వాడు పొయిన పలాస్త్రంలో యెందుర్ని పెండ్లిజేసుకునిందీ, యెందురు బిడ్డెల్ని గనిందీ పెద్ద మొగలాయి మాదిరిగా జెప్పకపోతాడు.

వీడు పొరంబోకయి పారిపోతే, నేను మనువు జేసుకునింది తప్పయినట్టు కూస్తాడు. వాని నోట్లోకెందుకు బడాల్లే అని నేను నా పెండ్లి సంగతి మాత్రం వాని ముందరెత్తేదే లేదు. నా మనువెంత జోరుగా జరిగిందో తెలిస్తే సంజీవిగాడు జుత్తు పీక్కొని జస్తాడు.

రమణగానికి కొండపైన గుండుగొట్టించిన నెలైపోయినాంక మా నాయినొచ్చి మా అమ్మతో, "బండి మునెప్ప మీ అన్నను యెంటబెట్టుకోనొచ్చి మన బిడ్డెను వాని కొడుక్కిచ్చి మనువుజెయ్యమని మొండిగ్గుచ్చున్నాడు," అని చెప్పినాడు.

"ఆ నర్సింములుగానికీ మన బిడ్డకూ వయిసులో చానా తేడా వుండాది. వానికిప్పటికే రెండు మనువులైవుండాయి. వాడెప్పుడూ మందుమిందే వుంటాడు. మనకీ సమందం వొద్దనేవొద్దు," అని మా అమ్మ యిసిరికొట్టింది.

"ఆ ముందు పెండ్లాల బిడ్డలనంతా మునెప్పా వాని పెండ్లామే సాకతాండారు. వాడిడిసి పెట్టేసిన బాడుకోవ్ ఆడంగులంతా మారు మనువులు జేసుకొని జమ్మని బిడ్డల్ని గూడా గంటాండారు. యింట్లో తోడు లేకపోవాటంగానే వాడు తాగి తిరగతాండాడు. మనువైతే వాడు దారినబడతాడు. యీ మాటలు నాయి గావు. మీ అన్న జెప్పినమాటలు. బామ్మర్ది జెప్పిన మాటకు పైమాటే జెప్పద్దని పెద్దోళ్ళు జెప్పుండారు," అనేసినాడు మా నాయిన.

మా నాయిన నా పెండ్లి వూరెత్తకపొయ్యేటట్టుగా జేసినాడు. రెండు ముండ్లపందుల్ని గోయించినాడు. తుమ్మసారాయి గాయించినాడు. మేళం బెట్టించి రేత్రంతా ఆడించినాడు. వచ్చినోళ్లంతా తాగి, తిని, కాట్లాడుకోని, ఆడికాడ్నే మద్దిస్తాలు బెట్టుకోని, కైపులో బడి మన్నులోనే బడి దొర్లినారు. అప్పట్నుంచీ మావూర్లో యెవురి మనువు జరిగినా మునసామి జేసిందాట్లో సగంగూడా లేదని మా వూరోళ్లు చెప్పేటోళ్లు.

బండి నరసయ్యతో నా సంసారం జోరుగానే మొదులైయ్యింది. నా పెద్దకొడుకు రవణను మా అమ్మానాయిన దెగ్గిరే యిడిసిపెట్టినాను. నా మొగుడు దినమ్మూ కుందేల్లో, అడివిపందులో, బెల్బాయిలో దెచ్చి పండగమాదిరిగా జమాయించినాడు. అడివిలో గొట్టినవంతా పేటలో అమ్మి బియ్యమూ, బేళ్ళూ, గుడ్డలూ దెచ్చేటోడు. అడివిలో గాసిన సారాయి ముంతలు ముంతలుగా దెచ్చి గొంతుల దాంకా దాపిచ్చేటోడు. రెండేండ్లు తిరక్కుండానే మునిరాజా బుట్టినాడు. వానెనక్కాల ఆడబిడ్డ బుడితే దానికి మా అవ్వ పేరు లక్షుమి అని బెట్టుకున్నాను. సందమామ మాదిరునిందా బిడ్డ.

లక్షుమి పుట్టిన సమత్సరం తిరక్కుండానే నా మొగుడు మా గుడిసె పక్కన్నే యింగో గుడిసేసినాడు. దాంట్లోకి యింగో ఆడదాన్ని దెచ్చినాడు. యిదేందిరా అని అడిగితే, "పో పోయే! యానాదోడు యేడు మనువులు జేసుకోవాలని జెప్పుండారు," అని నన్ను కొట్టబోయినాడు.

నా సవితి పక్కనజేరినాకే నా కడగండ్లు మొదులైనాయి. నా మొగుడ్ని నా యింట్లోకి తిండి గింజను తేనీకుండా అది అడ్డంబడింది. తిండి కోసరం మళ్ళా నేను అడివికి బోవాల్సొచ్చింది. కూలీ పని యెతుక్కుంటా పేటకు బోవాల్సొచ్చింది. అయితే నా సవితికి నన్ను జూసినా నా బిడ్డల్ని జూసినా కడుపుమంటగానే వునింది. వాడొస్తానే నాపైన వుండేందీ లేందీ జెప్పి నన్ను వాడు గొడ్డునుగొట్టినట్టుగొట్టినాంకే కంటారా నిద్రబోయ్యేది.

అప్పుడే సందమామ మాదిరుండే నా కూతురికి రోగమేందో వచ్చింది. వూర్లో ముసిలోళ్ళు జెప్పిన వైద్దిగాలూ, పేటలో డాకటేరు యిచ్చిన మందులూ అన్నీ అయినాయి. అది వొళ్ళోనించీ దిగకుండా మూల్గతా వుంటే నా పాణం సుంద్రకపోయింది. అట్టాంటప్పుడు వాడూ, వాని లంజా నన్ను నా యింట్లోంచీ బయిటికి దోసేసి తలుపులుకు బీగం దగిలించినారు. రేత్రికి రేత్రి పంచాయితీ బెట్టించినారు. పెద్దమనుసులకు సారాయి బొయ్యించి వాళ్ళ మాటే జెప్పించినారు. నేనెవురో పక్కురోడితో తిరగతా వుండానని ఆ బసివిముండ సాక్షికం జెప్పింది.

వాడ్నించీ వేరే బోవాలంటే నేను తప్పుగట్టాలని ఆ పెద్దమనుషులు నాయింం జెప్పినారు.

అంత దుడ్డు నేనెక్కడ్నించీ దెచ్చేది? దాంతో వాళ్ళు నా కాళ్ళను పగ్గంతోగట్టి, నెత్తిన యిసిక గంపబెట్టి, పొద్దణ్ణించీ సాయింత్రం దాంకా యెండలో నిలబడమని శిక్షేసినారు. సంకలోబిడ్డ. పక్కన మూడేండ్ల పిల్లోడు. ముగ్గురివీ కాలే కడుపులు. యెట్లా నిలబడినానో తెలియదు. కండ్లు బైర్లు గమ్మిన్నాయి. పగ్గం యిప్పినాకే సాయింత్రమయినాదని దెలిసింది.

నా కొడుకును గూడా యింకో సంకనేసుకోని పడతా లేస్తా మా వూరుకెప్పుడు యెట్లా జేరినానో తెలియదు. యిప్పుడు తలుసుకుంటే గూడా గుండె నీళ్ళయిపోతాది. మా అమ్మా నాయినలను జూసి బోరుమని యేడస్తా నా కూతుర్ని సంక దించితే... నా బంగారు కూతురు... సందమామ మాదిరుండే నా కూతురు... కదల్లేదు. నా మాదిరి దరిద్రంబట్టిన కడుపులోబుట్టిందానికి వగస్తా ఆ చిన్నగద్దు పాణం యెప్పుడు పోయిందో నాకు దెలవదు. పుట్టరాని నా బిడ్డను మన్నుజేస్తానే ఆ నర్సయ్యగాడ్ని నరికేసొస్తానని మా నాయన సురకత్తెత్తుకోని యెలబారినాడు. వూరుగానివూర్లో కొట్లాటకు బోతే మనకే మూడితిందని జెప్పి మావోళ్లంతా ఆయన్ని పట్లబలంతాన పట్టుకున్నారు.

3

మదనపల్లిలో బస్సు నిలిచేటప్పుటికి నా చెంపలతో బాటూ నా జాకిట్టుగూడా తడిసిపొయ్యుండాది. యింకొంచేపుటిలో నా చిన్నకొడుకునూ, మనవడ్నీ జూడబోతా

వుండానని గెవనంజేసుకోని నన్ను నేను సోదీనంలోకి దెచ్చుకునేదానికి జూసినాను.

యిరవై ముప్పయ్యేండ్లు బతికిన వూర్లో కొత్తేముండాది? నేను నడీసీ నడీసీ బాటబడిపోయిన దోవలో కాలూ కాలూ గొట్టుకుంటా యిల్లు జేరినాను.

మెహిడీ ముందరుండే సీమకుక్క లొళ్ లొళ్ళని మొరగతా, తోకూపుకుంటా మొరిగింది. దానిముందు గొంతుగ్గూచోని, "బాగుండావా డేవిడ్డూ," అని దాని మెడపైన నిమిరినాను.

యింటిపక్కనుండే సందులోకి తిరిగి, యింటి యెనకాలకు నడిచినాను. యింట్లోనించీ సప్పుడేమీ యినబడలేదు.

యింటి యెనకాల యీశాన్యంలో వుండే రేకులషెడ్డు దెగ్గిరికి పొయి నిల్సిపోయినాను.

ఆ షెడ్డులోనే నేనూ నా కొడుకులిద్దురూ యెన్నో సంత్సరాలున్నామని అనుకుంటేనే కండ్లలోనుంచీ నీళ్లు గారిపొయినాయి. మదరాసు నించీ వస్తానే నాకోసమని సారేయించిన షెడ్డది.

వారం దినాలు దీసుకోని దీసుకోని మా నాయిన పాణాలిడిసేసినాంక, మా అమ్మను కడపలోవుండే మా తమ్ముడు తొడుక్కొనిబొయినాంక, పిల్లకాయిలిద్దుర్నీ యెంటబెట్టుకోని వచ్చినాంక గట్టిచ్చిన షెడ్డది. పేరుకైతే అది మాదనిగానీ, మేం ముగ్గురూ పెద్దింట్లోనే కాలం దోసినాము. నా కొడుకులిద్దురూ సారోళ్ల పనులుజేస్తానే పెరిగినారు. రేత్రుల్లో నడవలో సాపలేసుకోని పండుకుంటా వుంటిమి. హర్షా అప్పుడు సన్నపిల్లోడు. నా దెగ్గిరినే పండుకుంటానని యేడిసేటోడు. నా పక్కన పండుకొని నిద్రబోయినాంక యెత్తక పొయ్యి వాళ్ళవ్వ పక్కన పండేసి వస్తావుంటి.

ఈ రేకులింటిలోనే నా కొడుకులిద్దరికీ పెండ్లిళ్లయినాయి. రమణ చెర్చికొచ్చే పరిమళమ్మ కూతుర్ని జేసుకుంటానన్నప్పుడు సారే ముందుబడి చెర్చిలోనే పెండ్లి జేయించినాడు. మునిరాజా బేల్దారీ పనిజేసే జానపాల్ కూతుర్ని జేసుకుంటానని మొండిగ్గూచుంటే సారే ఆ పెండ్లి జేయించినాడు. యిప్పుడు ఖాళీగా దుమ్ముగొట్టకపోయ్యుండే షెడ్డు జూస్తాంటే నాకెందుకో యేడుపు పొంగుకొస్తా వుండాది.

శీనివాసరెడ్డిసారును జూసినప్పుడూ, చిన్నమేడం వాళ్లింట్లో పనిజేసినప్పుడూ, యింకా ఆ మాదిరి యిల్లూ వాకిలీ జమ్మనుండేటోళ్లను జూసినప్పుడూ, నాకని అట్లా వొక వూరూ, వొక కొంపా యెందుకు లేదని తలగొట్టుకోవాలనిపిస్తాది. మా జంగాలమ్మ గూడెం అడియాలం లేకుండా పోయిందెందుకు? నేనూ, నా కొడుకులూ సొంత యిల్లనే మాట లేకుండా సారోళ్లు యెక్కడుండమంటే అక్కడ, షెడ్డుల్లో, తోపుల్లో అంగలార్చేదెందుకు? కడాకు చిన్నమేడం పెద్దమనసు జేసుకొని డీకేటీ నేల పదంకణాలు దీసిచ్చి, దాంట్లో

జానెడు యిల్లు గూడా గట్టిస్తే, దాంట్లో రెండు దినాలైనా కాపరంజేసేదానికి నాకెందుకు రాసిపెట్టలేదు?

నడవలోకొచ్చిన వంటామె సరోజమ్మ, "వస్తివా చిట్టెమ్మా! నువ్వింగా రాలేదెందుకని మేడం నూరుతూర్లడిగింది," అని పలకరించింది. ఆమె గొంతింటానే బయటికొచ్చిన మేడం, "యిప్పటికీ తెమిలిందా నీకు? తెల్లారేగుందికి హర్షా వస్తాడు. బిన్నగా మిద్దెపైన వాని రూములో కసువూడ్సి కడిగి శుభ్రం జెయ్యి," అని చురచురాజూసింది.

చిన్నసారు మాటింటానే నాకు మళ్ళా గుండె గుబగుబలాడింది. మిద్దెపైన రూమును యీ నడమ తెరిసినట్లే లేదు. నేలపైన జానెడెత్తు చెత్త పడుండాది. బూజుగట్టెతో తుడస్తా వుంటే చిన్నమేడం పెండ్లి పోటో గనబడింది.

హర్షాకు రెండేండ్లో మూడేండ్లో అయినప్పుడు, వొకదినం మేడం దడీమని, "చిన్నమేడంకు ఆదివారం పెండ్లి. హర్షాను పట్టుకోని నువ్వింటిలోనేవుండు," అనింది. అప్పటికి రెండుమూడు వారాలుగా యింటికి కొత్త మనుషులు రావాటం పొవాటంగా వుండాది. వచ్చినోళ్లకు కాపీ టీలు సరఫరా జెయ్యలేక సచ్చే సావైపోయింది నాకు. యింటికి పెద్ద పెద్ద డబ్బాలూ, సంచులూ, వచ్చిపడతావున్నప్పుడే యేందో జరగబోతావుండాదని అనమానంగానే వునింది నాకు.

ఆదివారం సాయింత్రానికి కొత్త పెండ్లికూతురూ, పెండ్లికొడుకూ యెక్కడ్నో సంద్రానికి పక్కనుండే పేద్ద వోటేలుకు పొయి మూడురాత్రులు జేసుకొని వస్తారని దెలిసింది. మూడు దినాలయినాంక మొగునితోగూడా చిన్న మేడం యిల్లు జేరింది. కొత్త సారు పొడుగ్గా, యెర్రంగా యీడూ జోడూ బాగుండాడు. కొన్నిదినాలయినాంక కొత్త సారు వుద్దోగానికని కడపకు పొయినాడు. చిన్న మేడం గూడా వుద్దోగం అనిజెప్పి వూర్లోకి పోతావునింది.

ఆ దినాల్లోనే వొకనాడు నడవాలో గనబడిన పక్కింటి పనిమనిషి సుబ్బరత్నమ్మ నన్ను పక్కకు పిలిసి, నా చెవ్వు దెగ్గిర నోరుబెట్టి, "ఆ బిడ్డ మీ మేడంకు పెండ్లిగాకముందు పుట్టినోడంట గదా?" అని గొణిగింది.

"ఆవునేమో. దాన్లో యిసిత్రమేముండాది?" అని దాన్ని యిసిరిగొట్టినాను.

ఆమె నన్ను యెగాదిగా జూసి, "నీదే కులం?" అని అడిగింది.

"యానాదొల్లులే... మాది రాజింపేట," అని చెప్పినాను. ఆ మనిసి రెండడుగులు యెనక్కేసి, "మాది నెల్లూరు. యానాదోళ్ల గురించి నాకు దెలుసు," అని మూతి మూడుసుట్లు తిప్పుకుంటా గిరుక్కున యెనుదిరిగిపొయింది.

మదరాసనే ఆ ముండా వూర్లో యిండ్లమాదిరే మడుషులు గూడా వుండారని దెలిసిపోయింది నాకు.

అది జరిగిన కొన్ని వారాలకు యిద్దురుకీ వొకే వూర్లో వుద్దోగాలొచ్చినాయని చిన్న మేడమూ, కొత్తసారూ కడపలోనే కాపురం బెట్టేసినారు. పెద్దమేడం, పెద్దసారు యెనకాల సిన్నబిడ్డతో గూడా నేనీ మదనపల్లికొచ్చి పడినాను.

మొబ్బవతావుండాది. యెంత జేసినా యీ రూములో వుండే దుమ్ము పూరాగా పోవాటం లేదు. మిద్దె దిగి నసగతా, "రెయ్యయిపోతా వుండాది మేడం! యిప్పుడవుతే షేర్ ఆటోలు దొరకతాయి. నేను తోపుదెగ్గిరికిపోయి రేత్రికి పిల్లోళ్ల దెగ్గిరుండి తెల్లార్తో మొబ్బువుండంగానే వచ్చేస్తా. సారొచ్చేటప్పుటికి రూము రెడీ జేసేస్తా," అని గునిసినాను.

పెద్దమేడం పెద్దంగా మూలిగి, "నీ కొడుకు ఆడెక్కడుండాడు? వాడీవేళకు తిరుపతి తోటకు జేరుంటాడు," అనింది.

ఆ తోపులో సంజీవిగాడు మటమేసుకొని గుచ్చోనుండాడు. మునిరాజాను జూస్తే కళ్ళుదాగిన కోతి మాదిరిగా యెగరతాడు. యిప్పుటికే అక్కడేమి జరిగిపోయిందోనని బెదిరిపోయినాను.

"నేనొచ్చేదాంకా వాడ్ని ఆపుండగూడదా తల్లీ," అని గొల్లుమన్నాను.

వంటామె నా చెయ్యి పట్టుకోని యింటెనక్కు లాక్కోనొచ్చి, "సారు యీ నడమ తోపులోకి కొత్త కావిలోడ్ని దెచ్చి చేర్చినాడు. ముసిలోడు. కాపలాపనిలో పేరెత్తినోడంటలే! వాని పెళ్లాముసోరు సెడ్డది. వాళ్ళొచ్చినప్పట్నుంచీ వాళ్లకూ, నీ కొడుక్కూ దినమ్మూ రంపులే! వాళ్లకు మద్దిస్తాలు జెయ్యలేక సారుకు కోపమొచ్చి యిద్దుర్నీ నూకిపారేస్తానన్నాడు. యిప్పుడేం జరిగిందోగానీ యీ పొద్దు మద్దానమే తట్టాబుట్టా యెత్తుకొని, పెండ్లాన్నీ కొడుకునూ తొడుక్కోని నీ కొడుకు తిరపతి బస్సెక్కేసినాడు," అని జెప్పింది.

నా కండ్లల్లో నీళ్లు దిరిగినాయి. "బిడ్డనిజూసి చానా దినాలైపోయింది. యిప్పుటికిప్పుడు కావిలోడెందుగ్గావలిసొచ్చినాడు? నా కొడుకు సంగతి ఆ ముసిలోనికి దెలిసుండదు. సారు భయానికి గొమ్మునునుంటాడు గానీ లేకపొయ్యుంటే ఆ ముసిలోని సదుగులించేసునుంటాడు," అని కోపంగా బుసగొట్టినాను.

"ఆ ముసిలోడ్ని గొట్టేదేమీ పెద్ద పనిగాదులే చిట్టెమ్మా! వాని పెండ్లాము నోటికే జడవాల. దినమ్మూ వొచ్చి సారును దువ్వుకోనిపోతారు వాళ్ళిద్దురూ. రేపు నువ్వే జూద్దువు గానీ వుండు," అంటా వంటామె నగేసింది.

యింటి ముందర సీమ కుక్క మొరిగింది. "దేవిడ్ దూ! యింకా కొత్తేనా మేము మీకు?" అంటా ఆడ గొంతు టంగుమనింది.

"రేపుటిదాంకా యెదురుజూడాల్సిన పని లేదు. అది ఆ బాసాలి గొంతే సిట్టెమ్మా. ఆ ముసిలోడుగూడా వచ్చుంటాడు దాని కొంగుబట్టుకోని. పద సూద్దారి," అంటా వంటామె సందులోకి దూరి యింటిముందరికి సాగబారింది.

చీర నడుముకు చుట్టి, యెంటికల్ని ముడేసుకోని సరసరా యింటిముందరికొచ్చినాను. నడవలోగుచ్చోని ఆ ఆడదీ ముసిలోడూ కొలువు మొదులుబెట్టేసుండారు.

"సూడు తల్లా! యివంతా మునిరాజుగోడు తోపులో గుడిసెలో దాంచిపెట్టిన సీసాయిలే," ఆ బాసాలి గొంతు డబ్బాలో గులకరాళ్ళేసి వూపినట్టుగా డబడబలాడతా వుండాది. దానిపక్కన గుచ్చోనుండే ముసిలోడెంత పొడుగుండాడో తెలవాటం లేదు. "యీ సీసాయిలంతా యెందుకు దెస్తావుండాడో తెలవక తనకలాడిపొయినా. వాడు గుడిసెలోకి మమ్మల్నెందుకడుగుబెట్టనీలేదో వాడట్లపొయినాకే గదా మాకు తెలిసింది. అవిటినిండా తేనుండాది. వాడెన్ని సమత్సరాలుగా మన తోట్లో వుండే తేనెనీమాదిరిగా సారుకు తెలవకుండా అమ్ముకుంటా వుండాడో తెలవదు. యీ రెండు సీసాయిల్నీ సారుకు జూపించాలని తెచ్చుండాను."

వాళ్ళిద్దరికీ పట్టుండే దెయ్యాన్ని వొక దెబ్బతో యిదిలించి పారేయాలని గబగబా నడవలో వుండే లైటు సిచ్చి బలంగా నొక్కినాను. వొకసారిగా యెలుతురు ముంచుకోనొచ్చింది. దోవలో నడస్తా తెలవకుండా నాగుపాముపైన కాలేసినట్టుగా యెగిరి దూకినాను. నా గుండెలవిసిపొయినాయి.

"మునిరాజుగోని పెండ్లాంగూడా తక్కువైందిగాదు. రొండేండ్లుగా కారుకాయల్ని బండ్లకేసుకోనిపొయ్యి అమ్ముకోని తినేసిందని పక్కతోపుకావిలోడు బాలయ్య జెప్పినాడు."

ఆ ముసిలోడు నోరు దెరవకండా దాని మాటలకు తలూపతావుండాడు.

మూతిపైన చిట్లాకుప్ప మాదిరిగా పడతావుండే తెల్లెంటికలు. నోరునూ, ముక్కుల్నీ గప్పేస్తావుండే తెల్లగడ్డమూ, యింకా చానా తెల్లంగావుండే కంటిబొమ్మలూ, తడిసిన యెంటవమాదిరిగా ముడుక్కోనుండే వొళ్ళూ, అగడ్తల్లో మండే కొరువుల మాదిరిగా మినకలాడే కండ్లూ, యీ మడిషి యింగా బతికేవుండాడా?

మండే జాటీతో తరిమినట్టుగా యింటెనక్కు పరిగెత్తినాను.

యింకా బతికే వుండాడా యీ బండి నరసయ్య? ఆ బసివిముండ వానికెన్నో

పెండ్లాము? యానాదోనిగా పుట్టిందానికి యేడుమందినీ పెండ్లి జేసుకున్నాడా యీ చేటుగాలం బట్టిన మడిషి?

శీనివాసరెడ్డి సారు మునిరాజును తిరపతి తోపుకు తరమక పొయ్యుంటే యేమయ్యుండు? ఆ మాట తలుసుకుంటేనే గుండెలవిసిపోతాండాయి. నరసయ్యకు కన్నకొడుకు చేతల్లోనే సావు రాసిపెట్టున్ను. నా నోట్లో చెమ్మ యెండకపొయింది.

తిరపతి తోపుజేరినంత మాత్రాన మునిరాజా సుఖంగా వుండబొయ్యేది లేదు. ఆడుండే సంజీవిగాడు వాన్ని గొమ్ముమనా వుండనీడు.

అక్కడిప్పుడేం జరగబోతాదో?

యిప్పుడో యింకొంచెపుటికో చిన్నసారు యిక్కడికొచ్చేస్తాడంటా వుండారు. యిక్కడేం జరగబోతా వుండాదో?

ii. శీనివాసరెడ్డి: తాత

వొకప్పటి శీనివాసరెడ్డి నేనేనా అని నాకే అనుమానం వస్తా వుంటింది నాకప్పుడప్పుడూ. లేకపోతే నా కూతురు ఫోన్లో, "హర్ష పాత సంగతులంతా తవ్వుతున్నాడు డాడీ. మద్రాసులో మా మారేజీ జరిపించిన ఫాదర్నే గాకుండా రాజంపేటలో మీ ఫ్రెండు ఫాదర్ దేవసంగీతం గారిని గూడా కలవాలన్నాడు. చాలా డిస్టర్బుడుగా వున్నాడు. పలకరించినా పలకడు. తీరా మాట్లాడితే యేదేదో సంబంధంలేని మాటలు మాట్లాడతాడు. నాకు భయంగా వుంది," అని అంటానే వొకప్పుడయ్యుంటే "యిదంతా నువ్వు చిన్నా పెద్దా యెంచకుండా తెంపరిగా తిరిగిందానికే," అని దాన్ని వుతికి పారేసుందును. ప్రభువు మార్గంలోకొచ్చినాక కోపమంతా తగ్గిపోయి యింత శాంతంగా యెట్ల తయారైనానో తలుచుకుంటే నాకే ఆశ్చర్యంగా వుంటింది. యెదురుగ్గా పటంలో క్రీస్తు నన్నే దయగా చూస్తావుండాడు.

"హర్షాను గురించి నువ్వంతగా బయపడాల్సిన పనిలేదు బేబీ! యాకోబు యొషమా గ్రంధము నలబైనాలుగో అధ్యాయంలో ప్రభువు 'నేను దప్పికగల వానిమీద నీళ్ళను, యెండిన భూమిమీద ప్రవాహజలమును కుమ్మరించెదను. నా సంతతి మీద నా ఆత్మను కుమ్మరించెదను. నీకు పుట్టిన వారిని నేనాశీర్వదించెదను,' అని చెప్పియున్నాడమ్మా. ప్రార్ధన జేసుకో. మిగిలిందంతా ఆయన చూసుకుంటాడు," అని వీలయినంత శాంతంగా నా కూతుర్ని వోదార్చినాను.

"ఫాక్టరీ పని అనుకున్నప్పటినుంచీ మమ్మల్ని సాతాను పట్టుకున్నాడు డాడీ. యానాదుల దిబ్బ గురించి పేపర్ వాళ్లు యేవేవో రాస్తున్నారు. అవి చదివినప్పుడంతా

సుభాష్ ముఖం ముడుచుకుంటున్నాడు. యిలాంటి టైములో హర్షాను యిండియాకు రమ్మన్నదే తప్పు. వొక పేపర్లో మనం మా తాత కాలంనుంచీ కన్వర్షన్లు చేయిస్తున్నామని రాశారు. అది తప్పని తేల్చాలంటే నిజమేదో యిన్వెష్టిగెట్ చెయ్యాల్సిందే అని హర్షా బయల్దేరినాడు," అని నా కూతురు యేడవబోయింది.

"వాడొస్తే నేను గెమనించుకుంటానులే! వాడ్ని రాజంపేటకు పోనియ్యకుండా యిక్కడికే అంపించు. మిగిలిందంతా నేను జూసుకుంటాను. నువ్వు నెమ్మితిగా ప్రార్థన జేసుకో," అని జెప్పి ఫోను ఆపు జేసేసినాను.

వొకప్పుడు హర్షానీలోకంలోకే రానియ్యగూడదనుకున్నాను. యిప్పుడు వాడే లోకమనుకుంటా వుండాను. నా గురించి నాకే యేమీ తెలవదని నాకే చానా ఆలశ్యంగా తెలిసింది.

పక్కన్నే గుచ్చోని అంతా యింటా వుండే నా పెండ్లాము బెదరతా చూసింది. యేమీ పర్వాలేదులే అన్నట్టుగా దాని చెయ్యి పట్టుకున్నాను. తొంభై ఆరేళ్ల వయిసులో నేనిప్పుడు యెవురికి గానీ దేనికి గానీ యెరవాల్సిన అగిత్యం లేదు. యెదురుగ్గా ఫోటోలో మా నాయన గుబురు మీసాలేసుకోని గుంభనంగా నవ్వతా వుండాడు. ఆయన నవ్వులో యెన్ని రగస్యాలు చిగులుకోనుండాయో యెవురికి దెలుసు?

"మా నాయన పోయినా ఆయిన బుద్దులు మాత్రం మాలో పోనేలేదు. అవి నాలో వొగరకంగా, నా కూతురులో యింగొక మాదిరిగా, నా మనవనిలో వేరేమాదిరిగా వుండాయి. రగతంతో వొచ్చే గుణాలు. రాకుండా యెక్కడికి పోతాయి?" అన్నాను నన్ను నేను తాలజెప్పుకున్నట్టుగా.

ఆ మాట యింటానే నా పెండ్లామెందుకో బెదురుచూపులు జూస్తా దూరంగా జరిగింది.

"హర్షా నడిసేదీ మాట్లాడేదీ అంతా మా నాయనాయకట్టే వుంటాది. మా నాయన పెండ్లికి ముందర పెద్ద రామాయణమే జరిగిందంట. నా పెండ్లిముందరెంత బాగోతం జరిగిందో నీకూ దెలుసు. యిప్పుడు హర్షా పెండ్లికిముందర చానా భారతమే జరగబొయ్యేటట్లుండాది," అంటా నోరు సప్పరించినాను.

యమ్మటనే నా కూతురు చెప్పినమాట గెవనమొచ్చి ఫాదరు దేవసంగీతానికి ఫోను జేసినాను. తీరా ఆయిన ఫోన్లో పలకరిస్తానే చెప్పాల్సిందేదో చెప్పలేకపొయినాను. "నా మనవడు మీ దెగ్గరికొస్తే ఆశీర్వాదం జేసి పంపియ్యండి ఫాదర్," అని మాత్రం జెప్పినాను.

నన్ను కండ్లు ఆర్పకుండా చూస్తావుండే నా పెండ్లాన్ని అనుమానంగా జూసి, "నేను సింహాద్రిపురం యిస్కోళ్ళో చదవతా వుండేటప్పుడు... మా నాయన రాజంపేటలో... ఆ

సంగతులెప్పుడైనా హర్షాతో నువ్వు...” అని గదమాయించినాను.

“నేనా? నేనేమీ జెప్పలేదే! అయినా అప్పుడేమి జరిగింది? నాకేమీ చెప్పలేదే,” అంటా నా పెండ్లాం కంటిరెప్పలు టపటపా ఆడించింది.

అప్పుడిది చిన్నబిడ్డగా దోగాడతా వునుంటాది. దానికి గానీ యింగెవురికి గానీ చెప్పగూడని సంగతులవ్వి. హర్షాకయితే యీ సంగతులు తెలిస్తే డేంజరే! వాడు యివంతా తవ్వి తలకెత్తుకోని, వొకదానికి బదులుగా యింగొకటి అర్థం జేసుకోని, మొదుటికే మోసం తెస్తాడేమో అని నాకే యాస్కాటంగా వుండాది.

మా నాయన మొదుటి పెండ్లాము ఆయన చెప్పిన మాటినుంటే ఆయనకు రెండో పెండ్లాము వచ్చే వుండదు. నేననే వాణ్ణే పుట్టేవుండను. మా నాయిన మొదుటి భార్యను గురించి కతలు కతలుగా జెప్పుకునేటోళ్లు.

ఆమె అబ్బ మహారాజు గాదు గానీ ఆమె మాత్రం పొత్తపి అనే వొకప్పటి పాత రాజ్యం తల పట్టణాన్నించీ వచ్చింది. యిప్పటికీ ఆ పెద్ద పల్లెలో కూలిపోయిన గోడలూ, పడిపోయిన గుళ్ళూ, అర్థంగాని అక్షిరాలు చెక్కుండే రాళ్ళూ గనబడతాయి. మా నాయన మొదుటి పెండ్లాములో గూడా పాతబుద్ధులూ, మొండి పట్టింపులూ వుండేటివంట.

పాయంలో మా నాయన నా మాదిరే, నా మనవడు హర్షా మాదిరే, జెబర్దస్తీగా వుండేటోడంట. వొగడే సంతు గావాటంతో అయన ఆడింది ఆటగా పాడింది పాటగా వునిందంట. పెండ్లయ్యి పెండ్లామింటికి వొచ్చినా ఆయనా పిల్లాటలు యిడిసిపెట్టలేదు. సావాసకాపులతో గలిసి చీట్లాటలూ, పులిజూదాలూ, కోళ్లపందాలూ, అడివిలో వేటలూ, వొకటీ వొదిలేటోడు గాడు. పెండ్లాన్ని మతించేటోడే గాడు. ఆమెకాయనంటే హడల్. అందుకే ఆమె సాకు దొరికితే పుట్టింటికెలబారిపొయ్యేదంట. ఆయన సామాన్యంగా పోనిచ్చేటోడు గాదంట. ఆమెకు మంకుపట్టుపట్టేదీ, ఆయనకు ఆమెను సావగొట్టేదీ మామూలంట.

వూర్లో చెన్నకేశవసామి గుడి పూజారిగా వుండే సుందరశర్మతో స్నేహితం కుదరకపొయ్యుంటే మా నాయనట్లనే పోసుగోలు తిరుగుళ్ళు తిరగతా వుండేటోడే! అట్లా తిరిగే మా నాయనకు అట్లా భక్తి గుదరాటమే యిసిత్రం. ఆ యిసిత్రమేందో మా రగతంలోనే వుండాది. సాయింత్రాల్లో సుందరశర్మ వాళ్ళింటి పడసాల్లో కూర్చోని మహాభారతం, భాగవతం చదివి యినిపించేటోడు. మా నాయన రాత్రయ్యేదాకా అక్కడే గుచ్చోనుండిపొయ్యేటోడు. ఆయిన మాదిరిగా భక్తి అందురికీ కుదరదని సుందరశర్మ పొగిడేటోడు. వొక్కోసారి పారాయణం అయిపొయినాక సుందరశర్మ భార్య పడసాల్లోనే

ఆకేసి మా నాయనకు అన్నం వడ్డించేది. వాళ్ళింట్లో పప్పూ, ఆవకాయీ, నెయ్యీ, పెరుగూ మాదిరి మామూలు పదార్థాలకు గూడా అంత రుచెట్ల వస్తాదని మా నాయనకెప్పుడూ ఆశ్చర్యంగా వుండేదంట. యింగొకరి రుణంలో పోగూడదని మా నాయిన వుదారంగా వొడ్లూ, జొన్నలూ, రాగులూ మూటలు మూటలుగా వాళ్ళ పడసాల్లో దింపించేటోడు.

మా నాయిన పూర్వజన్మంలో పెద్దకులంలో పుట్టుంటాడని సుందరశర్మ చెప్పేటోడంట. మా నాయిన భుజాలపైన శంకు చక్రాల్ని పొడిపించి ఆయన్ను శ్రీవైష్ణవుడ్ని చేసేసినాడంట. ఆయన సన్యాసయిపోతాడేమోనని మా అవ్వాతాతా భయపడిపొయినారు. దానికితోడు ఆయన తొలి భార్యకు సమత్సరాలు దొర్లిపోతావున్నా బిడ్డలుగలగలేదు. మా అవ్వాతాత ఆమెలో యేందో లోపముండాదని రెండో పెండ్లి జెయ్యాలని ప్రయత్నాలు మొదులుబెట్టినారు. ఆ సంగతి తెలస్తానే ఆమె తల్లీదండ్రీ బెదిరిపొయ్యి వాళ్ళూరి దగ్గిరిపల్లెలో యెవుడో మందిచ్చే వైద్దుగుడుండాడని కూతుర్ని అంపియ్యమని వచ్చి అడిగినారు. దేవుడు నా పక్కనుండాడు, మీ వైద్దిగాలు మాకక్కరలేదని మా నాయనెంతగానో చెప్పిచూసినాడు. వాళ్ళు బలవంతంగా ఆమెను లాక్కోనిపొయినారు. అప్పుడామెను వాళ్లెనకాల అంపించింది తప్పని మా నాయిన కడదాంకా చెప్పేటోడు.

ఆమె పొత్తపి జేరాటమూ, ఆ వూరికి కలరా రావాటమూ వొక్కతూరే జరిగింది. వూర్లోవుండే జనమంతా దీపంలో బడిన యీసుళ్ళమాదిరిగా రాలిపోబట్టినారు. అట్టాటప్పుడు గూడా ఆమె పక్కూరికి నడుసుకోని పొయి మందు దినేసి వస్తావుండింది. ఆ నాటుమందు దినిందానికో, కలరావల్లనో ఆమె గూడా పైకిలెయ్యకుండా పడకబట్టేసింది. ఆమె పరిస్థితి బాగా లేదనే సంగతి మా నాయినకు దెలిసింది. వొద్దన్నా యినకుండా మా నాయన బయిల్దేరేసినాడు.

పొత్తపికాయన బయల్దేరినప్పుడు గొమ్ముగా బోకుండా 'నా అంత భక్తుడు లేడు. దేవుడు నా భార్యపైన యీగనైనా వాలనియ్యడు,' అని టాంటాం గొట్టినాడు. అయితే ఆయన పొత్తపి చేరేటప్పటికి ఆమె ప్రాణం బొందినుండీ యెగిరిపొయింది. ఆయనకున్న నమ్మకమాట్లా గుడ్డపేలిక మాదిరిగా గాలికెగిరిపొయ్యేటప్పటికి మా నాయన అతలాకుతలమైపోయినాడు. తిరుక్కోని యింటికి పొయ్యేదానికి ముగంలేదు. సుందరశర్మను జూడాలంటే యిష్టం లేదు. బతికుండేటప్పుడు తెలవలేదు గానీ భార్య చచ్చిపోతానే దారం తెగిన గాలిపటం మాదిరిగా దిక్కులు దెలియకుండా కొట్టుకొనిపోయినాడు. యెక్కడెక్కడ తిరిగినాడో ఆయనకే తెలియదంట. అయిదు నెలలయినాక సిమ్మాద్రిపురం వొంకలో స్మారకం లేకుండా గనబడినాడు.

అక్కడుండే కాతలిక్ చెర్చి ఫాస్టర్ జీవరత్నానికి అక్కడొక మనిషి పడుండాడనే

సంగతి తెలిసింది.

"అది యే తేదీనో తెలవదు గానీ, అదే ఆయన బతుకులో పెద్ద మలుపు దిరిగిన దినమని మా నాయన చెప్పేటోడు. మొదుటిసారిగా అప్పుడే ఆయన చెవుల్లో క్రీస్తు వాక్యం యినబడింది," అని చెప్పినాక "యింటా వుండావా?" అని నా పెండ్లాము పక్కకు జూసినాను.

అది తూగతానే "చెప్పు," అనింది.

"ఆయనకు తెలివొచ్చేటప్పటికి క్రీస్తును స్తుతించే పాట యినబడింది. దాని అర్థమేందో తెలవలేదు గానీ అది నాకు భలే వూరటగా వునిందిరా! నాకు తెల్వకుండానే నేను ఆ పాటతో గొంతు కలిపినాను," అని చెప్పేటోడాయన.

తెలివొచ్చినాక కిరస్తానీల యింట్లో వుండానని ఆయనకు తెలిసిందంట. నీరసంగా ఆయన కండ్లు దెరిసినప్పుడు ఫాదర్ జీవరత్నం ఆయనకు పాలు దాపిస్తా కనబడినాడు. "అంతా ప్రభువు దయ. ఆయన్ని నమ్మినోళ్ల చెయ్యి ఆయిన విడువడు," అని చెప్పినాడు.

కొంచెం శక్తి వొచ్చినాక మా నాయన చెర్చికొచ్చిపోయ్యేటోళ్ళతో మాటలు గలిపినాడు. అందురితో గలిసి ప్రార్థన పాడేటోడు. చెర్చి చుట్లా గుంతలు తొవ్వి చెట్లు నాటేటోడు. అయితే భార్య జ్ఞాపకమొచ్చినప్పుడు మాత్రం బొరోమని యేడిసేటోడు. అప్పుడు, "పరుశురామారెడ్డీ, పునరుత్థానమునూ, జీవమునూ నేనే. నా యందు విస్వాసముంచినవారు చనిపోయిననూ నా యందు బ్రతికేయుందురు, అని క్రీస్తు చెప్పియున్నాడు," అని ఫాదర్ ఆయన్ను వోదార్చినాడు.

ఆ మాటలు యిన్నాంక "యిప్పటికి గదా నాకు నిజెమైన దేవుడెవురో దెలిసింది. నన్నుగూడ మీ చర్చిలోకి చేర్చుకోండి," అని మా నాయన ఆయన కాళ్ళు బట్టుకున్నాడు. యింట్లోవాళ్లకు చెప్పకుండా ఆ పని చెయ్యకూడదని చెప్పి ఫాదర్ మా అవ్వాతాతను రప్పించమన్నాడు.

కొడుకు బతికుండాడనే విషయం తెలస్తానే పరిగెట్టుకోనొచ్చిన మా అవ్వ, "మీ నాయిన నీకోసరం కలవరించీ కలవరించీ నాలుగు నెలలముందు చచ్చిపోయినాడురా," అని గోడు గోడుగా యేడిసింది.

ఫాదర్ చెప్పినదంతా యిన్నాక "వాని కడుపులో వొక కాయగాసి మా వొంసం నిలబడితే సాలు. యే దేవుడైతే యేంది?" అని చెప్పింది.

అయితే అప్పుడాఫాదరు మా అవ్వను యెందుకు బాప్టిజం దీసుకోమని అడగలేదో

తెలవదు. ఆమె ముందరే మా నాయనకు బాప్టిజమిచ్చి ఆయనకు పాల్ పరుశురామరెడ్డి అని పేరు బెట్టేసినాడు.

అయితే వాళ్ళూరికి తిరుక్కోని పోతానే సాతాను యింగో రూపంలో మా నాయన్ను పట్టుకున్నాడు.

2

వులిక్కిపడి కండ్లు తెరిచినాను.

"లెయ్యిపైకి. సూపు దాగే టయమయ్యింది," నా భార్య వూపీ వూపీ నిద్రలేపింది.

నేను అయోమయంగా జూసి, "హర్షా వొచ్చినాడా?" అని అడిగినాను.

"అప్పుడే యెట్లొస్తాడు? నీకు నిద్రబోతే టయిమే తెలవదు, తిరుపతిలో తోట దగ్గిర యీ పొద్దుగూడా యానాదోళ్లు బస్సుల్ని ఆపి స్ట్రయికు జేసినారంట. చిట్టెమ్మకు దాని మొగుడు ఫోనుజేసి చెప్పినాడు," అనింది సనగతా.

"తూత్తేరీ! వొకప్పుడయితే అందుర్నీ వొకదెబ్బతో లేపేసుందును," అని కోపంగా గాండ్రించినాను. యెమ్మటేనే సర్దుకోని, "శత్రువును గూడా ప్రేమతోనే సూడమన్నాడు ప్రభువు. ఆయన దోవలోకొచ్చి వుండాను గాబట్టి సరిపోయింది," అన్నాను. "మా నాయనగానయ్యుంటే వాళ్ళాతావులోకడుగుబెట్టేదానికే బెదిరిసచ్చి వుంటారు. పులి మాదిరి బతికినోడాయన దెలుసునా?" అని కోపంగా సురాసురా జూసినాను. యమ్మటనే తమాయించుకొని, "ప్రభువు ప్రేమలోకి పోకుండా సాతాను అన్నిరకాలుగా అడ్డం పడతాడు. అప్పుడు మా నాయనకూ యిబ్బందులు పెట్టినాడు. యిప్పుడు హర్షా పెండ్లికీ గొడవలు తెస్తావుండాడు. దినమ్మా బైబులు చదవమని వాని కెన్నో సార్లు చెప్పినాను. మా నాయనకు మాదిరే వానిదీ తప్పుడు దోవే," అని నిట్టూర్చినాను. అది అయోమయంగా చూసింది.

మా నాయన గురించి దానికి తెలిసింది చానా తక్కవ. ఆయన రెండో పెండ్లెట్ల జరిగిందో తెలిస్తే అందురూ బెదిరి సస్తారు. హర్షా పెండ్లిముందర అంత రంపూ జరిగితిందేమో అని నాకు జంకుగానే వుండాది.

బాప్టిజం దీసుకున్నాక గూడా మా నాయన్ని సాతాను యిడిసిపెట్టలేదు. ఆయన వూరికి తిరుక్కోని వచ్చేటప్పటికే వూరు ఫ్యాక్షన్‌లో గొంతుల దాకా దిగిపొయ్యుండాది. ఆయన పుట్టకముందునించే వూర్లో రెండు పార్టీలున్నాయంట! తెల్లోల్ల రాజ్యంలో పోలీసులు కొట్లాటలు జరిగినప్పుడంతా వొచ్చి రౌడీలనంతా కడప టేషనుకు

లాక్కొనిపొయ్యి జైల్లో యేసేసేటోళ్లు. వొకప్పుడు తుంపర మాదిరిగా వున్న కొట్లాటలు మా నాయన వొచ్చేటప్పటికి కుండపోతగా తయారయ్యుండాయి. వొకనాటి వీధి రగడలు యుద్ధాలైపొయ్యుండాయి.

మా నాయన వూరికొచ్చిన వారందినాలకంతా ఆయనకు తెలిసిన నిజం ఆయనకు వుగ్రమొచ్చేటట్టుగా జేసేసింది. మా తాత కాలమయ్యింది రోగంతో గాదంట! ఆయనొంటిగా చేనుకాడికి పోతావుంటే యెగస్పార్టీ వోళ్లు పైనబడి ఖూనీ జేసిపోయినారంట. ఆ పార్టీ వాళ్ల మనిషినొకడ్ని యిరవైయేండ్ల ముందు లేపేసిన గ్యాంగులో మా తాత వున్నాడనే అనుమానంతో యిప్పుడు పగ దీర్చుకున్నామని వాళ్ళు మీసాలు దిప్పుకుంటా పోయినారని తెలిసింది. మా నాయనా కోపంలో వుండంగానే మా పక్కింట్లో మా నాయనకు వరసకు చిన్నాయన్ను సఫా జేసినారు. యమ్మట్నే మా నాయన బిచువా యెత్తుకొని, "మా నాయన్నూ, మా చిన్నాయననూ జంపినోళ్ళను సంపేదాకా యీ కత్తి దించేదిలేదు," అని ప్రమాణంజేసినాడు. అప్పట్నుంచీ ఆరేండ్లు ఆయన పేరు జెప్తే యెగస్పార్టీ వోళ్లు పారుకోని జచ్చినారు. అయితే ఆ అగ్గినించీ పూలుగూడా పుట్టచ్చునని యెవురనుకోనుంటారు?

మా వూరికి ఆరు మైళ్ళ దూరంలో వుండే దిగవ నరసాపురానికి పోవాల్సిన పనిబడిందాయనకోదినాన. రగస్యంగా అర్ధరేత్రి కాడ బండిలో బద్వేలు దోవలో బయిల్దేరినాడు. సరిగ్గా చెయ్యేరు దాటతా వుండంగా యిరుసిరిగిపొయ్యి యిసకలో బండిచెక్రం యిరక్కపొయ్యింది. ఆయన యేటిగట్టుపైకి వస్తా వుండంగా మనుషుల అరుపులు యినబడినాయి. గబగబా ఆయన పెద్దయాపచెట్టెక్కి పైన కొమ్మపైన దాంకున్నాడు. ముసిలాయనొకడుండే బండిని తరుముకుంటా అయిదారుమంది బలమైన మనుషులు పరిగెట్టుకుంటా వచ్చినారు. వాళ్ళాయనపైనబడి సావనూకసాగినారు. ఆ పెద్దాయన్ను చింతల చెంగలరెడ్డి అనే సొంతం పార్టీ మనిషిగా గుర్తుపడతానే మా నాయిన బిచువానెత్తుకొని పైన్నుంచీ వాళ్ళపైన దూకినాడు. అక్కడామాదిరిగా ఆ ముసిలాయనకు అండగా యెవురో వస్తారని అనుకోలేదు వాళ్ళు. మా నాయనతో గూడా చానామంది వచ్చుండచ్చని వాళ్ళు బయపడిపొయినారు. దాంతో వాళ్ళాడ్నించీ పారిపోయినారు. అయితే పోతా పోతా వాళ్ళు దొంగదెబ్బదీసిపొయినారు. వొకడు యెనకినించీ మా నాయన చెయ్యిపైన దుడ్డు కట్టెతో బలంగా కొట్టేసిపొయినాడు. ఆయన చెయ్యిరిగిపొయ్యింది. నొప్పితో తనకాలాడతావుండే మానాయన్ను ఆ ముసిలాయినే బండెక్కించుకోని వాళ్ళూరికి తొడుక్కొని పోవాల్సొచ్చింది.

ఆ వూర్లో వుండే నాటువైద్యుడు యిరిగిన చేతిని ఆకుమందేసి యెదురుదబ్బలతో కట్టుగట్టి, రెండునెలలు యిల్లిడిసిపెట్టి కదలద్దని చెప్పినాడు. నొప్పి పీకతావుండంగానే మా

నాయిన "దొంగదెబ్బ గొట్టిపోయినోడి గొంతు గోసేదాకా నిద్రపోను," అని గీపెట్టినాడు.

"వాణ్ని లేపేసేది నీ పనిగాదు. నీ చెయ్యితికే లోపల వాణ్ని సంపకపోతే నేను చింతల బక్కిరెడ్డి కొడుకు చింతల చెంగల్ రెడ్డి గాదే గాదు," అని చెంగల్ రెడ్డి భీకరంగా ప్రతిజ్ఞ జేసినాడు. మా నాయన్ను అక్కడ్నే కదలకుండా వుండాల్సిందే అని పట్టుబట్టి, మా అవ్వకు సహాయంగా వుండేదానికి వొక ఆడామెను మావూరికంపించినాడు.

ఆ యింట్లో మా నాయనకు రాసమర్యాదలు జరిగినాయి. ఆయిన రూము కొలువు కూటమైపోయింది. పగలూ రేత్రి అని లేకుండా దాంట్లో మనుషుల్ని లేపేసే మంతనాలు జరిగినాయి. మా నాయినా, చెంగల్ రెడ్డీ చేసిన ప్రతిజ్ఞల సంగతేమో గానీ అక్కడ ఆ యింట్లో అప్పుడు వాళ్ళిద్దురూ వూహించని ప్రేమకథ మాత్రం రంజుగా జరిగింది.

చెంగల్ రెడ్డి భార్య యేదో వొక రోగంతో మంచమిడిసిపెట్టేది గాదు. ఆయన పెద్దకూతురే సంసారాన్నంతా అనవరిస్తా వునింది. మిగిలిన ముగ్గురు కూతుర్లకు గూడా ఆమే తల్లిమాదిరిగా వునింది. దెబ్బ తగిలి యింటికొచ్చిన మా నాయనామెకు హీరో అయిపోయినాడు. మొదుట్లో తెలియలేదు గానీ ఆమె తనపట్ల ప్రత్యేకంగా చూస్తావుండాదనే సంగతిని ఆయన కనిపెట్టేసినాడు. ఫ్యాక్షన్లోబడి ఆయన మొదుటి పెండ్లాన్ని చాన్నాళ్ళకిందే మరిసిపొయ్యుండాడు. యిప్పుడీమెను జూసినాక ఆయన మనుసు ఫ్యాక్షను పైన నిలవలేదు. వాళ్ళిద్దురూ దగ్గిరదగ్గిరగా తిరగతావుండేది జూసి చెంగల్రెడ్డిగూడా మురిసిపోయినాడు.

చెయ్యితికినాక మా నాయన బింకంగా వాళ్ళూరికెలబారినాడు. అప్పుడు చెంగల్ రెడ్డి ఆయన చేతులు రెండూ పట్టుకోని, "నా కూతురిని పెండ్లిజేసుకొని నాకు కొడుకుల్లేని కొరతతీర్చు," అని కండ్లనిండా నీళ్లు బెట్టుకున్నాడు.

పెండ్లి ఆయింట్లోనే బో గొప్పగా జరిగిపోయింది.

చానా సమత్సరాలైనాక, నేను పెండ్లి జేసుకోకుండా గాలికి తిరగావుంటే, మా జేజవ్వ నన్ను పిలిచి, "వొరే శీనా! నువ్వేడ తిరగాతా వుండావో నాకు దెలియదు. మీ నాయనకు పెండ్లయిన యేడు నెలలకంతా నువ్వు పుట్టినావు. యిది మనింటి మొగోల్ల వంశాచారమేమో అని నాకు బయింగా వుండాది. నువ్వు మాత్రం ఆ పని చెయ్యద్దురా నాయినా," అని యెచ్చరించింది. హర్షాను చూసినప్పుడంతా నాకు మా జేజవ్వ మాటే గుర్తుకొస్తాది. కొన్ని వంశలక్షణాలు కొడుకులకు గాదు, కూతుర్లకూ వస్తాయని మా జేజవ్వకు తెలియదు.

మా అమ్మ ఆమెకు పెండ్లయిన దినాల్ని తలుచుకోని, "అప్పుడు మూడేండ్లూ, మల్ల కరువొచ్చినప్పుడు మూడేండ్లూ దప్పితే కంటారా నేను నిద్రబోయింది లేదురా మీ నాయన్ను జేసుకునిందానికి. మిగిలిన దినాల్లో గుండెలరిచేతుల్లో బెట్టుకోని యెప్పుడేం జరిగితిందో అని బయపడి సచ్చినాను," అని మొత్తుకునింది.

పెండ్లయిన మూడేళ్లకంతా మా నాయన మళ్ళా ఫ్యాక్షన్ కొట్లాటల్లోకి దిగేసినాడంట. చూస్తా వుండంగానే దొమ్మీలు భయంకరంగా మారిపోయినాయి. కత్తులు పోయి తుపాకులొచ్చినాయి. నాటు బాంబులు జేసేది తెలిసింది. పగుల్లో వూర్లల్లో నిశబ్దం బెదిరించేది. రేత్రుల్లో వూర్లల్లో దొమ్మీలు మండిపొయ్యేవి. సాక్షాలు లేని సావులు, దిక్కులేని పీనిగలు, మొగోళ్ళు మిగలని కుటుంబాలు. అప్పుడున్న తెల్లోల్ల పోలీసులకూ, కోర్టులకూ, జైళ్లకూ చేతలనిండా పని.

ఆ ఆగడాలకు దూరంగా పంపించేయాయాలని నన్ను మా నాయన తిరుపతికి తొడుక్కోనొచ్చి వోరియంటల్ హైస్కూల్లో జేర్పించినాడు. రెండేండ్లయినాక పెద్ద కరువొచ్చింది. వానల్లేక నాలుగేండ్లు పంటల్లేవు. తిండిలేక పెద్దరైతులే అల్లాడిపోయినారు. అట్లా కరువు ఫ్యాక్షన్ల మంటపైన నీళ్లుదిమ్మరించింది. అప్పుడు ఫాదర్ జీవరత్నం రెండోసారి మా నాయన్ను ఆదుకున్నాడంట.

ఆ కరువు దినాల్లో చర్చి బీదాబిక్కీని చానాగా కాపాడిందంట. బియ్యమూ, రాగులూ, గెంజీ యిచ్చే రేషన్లు బెట్టిందంట! అట్లా పెట్టిన వొక షాపులో మా నాయనకు పంపిణీ జేసే వుద్యోగం వచ్చేట్టు జేసినాడా ఫాదర్. అందువల్ల అంత కరువులో గూడా మా కుటుంబం మాత్రం యే యిక్కట్టూ లేకుండా బతికింది.

"నేనొకప్పుడు బాప్టిజం దీసుకునింది మాత్రమే గాదు ఫాదర్ నాకా పనిచ్చిందానికి కారణం. అసలు మతలబు యేరే వుండాది. ఫ్యాక్షన్లప్పుడు నేను చెయ్యించిన దొమ్మీలూ, ఖూనీలూ బో పేరిత్తిపోయినాయి. అట్లా సిహ్మం మాదిరుండేటోడు చర్చిలోకొచ్చినాక యెంత శాంతంగా జింకపిల్ల మాదిరిగా మారిపోయినాడో జూసి అందురూ ఆశ్చర్యపోవాలనీ, చెర్చి యెంత గొప్పదో అప్పుడే జనాలకర్థమవుతాదనీ, చెర్చి పెద్దోళ్లంతా నమ్మినారు," అని చెప్తా మా నాయన మీసాలు దిప్పినాడు.

యింటిముందర డేవిడ్ మొరగతా వుండాడు.

గుడుగుడుమంటా కారు సౌండు వొచ్చింది.

హర్షా యింట్లోకి సరసరా నడుచుకోనొచ్చినాడు.

3

"నీ పెండ్లి చూడాలనే బతికుండానురా చిన్నా! యీసారి పెండ్లిచేసుకొనే అమెరికాకు పోవాలనువ్వు," అనినాను. నా గొంతులో వుండే వొణుకుడు నాకే యిసిత్రంగా యినబడింది.

వాళ్ళమ్మమ్మ యిచ్చిన కాఫీ తాగతా వాడు, "మనం బలవంతంగా మతమార్పిడి జెయ్యిస్తున్నామని పేపర్లో రాశారు తాతా! యిలాంటప్పుడు అమ్మ చెప్పిన వాళ్ళ ఫ్రెండు కూతురు సంబంధం చేసుకోడం మంచిది గాదనుకుంటున్నాను," అనినాడు హర్షా.

అదీ నిజమేగదా అనిపించింది.

కొంచేపు ఆలోసిన జేసినాక, "మనమేమీ వాళ్ళను బలంతం జెయ్యాటం లేదు. వొరే చిన్నా! అందురూ అంత సులభంగా ప్రభువు మార్గానికి రాలేరు. దానికి ఆయన ఆశీర్వాదం వుంటేనే అది జరిగితింది. ప్రభువు దెగ్గిరికి పోవాలనుకున్నప్పుడే సాతాను గెట్టింగా లాగతాడు. వాని పట్టునించీ తప్పించుకోవాలనే ఆరాటం నీకుండాల. అప్పుడే ప్రభువు నీకు సాయం వస్తాడు. అట్లా సాతాను పట్టునించీ తప్పించుకొని ప్రభువుకు దగ్గిరైనోళ్లకు మాత్రమే అంతకుముందు వాళ్ళెంత హీనంగా బతికిందీ తెలుస్తాది," అనినాను. కొంచేపు గొమ్ముగా వుండిపోయినాక, "నేను యెవురి గురించో చెప్పాటం లేదురా. ప్రభువును నమ్మకోక ముందు నేనెట్టున్నానో దెలిస్తే నువ్వు నమ్మలేవు," అని బలంతంగా సెప్పాలనుకునింది చెప్పకుండా ఆపేసినాను. యెంత దగ్గిరోడికైనా చెప్పకుండా దాంచిపెట్టుకోవల్సిన విషియాలు కొన్నుంటాయి. అవి రగస్యాలుగానే సమాధుల్లోకి పొయ్యేదే మంచిది.

మా నాయన నన్ను తిరుపతి స్కూల్లో జేరిపించిందానికి కారణమొకటైతే జరిగింది యింగొకటి. అప్పటికి తిరుమలకు రోడ్డేయలేదు. మా హాస్టల్లోవుండే పిల్లోళ్ళు బిడువు దొరికితే అలిపిరినించీ తిరుమలకొండకు పదిమైళ్ళు నడిచిపొయ్యేటోళ్లు. అరవదేశంనించీ నూరు యిన్నూరు మైళ్ళు నడుసుకుంటా వొచ్చే భక్తులు మా హాస్టలుముందునించే తిరుమలకు పొయ్యేటోళ్లు. వాళ్ళతో కలుసుకోని వాళ్ళిచ్చే ప్రసాదాలు తింటా కొండకు నడిసేది భలే కుశాలగా వునింది. కొండపైన వుత్సవాలు జరిగినప్పుడు అక్కడుండే మఠాల్లో మూడు నాలుగు దినాలుండిపొయ్యేటోడ్ని. అయితే కరువొస్తానే మా నాయన నన్ను దేవస్థానం స్కూల్లోనించీ తీసి రేణిగుంట దెగ్గిరుండే జీవగ్రామంలో క్రిస్టియన్ల పీయం హైస్కూల్లో చేర్పించినాడు. మా నాయనకూ ఫాదర్ జీవరత్నానికీ వుండే స్నేగితం దెలిసిన

ఆ స్కూలు టీచర్లు నన్ను ప్రత్యేకంగానే జూసినారు. కానీ తిరుమలకొండకు పొయ్యే భక్తులు అప్పుడుగూడా మా స్కూలు ముందరినించే పోవాల. నేను వాళ్ళతో గలుసుకోని కొండకు పొయ్యేది మాత్రం ఆపలేదు. మా నాయన చెర్చిలో వుద్యోగం జేస్తావున్నా మా అమ్మ మాత్రం యింట్లో వెంగటేశ్వరసామికి పూజ చేస్తానే వునింది.

అప్పుడట్లా నేను కొండకుపొయిన సంగతి యిప్పుడెవురికీ చెప్పుకోను. చెప్పితే బొగిసాట్లు గాదా? కానీ యెస్సెస్సెలిసీ పరీక్షలు రాసినాక నేనేంజేసినానో జ్ఞాపకం చేసుకునే దానికే నేను సిగ్గుపడి చస్తావుంటాను.

కరువు పోయి, వానలు బడి, సేద్యాలు జరగతానే మా నాయన చెర్చి వుద్యోగం యిడిసిపెట్టేసి యింటికొచ్చేసినాడు. మళ్ళా ఫ్యాక్షనులోకి దిగిపొయినాడు. వూరంతా రంపు రంపుగా వునింది.

అప్పుడు దేశమంతా గాంధీ పేరు మోగిపోతావునింది. నేను పరీక్షలు రాసినాక వూరికి తిరుక్కోని రాకుండా హతీరాం మఠంలో కలిసిన భక్తులతో గలిసి వుత్తరదేశానికి పొయ్యే రైలెక్కేసినాను. పేరుకైతే వాళ్ళు సన్యాసులని చెప్పుకుంటారు గానీ వాళ్ళసలు బిక్షగాళ్ళని నాకామైన్నే తెలిసింది. చంకలో జోలె దగిలించుకోని, చేతిలో పైసాలేకుండా, టికెట్టులేకుండా రైలెక్కేస్తారు. ఆపీసర్లెక్కడ దింపేస్తే అక్కడ దిగేస్తారు. యెవురేమి పెడ్తే అది తింటారు. యెక్కడ నీడ దొరికితే అక్కడ పండుకుంటారు. మల్ల దొంగరైలెక్కేస్తారు. బాదరబందీ లేని బతుకు. వాళ్ళతోగలిసి యెన్నెన్ని వూర్లు దిరిగినానో లెక్కలేదు. కాశీ, ప్రయాగ, రుషీకేష్, హరిద్వారం, బృందావనం, పుస్తకాల్లో సదివిన పేర్లుండే వూర్లంతా చక్కర్లు గొట్టినాను. ఢిల్లీలో చలికి తట్టుకోలేక రైలెక్కితే అది నన్ను మళ్ళా కాశీకి తెచ్చి తోసేసింది.

కాశీలో జరిగిందాన్ని తలుసుకుంటే యిప్పుడు గూడా నాకు యెంటికలు నిగుడుకుంటాయి. ఆ పొద్దు గంగ పక్కనుండే ఘాట్లన్నీ తిరగతా వుండంగానే మొబ్బయిపొయింది. పక్కన కనబడిన గుడిలోకి దూరి పండుకున్నాను. నడిరేత్రిలో చలి కొరుక్కుతినేసింది. కప్పుకునేదానికేమీ లేదు. గోడపక్కన పండుకోనుండే మనిషి దెగ్గిరికి జరుక్కోని, వాడు గప్పుకోనుండే దుప్పటినే కొంచెం లాక్కోని నేనూ కప్పుకోని, దాంట్లోనే కాళ్ళూ, చేతులూ ముడుసుకోని నిద్రబొయినాను. తెల్లగా తెల్లారినాకగానీ మెలకవ రాలేదు. లేస్తానే పక్కన పండుకోనుండే మనిషి వొళ్ళు చల్లంగా మంచుగెడ్డ మాదిరి తగిలింది. వాణ్ని పట్టి వూపినాను. అప్పుడు నాకు షాకుగొట్టినట్టయ్యింది. బేరుబేరుమని అరస్తా పైకి లేసి, వొక దూకులో గుడి బయిటికొచ్చిపడి, దవుడు దీసినాను. తిరిగి జూడకుండా యెట్లా పోతావుండానో గూడా తెలియకుండా పరిగెత్తినాను. గసలు దట్టుకోలేకపొయినప్పుడు

నిలబడి జూసినాను. యెదురుగ్గా రైలుటేషను గనబడింది. కనబడిన రైలెక్కేసినాను. అది నన్ను మదరాసుకు తెచ్చింది. మదాసుకొచ్చినాక కడపకు పోయ్యే రైలెక్కి రాజంపేటలో దిగినాను.

నన్నుచూస్తానే మా అమ్మా నాయినా పట్టుకొని యేడ్సేసినారు. యింటికొచ్చినాగ్గూడా పీనిగను పట్టుకున్నట్టుగా అనిపించి వొణికిపోతానే వున్నాను. దెయ్యం బట్టుకునిందని మావోళ్లు మంత్రగాడ్ని రప్పించి శాంతిపూజలు జెయ్యించినారు.

యీ సంగతులు యింగొకరికి చెప్పుకునేవి గావు గానీ క్రీస్తు మార్గానికి రాకముందు సాతాను నన్నెన్ని రకాలుగా బుట్టలోకేసుకునేదానికి జూసినాడో నాకామైన్నే అర్థమైంది. యెట్లనో దయతో నన్ను గాపాడి దోవలోకి దెచ్చుకున్న పసులకాపరికి నేనెంతగా రుణపడుండాల్నో తెలిసింది.

నా పక్కనే కుచ్చోని నా చెయ్యి పట్టుకున్న నా మనవనితో, "వొకతూరి దైవమార్గంలోకొచ్చినాక గూడా మా నాయన మళ్ళా దోవదప్పి ఫ్యాక్షనులోకి పొయినాడు. నేను దోవలోకొచ్చినాక ఫ్యాక్షనులోకి పోలేదు," అని జెప్పినాను.

"నీకు ప్రేమించేది తప్ప ద్వేషించేది రాదు తాతా," అనినాడు వాడు.

వాని ముగంలోకి నేరుగా సూడలేక తలదిప్పుకునేసినాను. దేశాటనం అయినాక మా వూర్లో నా చేత్తో యెన్ని పనులు యెట్లెట్లాంటివి జరిగినాయో వానికి తెలవదు. యిప్పుడు కూడా నా గురించి మా వూళ్ళో కతలు కతలుగా చెప్పుకుంటారని యిక్కడెవురికీ తెలవదు.

పీనిగతో పందుకున్న భయం పోకముందే, వూర్లో జరగతా వుండే ఫ్యాక్షను కొట్లాటల్లో జేరి అందుర్నీ భయపెట్టే పనుల్లో మునిగిపోయినాను. తెల్లోళ్ల గవర్మెంటు పంచాయితీలూ, సమితులూ పెట్టి యెలక్సన్లు ఆరంభం జేస్తానే అవి మాకు యుద్ధాలే అయిపొయినాయి. యీ లోపల సొతంత్రమొచ్చిందని అందురూ పండగలు జేసుకున్నారు. మా వూర్లల్లో మాత్రం పాత రంపులే రగలతానే వుండిపొయినాయి. లీడర్ల యెనకాల తిరిగేటోళ్లంతా తుపాకులూ, బాంబులూ పట్టుకున్నారు. ఖూనీలు నీళ్ళు దాగినంత సులబంగా జరిగినాయి. పీనిగల్నిగాల్చే సుడిగాట్ల గురించి కూడా కొట్లాటలు జరిగినాయి. పిల్లోళ్ళూ, ముసిలోళ్ళూ, అందురూ మీసాలు దిప్పేటోళ్లే! ఫ్యాక్షన్‌లో జస్తే నేరుగా సొర్గానికే పోతారనీ, మొగతనమంటే అదేననీ అందురూ నమ్మేసినారు. అట్లాటప్పుడే మా చెల్లి పెండ్లి జరిగింది. వాళ్ళది గూడా ఫ్యాక్షను కుటుంబమే. పెండ్లి గూడా బయమ్ బయింగా జేసినాము.

అప్పుట్లో మా పక్క జరిగిన కొట్లాటల్లో, దొమ్మీల్లో, ఖూనీల్లో, నా చెయ్యి లేని తావు లేదు. యిల్లు పట్టకుండా తిరగతా యే రంపులోనో తగులుకోని యామైనా అయిపోతానేమో

అని మా అమ్మనాయినా బయపడిపోయినారు. పెండ్లయినా జేస్తే తిరిగేది తగ్గిస్తానని ఆశపడినారు. కానీ పెండ్లి మాటెత్తితేనే కయ్యిమన్నాను. దాంతో వాళ్ళు నాపైన యెట్లా కుట్రజేసినారో నా కంటే నా భార్యకే బాగా తెలుసును. ఆ పెండ్లి జరిగిన సంగతి జెప్తే నా మనవడ్ని దోవలోకి మళ్ళేసినట్టూ వుంటాది, నా భార్యతో కొంచెం సరాగమాడినట్టూ వుంటాది.

"నిన్న జరిగినట్టే వుండాదిరా చిన్నా! ఆ పొద్దు అర్ధరాత్రప్పుడు నన్ను నిద్రలేపి మా నాయన 'బయిల్దేరు. యిలుదీర్థం పోతాండాము. యెగస్పార్టీ వోళ్లకు తెలవగూడదని యిప్పుడు బయల్దేరతా వుండాము,' అనినాడు. యెద్దులబండ్లు సీకట్లోనే కదిలినాయి. నేనేమో బండ్లోనే పడి నిద్రబొయినాను. తెల్లారి నేను నిద్రలేచేటప్పుటికి బండ్లు వొక సత్రం ముందరాగుండాయి. అక్కడ స్నానాలు జేసే టప్పుటికి గంపల్లో పలహారాలొచ్చినాయి. తినేసినాక అవిటిని పంపించినోళ్ళ యింటికొకసారి పొయ్యి పలకరించి అక్కడ్నించీ తిరుపతికెలబారదామనినారు. తీరా ఆ యింటికి పొయినాక ఆడ జరగతా వుండేది చూసినాక తెలిసిందిరా చిన్నా, కుట్ర జరగతా వుండాదని. అక్కడ మాకు మల్లా ఫలహారాలు పెట్టినారు. పట్టుచీరలు సింగారించుకోని ఆడోళ్ళు కొందురు అట్లా యిట్లా తిరగతావుండారు. ఆకుపచ్చ పట్టుచీర గట్టుకోని పొడుగ్గా, సన్నగా, పరింది చెట్టు మాదిరుండే పిల్లొకతి సిగ్గుపడతావొచ్చి మా ముందర కుచ్చునింది. కొంచేపయినాక లేసి లోపలికెళ్ళిపోయింది. అప్పుడు మా చెల్లి నంగనాచి మాదిరిగా, "పిల్లెట్లుండాదన్నా?" అని అడిగింది. నేను కోపంగా, "ముందుగా నిజెం చెప్పాలగదా నాతో? యిప్పుడు నచ్చలేదంటే యేమి జేస్తారు?" అని వురిమి చూసినాను.

మా అమ్మ "యీ కుళ్లాయి రెడ్డి మా అమ్మకు చిన్నాయన కొడుకు. పుట్టిల్లు పోగూడదని నా తాపత్రయం," అనింది.

మా చెల్లి మూతి మున్నూరొంపులు తిప్పి, "నీకు యిష్టం లేకుంటే చెప్పన్నా! ఆ సంగతి చెప్పేసి పోదాం," అనింది.

నేను గుక్కిల్లు మింగతావుంటే మా నాయన, "మొన్నాటికి తెల్లార్తోనే ముహూర్తం. దశమి. మంచి దినమని పంచాంగమయివోరు చెప్పినాడు," అనినాడు.

"అన్నీ మీరే నిర్ణయాలు జేసుకోనే వచ్చుండారు. నేనంటే అంత ఖాతరు లేకుండా బొయ్యుండాది," అని నేను కోపం దెచ్చుకోబోయినాను.

"నీకిష్టం లేకపోతే చెప్పు. బలంతమేమీ లేదు," అంటా మా చెల్లి మళ్ళా నన్ను వుడికించింది. పెండ్లి జరిగినంత సేపూ ఆ పిల్లను చూడకుండా వుండేదానికి బో

కష్టపడినాను. పెండ్లయినాక అల్లుడు అత్తగారింట్లో యెన్నిదినాలుంటే అంతమంచిదని మా మామ పట్టుబట్టేసినాడు. అప్పుడు యేకంగా ఆ వూర్లో ఆర్నెల్లకు పైగా వుండిపోయినానని జ్ఞాపకం చేసుకుంటే యిప్పుడు గూడా ఆశ్చర్యంగానే వుంటాది నాకు."

"నేను శాంతిగా బతికింది ఆ ఆర్నెల్లేరా చిన్నా!" అంటా నా పెండ్లాం నా మాటలకడ్డం వొచ్చింది. "యెల్లకాలమూ అంతే సుఖంగా వుంటిందని యేమారిపోయినాను. అయితే యీ లోపల వీళ్ళ నాయన్నెవురో ఖూనీ జేసినారు. ఆ మాట యింటానే యెట్టున్నోడు అట్నే వాళ్ళూరికి పరిగెత్తిపోయినాడు. చచ్చినట్టుగా నేనూ యెనకాల్నే పోయినాను. అంతే! అప్పట్నుంచీ పదేండ్లదాకా నాకు మీ తాత నరకం జూపించినాడు. యీధిలో యెగస్పార్టీ వాళ్ళనేమీ జెయ్యలేక పోయినప్పుడూ, లేకపోతే వాళ్లేమైనా చేసినప్పుడు, వాళ్ళపైనుండే కోపమంతా అనావస్యంగా నాపైన జూపించేటోడు. యెందుకు చెప్తావులేరా చిన్నా! సీతమ్మ చెర అంటారు గదా! అదెంతో సులువు ఆ దినాల్లో నేను పడిన యాతనల్తో పోలిస్తే," అదంతా యిప్పుడే జరగతా వున్నట్టుగా అది యేడవబోయింది.

"మా నాయన్ను జంపినోళ్ళను యిడిసిపెడతానా బాంచెత్! యెత్తిన కత్తి దించలేదు. వాళ్ళ గుండెల్లో నిద్రబొయినాను. అట్లా పగ మిందుండే మనిషి యింట్లో గూడా పోరు మిందనే వుంటాడు. ఆ సంగతి ఆడోళ్లకెట్లా తెలస్తాదిలే! మీ అవ్వ అవన్నీ మాత్రమే చెప్తాది. అయితే నేనిట్లా మారేదానికి ముందర ప్రభువెన్ని పరీక్షలు బెట్టినాడో, అవిటికి నేనెట్లా తట్టుకున్నానో అది మాత్రం గుర్తుండదు," అని దాన్ని కసిరినాను.

అట్లా దాన్ని తిట్టినాను గానీ వోబులేసుతో నాకు జరిగిన యవహారం దానికే గాదు, చానామందికి తెలవదు. అప్పుడే నన్నేదో పేరు తెలవని జబ్బొగటి పట్టుకుంటా వుండాది. అప్పుడే వాని కేసూ కోర్టుకెక్కింది. తాలూకాపీసులో రికార్డులు రాసే మామూలు గుమాస్తా గాడు వాడు. హద్దులనీ, అప్పులనీ, అమ్మకాలనీ రైతులు వాని చుట్లా తిరిగేకాడికి వాణ్ని వాడు పెద్ద పులవరనుకున్నాడు. నాకో భూమి అగ్గవగా వస్తావుండేటప్పుడు, యెగస్పార్టీ వాళ్ళ లంచం దిని నాకు అడ్డమొచ్చినాడు. వానికి నేనంటే యేందో తెలవాలని, వొకనితో వానికి లంచం అంపించి, వాడా లెక్క దీసుకుంటా వుండేటప్పుడు పోలీసుల్ని అంపించి పట్టిచ్చినాను. వాడు యింకా చానామంది దెగ్గిర లంచాలు దీసుకున్నట్టుగా అబద్ధం సాక్షికాలు జెప్పించినాను. సొయంగా నేనే బోనెక్కి నా దెగ్గిరే వాడు లంచం దీసుకున్నాడని సాక్షికం జెప్పినాను. దాంతో కోర్టు వాని వుద్దోగానికి దెబ్బగొట్టింది. వాడు జైలునించీ పోతా నాకల్లా తిరిగి జూసి, "భగవద్గీతపైన ప్రమాణం జేసి యెన్ని అబద్ధాలు కూసినావు. మెళ్ళో రుద్రాక్షలూ, నొసటన నామాలూ వుంటే సరిపొయ్యిందా? దేవుడనేవాడుంటే నిన్నూరికే యిడవడు జూసుకో," అనేసి పొయినాడు. వాడామాట అన్నెప్పుటినించీ నా

జబ్బు పెరిగిపొయ్యేదానికి మల్లుకునింది. పైకిలెయ్యలేకుండా పడిపొయినాను.

మా వూర్లో రాఘపరెడ్డనే మా పార్టీ మనిషికే యేదో రోగమొస్తే చూసేసిపొయ్యేదానికి విలియం రాబర్ట్ అనే ఫాదరొచ్చినాడు. ఆయన్నెవురో మా యింటికి తొడుక్కొనొచ్చినారు. అయన నన్ను జూసి వీలయినంత బిన్నాగా రాజంపేటలో వాళ్ళింటికి రమ్మన్నాడు. అప్పటికే అన్ని వైద్యాలూ, యెందురో డాక్టర్లూ అయిపోయి దిక్కులు దెల్వకుండా వున్నాను. యేం జరిగితే అది జరగనీ అని రెండు దినాలయినాక రాజంపేటకు పొయినాను. ఫాదర్ విలియం నన్ను మందులన్నీ తినేది ఆపేయమన్నాడు. ఆయన తినే భోజనమే నన్నూ తినమన్నాడు. పొద్దనా, మద్దానమూ, రాత్రీ, మూడు పూటలూ, ఆయన నా ముందర గుచ్చోని, నా చేతుల్ని ఆయన చేతుల్లోకి తీసుకొని, ప్రార్థన జేసినాడు. అన్నీ మర్చిపొయ్యి ప్రభువును మాత్రమే మనుసులో నిల్పుకోని నన్నూ ప్రార్థన జేసుకోమన్నాడు. నాలుగు దినాలయినాక నాక్కొంచెం ఆకిలయ్యింది.

"మా నాయనొకప్పుడు బాప్టిజం దీసుకొని మల్లా యెనక్కు బోయినాడు ఫాదర్! నేను అబద్ధాలుజెప్పి చానా తప్పులు జేసినాను. అందుకేనేమో దేవుడు నాకిట్లా రోగం వొచ్చేట్టు జేసినాడు," అని యేడిసినాను.

ఆయన నవ్వి, "పశ్చాత్తాపం కంటే గొప్పది లేదు. నీ తప్పులకు నేనిచ్చే విశ్వాస చికిత్సే మందు. యింకైనా బుద్ధిగా చెర్చికొచ్చి తప్పుల్ని ప్రభువుకు చెప్పుకొని పరిశుద్ధుడవుగా," అని చెప్పినాడు.

ఫాదర్ విలియం యింట్లో నేను ప్రార్థన జేసుకుంటా వుండంగానే ఆయనావూర్లో యిస్కూలు గట్టించినాడు. ఆయన కొడుకులు మద్రాసులో వుద్యోగాలు జేస్తా సంపాదించి పంపిందంతా దానికే ఖర్చు బెట్టినాడు. కడాకు పెండ్లాం మెడలో వుండే బంగారు గొలుసు గూడా దానికే వాడేసినాడు.

నేను ఫాదర్ విలియం గురించి హర్షాకు చెప్పినాక, "నిశ్చయముగా అతడు మన రోగములను భరించును," అని యెహోవా యాభై మూడో అధ్యాయములో చెప్పబడివున్నది. అన్ని దారులూ పనికిరావని తెలిసినాకే ప్రభువు నాకు విశ్వాస చికిత్స జేయించినాడు. నేను పూర్తిగా మారిపోయినాను. ముందున్న శీనివాసరెడ్డి మల్లా లేదు. నిన్ను గూడా ప్రభువు ఆశీర్వాదమనే అనుకున్నామురా చిన్నా! పాత శీనివాసరెడ్డే వునుంటే నువ్వు మాకు దక్కుండవు," అనినాను. నా కండ్లనించీ దాక్షపండ్లంత బొట్లు టపటపా రాలినాయి.

హర్షా నా చెయ్యి పట్టుకొని, "పాత సంగతులు జ్ఞాపకం జేసి నిన్ను బాధపెట్టినాను

తాతా! సారీ," అనినాడు.

నేను నవ్వేదానికి ప్రయత్నం జేసి, "యీ వొయుసులో బాధకే గాదురా, సంతోషానికీ యేడుపే వస్తాదిరా చిన్నా! ప్రభువును నమ్ముకున్నాకే నాకన్నీ మంచే జరిగినాయి. లేటుగానైనా మీ అమ్మ పుట్టింది. మీ అమ్మమ్మకు వాళ్ళ నాయినిచ్చిన చేన్లో బలపరాయి పడింది. అనుకోనంత లెక్క చేతిలోకొచ్చింది. మీ అమ్మకు బాగా చదువొచ్చింది," అని చెప్పినాక కొంచేపు గొమ్మునా వుండిపొయినాను. నా కూతుర్ని యూనివర్సిటీకంపించినాక జరిగిన సంగతుల్ని నేను మర్చిపోతేనే మంచిది.

4

నా కూతురు నాకు తలగుడ్డ పడిపోయే పనిజేస్తాదని నేననుకోలేదు. క్రిస్మస్ లీవులకింటికొచ్చినది తిరిగి కాలేజీకి పోనేలేదు. దానికి జొరమనీ, తలనొప్పనీ నా పెండ్లాం చెప్పిందే మళ్ళా చెప్తావుంటే కొంచెం యేమారినాను.

ఫాదర్ విలియం వొకనాడు, "పెండ్లి గాకముందే కొందురు తల్లులైతారు శీనివాసరెడ్డీ! ముందు సంతానము, ఆపైన పెండ్లీ జరిగితే తప్పనుకోగూడదు. ప్రభువు ఆశీర్వాదం లేకుండా యేదీ జరగదని మనం తెలుసుకోవాలి," అని చెప్తావుంటే యేదో బోధన జేస్తా వుండాడ్లే అనుకుంటిని.

"మన బిడ్డా, ఆ పిల్లోడూ వొకర్నొకరు నమ్మినారు. అతను అయ్యేయెస్ కోచింగుకని ఢిల్లీ పోయుండాడు. వస్తానే పెళ్ళి చేసేద్దాం. ముందుగా అమ్మాయి డెలివరీ సుఖంగా జరిగేటట్టు చూద్దాం," అని చెప్పినప్పుడూ అయోమయంగా జూసినాను. కానీ జరిగింది తెలుస్తానే కోపంతో రగిలిపోయినాను. "వాన్నిప్పుడే సదరం జేసేస్తాను," అని వొక యిసురుతో ఆడ్నించీ రాబోయినాను.

"యింకొకర్ని చేయెత్తి అధిక్షేపించే ముందు నాలుగు వేళ్ళు నిన్నే చూపిస్తాయని గమనించుకో, అన్నాడు ప్రభువు. మనుషులందురూ పాపులే! యెవరి కన్నుగప్పినా అయన కన్నుగప్పలేము," అనినాడు ఫాదర్.

అంతే! అట్నే షాక్ గొట్టినట్టుగా నిలబడిపొయినాను.

ఫాదర్ దేన్ని గురించి చెప్తావుండాడో నాకు అర్థం గాలేదు. ఆయనకు తెలవకపోవచ్చు గానీ నాకు తెలుసు నేనెన్ని ఆట్లాడినానో! ఫ్యాక్షన్‌లో కత్తులెత్తుకోని తిరిగినప్పుడు యెందురాడోల్లతో తిరిగినానో నాకు గుర్తు లేదు. అదంతా వీరులూ, సూరులూ జేసే పనని మీసాలు తిప్పుకుంటా తిరిగినాను.

తొలినుంచీ నేను చేసిన తప్పులకంతా శిక్షలు అనుభవిస్తానే వుండాను. అప్పుడు నేను చేసిన తప్పులకు యిప్పుడు ప్రభువిట్లా శిక్షేసి వుంటాడు.

ఫాదర్ విలియం మాటల్లో యెంత బలముండాదో తెలవదు గానీ, నా కోపమంతా నీళ్లు జల్లిన మంట మాదిరిగా అణిగిపొయింది. పశ్చాత్తాపమే అన్ని తప్పులకూ మందని ఫాదర్ జెప్పిన మాట గెవనానికొచ్చింది.

ఫాదర్ మదరాసొచ్చి ఆస్పత్రిలో నా కూతుర్ని జేర్పించి పొయినాడు. బిడ్డ పుట్టినాక గూడా కొన్ని నెలలు ఢిల్లీకి పోయినోడి కోసరం యెదురుచూసినాము. ఆ మనిషి అడ్రస్సు గూడా దొరకలేదు. అప్పుడు సంగీతకు మళ్ళా పెండ్లి జెయ్యమని ఫాదర్ సలహా యిచ్చినాడు. ఆయన మాటంటే ప్రభువు జెప్పినట్టే అని నమ్మినాను. దాని పెండ్లికి అడ్డంగా వుండే పిల్లోడ్ని అనాధ శరణాలయంలో పారేద్దామనుకున్నాను. అయితే అప్పటికే బిడ్డపైన పాణం బెట్టుకోనుండే నా భార్య వదలనని హటమేసుకునేసింది. అంత చిన్నబిడ్డగా వాడు చేతులు తిప్పేదీ మూతి తిప్పేదీ మా నాయనాయకట్టే నాకెట్లా కనబడిందో జెప్పలేను. అది గూడా ప్రభువు ఆశీర్వాదమే అని నాకిపుడనిపిస్తా వుంటింది.

యింటి బయట డేవిడ్ మొరిగినాడు. నేను కండ్లుదెరిసి చూస్తానే, "రాజంపేటకు వెళదాం వస్తావా తాతా ," అని అడిగినాడు హర్షా.

నేను పెద్దగా ఆవులించి, "ఆ వూరితో నాకు రుణం తీరిపోయిందిరా! నేను మతం మారినానని నా బందుగులంతా నన్ను వొదులుకున్నారు. నా చెల్లె వొకతునింది. అది ప్రభువులో నిద్రపొయ్యి యేడేండ్లవతా వుండాది," అనినాను.

నేను బాప్టిజం దీసుకునినాంక తొలి అడ్డం నాకు పిల్లనిచ్చిన మామకాడ్నించీ వొచ్చింది. "నువ్విట్లా ఆ మాల మతంలోకి పోతే మా యిండ్లల్లో బిడ్డలనెవురు జేసుకుంటారు? గండి భూమానందాశ్రమం రామకృష్ణానందసామికి చెప్పి మీకంతా శుద్ధిజెయ్యిస్తాను," అని ఆగడం జేసినాడు. నేను మెత్తబడకపొయ్యేటప్పటికి, "అందరికీ తెలిసేట్టుగా శుద్ధి జేసుకోండి. ఆమైన కావాలంటే రగస్యంగా చెర్చికే పొండి," అని యింకో మాటేసినాడు.

ఆయిన మాదిరిగా మూసిన కోళ్ల నెత్తుకొనిపొయ్యేటోన్ని గాదు నేను. పైగా ఆయన రూపంలో సాతాను నన్ను నరకంలోకి లాగతా వుండాడని తెలుసుకోలేనా నేను?

"నీ అసుంటి పాపుల కోసరమే యేసు సిలువపైన రక్తం కార్చినాడు. నేను నీ కోసరం గూడా ప్రార్థన చేస్తాను," అనినాను. దాంతో గొమ్ముమనుండకుండా, "కుల్లాయప్ప అనే సాయిబుల దేముడి వరంలో పుట్టినావని నీకు మీ అమ్మనాయనా కుల్లాయప్ప రెడ్డి అని పేరు బెట్టినారు గదా! సమత్సరమూ పెనుగొండ దర్గాకు పొయ్యి పాతాలిచ్చేసి వస్తావు

గదా! నిన్ను వెలేయని వాళ్ళు నన్ను మాత్రమెందుకు వెలేస్తారో అదీ జూద్దాంలే పో," అని యిసిరికొట్టినాను.

నా కూతురికి అయిదేళ్లు వొచ్చే కాలానికే నాకు మా బంధువుల మీద రోసిపొయ్యింది. పాతకక్షలతో కొందురు కాలు దువ్వతానే వుండారు. యెక్కడికైనా దూరంగా పోవాలనుండాదని ఫాదరుతో మాట వరసకు అన్నానొకసారి.

"అదే మంచి పని. మదనపల్లెకు పో. అక్కడుండే చెర్చి చానా పాతది. ఫాదర్ జ్ఞానసంబంధం నాకు ఫ్రెండు. ఆ వూరు చల్లంగా వుంటాది," అని ఫాదర్ విలియం నన్ను ముందుకు తోసినాడు. చేన్లో వుండిన బలపరాయినంతా అమ్మేసినాక ఆ చేన్ను గూడా దొంగలదోలేసినాను. మదనపల్లె దగ్గిర్లోనే భూములూ, మామిడి తోటా కొనుక్కోని, యిక్కడికొచ్చేసినాను. చర్చి పనుల్లోనే మునిగిపొయినాను.

"తూగింది చాలు గానీ లేసి రూంలోకి పోయి పొడుకుందువు గానీ పద," అంటా నా భార్య మళ్ళా నన్ను లేపింది.

స్ట్రెచర్ పట్టుకొని పైకి లేసేదానికి జూసినాను.

"డాడీ చదివింది యింజినీరింగయితే అయ్యేయెస్సంటా వుండావేమిటి తాతా?" అని అడిగినాడు హర్షా. నాపైన బాంబు బడినట్టుగా నేను బిత్తరకపోయినాను. నా లోలోపల మాట్లాడుకుంటా వుండాననుకోని కొన్ని మాటలు బయటికి గూడా అనేసినట్టుండాను. కానీ తెలివిగా నా వయిసును అడ్డం బెట్టుకోని, "యేమోరా! నాకు చానా మరుపొచ్చేసింది," అని జారుకున్నాను. లేచి నిలబడినాక, "సుభాష్ మాదిరి మంచి మనిషి అందరికీ దొరకడు. అది మీ అమ్మ అదురుష్టం. ప్రభువు దయ," అనినాను.

వాడు ముందుకొచ్చి నన్ను పట్టుకున్నాడు. "ప్రభువు దయవల్లే నీకంత మంచి డాడీ దొరికినాడు. బుద్ధిగా పెండ్లిజేసుకోని, ఫ్యాక్టరీ యవహారాలు చేతికి దీసుకోని మీ మమ్మీ డాడీలను సుఖపెట్టు," అని చెప్పినాను.

హర్షా నాతో గూడా రెండడుగులు సాగబారి, " రేపు వుదయాన్నే చిత్తూరు పోతున్నాను తాతా! ఆర్సీనాయుడు అంకుల్‌ని కలవాలి," అనినాడు.

నా పైన రెండో బాంబు పడినట్లయింది. ఆర్సీనాయుడూ సుభాషూ క్లోజుఫ్రెండ్లు. ఫాక్టిరీలో పార్ట్‌నర్లు. సుభాష్‌ను గురించి ఆ మనిషికి తెలియంది లేదు.

సుభాష్‌కు గూడా తెలియని సంగతులు కొన్ని వుండాయని నాకప్పుడు గుర్తుకొచ్చింది.

యెందుకైనా మంచిదని, "నువ్వుండే యీ మూడు వారాల్లో అనావశ్యమైన వాంట్లోకి

తలదూర్సద్దురా! అన్నీ ప్రభువే జూసుకుంటాడు," అని హెచ్చరించినాను.

హర్షా వొచ్చినప్పుడు జాగ్రత్తగా మాట్లాడమని ఆర్సీనాయుడికి ఫోను చెయ్యాల.

సమాధుల్లోకి పోయిన రగస్యాల్ని రగస్యాలుగానే వుండనిస్తేనే అందరికీ మేలు. కానీ హర్షా యేమి తెలుసుకోవాలని యిట్లా తిరగతా వుండాడు?

iii. ఆర్సీ నాయుడు: డాడీ స్నేహితుడు

"మీ డాడీని గురించి నాకు తెలిసినంతగా మీ డాడీకి గూడా తెలియదు," అన్నాను నేనొకసారి హర్షాతో. కొన్ని విషయాలు బయటికి చెప్పుకోలేం. అలాంటప్పుడా నిజాల్ని తమాషాగానో, యెగతాళిగానో, అతిశయంగానో చెప్పి, విన్న వ్యక్తికి తెలియని అర్థం మనకు మాత్రమే తెలుసునని లోలోపల భలే ఆనందపడతాం. అదే నిజాన్ని చెప్పక తప్పని పరిస్థితి వచ్చినప్పుడు గండ కత్తెరలో తగులుకున్నట్టుగా విలవిల్లాడిపోతాం.

యిప్పుడు హర్షాతో అట్లాంటి యిబ్బందే వచ్చింది.

సుభాష్‌ను మొదట చూసినప్పుడు అతనితో నా జీవితం యింత గాఢంగా తగులుకుని వుందని గానీ, యిది యింకా గెట్టిబడతాదని గానీ నేననుకోలేదు.

తెలుగు సినిమావాళ్లు క్లయిమాక్సులో హీరో హీరోయినుకు చిన్నప్పుడెప్పుడో తప్పిపోయిన బావే అనీ, యెక్కడెక్కడో తిరిగి చివరికి తెలియకుండా రావాల్సిన చోటుకే చేరాడనీ చెప్పి, ఆశ్చర్యంలో ముంచేయాలనుకుంటారు. అట్లాంటి విచిత్రాలు నిజజీవితంలో జరగవనే నమ్మకాన్ని సుభాష్ స్నేహం పగలగొట్టేసింది. కలిసిన మొదటి రోజునుంచీ నాకు షాక్ పైన షాక్ యిస్తూనే వున్నాడు సుభాష్.

సుభాష్ కొడుకు హర్షాను మొదటిసారి చూసింది అయిదేళ్ళముందే! నా కొడుకు పెళ్లి మాడిసన్‌లో జరిగినప్పుడు, "మా అబ్బాయి హర్షా చికాగోలో వున్నాడు. వెళ్ళగానే ఫోన్ చెయ్యి. పెళ్ళికొస్తాడు," అన్నాడు సుభాష్.

హర్షాను చూడగానే యేదో తెలియని దగ్గరితనం కనిపించింది. వెంటనే దానికున్న

కారణమేదో స్ఫురించి కలవరపడిపోయాను.

రోహిత్ పెళ్లవగానే, "న్యూలీ మ్యారీడ్ కపుల్‌కు మిమ్మల్ని అమెరికా తిప్పేటంత తీరికుండదులెండి అంకుల్! మీరెక్కడికైనా వెళ్లాలంటే నాకు చెప్పండి. తీసుకెళ్తాను" అన్నాడు హర్షా.

"నయాగరా చూడకుండా పోతే అందరూ మనల్ని చూసి నవ్వుతారు" అంది నా వైపు కోపంగా.

హర్షా అప్పటికప్పుడే ల్యాప్‌టాప్ తెరిచి టికెట్లు బుక్ చేసేసాడు, "నా క్రెడిట్ కార్డు వాడు" అంటున్నా వినిపించుకోకుండా. "మా డాడీ ఫ్రెండు కోసం ఆ మాత్రం స్పెండ్ జేయకుంటే నేను జాబ్ చెయ్యడమే వేష్టంకుల్" అన్నాడు. వీకెండ్‌లో చికాగో నుంచీ బఫెలో వచ్చి అక్కడ మమ్మల్ని రిసీవ్ జేసుకుంటానన్నాడు. మేము మాడిసన్ నుంచీ విమానంలో బఫెలోలో దిగేటప్పటికి మాకోసం వెయిట్ చేస్తూ కనిపించాడు.

అక్కడినుంచీ ముప్పై మైళ్ళ దూరంలో వుండే నయాగరాకు కారులో డ్రైవ్ చేసి తీసుకెళ్తూ, "మా డాడీతో మీకెన్ని సంవత్సరాల ఫ్రెండ్షిప్ అంకుల్?" అని అడిగాడు. చాలనిదానికి, "మా డాడీ గురించి నాకు తెలిసింది చాలా తక్కువంకుల్. మీరేం చెప్తారో అదంతా వినాలని యెగ్జయిటింగ్‌గా వుంది," అన్నాడు.

ప్రశ్న చిన్నదే! అప్పుడు నేను సమాధానాన్ని వీలయినంత వివరంగానే చెప్పాను. యిప్పుడు హర్షా నన్నంత కాజువల్‌గా అడగడానికి రావటం లేదు. నన్ను కార్నర్ చేసి యేదో తెలుసుకోవాలని వస్తున్నాడు. అతనితో జాగ్రత్తగా డీల్ చెయ్యమని వాళ్ళ తాతగారు ఫోన్చేసారు కూడా!

సరిగ్గా ముప్పయ్యయిదేళ్ళ క్రితం, అప్పుడు మదరాసు అని పిలిచే యిప్పటి చెన్నై సిటీలో, గిండీ యింజినీరింగ్ కాలేజీ హాస్టల్లో, జిప్ బ్యాగ్‌తో బాటూ నాకు రూమ్మేటుగా వచ్చిన సుభాష్‌ను "నువ్వు బ్రామినా?" అని అడిగాను.

"యెందుకలా అడిగావు?" అన్నాడతను అదోలా చూస్తూ.

"యెర్రగా, పొడుగ్గా, మంచి జుట్టుతో నవలాడతావుంటే," అని సందేహంగా చూసాను.

"నీ లెక్క ప్రకారం నిన్ను క్రిస్టియన్ అనుకోవాలా?" అన్నాడతను.

"మా నాయన తెల్లంగా వుంటాడు. నాది మా మేనమామ పోలిక. నా పేరు ఆర్సీనాయుడు. రేవూరి చిన్నబ్బ నాయుడు," అంటూ ముఖం ముడుచుకున్నాను.

ఆరోజు పడుకునేముందు యెర్రంచున్న పలచటి కాగితాల పుస్తకాన్ని చదువుతున్న సుభాష్‌తో, "నాకూ డిటెక్టివ్ నవలలంటే యిష్టం," అన్నాను.

మాట్లాడకుండా మరికాస్సేపు చదివాక పుస్తకాన్ని మూసిపెట్టి లైట్ ఆఫ్ చేస్తూ, "యిది బైబులు," అన్నాడతను ముక్తసరిగా. అది నాకారోజు తగిలిన రెండో షాక్.

సుభాష్ క్రిస్టియన్ అని తెలిసాక నేనతడితో వీలయినంత అంటీముట్టకుండా తిరిగాను. అయితే ఫస్ట్ టెర్మ్ అవతానే అవసరం నన్నతడికి దగ్గరగా తోసింది. సమయానికి యింటి దగ్గరనుంచీ డబ్బు రాకపోయేసరికి నేనే మా వూరికి బయల్దేరినాను.

"ఫీజు డబ్బుల కోసం క్లాసులొదులుకోని మీ వూరి దాకా పొయిరావాల్నా? మా ఫాదరుకు మెసేజ్ పంపితే రేపు తెల్లవారికంతా డబ్బులు మన చేతిలో వుంటాయి. నేను డబ్బులు తెప్పిస్తానాగు. నీకు అందాకే వీలయినప్పుడే తిరిగియ్యి," అన్నాడు సుభాష్ వుదారంగా.

"యీసారి శెనిక్కాయలు నూరు మూటలకు పైగా అయినాయని మా నాయన చెప్పినాడు. అవి అమ్మేది లేటయ్యుంటాది. లేకపోతే దుడ్డు యింత లేటయ్యుండదు," అన్నాను బింకంగా. అంతటితో ఆగకుండా, "మా వూర్లో అందరికంటే పెద్ద సేద్యం మాదే! చెరువు కింద పదకొండెకరాల మడీ, కొండ కింద యేడెకరాల చేనూ వుంది మాకు. నా చిన్నప్పుడు మడిలో వొడ్లే పండిస్తా వుంటిమి. చెరుకు గానిగెత్తితే రెండునెళ్ళయినా ఆపేదానికయ్యేది లేదు. యిప్పుడు కూలీలతో పెద్ద హరారత్తుగా వుంది. వాళ్ళతో యేగలేక మడిలోగూడా శెనిగచెట్టే యేస్తావుండాము," అని కూడా చెప్పినాను.

సుభాష్ చెప్పినట్టుగా మర్నాడు తెల్లవారికంతా డబ్బులొచ్చేశాయి.

"యింత బిన్నాగా యెట్ల జరిగిందీ పని?" అని అడిగాను.

"మా నాన్న వేలూరు సీయెస్సీ చెర్చి పాస్టర్. మద్రాసు చర్చిలో వుండే ఆయన ఫ్రెండ్‌కు చెప్పినాను. ఆయన మా నాన్నకు ఫోన్ చేసివుంటాడు. వేలూరునుంచీ రోజూ మదరాసుకొచ్చే వాళ్ళెందరో వుంటారు. లేకపోతె మా నాన్నవాళ్ళ ఫ్రెండ్నే డబ్బులియ్యమని వుంటాడు. వుదయానికంతా వొక మనిషి తీసుకొచ్చి యిచ్చాడు," అన్నాడు సుభాష్.

పాస్టర్లంటే చెర్చిలో పూజారిలాంటోళ్లని తెలుసు. అందుకే సుభాష్ శుభ్రంగా పద్ధతి ప్రకారం వున్నాడు, అనుకున్నాను. చదువుకోవడం, గేమ్స్ ఆడడం, రోజూ బైబుల్ చదవడం, అన్నీ టైము ప్రకారం చేస్తాడు.

మేము తక్కువవాళ్ళమేమీ గాదని అతడికి తెలియాలని, "మా తాత రేవూరి

రామనాథంనాయుడ్ని యిప్పుడుగూడా అందురూ తలచుకుంటారు. ఆయన హయాంలో మా యినప్పెట్టె నిండా దుడ్డూ బంగారం వునింది. చిత్తూరు కో-ఆపరేటివ్ బ్యాంకులో పెద్ద షేరు ఆయనదే! మా పెద్దనాయన పెద్ద ఆశపోతు. వేరుపోతా దొరికిందంతా జవరుకొనిపోయినాడు. అయినా మా నాయన తగ్గలేదు. మా తాత కాలంనాటి దర్బారు తగ్గకుండా వ్యవసాయంలో మొగలాయని పేరెత్తుకున్నాడు," అని చెప్పాను.

వారం దినాల తర్వాతోరోజు గిండీ పీర్ అమ్మన్‌కోయిల్‌కెళ్ళి వస్తున్నాను. దారిలో యెదురైన సుభాష్, "అప్పుడే హాస్టలుకెళ్ళి యేం చేస్తావ్? కాస్సేపు వూరు తిరుగుదాం రా," అని పిలిచాడు. కాస్త దూరం నడిచాక ఆగి, "యీ రోజు గుడ్ ఫ్రైడే. చర్చిలో ప్రేయరుంది. పోదాం పద," అన్నాడు.

రోడ్డు పక్కనే ప్రహరీ లోపల పెద్ద శిలువను తగిలించుకున్న చెర్చిని చూసాక, "యిక్కడ యిలాంటి చెర్చివుందనే సంగతి యిప్పుడే తెలిసింది నాకు," అన్నాను.

"నీ ముఖంలో కుంకుమ బొట్టుంది. దాన్ని చెరిపెయ్యి. లోపలెవరైనా చూస్తే బాగుండదు," అన్నాడు సుభాష్.

"అయితే నేను బయటే వుంటానులే," అన్నాన్నేను వుక్రోశంగా. సుభాష్ లోపలికెళ్ళాక కిటికీలోంచీ తొంగి చూసాను. మైకు ముందు రంగురంగుల సీతాకోకచిలకల్లా ఆడపిల్లలు గొంతెత్తి పాడుతున్నారు. వాళ్ళేం పాడుతున్నారో నాకు పట్టలేదు గానీ వాళ్ళనుంచీ కళ్ళు తిప్పుకోలేకపోయాను. యింతలో సుభాష్ గూడా స్టేజీ యెక్కి వాళ్ళతో కలిసి పాడసాగాడు. వాళ్ళు స్టేజీ దిగేసాక పొడుగ్గా తెల్లకోటు తొడుక్కున్న తెల్లవెంట్రుకల పెద్దాయన అరవంలో బైబులు చదువుతూ వుపన్యాసం దంచాడు. యిదివరకూ పాడిన అమ్మాయిలెక్కడున్నారా అని వెతకసాగాను.

చెర్చినుంచీ సుభాష్ బయటికొచ్చాక, "ఆ పాడిన అమ్మాయిల్లో నీ ఫ్రెండ్లెందరు?" అని అడిగాను.

"భలేవాడివే. వాళ్లెవరో నాకు తెలియదు. అక్కడికెవరైనా వెళ్లి స్తోత్రం చెయ్యచ్చు," అన్నాడు సుభాష్.

"అంత క్లోజ్‌గా నిలబడుకోని.. నేన్నమ్మను," అంటూ నేను కన్నుగీటాను.

"చెర్చిలో అలాంటి ఆలోచనలు రాగూడదు. అది పాపం," అన్నాడతను.

"పాపం చేసేవాళ్ళంటేనే మీ దేవుడికిష్టమంట గదా?" అని నవ్వేశాను.

సుభాష్ జవాబు చెప్పకుండా మౌనంగా నడిచాడు. కాస్త దూరం పోయాక, "బీరు

తాగుదామా?” అని అడిగాను. షాపులో బీరు కొన్నాం. రోడ్డుపక్కనున్న కాలవ వంతెన పైన కూర్చుని, దూరంగా మిణుకు మిణుకుమని వెలుగుతున్న కాలేజీ దీపాల్ని చూస్తూ, బీరు తాగుతున్నప్పుడు, “మన ముందు గుంపులో నడుస్తూ వొక అరవపిల్ల మనల్ని గొల్టీలని యెగతాళి చేసింది,” అన్నాను.

“తెలుగును తిరగేసి గొల్టీ అని అరవ్వాళ్లు మనల్ని పిలస్తారు. నీకు అరవం అర్థమవుతుందా?” అని అడిగాడు సుభాష్.

నేను పెద్దగా నవ్వేసి, “నేను పుట్టిందే తమిళనాడులో. మా అమ్మమ్మవాళ్లింట్లో. తిరుత్తణికీ తిరువళ్లూరుకూ మధ్యలో వుండే మురకంబట్టులో. నేను పుట్టేదానికి సంవత్సరం ముందు, అంటే 1960లో అది తమిళనాడులో చేరింది. అంతకుముందు ఆంధ్రప్రదేశ్‌లోనే వునింది. అప్పుడుండిన రెవిన్యూ యినస్పెక్టరొకడు అరవోడు. వాడు తప్పుడు లెక్కలేసి, మోసంజేసి ఆ వూరిని తమిళనాడులో కలిపేసినాడని మా మామ యిప్పటికీ సాధిస్తా వుంటాడు. అంతెందుకు? మా వూరి మాలోళ్ళూ మాదిగోళ్ళూ యిప్పటికీ అరవంలోనే మాట్లాడతారు. వాళ్ళ దగ్గర పనులు జేయించుకోవాలంటే రైతులు అరవంలోనే మాట్లాడి తీరాల,” అని చెప్పాను.

“వేలూరులో మా చెర్చికొచ్చేవాళ్లు కొందురు తెలుగే మాట్లాడతారు. తిరువన్నామలై దాకా వుండే పల్లెల్లో గూడా చానామంది తెలుగే మాట్లాడతారు,” అన్నాడు సుభాష్.

“అవన్నీ మాలమాదిగ పల్లెలే అయ్యుంటాయి. వేలూరు చుట్టుపక్కల కన్వర్షన్స్ జాస్తీ అంటారు. యింగ్లాండు నుంచీ, అమెరికా జెర్మనీల నుంచీ బాగా ఫండింగులొస్తాయి. యెస్సీలంతా డబ్బుకోసం మతం మారిపోతావున్నారు,” అన్నాను దురుసుగా.

“అది కొంత నిజమేగానీ పూర్తిగా కాదు. మా ఫాదర్ పుట్టింది అప్పర్ క్యాస్ట్‌లోనే! ప్రభువుపైన నమ్మకంతోనే క్రిస్టియానిటీలోకి వచ్చినాడు. ఆయన పేరు యెస్‌డీ మణి. అంతకు ముందు దేవశిఖామణి. దేవశిఖామణి యెస్‌డీమణిగా మారేదానికి వెనక పెద్ద ప్రేమకథ వుంది,” అంటూ సుభాష్ సిగ్గుపడ్డాడు. నేను పుట్టిన వూరికి యిరవై కిలోమీటర్ల దూరంలోనే అంత రసవత్తరమైన ప్రేమకథ జరిగిందని తెలిసాక నేనాశ్చర్యంలో మునిగిపోయాను.

సుభాష్ చెప్పాకే తెలుగువాళ్లు కన్యాకుమారి నుంచీ నాగపూర్ వరకూ కలగాపులగంగా కలగూరగంపలా స్థావరాలు స్థావరాలుగా వ్యాపించి వున్నారని తెలిసింది. దాదాపుగా దక్షిణ యిండియా అంతా నిండిపోయిన తెలుగువాళ్ళలో పెన్నానదికి దక్షిణంగా వళ్ళువర్ అనే శూద్రకులంలో వుండే చాలా శాఖల్లో శీర్ కరణాలనే కులంలో దేవశిఖామణి పుట్టాడు.

కరిణీకం వృత్తయిన ఆ కులంవాళ్లు ఆంధ్రా తమిళనాడు బార్డరు గ్రామాల్లో వూరికి వొకటి రెండు యిండ్లుగా మాత్రమే వుంటారు. చిత్తూరుకి పది మైళ్ళ దూరంలో వుండే పొన్న అనే వూర్లో గ్రామ కరణానికి రెండో కొడుకుగా పుట్టిన దేవశిఖామణికి టీచరుద్యోగం చేయక తప్పలేదు. పెద్దకొడుక్కు కరిణీకం సంక్రమించడమే అందుకు కారణం.

దేవశిఖామణి చిత్తూరు బోర్డు స్కూల్లో చదువుతున్నప్పుడే వాళ్ళ నాయన పోయాడు. అన్న సహాయంతోనే అతను యెస్సెల్సీ అయ్యాక టీచరు ట్రయినింగ్ కూడా చదివాడు. ఫస్టు పోస్టింగుగా అతడ్ని వేలూరుకు పదకొండు కిలోమీటర్ల దూరంలో వుండే చిత్తపార అనే పల్లెటూర్లో సింగిల్ టీచరుగా పంపారు.

అప్పట్లో యాభైరెండు రూపాయల జీతముండే టీచరుద్యోగంలో చేరాక దేవశిఖామణి వాళ్ళూరికి తరచుగా మాత్రమే వెళ్ళేవాడు. యింతలో ముసలిదైన వాళ్ళమ్మగూడా పోయింది. వొక ఆదివారం నాడు పొన్నకు వెళ్లివస్తూ దారిలో కాట్పాడిలో తగులుకుపోయాడతను. అక్కడినుంచీ చిత్తపారకెళ్ళే చివరి బస్సు తప్పిపోవడంతో కాట్పాడి రోడ్డుపైన యెటుపోవాలో తోచక నిలబడిపోయాడు. అప్పటికావూర్లో హోటళ్లలాంటివి కూడా లేవు. ఆశ్రయమనేదెక్కడుందో తెలియక రోడ్డుపైన గమ్యం లేకుండా తిరగసాగాడు.

అప్పుడతనికి దూరంగా వో పెంకుటింటి ముందు దీపం కనిపించింది. ఆరోజు తనకాయింట్లో ఆశ్రయం దొరుకుతుందనెందుకనిపించిందో, యెవరో పిలిచినట్టుగా అతనాయింటి తలుపులెందుకు చరిచాడో అతనికే తెలియదు. తెరుచుకున్న తలుపుల వెనక తానో కొత్త జీవితంలోకి అడుగుపెట్టబోతున్నాననే సంగతి అప్పుడతనికి తెలియనే తెలియదు.

తలుపులు తెరిచిన మనిషి పాస్టరనీ, ఆ యిల్లు చెర్చి అనీ అతనికా తర్వాతే తెలిసింది. "యిది దేవుడి మందిరం. యెవరైనా యెప్పుడైనా రావచ్చు," అన్నాడా పాస్టర్.

చెర్చి వెనకున్న చిన్న పెంకుటింట్లో అతిథికి భోజనం వడ్డించాక, "నా వైఫు నా కూతురింటికి పోయింది. నేనింతకంటే బాగా వండలేను," అని చెప్పాడు పాస్టర్.

పాస్టరతనికి ఆ యింట్లోనే మంచం వాల్చాడు. అర్ధరాత్రి వరకూ కబుర్లు చెప్పాడు. మరునాడు అతను వెళ్లిపోయేటప్పుడు, "వచ్చే ఆదివారం తప్పకుండా రండి," అని పిలిచాడు. అలా అతన్ని జీవితంలో ప్రేమగా పిలిచిన మొదటివ్యక్తి అతనేనట!

దేవశిఖామణి మరసటి ఆదివారం ఆ యింటికెళ్లాడు. పాస్టర్ దేవసహాయం భార్య అతడికోసం ప్రత్యేకమైన వంటలు వండింది. మూడోసారి వెళ్ళినప్పుడు పళ్ళూ కూరగాయలూ తీసుకెళ్ళాడతను. వొక ఆదివారం వెళ్లకపోతే, "నీ కోసం చాలాసేపు

యెదురుచూసినాను," అనేవాడు దొరికాడు. పాస్టర్ భార్య అతడ్ని "అన్నా!" అని పిలవసాగింది.

మూడు నెలల తర్వాత, "రేపు మద్రాస్ వెళ్తున్నాను. నువ్వూ రారాదా," అని పాస్టరతడ్ని పిలిచాడు. రెండు రోజుల లీవుపైన మదరాసుకతడు ఆటవిడుపులా బయలుదేరినప్పుడు, ఆ ప్రయాణం తన జీవితానికి పెద్ద మలుపు కాబోతోందని దేవశిఖామణికి తెలియదు.

మదరాసు ట్రిప్లికేన్‌లో చెర్చి వెనకుండే పాస్టర్ క్వార్టర్సులో ప్రతిరోజూ పండగలాగే వుంటుంది. ఆ యింట్లో అతిథులు సొంత మనుషులకంటే ధీమాగా తిరగతారు. అందరూ కలిసి అన్ని పనులూ చేసుకుంటూ తీరిక దొరికినప్పుడంతా బైబులు చదువుకుంటారు.

సన్నగా పొడుగ్గా, పీలగా వున్న అమ్మాయిని దేవశిఖామణికి పరిచయం చేస్తూ, "మా సుగుణకు బైబులు నోటికొచ్చు.. చికెను వొండిందంటే యింక చెప్పాల్సిన పనిలేదు," అన్నాడు అక్కడి పాస్టర్ విజయరత్నం.

"అప్పుడు మీ అమ్మ ముఖం నీరసంగా బాలింత ముఖం మాదిరిగా వునింది. యెప్పుడూ సరిగ్గా కడుపునిండా తినదనీ, వద్దన్నా అన్ని పనులూ చేసి అలిసిపోతుందనీ చెప్పినాడా పాస్టర్," అని సుభాష్‌తో వాళ్ళ నాన్న తర్వాతెప్పుడో చెప్పాడట!

మదరాసుకు రెండోసారి ఆమెను చూడ్డానికే వెళ్తున్నానని యెవరైనా కనిపెడతారేమోనని అతను భయపడ్డాడట! అయితే తీరా వెళ్ళాక సుగుణ గూడా తనను ప్రత్యేకంగా చూస్తోందని తెలిసి చెప్పలేనంతగా సంతోషపడ్డాడట! ఆమెతో మాట్లాడడం కోసమే మొదటిసారిగా అప్పుడతను బైబులు తెరిచాడట!

"మా అప్ప బతికుండేటంవరకూ దినాంమూ స్నానమవతానే పూజ చేసేవాడు. అరజాన పొడుగుండే వినాయకుడి విగ్రహాన్ని మేము పిళ్లారి అని పిలిచేటోళ్లం. అయన కులదేవుడు. ఆ పిళ్ళారిని మా నాయన దినమ్మా కడిగి గంధం బొట్లు పెట్టి పూలు పెట్టి పూజచేసేవాడు. శుక్లాం బరధరం అంటా శ్లోకాలు చదివేవాడు. అప్ప తర్వాత మా అన్న పూజచేసే పని అందుకున్నాడు. వాళ్లిద్దురూ నొసటన విబూది పట్టెలు దిట్టంగా గీసుకునేవాళ్ళు. దీపావళికి, వినాయకచవితికి వ్రతం యిడవకుండా చేసేవాళ్ళు. నేనెప్పుడైనా వాళ్ళు పిలిస్తే పోయి దండం పెట్టుకునేటోన్ని. దేవుడూ, పూజా, భక్తీ అనే విషయాల్ని నేనప్పుడు పట్టించుకునిందే లేదు. బైబిలును ప్రాణం మాదిరిగా అనుకోని మనస్సంతా పెట్టి చదివే మనుషుల్ని తొలీగా మదరాసుకు పొయినప్పుడే చూసినాను. అంతకుముందు అర్థం గాని వేదాంతాలు మాట్లాడే స్వాముల్ని చానామందినే చూసినాను. కానీ మంచి, చెడ్డ, పాపం, ప్రేమ, పచ్చాత్తాపం, యీ మాదిరి మామూలు విషయాల్ని

గురించి చెప్పే పుస్తకాన్ని అప్పుడే తొలిసారిగా చూసినాను," అని సుభాష్‌తో వాళ్ళ నాన్న చెప్పాడట.

సుభాష్ ఆ సంగతి చెప్పినప్పుడు, మంచి వయసులో వున్న ఆ మనిషిని బైబులుకంటే ఆ సుగుణే యెక్కువగా ఆకర్షించి వుంటుందని నాకర్థమైంది. ఆమె కోసమనే చాలా క్రిస్టియన్ ఫిలాసఫీ పుస్తకాలనప్పుడతను చదివినట్టున్నాడు. ఆమె కోసమనే అక్కడున్నవాళ్ళతో బైబులు గురించిన చర్చలు చేసినట్టావున్నాడు. ఆమె తనను గౌరవించే కొద్దీ అతను బైబులును మరింత గట్టిగా అధ్యయనం చేసినట్టున్నాడు.

"నీలాంటివాడు లూతరిన్ కాలేజీలో చదివితే మాస్టరాఫ్ డివినిటీ మూడేండ్లలో వచ్చేస్తుంది," అని ఫాదర్ విజయరత్నం మెచ్చుకున్నాడట! అప్పుడు అతను "పాస్టర్లకు టీచర్లకంటే జీతం యెక్కువగా వస్తుందా?" అని మాత్రమే అడిగాడట!

"పాస్టర్ పని వుద్యోగమనుకుని చేసేదిగాదు. జీతం వుంటాది. తియాలజిలో పండితుడైన పాస్టరుకుండే గౌరవం వేరే! గొఱ్ఱెలైన మనుషుల్ని దారిలోకి తోలే పశువులకాపరి అతను," అనినాడంటా ఫాదర్.

వుద్యోగానికి లాంగ్ లీవు తీసుకున్నాక కాలేజీలో చేరతానన్నాడంట అతను. అయితే ముందుగా బాప్టిజం తీసుకుంటేనే కాలేజీలో సీటొస్తుందని ఫాదరన్నాడు. దేవశిఖామణి బాప్టిజం తీసుకుని, యెస్‌డీమణిగా మారి తియోలాజికల్ కాలేజీలో చేరిన సంగతి వాళ్ళన్నా వదినలకు తెలియదు.

కాలేజీలో చేరిన ఆరునెలల తర్వాత ఫాదర్ విజయరత్నంతో "నేను సుగుణను మ్యారేజ్ చేసుకోవాలనుకుంటున్నాను," అన్నాడట మణి.

"ఆమె గురించి అన్నీ తెలుసుకునే అడుగుతున్నావా?" అని మాత్రమే అడిగాడట ఫాదర్.

"అన్నీ తెలుసు. ప్రభువు ఆశీర్వాదం కావాలంటే ఆమె లాంటిదాన్నే చేసుకోవాలి," అన్నాడట మణి.

ఆ ఫాదర్ మణిని ఆ మాట యెందుకడిగాడో సుభాష్‌కెప్పటికీ తెలియదనీ, దాని వెనకున్న విస్తుపోయే నిజం నన్ను నిలువునా వూపేస్తుందనీ సుభాష్ పెళ్ళి జరిగిన రోజున మాత్రమే నాకు అర్థమయ్యింది.

"రికవరీ క్రూసేడ్స్‌లో మొత్తం సౌతిండియాలోనే మా నాన్నకున్నంత పేరు యింకెవరికీ లేదు. తియాలజీలో, బైబిల్లో ఆయన యెక్స్‌పర్ట్. యింటర్నేషనల్ కాంగ్రిగేషన్ల నుంచీ ప్రతి

సంవత్సరమూ ఆయనకు యిన్విటేషన్‌లొస్తాయి," అని చెప్పాడు సుభాష్ పరవశంగా.

"ప్రీచింగ్‌లోనే గాదు, ప్రాక్టీస్‌లోనూ మా నాన్న యింపేకబుల్. వారసత్వంగా వొచ్చిన నాలుగెకరాల నేలను వాళ్ళన్నకే యిచ్చేసాడు. వాళ్లకు చెప్పకుండా మతం మారాడని మా పెద్దనాన్న, పెద్దమ్మా కొన్నేండ్లు ఆయన ముఖమైనా చూళ్ళేదు. కానీ వాళ్లకు డబ్బులవసరం వస్తానే వెతుక్కుంటూ వచ్చారు. వాళ్ళ కొడుకులిద్దర్నీ మా నాన్నే చదివించాడు," అని సుభాష్ చెప్పినప్పుడు, "మతం కంటే అవసరమే బలమైంది," అని చెప్పాలనుకున్నాను.

ఆస్తులు తక్కువగా వున్నవాళ్లకేగొడవలూ రావనీ, దండిగా ఆస్తులున్న అన్నదమ్ములు పంపకాలప్పుడు దాయాదులై కాట్లాడుకుంటారనీ అతడికర్థమయ్యేలా చెప్పాలనిపించింది. అయితే ఆ విషయాన్ని నా వాడే అయిన మనిషొకడు నాకంటే బాగా సుభాష్‌కు చెప్పబోతాడని నాకప్పుడు తెలియదు.

2

కారు బఫెలో నుంచీ నయగరాకెళ్తున్నప్పుడు, "వయస్సులో చిన్నోడైనా మీ ఫాదర్ నాకంటే ముందుగా పెళ్లి చేసుకున్నాడు. కావాల్సిన అమ్మాయిని వెతికి పెండ్లి చేసే పేరెంట్సు వానికున్నారు. నేనయితే అన్నీ నేనే చేసుకోవాల్సి వచ్చింది," అని వాపోయినాను.

పక్కనే కూచున్న నా వైఫు, "దానివల్ల మీరు పోగొట్టుకున్నదేం వుంది? వచ్చిందంతా లాభమే గదా!" అంది విసురుగా.

ఆమె అక్కడే వుందనే విషయాన్ని కాస్సేపు మరచిపోవటమే నా తప్పు. సుభాష్ గురించిన కొన్ని విషయాలు హర్షాకు గానీ, నా వైఫుకు గానీ చెప్పలేనని అనుకోగానే నీరసపడిపోయాను.

మద్రాసు ట్రిప్లికేన్‌లో సుభాష్ మ్యారేజీ జరిగినప్పుడు అక్కడ వెంకటయ్య రూపంలో పెద్ద షాక్ తగులుతుందని తెలియదు నాకు.

నేను చూసిన ఫస్టు క్రిస్టియన్ మ్యారేజీ అదే! ఆల్ సెయింట్స్ చెర్చికి ఆరోజు అందరూ ధనవంతులే వచ్చారు. పెళ్ళికొడుకు ఫ్రెండ్సుగా మాకందరికీ చెర్చిలో ఫస్టు బెంచీలోనే సీట్లు యిచ్చారు. కోట్లు తొడుక్కున్న మగవాళ్ళూ, పట్టుచీరలతో ఆడవాళ్ళూ, చెర్చంతా సెంటు వాసనతో గుమ్మెత్తిపోయింది. క్రాసు ముందున్న స్టేజీ పైన పొడుగు తెల్లకోట్లపైన వూదా రంగు కండువాలేసుకున్న పాస్టలిద్దరు అరవంలో బైబులు చదివారు.

తెల్లగా పాలనురుగు మాదిరున్న గౌనులో పెళ్లికూతురు మెరిసిపోయింది.

నల్లకోటులో సుభాష్ వెలిగిపోయాడు. వాళ్ళు వేళ్ళకున్న రింగుల్ని మార్చుకున్నాక పెళ్ళయిపోయిందన్నారు. నూతన వధూవరులనందరూ గ్రీట్ చేయసాగారు.

జనాల్ని తోసుకుంటూ వెళ్లి సుభాష్‌తో చెయ్యి కలిపి కంగాచ్యులేషన్స్ చెప్పాను. "భోజనం చెయ్యకుండా వెళ్లొద్దు. నేనూ వస్తాను డైనింగ్ దగ్గరికి," అన్నాడతను.

ఆ జనాల హోరు నుంచీ తప్పించుకుని చెర్చి బయటికొచ్చి వొంటరిగా నిలబడ్డాను. నా భుజంపైనొక చెయ్యి పడింది. తిరిగి చూసాను.

పొడుగ్గా, లావుగా గుబురుగా వుండే నలుపూ తెలుపూ మీసాలతో, తెల్ల పంచె, తెల్ల జుబ్బాల్లో, నన్ను పలకరించిన ఆ ముసలాయన నవ్వు నాకు చాలా పరిచయమైందిగా అనిపించింది.

"బాగుండావా చిన్న నాయుడూ! నిన్నిక్కడ చూస్తాననుకోలేదు. రావాల్సిన తావుకే వచ్చినావు," అన్నాడాయన.

"నువ్వా వెంకటా? యిన్నేండ్లకు యిట్లా యిక్కడ..." అని ఆశ్చర్యంతో నోరు తెరిచేసినాను.

"గుర్తుపట్టవేమోననుకున్నాను. యెంతయినా తొలి సావాసకాపును గదా నేను! నిన్ను చూస్తే మీ నాయన్ను చూడాల్సిన పన్లేదు," అంటా వాడు నన్నట్లనే అబ్బలించుకోబోయినాడు. కానీ అంతలోనే అక్కడే ఆగిపోయి, "యిప్పుడే వస్తానిక్కడ్నే వుండు. నిన్ను చూడాల్సిన మనిషి యిక్కడింకొకరుండారు," అనేసి మళ్ళా జనంలో కలిసిపోయినాడు.

నా చిన్నతనంలో మా చిన్నరంగసముద్రం కాపుపల్లెకు మైలుదూరంలో వుండే మాదిగపల్లె నించీ వెంకటయ్యా, మాలపల్లెనించీ రాఘవుడూ, గోవిందుడూ సేద్యగాళ్ళుగా మా యింటికి ప్రతిదినమూ వచ్చేటోళ్లు. పశువుల్ని మేతకు తోలుకెళ్ళటమూ, పొలాలు దున్నటమూ, తోటలకూ పొలాలకూ నీళ్లు కట్టడమూ, అట్లా సంవత్సరం పొడుగునా రోజూ వాళ్లకు బిడువులేకుండా పనులుండేటివి. పొద్దన సద్దీ, మధ్యానాల్లో సంగటీ వాళ్లకు మా యింట్లోనే. పంటలు కోసినప్పుడు వాళ్లకు మేము మాన్యంగా వడ్లు గొలిసిచ్చేటోల్లం. మా యింటికొచ్చే ముగ్గురు సేద్యగాల్లల్లో వెంకటయ్య నాకు సేవకుడిగా మాత్రమే గాకుండా స్నేహితుడిగా కూడా వుండేవాడు.

చిన్నప్పుడు నాకు బొంగరాలు చెక్కిచ్చినవాడూ, నాకు గుర్రంగా ఆడేవాడూ, జిల్లా కోడీ చేసిచ్చినవాడూ, జెముడుతుండ్లు గట్టి నాకు కీనేరు బాయిల్లో యీత నేర్పించినవాడూ, వాడే! వాడు చెప్పే కావమ్మా కథా, ముగ్గురు మరాఠీల కథా, బాల నాగమ్మ కథా, వాటికంటే

భయంగా వుండే మిత్తవలూ, కొరివి దెయ్యాల కథలు నాకు భలే యిష్టం. శెనిగచెట్లు పెరికే దినాల్లో వానితో బాటూ రాత్రుల్లో చేన్లోనే పడుకోవాలని మొండికేసేవాడ్ని.

నేను హైస్కూలులో చేరేటప్పటికి మిగిలిన యిద్దరూ నిలిచిపోయి వెంకటయ్యే మాత్రమే సేద్యగాడుగా మిగిలినాడు. "వాళ్ళకంతా వొళ్ళు బరువైపోయిందిరా. పొగురుబట్టింది. యిక్కడుండే కట్టె అక్కడ పెట్టరు గానీ కడుపులు మాత్రం మాసంద్రం తూములయిపోయినాయి. అందుకే వాళ్ళిద్దర్నీ తరిమేసినాము," అన్నాడు మా నాయన.

అయితే మా నాయన చెప్పకపోయినా జరిగిందేందో నాకు ఆ తర్వాత తెలిసింది. నా చిన్నతనంలో మా యింటి పెరట్లో నాలుగు ఆవులూ, అయిదు యెనుములూ వుండేవి. మా మడిలో వడ్లూ చెరుకూ పండేది. చేన్లో శెనిగచెట్లుతో బాటూ కందులూ, మినుములూ, వులవలూ పండేవి. చెరువు నిండిందంటే రెండు ఫలితాలకు నీళ్లుండేవి. వరినాట్లూ, మడికి నీళ్లుగట్టడాలూ, చెరుకు నాట్లూ, చెరుకు గాని గాడదమూ, చేన్లలో దున్నకాలూ, యిత్తనాలు చల్లడాలూ, శెనిగచెట్లు పీకడాలూ, యిట్లా సంవత్సరం పొడుగునా చేతుల్నిండా పనులుండేవి. ముగ్గురు సేద్యగాళ్లు చాలకుండా మాలమాదిగ పల్లెలనించీ కూలీల్ని పిలుచుకుంటా వుంటిమి. యింట్లోవుండే ఆడోళ్లకు కూలీలకు సద్దిపోయడానికీ, సంగటి కెలకడానికీ తలకుమించిన పని వుండేది. ప్రతి యింట్లోనూ చేదబావిలో అయిదారు మట్లలో నీళ్లుండేవి. వూరి చుట్టూ కీనేరు బావులుండేవి. యెండల కాలంలోగూడా బావుల్లో పిల్లకాయలు యీతలు గొట్టేవాళ్లు.

నేను పదోతరగతికి వచ్చేసరికి మా వూరికి నాలుగు కిలోమీటర్ల కవతల బోడిగుట్టపల్లె దగ్గర రెండుగుట్టల్ని కలపతా కట్టగట్టి చింతలేరుకు చెక్ డ్యాం గట్టేది మొదలుపెట్టినారు. నేను యింటెర్మీడియట్కొచ్చేటప్పటికి అది పూర్తయ్యింది. చెక్ డ్యాం అడ్డంగా రాగానే నీళ్లన్నీ అక్కడే ఆగిపోయినాయి. అక్కడినుంచీ పారి కాణిపాకం దగ్గర చెయ్యేరులో కలిసే చింతలేరులో వానలొచ్చినపుడు గూడా నీళ్లు పారేది ఆగిపోయింది. యేరెండిపోయి, యిసుకలు తోడేసి, నామరూపాలు లేకుండా అయిపొయింది.

చెక్ డ్యాం గట్టినాక బోడిగుట్టపల్లె దగ్గర కొన్ని నూర్ల యెకరాలకు నీళ్లంది అక్కడుండే రైతులు బాగుపడినారు. యింతకు ముందు అది పారతా వుండిన యాభై మైళ్ళ దూరంలో వుండే భూముల్లోనంతా వూటలెండిపోయి, బావులూ చెరువులూ యెండిపోయి వేల యెకరాలకు నీటి ఆసరా తగ్గిపోయింది. యేటినుంచీ చెరువులకు నీళ్లు తెచ్చే కట్టుకాల్వలు యెండి పూడిపోయినాయి. చెరువుల్లో పాలసంద్రం చెట్లు బలిసిపోయినాయి.

మా చిన్నరంగ సముద్రంలో రైతులు మడీ చేనూ అనే తేడాలు లేకుండా అన్నిట్లో శెనిగ చెట్టే యేసేది మొదులుబెట్టినారు. నీళ్లకోసం ఆకాశానికెగజూసినారు. నీళ్ళూ గడ్డీ

తగ్గిపోవడంతో పశువుల్ని అమ్మేసినారు. సేద్యం పనులు తగ్గిపోవడంతో సేద్యగాళ్ళను వదిలించుకున్నారు. అట్లా మా నాయిన వదిలించుకున్న ముగ్గురు సేద్యగాళ్ళలో వెంకటయ్య చివరివాడు.

వొంటరిగా నిలబడి బితుకుబితుకుమని చూస్తున్న నాదగ్గరికి పట్టుచీరలో వున్న నడివయసు ఆడామెను తీసుకొచ్చిన వెంకటయ్య, "గుర్తుపట్టినావా సుగుణా! వెంకటసుబ్బానాయుడి పెద్ద కొడుకు చిన్నబ్బ నాయుడు," అని నన్ను ఆమెకు పరిచయం చేసాడు. వెంకటయ్య నోట్లోనుంచీ ఆ పేరు రాగానే నేను వులిక్కిపడ్డాను. యెర్రగా పొడుగ్గా వున్న సుగుణమ్మను నేను మొదటిసారి చూడ్డం అదే!

ఆమె నన్ను కళ్ళార్పకుండా చూసి పెద్దగా నిట్టూర్చింది. యింతలో యెవరో "పెళ్ళికొడుకు తల్లి యిలా వచ్చేస్తే యెలాగమ్మా? అక్కడ ఫాదర్ నీకోసరం వెతకతావుండాడు," అని ఆమెను లాక్కుపోయారు.

నా చుట్టూ యేమి జరుగుతోందో అర్థం గాలేదు. గుండె పెద్దగా కొట్టుకుంటోంది. షామియానాల కింద మనుషులు బొంగరాల్లా తిరుగుతున్నారు. కాలేజీ ఫ్రెండొకడు భోజనాల దగ్గరికి లాక్కుపోయాడు. అందరూ లొట్టలేసుకుంటూ బిర్యానీ తింటున్నారు. స్నేహితుల్ని పలకరించుకుంటూ వచ్చిన సుభాష్ నా దగ్గర ఆగి, "మా మామ మా మమ్మీని నీకు పరిచయం చేశానని చెప్పాడు. అయన నీకెలా పరిచయం?" అని అడిగాడు.

సమాధానంగా నేనేమి గొణిగానో నాకు తెలియదు. "భోజనమయ్యాక చెర్చిలోకి రా. మా నాన్నను పరిచయం చేస్తాను," అంటూ సుభాష్ వెళ్ళిపోయాడు.

అవతలి బెంచీల దగ్గర కూర్చుని తింటున్న వెంకటయ్య నాకేసి చూసి చెయ్యి వూపుతున్నాడు. వెనుక బెంచీల దగ్గర సుగుణమ్మ యెవరితోనో నవ్వుతూ మాట్లాడుతోంది.

పదోతరగతి పరీక్షలు రాసేసాక సెలవుల్లో చేనులో వామి దగ్గర పడుకున్నప్పుడు, "సుగుణమ్మ అంటే యెవర్రా వెంకటా?" అని అడిగినాను.

పొరబాటున కాలిన గరిటెను పట్టుకున్నట్టుగా వెంకటయ్య మంచం పైన్నుంచీ యెగిరి దూకి, "రాత్రి కల్లుదాగిన కైపులో యేమయినా కూసినానా చిన్ననాయుడూ? అదంతా వులాక్కచ్చి. నువ్వు కథ చెప్పమన్నప్పుడు యేదేందో కవిగట్టి చెప్పుంటాను. అదంతా నిజమనుకొని నోరు జారద్దు. మీ నాయన చెవుల్లో పడిందంటే నన్ను నరికేస్తాడు," అని యేడవబోయినాడు.

అయితే ఆ ముందు రోజు రాత్రి ఆకాశంలో చంద్రుడు భళ్ళుమని వెన్నెల కురిపిస్తా వుండేటప్పుడు, కావమ్మ కథను సగంలో ఆపేసి కలవరిస్తా వుండేటట్టుగా అతుకులు

అతుకులుగా వెంకటయ్య చెప్పిన సుగుణమ్మ కతను మరవలేకపోయినాను. అప్పటినుంచీ మాల మాదిగపల్లెల నుంచీ వచ్చే మనుషులు తమాషాగా మాట్లాడే మాటలకూ, వూర్లో రచ్చబండ దగ్గర చేరే పోసుగోలు వాళ్ళు చేసే యెకసెక్కాలకూ నాకు రెండో అర్థమేదో వినబడింది.

వొకరోజు తాగి తూలతా కనబడిన మిద్దిన్టి సుబ్రమణ్యం నాయుడుకు రెండు పొడుగు సిగరెట్లిచ్చి ఆ రహస్యమేదో చెప్పమని పట్టుకున్నాను.

మా నాయన కంటే నాలుగైదేండ్లు పెద్దోడైన ఆ పెద్దాయన తాగిన మత్తులో మాటలు తత్తరకపోతావుండంగా, నాకు కండ్లుతిరిగిపోయ్యే విషయాలు బయటబెట్టినాడు. "మీ నాయిన్ని యిప్పుడేం జూసినావురా! ప్రాయంలో వుండేటప్పుడు చూసుండాల. తాగి మాట్లాడ్తావుండాననుకోవద్దు. యిదే మాట తాగకుండానే రచ్చబండకాడ జెప్పే దమ్ము నాకుండాది," అని మిద్దిన్టి సుబ్రమణ్యం నాయుడు తొడగొట్టినాడు.

ఆయన మాటల్లో చెప్పాలంటే మా నాయినా, మా పెద్ద నాయినా యిద్దురూ మొగలాయిలే! మా తాత కాలమైపోయినాక, మా పెదనాయిన పెండ్లాం కొంగుపట్టుకొని వాళ్ళత్తగారి వూరు జేరిపోయినాక, చిన్నవయసులోనే మా నాయన సంసారాన్నీ, సేద్యాన్నీ వొంటిచేత్తో నిలవరించినాడు. పొడుగ్గా, దిట్టంగా వుండే మా నాయన తెలివిలో గూడా తక్కువైనోడు గాదని పేరెత్తుకున్నాడు. నవనవలాడే ఆ వయసులో ఆయన గెనిమ పైన కూర్చోని యజమాయిషీ చేస్తావుంటే కూలీకొచ్చిన మాలమాదిగ ఆడోళ్లు రెండింతల పనిచేసేటోళ్లు. రెండర్థాల మాటలతో సరాగమాడే ఆయనకు తగ్గకుండా వాళ్ళు అంతే చురుగ్గా జవాబులు చెప్పేటోళ్లు. ఆయన పోకనాలు తప్పుదారిలోకి పొయినాయని తెలస్తానే మా అవ్వ వెంటనే పెళ్లి చేసేసి, పోట్లగిత్తకు ముకుదాడు తగిలించేసినానని సంతృపిపడిపోయింది. ఐతే పెళ్లామొచ్చినాక గూడా ఆయన ఆ చిరుతిళ్ళు మానలేదని ఆమెకు తెలియదు. మా అమ్మ నన్ను కనడానికని మా అమ్మమ్మా వాళ్ళ వూరికెళ్ళినప్పుడు సుగుణమ్మ తెరపైకి వచ్చింది.

"పొడుగ్గా యెండిపోయిన మల్లెతీగ మాదిరుండే ఆ పజ్జెనిమిదేండ్ల పిల్ల వెంకటయ్యకు సొయానా పింతల్లి కూతురు. ఆ పిల్ల యెప్పుడూ దుడ్డుకు కటకట పడతావునింది. మీ నాయినాపిల్లకు కొంచెం కొంచెంగా దుడ్డు రుచి జూపించినాడు. రోగిష్టిదైన ఆ పిల్లతల్లికి కండ్లముందరుండేదే కనబడదు. మొత్తానికా పిల్ల మీ నాయన్ను నమ్మింది. గీత దాటతా వుండానని దానికి తెలవదు. ఆ పిల్లకు ముట్లు ఆగిపోయినాయనే యిషయం ముందుగా ఆ ముసిల్దానికే తెలిసింది. అయితే దాన్ని రగస్యంగా పెట్టుకోవాలనే యింగితం దానికి లేదు. వాళ్ళ పల్లెల్లో యిట్లాంటి గొడవలు కొత్తగాదు. పెండ్లికిముందే యిట్లా కడుపులు

దీసుకునేదీ, మారుమనువులు జేసుకునేదీ అంతా ఆడ మామూలే. ఆ ముసిల్ది వాళ్ళూరి పెద్దమనుషుల దెగ్గిరికి పొయింది. వాళ్ళు ఆ పిల్లనే తిట్టి దానికేదైనా సగాయం చెయ్యమని మీ నాయనదెగ్గిరకి రాయబారం అంపించినారు. ఆ విషయం కాపు పల్లెను అగ్గిమాదిరి తాకింది. ఆరు నెలల కొడుకునెత్తుకోని మీ అమ్మ పరిగెత్తి వచ్చేసింది. మీ నాయిన మాదిగపల్లె పెద్దమనుషులకు ముక్కల దాకా సారాయి పొయ్యించి అయిదువేలిచ్చి దాంతో ఆ బెడదనించీ పారిపొయినాడు. సుగుణ తల్లితో గూడా వూరిడిసిపెట్టి పోయిందని తెలిసినాక, మీ నాయిన ఆ పెద్ద మనుషులకింకో చుట్టు సారాయి పొయించినాడు," అని చెప్పినాక సుబ్రమణ్యం నాయుడు పరవశంగా నవ్వేసినాడు.

"భారతంలో అర్జునుడొకటీ మీ నాయినొకటీ గాదురా అయిలూ. పొయిన తావులోనంతా వొక రాణిని పెండ్లాడి ఆమెకో బిడ్డను గనిచ్చినాక గానీ అర్జునుడు తిరుక్కోని రాలేదు," అని అదంతా తన ప్రతాపమే నయినట్టుగా ఆ ముసలాయన తెల్లమీసాల్ని తిప్పినాడు.

పెళ్ళి భోజనం దిగకపోవడంతో ఆకును మడిచేసి బయటికొచ్చేసినాను. దూరంగా మీసాల్ని మునిపంటితో కొరుక్కుంటూ మాట్లాడుతున్న సుభాష్ కనిపించగానే, అదే అలవాటున్న మనిషి వెంటనే గుర్తుకొచ్చాడు. యెవరో తరుముతున్నట్టుగా పరిగెత్తి, కనబడిన ఆటో యెక్కేసాను.

3

బఫెలో నుంచీ నయాగరాకు వెళ్తున్నప్పుడు నేను హర్షాతో, "మా పెద్దనాయన కొడుకులు ఆయన భాగానికొచ్చిన నేలను అమ్ముతా వుంటే నేనే పోటీపడి కొనేసినాను. యింకెవురూ వాళ్ళడిగినంత రేటు యివ్వకపోవడంతో వాళ్లకు నాకే అమ్మక తప్పలేదు. ముసునూరులో ఆమెకిచ్చిన మూడెకరాలనమ్మేసి అది బేరం జేసినానని నా వైపుకు కోపంగా వుంది. కానీ తప్పలేదు. మొత్తం భూమిలోనంతా మామిడిచెట్లే పెట్టేసినాను. ప్రతి సమత్సరమూ కాపును యేదో వొక పల్పు ఫ్యాక్టరీకి అమ్ముతా వున్నాము. మీ డాడీకి తిరుపతిలో, మదనపల్లెలో పెద్ద తోటలున్నాయి. అందుకని సగం సగం షేరేసుకుని మనమే ఫ్యాక్టరీ కడదామని మీ డాడీకి చెప్పాను. సుభాష్ కూడా సరేనన్నాడు. అన్నీ కుదిరితే తిరుపతి దగ్గరో, చిత్తూరు దగ్గరో కట్టాలని ప్లాను చేస్తున్నాము," అని చెప్పాను.

"గుడ్ లక్ టు బోత్ ఆఫ్ యూ అంకుల్," అన్నాడు హర్షా.

కాసేపు ఆలోచనలో పడ్డాక, "తెలియని శక్తేదో మనల్ని నడిపిస్తోంది అనిపిస్తోంది హర్షా! మీ డాడీనీ నన్నూ అదే గట్టిగా ముడిబెట్టేసిందనిపిస్తోంది. తప్పించుకొని పోవాలన్నా పోలేము," అని, నోరు జారానని తెలియగానే, నవ్వేసి దాన్నో జోకులా అనుకునేలా చేసాను. "మా లైఫ్‌లు రెండూ ప్యార్లల్‌గానే జరగతావుండాయి."

సుభాష్ పెళ్లి జరిగాక మళ్లీ అతడి ముఖం చూడకుండా జాగ్రత్తపడ్డాను. కానీ ఆరు నెలలకంతా హైదరాబాదు హెడ్డాఫీసులో యెదురుపడక తప్పలేదు. "ఆ రోజలా మాయమైపోయావేమిటి నాయుడూ? మా మామ కూడా నీకోసం చాలాసేపు వెతికాడు," అన్నాడతను.

"అర్జెంటుగా మా వూరికెళ్ళాల్సొచ్చింది. అందుకని," అంటూ మాటల కోసం వెతుక్కుని యింతలో సరయిన అబద్ధం దొరగ్గానే, "మా నాయనప్పుడు ఆస్పత్రిలో వున్నాడు. ఆయన కాలమైపోయి నాలుగు నెలలైపోయింది," అన్నాను.

"అయ్యో! అలాగా నాయుడూ! నాకు యిన్ఫార్మ్ చేసుంటే వచ్చేవాడిని. మీ ఫాదర్ని చూడాలని అనుకుంటూనే వున్నాను. నాకా అదృష్టం లేకుండా పోయింది," అని నొచ్చుకుంటున్న సుభాష్‌ను ఆశ్చర్యంగా చూసాను.

"కళ్యాణమొచ్చినా కక్కొచ్చినా ఆగవంటారు. గుండు మాదిరున్నాడు మా నాయన. రాత్రి జమ్మని తినేసి పండుకున్నాడు. తెల్లార్తో లెయ్యలేదు. అర్ధరాత్రిలో యెప్పుడో గుండాగిపొయ్యిందన్నారు. మా పెద్దనాయిన నాలుగేండ్ల ముందు అట్నే పోయాడు. ఆయనకూ మా నాయనకూ క్షణం పడేదిగాదు. నా తమ్ముడు నన్ను చూస్తే కండ్లల్లో నిప్పులు పోసుకుంటాడు. మా పెద్దనాయిన కొడుకులు మా నాయన దివాసాలకొచ్చి తలపైన నీళ్లు చల్లుకొని గూడా పోలేదు. మా యింట్లో గుండెనొప్పులూ, దాయాదుల కొట్లాటలూ వంశపారంపర్యంగా వస్తావుండాయి. నాక్కూడా హార్ట్ ప్రాబ్లమేమైనా వుండేమో అని పీరియాడికల్ టెస్టులు చేసుకుంటా వున్నాను."

సుభాష్ నా చేయి పట్టుకుని, "అనవసరంగా ప్యానిక్ గావద్దు నాయుడూ! జీన్సు మదర్ సైడు నుంచీ గూడా వస్తాదంటాది సైన్సు," అన్నాడు.

నా మాటలు తిరిగి నాకే తగిలినట్టయ్యి బెంబేలుపడ్డాను. సుభాష్‌లో నేనొకసారి మాత్రమే చూసిన సుగుణమ్మ పోలికలే గాకుండా నాకు తెలిసిన యింకో వ్యక్తి పోలికలు గూడా వున్నాయన్న అనుమానం నన్ను వెంటాడింది.

నయాగరా నుంచీ తిరిగొస్తున్నప్పుడు, "నాకు వాటర్ కావాలి హర్షా," అంది నా వైఫు. హర్షా కారాపి, షాపుదగ్గరికెళ్ళాడు.

"ఆ అబ్బాయి పని కుర్రాడు కాదు. తన డబ్బులతో మనల్ని తిప్పుతున్నాడు. ప్రేమగా మాట్లాడ్డం నేర్చుకో," అని కసిరాను.

"కాబోయే ఫ్యాక్టరీ పార్ట్‌నర్‌లని మంచి చేసుకోడానికి తిప్పుతున్నాడు. ఆ మాత్రం పనిచేస్తే అరిగిపోడు," అని ఆమె విసుక్కొంది.

హోటల్లో లంచ్ తింటుండగా, "మీ మమ్మీ బిర్యానీ బాగా చేస్తారు హర్షా! నేను ఆఫీసు పని పైన వెళ్ళినప్పుడంతా మీ డాడీ డిన్నరుకు యింటికెళ్ళకపోతే వూరుకోడు," అన్నాను, నా వైపు ఆ మాటలు విని నైనా బుద్ధి తెచ్చుకోవాలని. ఆమె వినబడనట్టుగా ఫోజు బెట్టింది.

అయితే మొదటిసారి సుభాష్ అనంతపురంలో నన్ను వాళ్లింటికి తీసుకెళ్లినప్పుడు పెద్దగా కంగారుపడ్డాను. సుభాష్ తల్లి కులమేదో తెలిశాక వాళ్లింట్లో చెయ్యి కడగడమంటేనే నాకు కంపరమెత్తిపోయింది. యింటిముందు నేమ్ బోర్డు చూస్తూనే ఆగిపోయి, "అది నీ మిసెస్ పేరేనా?" అని అడిగినాను.

"అది ఆమె అఫీషియల్ పేరు. ఆమె పుట్టకముందే వాళ్ళ నాన్న కన్వర్ట్ అయినాడు. కానీ స్కూల్లో పేరు రాయించేటప్పుడు సంగీతారెడ్డి అని వాళ్ళ ముందు కులం పేరొచ్చేటట్టుగా రాయించాడు," అన్నాడు సుభాష్.

సుభాష్ భార్య యెదురొచ్చి, "రండన్నా! మీ ఫ్రెండు మిమ్మల్ని తలుచుకోని రోజు లేదు. మీ కాలేజీ అడ్వెంచర్లు చెప్పిందే మళ్ళీ మళ్ళీ చెప్తావుంటారు," అంది. ఆమె అసలు కులం తెలిసాక నా కంగారంతా యెగిరిపోయింది.

ఆ యింట్లో యెక్కడి సామాన్లక్కడ సర్దుకుని వుండడం చూసాక, "సుభాష్‌కు అన్నీ నీట్‌గా వుండాలమ్మా! నేను బట్టలు మంచంపైన పారేస్తాననీ, బాత్రూంలో సోపును నీళ్ళల్లో పడేస్తాననీ వేధించేవాడు. మీరెలా వేగుతున్నారో పాపం," అన్నాను.

"థ్యాంక్యూ నాయుడూ! నేను యేదీ శుభ్రంగా పెట్టనని ఆమె కంప్లయింట్. యిప్పుడు కథ అడ్డం తిరిగింది," అంటూ సుభాష్ నవ్వేసాడు.

ఆ సాయంత్రం డాబాపైన పేముకుర్చీల్లో సేదతీరుతున్నప్పుడు బీరు బాటిళ్లు తీసుకొచ్చిన సుభాష్ , "సంగీత యీ రోజు స్పెషల్ పర్మిషన్ యిచ్చింది. అయితే రాజమ్మకు తెలియకుండా తీసుకోమని కండీషన్ పెట్టింది," అన్నాడు.

"రాజమ్మెవరు?" అని అడిగాను.

"నువ్వు చూళ్ళేదు కదా! మేమిద్దరమూ ఆఫీసుకెళ్ళిపోతే మా బేబీని పట్టుకోడానికని వేలూరునుంచీ వచ్చిందామె. నా చిన్నప్పుడు నన్నెత్తుకుని పెంచిందీ ఆమే! వేలూరు

చెర్చిలో పనిచేసేదట వొకప్పుడు. యిప్పుడు మా యింట్లో మెంబరైపోయింది. లోపలిగదిలో రెస్టు తీసుకుంటోంది," అన్నాడతను.

వొక గ్లాసు బీరు తాగాక, కాస్త ధైర్యం వచ్చినట్టయ్యాక, "మీ మామ యిప్పుడెక్కడున్నాడు?" అని అడిగాను.

"అయ్యో, నీకు తెలియదా? ఆయన చనిపోయి సంవత్సరమైపోయింది," అన్నాడు సుభాష్.

నా గుండె మళ్ళీ డబ డబ లాడింది. ఆ రహస్యం తెలిసిన వ్యక్తి యిప్పుడు యింకొకరే వున్నారని స్ఫురించగానే నా గుండె కాస్త తేలికయ్యింది. కాసేపయ్యాక గానీ ఆ రహస్యం తెలిసిన యింకో వ్యక్తిగూడా వున్నారని నాకు గుర్తు రాలేదు.

అయిదేళ్ల తర్వాత కడపలో కలుసుకున్నప్పుడు, "మా నాన్నగారు ప్రభువులో నిద్రపోయారు నాయుడూ," అని సుభాష్ చెప్పినప్పుడు నాకు అర్థం కాలేదు. అలా అంటే చనిపోయాడని అర్థమని తెలిసాక, "ఆ రహస్యం తెలిసినవాళ్ళు యిప్పుడొకరే వున్నారు," అనుకున్నాను. అది జరిగి సుమారు పద్నాలుగు పదహైదేళ్లయిన తర్వాత, తిరుపతిలో కలిసినప్పుడు, "మా అమ్మగారు మా నాన్నగారిని చేరుకున్నారు నాయుడూ. డెబ్బయి నాలుగేళ్లే! నా కూతురంటే ఆమెకు ప్రాణం. అదేమో యెండీ పూర్తయ్యేదాకా మ్యారేజ్ చేసుకోనని చెప్పేసింది. దాని పెళ్లయ్యేటంతవరకైనా ఆమె బతికుంటే బావుండేది," అని బాధపడ్డాడు సుభాష్. యిప్పుడా రహస్యం తెలిసిన చివరి మనిషీ లేదని అనుకున్నాను.

నయాగరా నుంచీ తిరుగు ప్రయాణంలో వున్నప్పుడు, "నీకంటే అయిదారేళ్ళు చిన్నవాడు మా రోహిత్. బుద్ధిగా చదువుకోమని అమెరికా పంపితే యిక్కడికొచ్చి యెవరో గుజరాతీ అమ్మాయిని చేసుకున్నాడు. కొంపలు మునిగిపోయినంత ఆదరా బాదరా," అని వాపోయాను.

"ఆ అమ్మాయి ఫాదరూ, బ్రదరూ, యిక్కడ లెక్కలేనంత సంపాదించారు. మనం తపస్సు చేసినా అంతకంటే మంచి సమందం తేలేము," అని నా వైపు కసిరింది.

మాడిసన్‌లో మమ్మల్ని దిగవిడిచాక, మేము వారం తర్వాత యిండియాకు చికాగోలో ఫ్లయిట్ యెక్కేటప్పుడు వచ్చి కలుస్తానని చెప్పి వెళ్ళిపోయాడు హర్షా.

సరిగ్గా చెప్పిన సమయానికే యెయిర్పోర్టుకొచ్చాడు. అతనొచ్చేసరికి గేట్ దగ్గర నా పెద్దకొడుకు రోహిత్ మాతో పెద్దగా కొట్లాడుతున్నాడు.

హర్షాను చూడగానే "నేను వెళ్తాను. మళ్లా చెప్తావున్నా! వాడు సరిగ్గా చదువుకోకుండా

నాకు చదువు కోసం యెక్కువగా ఖర్చుపెట్టారని ఆర్గ్యూ చేస్తే నేనొప్పుకోను. ఆస్తిలో న్యాయంగా నాకు రావాల్సిన సగంలో పైసా తగ్గినా నేనొప్పుకోను. గ్రీన్ కార్డు వచ్చిందని నా హక్కునొదులుకోమంటే నేనొప్పుకోను. పేరెంట్సుకు వలపక్షం వుండగూడదు. అవసరమైతే నేను కోర్టుకైనా వెళ్తాను," అని గంట గొట్టినట్టుగా చెప్పేసి, హర్షాను పలకరించకుండానే వెళ్ళిపోయాడు.

హర్షా పాపం తలవంచుకుని, "సారీ అంకుల్, మీరేదో డిస్కషన్‌లో వుంటే నేను వచ్చేశాను," అన్నాడు.

నేను పెద్దగా నిట్టూర్చి, "దీన్లో నీ తప్పేమీ లేదులే బాబూ! అన్నదమ్ములు దాయాదులై కాట్లాడుకోడం మా రక్తంలోనే వుంది," అన్నాను. యింతలో నా శ్రీమతి చురచురా చూడ్డం గమనించి తలతిప్పుకున్నాను.

మా నాయనా, మా పెద్దనాయనలకున్న గొడవల సంగతి ప్రపంచానికంతా తెలిసిందే! అయితే మా తమ్ముడేమీ తక్కువ తినలేదు. వాడెట్లాంటోడో మా పెళ్లి జరిగినప్పుడే నా వైఫుకు తెలిసిపోయింది. వాడలా పెదవికి మించిన పళ్లు గావడానికి మా అమ్మే కారణమని ఆమె నమ్మకం.

విజయవాడ యిలాపురం హోటల్లో మా పెళ్లి నిశ్చితార్థం జరిగినప్పుడు మా తమ్ముడు చేసిన గొడవకంతా వాళ్ల చిన్నాన్న కూతురు కూడా కారణమేనంటే, ఆమె యిప్పటికీ వొప్పుకోదు.

వుద్యోగం వస్తూనే నాకు చిలకలూరిపేటలో మొదటి పోస్టింగు రాకపొయ్యుంటే యీ రేవతీదేవి పాలబడుండను నేను. యెలిజిబుల్ బ్యాచిలర్‌గా నేను దొరికేసరికి నాకు పెళ్ళిసంబంధాలు తెచ్చేవాళ్ళెక్కువైపోయారు. "మీ చిత్తూరు జిల్లావాళ్ళు పాపం అమాయకులండీ. తక్కువ కట్నానికే పడిపోతారు. మీరు జాగ్రత్త," అని కొందరు ముందుగానే వుదారంగా నాకు సలహా యిచ్చారు. మిగిలిన అన్ని సంబంధాలతో బేరీజు వేసి చూసుకున్నాకే నేనీ మునునూరు మ్యాచ్‌కి వొప్పుకున్నాను.

వాళ్లకు మేమేమీ తక్కువగాదని చెప్పడానికని స్పెషల్ బస్సు పెట్టి బంధువుల్నీ మా వూరివాళ్ళనీ నిశ్చితార్థానికి తీసుకెళ్ళాను. పెళ్లికూతురు తరఫువాళ్లంతా టౌను జనాలనీ, వాళ్ళదగ్గర మన పరువు తియ్యద్దనీ ముందుగానే హెచ్చరించాను. అంతా సక్రమంగా జరుగుతోందిలే అని కాస్త యేమారాను. అటు నిశ్చితార్థం అయ్యీ కాకముందే మా అమ్మ బస్సెక్కి కూర్చుని "యమ్మటనే వూరికి రా! అక్కడ చానా పన్లుండాయి. అవైతేనే పెండ్లి," అనింది ముఖం ముడుచుకోని. బస్సు కదలబోతుండగా విజయవాడ హోటలు ముందు

నిలబడి యేమి జరిగిందని మా వాళ్ళనొకడ్ని అడిగాను. వాడు చెప్పిన విషయం విన్నాక నాకు తలవొంపులైపోయింది.

నిశ్చితార్థానికొచ్చాక మా తమ్ముడు, పెళ్ళికొడుకు తమ్ముడుగా అంతా వాడే అయి తిరిగినాడు. అంతవరకూ బాగానే వుంది. పెళ్లికూతురు పిన్ని చెల్లెలు యెఱ్ఱగా బుఱ్ఱగా చలాకీగా కనబడితే వాడు హీరో అనుకోని మరదలా మరదలా అని పిలస్తా ఆ పిల్ల వెనకాల తిరిగినాడు. సెయింట్ మేరె కాలేజీలో డిగ్రీ చదవతావుండే ఆ పిల్ల, వాళ్ళ నాన్నకు కంప్లయింట్ యిచ్చింది. తెనాలిలో యెలక్ట్రిక్ యేజన్సీ పెట్టుకోనుండే ఆ పెద్దాయన గొడవేమీ చెయ్యలేదు. మర్యాదగానే మా వాడ్ని పలకరించి, ఆటోలో వచ్చిన అరిటాకుల్ని మిద్దెపైకి తీసుకురమ్మన్నాడు. పోతే పోనీ మన పనే గదా అనుకున్నట్టున్నాడు వీడు. వాడా పనిచేసాక ఆ పెద్దాయన వాడికో పది రూపాయల కాగితమివ్వబోయాడు. "నేనెవురనుకుంటా వుండావ్? నా పేరు దూర్వాసనాయుడు. పెండ్లికొడుకు తమ్ముడ్ని. నన్ను కూలోడనుకున్నావా?" అని మా వాడు కోపంతో యెగిరి దూకినాడు. "డిగ్రీ ఫెయిలై బలాదూర్లు దిరిగే వానికి తాహతేదో తెలవాలిగా!" అని వెనకెవరో అనడం వాని చెవిన బడిందట. ఆ తెనాలి బిజినెస్మ్యాన్ యేమీ పట్టనట్టుగా నవ్వుకుంటూ వెళ్ళిపోయాడట. దాంతో ఆకాశం విరిగి పైన పడినట్టయి మా తమ్ముడు మా అమ్మ దగ్గరికెళ్లి, "వుండే దుడ్డంతా వాని చదువులకే యెగేసి, నన్ను పనికిరాని కాలేజీలో చేర్చి అన్యాయం జేసినారు. ఆ దుడ్డువుండే పిల్ల మనింటికొస్తే నన్ను అరకాసుకు లెక్క చెయ్యదు. యీ పెండ్లికాకముందే నా భాగమేదో నాకు పంచు. లేకుంటే నేను కోర్టుకు పోతాను," అని చెప్పేసి నిశ్చతార్థమైనా చూడకుండా బస్సెక్కి మావూరికెళ్ళిపోయాడట.

మా అమ్మ కూడా మా తమ్ముడిపక్షంలో చేరి, పంచాయతీ పెద్దమనుషుల్ని పిలిపించి వారం తిరక్కముందే భాగాలు పెట్టించేసింది. వాణ్ని సక్రమంగా చదివించలేదని మళ్ళా అదే యేడ్పు యేడ్చి మా తమ్ముడు నాకంటే రెండెకరాలు యెక్కువగా యిచ్చేవరకూ వదల్లేదు. పెళ్ళికి ముందు తగరార్లుంటే నా మానమే పోతిందని నేను రాజీకి పోక తప్పలేదు. యిప్పుడు నా కొడుకులిద్దరూ, వొకప్పుడు నేనూ, మా తమ్ముడూ కాట్లాడినట్టే కాట్లాడుకొంటున్నారు.

యెయిర్పోర్టులో మాకు బై చెప్పడానికొచ్చిన హర్షాతో యీ సంగతులేవీ చెప్పకుండా, నన్ను గురించి అతను కేవలంగా అనుకోకుండా వుండాలని తెలివిగా, మా పెదనాయన రంపుల సంగతి మాత్రం చెప్పినాను. "మా పెదనాయన బతికినంతకాలం మానాయన్ని కండ్లజూల్లేదు. ఆయనకున్న వొకే వొక బావమరిది పెండ్లి కూడా కాకముందే తెల్లకామెరలొచ్చి చచ్చిపోయినాడు. దాంతో మామగారి ఆస్తంతా ఆయన పాలబడింది.

అంత పెద్ద ఆస్తిని అనవరించుకునేదానికి ఆయన అత్తగారిల్లు జేరిపోయినాడు. మావూర్లో ఆయనకుండే నేలనంతా కౌలుకిచ్చేసినాడు. రెండు మూడు నెలలకొకసారి మావూరొచ్చి ఆ రైతులిండ్లల్లో దిగేటోడు. అప్పటికే ఆయన మా నాయన్ను మోసంజేసి సత్తువైన నేలనంతా కొట్టేశాడని మా నాయన ఆయనపైన కోర్టుకెక్కి వున్నాడు. కోర్టులో యెదురైనప్పుడు కూడా వాళ్లు మాట్లాడుకునేవాళ్ళు గాదు. మా పెదనాయన వూర్లో దిగినాడంటే యిక రామరావణ యుద్ధమే! మా గొడ్లు వాళ్ళ చేన్లో పడినాయనో, మా సేద్యగాళ్ళు వాళ్ళ మడిలో మోసులించేసినారనో, మా పెళ్ళో వుండే టెంకాయచెట్ల కాయలు ఆయన పెళ్లోకి పడినాయనో వీధిలో నిలబడి బండ బూతులు తిట్టేవాడు. మా నాయన యింట్లోనించే తిట్టేవాడు. యీ పిల్లీ యెలికా ఆట వూరోళ్లకు పెద్ద వినోదంగా వుండేది," అని చెప్పాక "యిప్పుడు యెయిర్పోర్టులో నా కొడుకు అరిచేసి పోయినట్టుగా," అని అంతలో నాలుక్కరుచుకున్నాను.

"మీ బ్యాగేజీలో స్థలముందా అంకుల్? మా డాడీమమ్మీలకోసం ఐఫోన్లూ, మా సిస్టర్‌కు ల్యాప్టాపూ తెచ్చాను," అన్నాడు హర్షా.

"ఆ మాత్రం ప్లేస్ వుందిలే!" అని వాటిని తీసి నా ట్రాలీలో పెట్టుకున్నాను.

విమానంలోకెక్కి కూర్చున్నాక నేనూ నా తమ్ముడూ దాయాదులైతే సుగుణమ్మ కొడుకు సుభాష్ నాకేమవుతాడు? అని నన్నెవరో అడుగుతున్నట్టనిపించింది. కానీ హర్షాకు వాళ్ళ పేరెంట్స్‌పైనా, చెల్లెలిపైనా వున్న ప్రేమను చూసాక యెక్కడ తేడా యెలా వచ్చిందో అర్థం గాలేదు.

అయితే హర్షాకు వాళ్ళపైనున్న ప్రేమ వల్లే నాకు షాజహాన్ అనే ఆశపోతుతో వ్యవహరించాల్సి వచ్చింది.

"నేనూ హర్షా రిషివ్యాలీ స్కూల్లో క్లాస్మేట్లు సార్! వాళ్ళ మామిడితోట కాపును రెండేండ్లుగా నేనే కొంటావుండాను. సుభాష్ సార్ మీ తోటల్ని కూడా కొనమని నాకు చెప్పినాడు," అన్నాడతను.

"దాందేమి భాగ్యం? యే మండీ వాళ్లు పది రూపాయలు యెక్కువిస్తే వాళ్ళకే యిస్తాను," అన్నాన్నేను తెలివిగా.

"నాకు మా హర్ష చెప్పిన మాట జర్గాల సార్! పదిరూపాయలు యెక్కువైనా పర్వాలేదు," అన్నాడతను.

నేననుకున్న ధరకంటే యెక్కువే యిచ్చి మా తోట కాపు కొనుక్కున్నాడు షాజహాన్.

అతను మూడో సంవత్సరం కూడా తానే కొంటానని వచ్చినప్పుడు, "మేమా తపోవనంమిట్టలో ఫ్యాక్టరీ గట్టాలనుకుంటే పక్కనుండే పల్లెలో వుండే యానాదోల్లు అడ్డంపడి ఆగడం చేస్తున్నారు. తోటకాత కొనే నువ్వు వాళ్ళను బెదిరించి దారికి తేలేవా?" అని గదమాయించాను.

"నేనూ ఆ పని పన్నే వుండాను సార్! యీ సంగతి హర్షా దాకా పొయింది. వాడూ ఫోన్ చేసినాడు. మీరు కొంచెం వోపిక పట్టండి. నెలదినాల్లో వాళ్లకు బుద్ధొచ్చేట్టు చేసేస్తాను," అని కోతలు కోసి పొయినాడు షాజహాన్.

నెల అన్నవాడు ఆరునెలలైనాకే కనిపించాడు.

నేను కోప్పడకముందే, "సారీ సార్! మీ పని లేటు చేసినాను. అల్లాకు నాపైన దయదప్పింది. నిన్ననే తోట దెగ్గిరికి పొయి ఆ పెద్దాయనను, ఆయన కొడుకునూ పలకరించి వచ్చినాను," అన్నాడు.

ఆ మాటలు వింటూనే నా కోపమంతా పోయింది. "యేమంటారు వాళ్ళు?" అని మాత్రం అడిగాను.

"ఆ పెద్దాయనేమీ మాట్లాడలేదు సార్. అయితే ఆయన కొడుకు మాత్రం సుభాష్ సార్ గురించీ, మీ గురించీ యేందేందో అడిగినాడు. పోయిన సోమవారం నాడు వేలూరు చెర్చికి పొయినాడంట. సుభాష్ సార్ వాళ్ళ అమ్మా నాయినా యిద్దరి సొంతూర్లు వేలూరికి పది మైళ్ళదూరంలోనే గదా, అని నన్నడిగినాడు. ఆ సంగతులు నాకేమీ తెలవవని చెప్పినాను," అన్నాడు షాజహాన్.

"యీ సంగతులతో వానికేం పని? పోలీసు రిపోర్టిచ్చి జైల్లోకి తొయ్యిస్తే గానీ వానికి బుద్ధి రాదు" నాకు చెప్పలేనంత కోపం వచ్చింది.

"భాకరాపేట పోలీస్‌స్టేషన్లో నేను గూడా చెప్పేసొచ్చినాను సార్! వాళ్ళు వాన్నో పట్టు పట్టిగానీ యిడసరు," అని చెప్పాక షాజహాన్ వెళ్ళిపోయాడు.

అతనెళ్లిపోయాక కూడా నేను చాలాసేపు యీ లోకంలోకి రాలేకపోయాను.

ఆ పోరంబోకు మనిషి యిప్పుడీ తీగనెందుకు లాగుతున్నాడు?

యే డొంకలన్నీ కదలబోతున్నాయి?

iv. షాజహాన్: స్నేహితుడు

"కదిరికా? యిప్పుడెందుకు?" అని అడిగినాడు హర్షా.

"అప్పుడే మర్చిపొయినావారా? యీ సారి రాజలక్ష్మిని చూసేసే పోతానన్నావు గదా?" అనినాను.

"సరేలే. రేపు కలుద్దాం," అని వాడు ఫోను కట్ చేసినాడు.

హర్షా వాడంతట వాడుగా రాజలక్ష్మిని గురించి అడగకుండా ఫోను కట్ చేసింది అదే తొలిసారి. నేనిప్పుడుండే పరిస్థితిలో ఆ సంగతి వాడు అడగలేక పొయిందాంట్లో ఆశ్చర్యమేమీ లేదు. యిట్లాటప్పుడు నేనయినా ఆ సంగతెత్తుతానని నేనూ అనుకోలేదు.

నాకు తెలవకుండా నాలో యింకెవురో వుండాడని మాత్రం అప్పుడు నాకర్థమయ్యింది. హజ్‌కు పొయ్యొచ్చినాక నేను చానా మారిపోయినాననుకున్నాను గానీ నాలో యింకా ఆ పాత షాజహాన్ బతికే వుండాడని గూడా అప్పుడే తెలిసింది నాకు.

"యింకా నీ ప్రేమ సక్సెసవుతుందని నీకు నమ్మకముందా?" అని అడిగినాడు వాడొకసారి.

"నా ప్రేమలో నిజాయితీ వుంటే అదెప్పటికైనా సక్సెస్ అయి తీరుతుందిరా!" అని జబాబు చెప్పినాను. యిప్పుడైనా అదే జబాబు చెప్తాననే నమ్మకముండాది నాకు.

హర్షాకూ నాకూ నడిమధ్యలో రగస్యాలేమీ లేవు. నా ప్రేమ సంగతంతా వానికి తెలుసు. అట్నే వాని ప్రేమ సంగతులన్నీ నాకు తెలుసు. అంత క్లోజ్ స్నేగితం మాది.

మూడు నెలల ముందు ఫోన్ చేసినప్పుడు తపోవనమిట్ట దగ్గిర తగరారుకొచ్చిన వాళ్ళ గురించి చెప్పి హర్షా బాధపడినాడు. ఆ సంగతేందో నేనే సొయంగా పొయి కనుక్కుంటానులే అని వానికి దయిర్యం జెప్పినాను.

చెప్పినట్టే తెల్లగుండ్లపల్లెకు పొయి ఆ పెద్దాయనను కలిసినాను. మూడు దినాలముందు ఆయినట్లా చచ్చిపొయినాడని తెలిసినప్పుటినించీ ఆయనే మళ్ళా మళ్ళా గ్నాపకం వస్తా వుండాడు.

నేను కలిసినప్పుడు ఆయన మూసినముత్తెం మాదిరిగా నోరిప్పకుండా గుచ్చున్నాడు.

హర్షా వాళ్ళమ్మకు నేనంటే భలే గురి అనీ, హర్షాతో యే పని చేయించాలన్నా, ముందుగా నాకే చెప్పితిందనీ, హర్షా నేనేం చెప్తే అది చేస్తాడనీ కోసినాను. అంతే! ఆమెతో నీకెప్పుడు పరిచయమయ్యిందో చెప్పమని ఆయన పట్టుకునేసినాడు.

నేను రిషివాలీ స్కూల్లో చేరి రెండు నెలలయిపొయినాక తొలీసారి వాళ్ళమ్మ వాణ్ని చూసేదానికని వొచ్చినప్పుడు నన్ను ఆమెకు చూపించి, "వీడేనమ్మా షాజహాన్. యేదడిగితే అది తెచ్చి యిచ్చే తాయత్తు వీని దగ్గరుందంటాడు," అని చెప్పినాడు హర్షా.

దాన్ని చూపించమనిందామె.

"అది కొత్తోళ్లకు కనబడదు," అనినాను.

"అది మంచోళ్ళకు మాత్రమే కనబడతాదని గదా నువ్వప్పుడు చెప్పింది," అని హర్షా అడ్డం దూరినాడు.

"పోనీ ఆ తాయెత్తు నీకేం తెచ్చిపెట్టిందో చూపెట్టు," అని అడిగిందామె.

"అవన్నీ నా దగ్గిరెందుకు పెట్టుకుంటానమ్మా! వాటి అవసరమయిపోతానే అవిట్ని దాని దెగ్గిరికే అంపించేసినా," అని చెప్పినాను.

ఆమె నా పక్కకు అదొక మాదిరిగా చూసి, నాకో జాంగ్రీ యిచ్చి, "నా దగ్గర కూడా వొక మంత్రముంది. ఆ మంత్రమేస్తేనే యిది వచ్చింది," అనింది.

నేనా జాంగ్రీని గబా గబా తినేసి, "అవునమ్మా! మామూలు జాంగ్రీ అయితే యింత తియ్యంగా వుండదు," అని నవ్వినాను.

ఆమె కూడా నవ్వేసి, యింకో జాంగ్రీ యిచ్చింది.

దాన్ని తింటా, "చూస్తివా. యిదే నా తాయెత్తు మాజిక్," అనినాను.

ఆమె నాకల్లా కండ్లు ఆర్పకుండా చూసి, "నీకు భలే ఫ్రెండు దొరికాడురా హర్షా! టాంసాయర్లూ, హాకిల్బెరీఫిన్‌లూ యిప్పుడూ వుంటారని యిప్పుడే తెలిసింది నాకు," అని నన్ను మెచ్చుకునింది.

వాళ్ళమ్మ యెల్లిపోయినాక, హర్షా లైబ్రరీకి పొయ్యి ఆ రెండు పుస్తకాలూ తీసుకోనొచ్చి చదివి, ఆ యిద్దరు పిల్లోల్ల కథలూ నాకు విసిదంగా చెప్పినాడు. నాకు టాంగాడు నచ్చినట్టుగా హక్‌ఫిన్ గాడు నచ్చలేదు.

"అవునురా! నాకూ హక్ గాడు అంతగా నచ్చలేదు. అయితే మా మేడమెందుకో టాం పిలకాయనీ, హక్ గొప్పోడనీ చెప్పింది," అనినాడు వాడు. కొంచెపయినాక, "పోయిన సమత్సరమే యీ స్కూల్లో చేరకుండా లేటెందుకు చేసినావురా?" అని అడిగినాడు.

"అది మిత్తవ జేసిన పని," అంటిని.

మిత్తవంటే వాడెవుడని అడిగినాడు.

"అది దెయ్యాలకంతా లీడరు. మా దామలచెరువులో పడమరగా వుండే నారిగాని కొండమిందుంటాది. వొక రాతిరి పైకి జూస్తే మూడురాళ్ళ కాడ కొరివి కట్టెత్తుకొని తిరగతా కనబడింది. దాన్ని నేను చూసినానని టాం టాం యేసినానని నామింద కసిపెట్టుకునింది. అది పెద్ద కిలాడీ. మా పాచ్చా తలలోకి దూరింది. యింట్లో వుండకుండా, తోపుల్లో, వంకల్లో తిరగతా వుండాననే సాకుతో మా పాచ్చా నన్నింత దూరం తోసుకోనొచ్చి యిక్కడ జేర్పించి పొయినాడు," అని చెప్పినాను.

అదంతా చెప్పినాక వెంసూ అనే ఆ పెద్దాయినతో, "అప్పట్లో మా వూరిడిసిపెట్టి పోవాలంటే యెంత గిలగిల్లాడిపోయినానో తెలుసునాన్నా! మా వూరు సటపటమయ్యింది గాదు. వూరినానుకోనుండే అప్పయ్య వొంకలో నీళ్లు సమత్సరంలో నాలుగు నెలలైనా పారతానే వుంటాయి. రాత్రుల్లో మోకాటెత్తుండే వంకనీళ్లలోకి దిగి, ఆ పక్కదాకా నడుసుకొని పోయి, సినిమా కొటాయికి పోతే, నా సామిరంగా, జమ్మని యెప్పుడు గావాలంటే అప్పుడు సినిమా జూడచ్చు. యెప్పుడు గావాలంటే అప్పుడక్కడ్నే యిసకలో పడి నిద్రబోవచ్చు. ఆ కొటాయి మా మామదే అప్పుడు చూసినంత మంచి సినిమాలు యిప్పుడెక్కడుండాయి? కత్తి ఫైటింగులూ, మాంత్రికులూ, దెయ్యాలూ, రాక్షసులూ, అదంతా భలే లోకంలే! పగుల్లో వంకలో వుండే జెంబు తీగలు గోసుకొని, నేనూ, నా ఫ్రెండ్సూ అవిటినే కత్తులనుకోని ఫైటింగులు జేసెటోళ్ళం," అని చెప్పినాను.

అయితే ఆ పెద్దాయనకు నా గురించిన విషయాలేమీ కాబట్టలేదు. ఆయన

పరధ్యానంలో వుండేది జూసి నేనక్కడినుంచీ వచ్చేసినాను.

ఆయనతో నోరుజారి రాజలక్ష్మి గురించేమీ చెప్పనందుకు సంతోషపడినాను. ఆమె గురించి నేను చెప్పిందొక హర్షాకు మాత్రమే! మా రహస్యాల్ని వాడింకెవురితో గానీ చెప్పేటోడు గాడు. నాకు మా పాచ్చా బొంబాయి నుంచీ తెచ్చిచ్చిన పేనాకు రెండు రీపీళ్లుండాయనీ, వాటిల్లో రెండోది మొదుటిది పగుల్లో రాసిందాన్ని రాత్రుల్లో కాపీ చేస్తాదని చెప్పినాను. నా జామెంటరీ బాక్సులో వుండే జపాను కత్తిర ఆడపిలకాయలకు రోజాపూలు కోసిచ్చే పని మాత్రమే చేస్తాదంటే నవ్వినారు. దాంతో గొమ్ముమనుండకుండా టీచర్లకు కంప్లయింటిచ్చినారు. "యిలాంటి అన్‌సైంటిఫిక్ మాటలు చెప్పి పిల్లల్ని పాడుచేశావంటే నీకు టీసీ యిచ్చి పంపిస్తాము," అని వాళ్ళు గయ్యిమన్నారు. మా క్లాసులో అప్పుడు నేనేమి చెప్పినా నమ్ముతావునిందొక హర్షా మాత్రమే. అందుకే వానికే ముందుగా నేనప్పుడు రాసిన లవ్ లెటర్ని చూపించాను. అయినా యెందుకైనా మంచిదని ముందుగా అల్లాపైనా, వెంగటేశ్వరుడిపైనా, బైబులుపైనా, రిషివాలీ కొండపైనుండే మిత్తవపైనా ప్రమాణాలు సెయించినాకే వానికా లెటరు చూపించినాను.

ఆ కాగితాన్ని తీసుకున్నాక పైకే చదివినవాడు హర్షా: "నాకు చానా యిష్టమైన రాజలక్ష్మికి, నేను నిన్ను ఆరు నెలలుగా ప్రేమిస్తావుండాను. సినిమాల్లో ప్రేమించుకున్నోళ్లంతా పెండ్లి చేసుకుంటారు. నేను చదువైనాక పెద్దవుద్దోగంలో జేరి పెద్దోళ్ళకు చెప్పి నిన్ను పెండ్లి చేసుకుంటాను. పోయిన మొహరం పండగ నాడు నేను నీపైన కదుంపొడి జల్లితే నువ్వు నవ్వినావు. నువ్వు నవ్వితే యీరోయిను మాదిరుంటావు..."

"యింక సాల్లే! యెవురైనా చూస్తారు," అని లెటరు లాక్కున్నాను. "చిన్న పిల్లోళ్ళు అంతకంటే చానాగా చదవగూడదు. దీన్ని నేను రాసి మూడునెల్లయ్యింది."

"రాజలక్ష్మి అంటే ఎవురు?" అని అడిగినాడు వాడు.

"మా పాచ్చాకు మ్యాంగో బిజినెస్‌లో పార్ట్‌నర్ రంగనాథంశెట్టి కూతురు," అని మాత్రమే జవాబు చెప్పినాను.

నాకేం గావాలన్నా మా అమ్మీ, "మీ పాచ్చా రంగనాథంశెట్టి జవిలంగిడిలో కుచ్చోనుంటాడు. పొయ్యి అడుగుపో," అంటాది.

అమడబిడ్డల మాదిరిగా యెప్పుడూ వొకర్నొకరు యిడిసిపెట్టకుండా తిరిగే మా పాచ్చానూ, రంగనాథంశెట్టినీ చూసినోళ్లంతా స్నేహితులంటే అట్లుండాలరా అని మెచ్చుకునేటోళ్లు. అట్ల యెవురు మెచ్చుకునేది జూసినా మా అమ్మీ వాళ్ళిద్దురూ శబరిమల పొయ్యొచ్చిన సంగతి చెప్తానే వుంటింది.

అప్పుడు వాళ్ళిద్దరితో గూడా వాళ్ళ ఫ్రెండ్సు రాజారెడ్డీ, ముస్తఫాసాహేబూ గూడా అంబాసిడర్ కారులో పొయినారంట! నలుగురూ వుడిపి కృష్ణుడి గుడిలో యిరుముడి గట్టుకున్నారంట. దేనికైనా మంచిదని గుడినించీ తిరుక్కోని వచ్చేదాకా మా పాచ్చాను రాజా అనీ, ముస్తఫాను మోహనా అనీ పిలవాలని యెచ్చరించుకున్నారంట. శబరిమలనుంచీ వచ్చే దోవలో నాగూరు దర్గాకు పొయ్యి, అక్కడ రెండు దినాలుండి, చేపలూ, బిర్యానీ ముక్కలదాకా తిని నమాజులు చదువుకొనివచ్చినారంట. మా పాచ్చా రంగనాథంశెట్టితో గూడా తిరుమలకొండకు చానా తూర్లు పొయ్యుండాడు.

"ఆ యెంగటేశ్వర సామికి బీబీనాంచారనే సాయిబుల పెండ్లాం గూడా వుండాదిరా! అందుకే ఆయిన ఆమెతో 'యిక్కడికొచ్చేటోళ్లంతా మావోల్లు. గుండ్లు గొట్టుకోని తిరుక్కోని పొయ్యేటోళ్ళంతా మీవోల్లు,' అన్నాడంట," అనింది మా అమ్మీ.

నేను రాసిన తొలి లవ్ లెటర్ను చదివినప్పుటినించీ దాన్ని పోస్టు చేసినావా లేదా అని మళ్ళా మళ్ళా అడిగినాడు హర్షా. వాని పోరుబడలేక వొకదినం దాన్ని పోస్టుడబ్బాలో యేసేసినాను. అయితే అప్పుట్నుంచీ వాళ్ళేమైనా వొచ్చి నన్నేమైనా చేస్తారేమో అని భయపడి జచ్చినాను. ఆ మరసటి దినం నుంచీ మా స్కూల్లోకి యే కారొచ్చినా, జీబొచ్చినా బిత్తరపడి పొయినాను. కొన్ని రోజులయిపొయినాక చెరువులో పడిన రాయి మాదిరిగా ఆ లెటరుకేబదులూ రాకపొయ్యేటప్పటికి బతికిపొయినాన్రా అనుకున్నాను.

దసరా లీవులైపోయినాక మా వూరినించీ స్కూలుకు తిరుక్కోని పోతానే హర్షా "రాజ్యలక్ష్మిని కలిస్తివా? యేమనింది?" అని అడిగినాడు. నేను తల అడ్డంగా వూపి, "గరల్సుకు అన్నీ భయమే గదరా! నేను వాళ్ళింటి పడసాలలోకి పోతే ఆమె బయిటికి కూడా తొంగి చూళ్ళేదు," అనినాను. అయితే మా వూర్లో జరిగిందది గాదు. జరిగింది చెప్తే నాకే బొగిశానమై పోతింది.

లీవులిస్తానే నన్ను మా వూరికి తొడుక్కోనిపోయిన జీబు బజారువీధిలో రంగనాథంశెట్టి యింటిముందరే ఆగింది. నన్ను చూస్తానే రంగనాథంశెట్టి ముఖం నల్లగా జేసుకొని మా పాచ్చాతో యేమో గొణిగినాడు. అంతే, ఆయిన మెట్లు దిగి రోడ్డుపైకొచ్చి, నా చెంపలు రెండూ వాయించి, "వీడ్ని యింటికి తొడక్కపోరా. నేనిప్పుడే వస్తా. వీని చెమడాతోలు వొలిచేస్తా," అని కోపంగా డ్రైవరుతో చెప్పినాడు.

పక్కన్నే వున్న మా అన్న, "యేమి చేసినాడు పాచ్చా వీడు?" అని అడిగినాడు.

"నా మానం తీసేసినాడు. వూర్లో తలెత్తుకొనకుండా చేసినాడు," అని మా పాచ్చా అరిచినాడు.

నాతో గూడా మా యింటికొచ్చిన మా అన్న మా అమ్మీ దగ్గిరికి పొయి, "పాచ్చాకంత కోపమొచ్చేటట్టుగా యేమి జేసినాడమ్మా వీడు?" అని అడిగినాడు.

నా చెంపలు రెండూ యెర్రంగా వూదిపొయ్యుండేది జూస్తానే మా అమ్మీ, "పిల్లోడేందో లెటరు రాసినాడని యిట్లా చెంపలు పగలగొడతారా యవురైనా? యింటికి రానీ, మీ పాచ్చాకీపొద్దు నా చేతల్లో అయిపొయింది," అని యెగిరి దూకింది.

"లెటరా? యెవురికి రాసినాడు?" అని మా అన్న నాకల్లా మిర్రీ మిర్రీ చూసినాడు.

"యింకెవరుకి? రాజలక్ష్మికి," అనింది మా అమ్మీ.

"అంటే లవ్‌లెటరు రాసినాడా? అందుకే పాచ్చా వాని చెమడాతోలు వొలిచేస్తానన్నాడు. అంత దుడ్డు సెలవుజేసి అంత పెద్ద యిస్కూలుకు అంపిస్తే వీడు నేర్చుకునింది యిదా?" అని మా అన్న మా పెళ్ళో వుండే చింతచెట్టునించీ బారెడు పొడుగుండే రెండు బరకలిరుచుకోనొచ్చి నన్నిష్టమొచ్చినట్టుగా వాయించేసినాడు. యిల్లంతా పరిగెత్తతా నేనరిచిన అరుపులకు మా తమ్ముడు ఫకీరుద్దీనయితే కిల్లరకపోయి యేడ్చేసినాడు. యిక్కన పక్కనోళ్లంతా పరిగెత్తుకొనొచ్చేసినారు. వాళ్లు మా అన్నను బలంతంగా దూరంగా లాక్కొనిపోయినారు. యింటిదెగ్గిర రంపు జరగ్తా వుండే యిషయం యింటానే మా పాచ్చా బజార్నించీ పరిగెత్తుకొనొచ్చేసినాడు. యిరిగిపోయిన బరకల్ని పారేసి మా అన్న వేరే మూడు బరకల్ని యిరుచుకోనొచ్చి మా పాచ్చాకిచ్చి, "వీనికంటే అయిదేండ్లు పెద్దోడ్ని నేను. ఆడపిలకాయల్తో మాట్లాడాలంటేనే బయపడతాను. వీడ్నిట్నే యిడిసిపెడితే పొరంబోకయిపోతాడు. వీని చెమడా తోలొలిచెయ్యి పాచ్చా!" అని అరిసినాడు.

మా పాచ్చా గుంపు జేరినోళ్ళనంతా తరిమేసినాక యింట్లోకొచ్చి, "యింతల మాత్రానికే వాడ్నట్ల కొట్టమని నీకెవురు చెప్పినార్రా బాడ్‌కొవ్. వాడు రాసినంత బాగా జాబు నువ్వు వెయ్యి జెన్మలెత్తినా రాయలేవు," అని మా అన్నను కొట్టబోయినాడు.

"నువ్వింకో పది నిమషాలు లేటుగా వొచ్చునుంటే యీ సువర్‌కాబేటా వీడ్ని చంపేసుంటాడు," అని యేడస్తా మా అమ్మీ నా వొళ్ళుపైన తేలుండే వాతలకు యెన్న పూసింది. "ఆ లెటర్ను మీ పాచ్చా యింటికి దెచ్చి నాకు చూపించి అక్షిరాలు ముత్యాల మాదిరుండాయని భలే మెచ్చుకున్నాడురా! అంత మంచి లెటరు రాసేదానికి నీకింకెవురూ దొరకలేదా? యీ పనికిమాలిన నాటు యిస్కుల్లో సదివే మొద్దుముండలకు అదేమెక్కతాది?" అని నన్ను ప్రేమగానే దబాయించింది.

యీ సంగతులంతా హర్షాకు చెప్పకుండా, "మా మజీదులో అల్లాను బరకత్ అడిగేసి వొచ్చినాను. మా అన్నకు బుద్ధిరావాలంటే, నేను రాజలక్ష్మికే నెలనెలా లెటరు

రాస్తాననీ, అవిట్ని పోస్టు చెయ్యకుండా యెప్పుడో వొకనాడు డైరెక్టుగా ఆమెకే యిస్తాననీ, అంతవరకూ ఆ లెటర్లను రగస్య తావులో దాంచిపెడతాననీ అల్లాకు చేప్పేసినాను. ఆ తావు నాకూ, అల్లాకూ తప్ప యింగెవురికీ తెలవదు," అని మాత్రమే చెప్పినాను.

అట్లా నేను యేడు లెటర్లు రాసి దాంచిపెట్టినాక, స్కూల్‌డేకి వాళ్ళ మమ్మీ, డాడీ వస్తా వుండారని హర్షా చెప్పినాడు. కానీ ఆ పొద్దు వాళ్ళ మమ్మీ మాత్రమే వొచ్చింది. వాళ్ళ డాడీకి లీవు దొరకలేదని ఆమె చెప్పింది. ఆ రోజు మద్యానం పార్టీలో మామిడిపండ్లు తిన్నోళ్లంతా, "యివన్నీ దామలచెరువు మ్యాంగోనగర్ నించీ వచ్చినాయి. అక్కడుండే మ్యాంగో బిజినెస్‌మాగ్నెట్ కొడుకు మన స్కూల్లో చదవతా వుండాడు," అని హోరెత్తిపోయ్యేట్టుగా చెప్పుకున్నారు.

ఆ సాయింత్రం జరిగిన మీటింగులో నాకొక్క ప్రయిజయినా రాలేదని మా పాచ్చా బలే యిదయిపోయినాడు. 'లెటర్లు రాసే పోటీ పెట్టుంటే మనోడు దున్నేసుంటాడు,' అని మా అమ్మీతో చెప్పి బాదపడినాడంట. హర్షా వాళ్ళమ్మను మా పాచ్చాకు పరిచయం చేస్తానే, "మీ కొడుకు సామాన్యుడు గాడండీ! మీకంటే పెద్ద బిజినెస్ మాగ్నెట్ అవుతాడు," అని మెచ్చుకునింది.

మా పాచ్చా భలే ఆనందపడిపోయి, "మీరొకరు సరింగా కనిపెట్టినారు మేడం! వీని దంతా మా పాచ్చా పోలిక. మావూర్లో తొలీగా మండీ గట్టిందీ, తొలీగా హజ్‌కు పొయ్యొచ్చిందీ మా పాచ్చానే. యిప్పుడు మా వూరినించీ తొలీగా యీ రిషివాలీ యిస్కూలుకొచ్చిందీ మా వోడే," అని మురిసిపోయినాడు.

వాళ్లంతా యెల్లిపోయినాక, మరసటి దినం హర్షాతో, "మా పాచ్చా గూడా హజ్‌కు పోవాలనుకుంటా వుండాడు," అని చెప్పినాను.

"అదేవూరురా?" అని వాడడిగినాడు.

"హజ్ అంటే వూరు గాదురా! అది మా సాయిబులకంతా పెద్ద మజీదు. మక్కా అనే వూర్లో వుంటాది. అక్కడికి పొయ్యేసొచ్చేదాన్ని హజ్ అంటారు," అని చెప్పినాను.

అయితే మావూరినించీ హజ్‌కు తొలీగా పొయింది మా నానా అని మా పాచ్చా చెప్పింది తప్పని చానా సమత్సరాలయినాక నాకు తెలిసింది. సొతంత్రం వచ్చేదానికి ముప్పయ్యేండ్ల ముందొకాయినా, యిరవయ్యాయిదేళ్ళ ముందు యింకొకాయనా హజ్‌కు పోయొచ్చినారని మా మజీదులో హాజరత్తుగా వుండే తొంభయ్యేండ్ల రసూల్ సాహెబు చెప్పినాడు. వాళ్ళప్పుడు బొంబాయి నించీ డమాస్కస్ దాంకా స్టీమర్లలో పద్దినాలు పోయి, డమాస్కస్ నించీ మదీనా దాకా రెండు దినాలు రైల్లో పోయి, అక్కడ్నించీ యింగో దినం

రైల్లో మక్కాకు జేరినారంట! యెనక్కొచ్చినాక అయిదు పూటలూ నమాజు జేసి, రంజాను నెలంతా వొకపొద్దులుండి, చానా పాకీగా పకీర్లుగా బతికి, గాల్లో గలిసిపొయ్యే సాంబ్రాణి మాదిరిగా ఘోరీల్లోకి చేరిపోయినారని ఆ హాజరత్ చెప్పినాడు. వాళ్లంత కష్టపడకుండా తొలీగా విమానంలో పోయొచ్చిన్ది మాత్రం మా నానానే! మా పాచ్చా అనుకున్నట్టుగా హాజ్‌కు పోలేకపోయినాడు. అది జరిగిన చానా యేండ్లకు హజ్ ప్రయాణం నా బతుకునే మార్చేసింది.

2

నేను పదోతరగతిలో వుండంగా, వొకనాడు మా వూరినించీ నాకోసరం జీబొచ్చింది. హెడ్మాస్టరు పర్మిషను తీసుకున్నాక అది నన్ను నేరుగా దామలచెరువుకు తెచ్చింది. ఆ మిట్టమద్యానంపూట మా యింటి వొరండాలో తెల్లగుడ్డలో జుట్టిన మా పాచ్చా శరీరం కనబడింది. రాత్రి రెండు గంటలప్పుడు లేసి మా పాచ్చా గుండెల్లో నొప్పిగా వుండాదని జెప్పినాడంట. మా వూర్లో వుండే డాక్టరు యమ్మటనే వేలూరు సీయంసీకి తొడుక్కొని పొమ్మన్నాడంట. మూడు గంటలప్పుడు జీపెక్కతా వుండంగా ఆయిన వొళ్ళు చల్లంగా అయిపోయిందట.

అట్లా అనుకోకుండా మా పాచ్చా ఖబరస్తాన్ జేరతానే, యిట్లా నా చదువు నిలిచిపొయింది. ఆయన్ను సాదా స్కూలుకంపించి, నన్ను కాన్వెంటుకంపించినారని మొదుట్నుంచీ నామింద కంటుబెట్టుకోనుండే మా అన్న, "నేనొక్కడ్నే యాపారం జెయ్యలేను. సొంతమనిషింకొక్కడైనా వుండాల్సిందే," అని పట్టుబట్టేసినాడు.

నన్ను రిషివాలీకి పోనీకుండా ఆపినారు గానీ హర్షాతో నాకుండే ఫ్రెండ్షిప్పును యెవురూ ఆపలేకపోయినారు.

యెండాకాలం లీవుల్లో కారులో తిరుపతికి పోతా దోవలో నన్నెతుక్కుంటా మా వూర్లో ఆగినాడు హర్షా. అప్పుడే తొలీసారిగా నేను వాళ్ళ డాడీని చూసినాను.

వాళ్లొచ్చినప్పుడు సీజన్ మంచి జోరుమీదుండాది. మా మండీ లోపల రకరకాల కాయలు గుట్టలు గుట్టలుగా పోసుండారు. యెదురు గంపలపైన కొందురు రంగు బ్రష్షులతో ఆర్‌యెస్ అనే అక్షరాల్ని పెద్దవిగా రాస్తావుండారు. అక్షరాలు రాసిన గంపల్లోకి కొందురు వరిగడ్డి దూరాస్తా వుండారు. యింకొందురు గంపల్లో వుండే గెడ్డిలోపల మామిడికాయల్ని పేరాస్తా వుండారు. కొందురు అట్లా మామిడికాయల్ని పేర్చిన గంపలపైన సిబ్బులుపెట్టి ట్వయిన్ దారముండే దబ్బనాల్తో కుట్టేస్తా వుండారు. అట్ల ప్యాక్ చేసిన గంపల్ని కొందురు

కూలీలు లారీలకెక్కిస్తా వుండారు.

అట్లా మామిడికాయల్ని నాగ్పూరుకంపించే యవహారమంతా కండ్లు ఆర్పకుండా విశిథంగా జూసినాక హర్షాతో గూడా వాళ్ళ మమ్మీ డాడీ, నులకమంచం పైన కూర్చున్నారు. నాకోసరమని తిరుపతిలో పెద్ద ఆపీసర్లుగా పనిచేసే మొగుడూ, పెండ్లామూ, వాళ్ల కొడుకుతో బాటూ వచ్చినారని తెలస్తానే మండీలో నా మతింపు చానా పెరిగిపొయ్యింది.

ఆపీసురూము ముందర తెల్ల పరుపులపైన తెల్ల దిండ్ల కానుకొని కుచ్చోనుండే మా అన్నా, రంగనాథంశెట్టీ, అంతవరకూ మాట్లాడతావున్న ముగ్గురు బొంబాయి శేట్లను గూడా వొదిలిపెట్టి వొచ్చేసినారు.

"టీ తాగతారా, కాఫీ తెప్పించమంటారా?" అని రంగనాథం శెట్టి హడావుడి పడినాడు.

"పాపం, షాజహాన్ వాళ్ళ ఫాదర్ పొయ్యారని తెలిసి చాలా బాధపడ్డాను. రిషివాలీలో కలిసానాయన్ను. మంచి మనిషి," అంటా హర్షా వాళ్ళమ్మ ఆఫీసుముందరుండే మా పాచ్చా ఫోటోను చూసింది.

"యింత బిన్నాగా వాడు నా చెయ్యిడిసిపెట్టి పోతాడనుకోలేదు మేడం. మన ప్రాప్తమంతే," అంటా రంగనాథంశెట్టి గూడా కండ్లనిండా నీళ్లుబెట్టుకున్నాడు.

"షాజహాన్ మంచి తెలివైన కుర్రాడండీ! యీ సంవత్సరం చదువు లాసైపోయింది. వచ్చే సంవత్సరం ఆపకుండా పంపండి," అనిందామె.

నన్నామాదిరిగా పొగిడేటప్పటికి రంగనాథంశెట్టి ముఖం నల్లంగా అయిపొయింది. "యీకాలం పిల్లోళ్ల తెలివిదేముండాదిలెండి మేడం. వాళ్ళ నాయినెట్లా బతికినాడో మీకు తెలుసునా? అందాకా యెందుకు, వాని నాయిన పాచ్చాసాబు గురించి మీకు తెలవదు," అంటా ఆయిన మా నానా గురించి చెప్పేదానికి మల్లుకున్నాడు. "ఆయన పాలేగాని మాదిరిగా బతికినాడు. నా చిన్నప్పుడాయన యెర్ర గుర్రమెక్కి తిరగతావుంటే వూరోళ్ళు కండ్లు ఆర్పకుండా చూసేటోళ్లు. చింతపండు యాపారంలో ఆయనెంత యెత్తిన చెయ్యంటే, వేలూరు నించీ మండీలోళ్లు ఆయనకోసరం యెతుక్కుంటా వొచ్చేటోళ్లు. ఆయినంత దయా దాక్షిణ్యం వుండే మనిషిని యింగా చూడబోతాం. చుట్టా వుండే పల్లెల్లో వుండే రైతులంతా వాళ్ళ చింతచెట్ల కాతంతా కొనమని ఆయనెనకాల పడేటోళ్లంట! వాళ్ళు వాళ్ళ మామిడితోపుల్ని కూడా ఆ మాదిరే సమత్సరానికో రెండేండ్లకో ఆడమానం పెట్టుకోమని అడుక్కున్నప్పుడు పోతే పోనీ అని అయినొప్పుకున్నాడు. ఆ తోటల కాతనంతా యెద్దలబండ్లల్లో వేలూరుమండీలకెత్తుకొని పొయినప్పుడు మా వూరి జాతకాన్ని మారాస్తా వుండానని ఆయిననుకోనుండడు. యిప్పుడు మేము మావూరి రైల్వేటేషన్ నించే

బొంబాయికీ, నాగ్పూరుకూ సరుకంపిస్తావుండామంటే అదంతా ఆయనాపొద్దు దోవ జూపించినాకే," హర్షావాళ్ళ డాడీ టీ తాగేసి పైకి లేచినాక గానీ రంగనాథంశెట్టి ఆపలేదు.

మా అన్న బొంబాయి సేటుతోకూడా యికిలించుకుంటా వచ్చినాడు. "యీ సైదుల్లా గూడా సటపటమైనోడు గాదు సార్! కడుపులో వుండంగానే యాపారమంతా నేర్చుకోనొచ్చినాడు," అని యీసారి రంగనాథంశెట్టి నన్ను తిట్టలేక మా అన్ననూ, సేటునూ మెచ్చుకునేది ఆరంభం జేసినాడు. "యీ మోహన్‌లాల్ సేట్ తాత కుందన్‌లాల్ సేట్ మా సైదుల్లా తాత పాచ్చాసాబుకు జిగిరీ దోస్తు. యాభై అరవై సంత్సరాల ముందు ఆయనే బొంబాయినించీ పాచ్చాసాబును యెతుక్కుంటా మావూరొచ్చినాడు. ఆయనతో బాటూ చుట్లా వుండే తోపులనంతా చుట్టుకోనొచ్చినాడు. పాచ్చాసాబును బలంతంగా రైల్లో బొంబాయికి తొడుక్కొని పోయినాడు. ఆ వూర్లో ఆయన్ను నబాబు మాదిరిగా జల్సాగా జూసినాడు. మా వూరికి రైలెక్కిస్తా అడక్కుండానే అడ్మాన్సు యిచ్చంపినాడు. ఆయనొస్తానే మా వూర్లో యీ తొలీమండీని గట్టినాడు. యిప్పుడు కూడా యీ మోహన్‌సేట్ ప్రతి సమత్సరమూ వాళ్ళ తాత మాదిరిగా అడ్మాన్సులిస్తావుండంగానే మా యాపారమింత జోరుగా జరగతా వుండాది," హర్షావాళ్ళ డాడీ మమ్మీ కారెక్కేదాంక ఆయిన నోరు మూతబడనే లేదు.

హర్షా నన్ను పక్కకు లాక్కొనిపోయి, "యీయనే గదరా రాజ్యలక్ష్మి వాళ్ళ ఫాదర్?" అని అడిగినాడు.

"అవున్రా! అప్పుడు నేను లెటరు రాసినాననే కోపమింకా పోలేదు," అని చెప్పినాను.

వాడింకా సందేహంగా చూస్తావుంటే, "రాజలక్ష్మిది వాళ్ళమ్మ పోలిక. యిట్లా నల్లంగా తారుడబ్బా మాదిరుండదు," అనినాను.

వాళ్ళు యెల్లిపొయినాక గానీ హర్షా వాళ్ళ డాడీ మచ్చుకొక మాటయినా మాట్లాడలేదని గుర్తించలేదు నేను. అసలు రంగనాథంశెట్టి వాళ్ళను నోరు తెరవనిచ్చి వుంటే గదా!

"చూస్తావుండు. యీ రంగనాథంశెట్టికి సరైన శాంతి జెయ్యకుంటే నా పేరు షాజహాన్ గాదు. నేను పాచ్చాసాహేబు మనవడినే గాదు," అని వొట్టేసుకుని, ఆ పొద్దే రాజలక్ష్మికి యింకో లవ్‌లెటరు రాసి దాంచిపెట్టేసినాను.

హర్షావాళ్ళమ్మ అంతగా చెప్పేసి పొయినా మా అన్న నన్ను స్కూలుకు అంపించాలనయినా అనుకోలేదు. రంగనాథంశెట్టి తోటలు చూసేసొచ్చే పనులంతా నాకే చెప్పి నన్ను గుమాస్తాగా మార్చేసినాడు.

రెండేళ్లయినాక, ప్లస్ టూ చదివినాక, డిగ్రీ చదువుకే అమెరికాకు పొయ్యేదానికి

ముందుగా నన్ను పలకరించి పోవాలని హర్షా రెండోతూరి మా వూరికొచ్చినాడు.

"మా డాడీవాళ్ళ అమ్మానాన్నా వేలూర్లో వుంటారు. మా అవ్వాతాతల బ్లెస్సింగ్ తీసుకునేదానికి నేనూ మా అమ్మ రేపు వేలూరుకు పోతావుండాము," అనినాడు హర్షా.

"మీ డాడీ రావాటం లేదా?" అని అడిగినాను.

"లేదురా! ఆయనకు లీవు దొరకలేదు. నన్ను చదువుకునేదానికి అమెరికా పంపించాలనేది మా అమ్మ డ్రీమ్. మదనపల్లెలో వుండే మా అమ్మమ్మ ఖర్చంతా తానే పెడతాననింది. ఆ ప్రాసెసింగ్ పనులంతా డాడీనే చేశారు. మా డాడీ వాళ్ళ ఫాదర్ పాస్టర్ గదా! ఆయన మాదిరే యీయన కూడా డిసిప్లెయిన్డ్. వర్కోహాలిక్," అనినాడు వాడు.

కారెక్కేదానికి ముందు, "రాజ్యలక్ష్మి యెట్లుందిరా? ఆమె సంగతి చెప్పనేలేదు నువ్వు," అని అడిగినాడు హర్షా.

"ఆమెకు పోయిన నెలలో పెండ్లయిపొయ్యిందిరా! నాకంటే సంత్సరం పెద్దది గదా! యిరవైవొకటొచ్చేసిందనీ, ఆలిస్యమైపోయిందనీ, రంగనాథంశెట్టి గుండం తొక్కే కోతి మాదిరిగా, తిరిగిన చోట తిరక్కుండా ఆగమాగం జేసినాడు. పెండ్లి పెనుమూరులో, పెండ్లికొడుకు వూర్లో జరిగింది. పెండ్లికి మా అన్నమాత్రమే పోయినాడు. పార్ట్‌నర్ కూతురు పెండ్లని మా అమ్మీ రెండు వెండిగ్లాసులు చదివించమని యిచ్చనిపింది. యిప్పుడు రాజలక్ష్మి చిత్తూరులో వుండాది. అమె మొగుడు బాంకీలో క్లర్కు," అని చెప్పినాను.

"అయితే రాజలక్ష్మిని నేనెప్పటికీ చూళ్లేనన్నమాట," అని వాడు నిట్టూర్చినాడు.

"అట్లెందుకనుకుంటావు? నేను యిప్పటికీ అల్లాను దువా అడగతానే వుండాను. నాకు ఆమంటే యిష్టమనీ, దువాగా యిమ్మని,..." అన్నాన్నేను కండితంగా.

"అదెట్లా కుదురుతుందిరా? ఆమెకు పెళ్ళయిపోయిందిగా?" అనినాడు వాడు అదో రకంగా చూస్తా.

"దాంతో నాకేం పని? వాళ్ళను యిబ్బంది పెట్టమని నేనల్లానడగలేదు గదా?"

"వాళ్ళను యిబ్బంది పెట్టకుండా నీ కోరికెట్లా తీరితిందిరా?"

"అదంతా మనకెందుకు? అది అల్లా జూసుకుంటాడు. మనం కోరేది సత్యమైతే, అది అబద్ధం గాకపోతే, ఆయన దువా యిచ్చే తీరతాడు."

నా మాటలు అర్థంగాకుండా, వాడు అయోమయంగా చూస్తా వుండంగానే వాని కారు కదిలేసింది.

అయిదేళ్లయినాక, అమెరికాలో చదువుకుంటా వుండేటప్పుడు, మూడు వారాల లీవుపైన యిండియాకొచ్చినప్పుడు, హర్షా మళ్ళా మదనపల్లె నుంచీ మా వూరికొచ్చినాడు. అప్పుటికి వాడు ముందుమాదిరిగా పిల్లోడు గాదు. మూతిమింద మీసాలతో నవనవలాడతా సినిమా హీరో మాదిరి తయారైవుండాడు. ఆ మాటంటే, "నువ్వు హిందీ సినిమాల్లో వుండే ఖవాలీ సింగర్ మాదిరున్నావ్ లేరా!" అంటా నవ్వేసినాడు.

అప్పుడు మేమిద్దురూ మాట్లాడుకున్న విషయాలు బయిటికి చెప్పేవి గావు. వయిసుమిందుండే యువకులు మాట్లాడుకునే ఆ మాటలు యెప్పుటికీ రగస్యాలుగానే వుండిపొయ్యే ప్రేమకతలు.

"అమెరికాలో వొయిసులో వుండే అడా మగా పెండ్లిచేసుకోకుండా వొకే కప్పుకింద సంసారాలు జేస్తారంటగదా? నీకెందురు గర్ల్‌ఫ్రెండ్సు వుండారో నిజెం జెప్పు?" అని వాడ్ని గెట్టింగా పట్టుకునేసినాను.

"నాకా? గర్ల్‌ఫ్రెండ్సా? లేరు... లేరు..." అని వాడు గడబిడపడినప్పుడే నాకు తెలియాల్సిందేందో తెలిసే పోయింది.

"అబద్దాలు చెప్పద్దురా. యీ వయసులో గర్ల్‌ఫ్రెండ్స్ లేకుండా, అదీ అమెరికాలో వుంటావుండాడంటే వానికి ఆరోగ్యం సరింగా లేనట్టే లెక్క," అని రెట్టించినాను.

"అంటే నీకున్నారనే గదా అర్థం. ముందు నీ సంగతి చెప్పు," అని వాడు తెలివిగా నా ముందుకాళ్ళకు పగ్గమేసినాడు.

"మావిడితోపుల యాపారంలో వుంటా అది లేదని చెప్తే అబద్దమే అయితిందిరా," అని నేను వానికి కొన్ని రగస్యాలు చెప్పినాను.

"మా తాత పల్లెలకు తిరిగినప్పుడు ఆయనకు చానా యవహారాలున్నాయని మా నానీ చెప్తావునింది. మా పాచ్చా గూడా తక్కువైనోడు గాదని మా అమ్మీకి తెలుసు. మా పాచ్చా రంగనాథంశెట్టి జవిలంగిడిలో పొద్దంతా తోసేదెందుకో నాకు చానా దినాలైనాక తెలిసింది. ఆ పక్కింట్లో తులశమ్మని రంగనాథంశెట్టి బంధువే వొక మొగుడు జచ్చిపోయిన ముండమోపునింది. ఆమె మొగుడు చింతపండూ బెల్లం యాపారం చేసేటోడంట. ఆమెకు బిడ్డాపాపా లేరు. ఆమెను కష్టానికీ నష్టానికీ మా నాయనే ఆదుకుంటా వుండేటోడు. నేను ఆయిన కూతురికి లవ్‌లెటర్ రాసినప్పుడు, రంగనాథంశెట్టి, "విత్తొకటైతే చెట్టొకటి పుడితిందా? వీడు పక్కింటికి తిరగతా వుండేటప్పుడైనా నేను జాగ్రత్త పడుండాల," అని మా పక్క మండీ ఆయనతో చెప్పుకున్నాడంట! ఆ సంగతే ఆయిన మా నాయనతో అంటే, "మావోనిదంతా పెద్దచెట్లకి నిచ్చెనలేసే బుద్ది," అని మా పాచ్చా మీసాలు తిప్పినాడంట."

"నీ గురించి చెప్పమంటే నువ్వు భలే మాటలు దాటేస్తావున్నావురా," అని హర్షా అడ్డం తగిలినాడు.

వాడు నన్ను సరైన పట్టే పట్టేసినాడు. అయినా బింకంగా, "అదే చెప్పబోతా వుండానురా," అని సర్దుకున్నాను. "మా మండీకి మొత్తం యాభై రెండు తోపుల్ని ఆడమానం పెట్టుకోనుండాము. మార్చి యేప్రిల్ నెలల్లో పూతలు రాక ముందర్నే, జనవరినించీ ఆ తోపుల్ని దున్నించేదీ, నీళ్ళుగట్టించేదీ ఆరంభం అయితాది. అప్పట్నుంచీ జూన్ జూలై నెలల్లో కోతలు గోయించేదాకా తోపుల్లో కావిలోల్లను పెడతాము. వాళ్ళను గమనించుకుంటా వారానికోసారైనా ప్రతి తోపునూ చుట్టుకొని రాకపోతే వాళ్ళు మొదుటికే మోసం తెచ్చేస్తారు. మా అన్నా, నేనూ, రంగనాథంశెట్టీ, మా గుమాస్తా నటరాజూ, తలా పన్నెండు పదమూడు తోపుల్ని పంచుకోని తిరగాల. ఆ మాదిరిగా నేను తొలీ సమత్సరం చెంగమనాయుడు కండ్రిగకు తూర్పుగావుండే బొమ్మరాళ్లగుట్ట కిందుండే సిద్దమనాయుడి తోపుకు పొయినప్పుడు జరిగిన సంగతిది. చానా సమత్సరాల ముందు జరిగింది గానీ యిప్పటికీ భలే జ్ఞాపకముండాది," అని అంతలో ఆగిపోయినాను. యెంత దెగ్గిరి స్నేగితుడే అయినా అంతా చెప్పేది డేంజరు.

ఆ తోపులో కావిలికునింది మునెయ్యనే జోగలోడు. వానెనకాల నీడ మాదిరి తిరగతా వుండే వాని పెండ్లాన్ని నేను ముందు పట్టించుకోలేదు. రెండుమూడు తూర్లు పొయెచ్చినాక వొకతూరి పొయినప్పుడు వాడు లేడు. వాని పెండ్లాం, "పేటనించీ వొచ్చేటప్పుడు రెండు బిస్కత్తులో మిక్సరు పొట్లామో తెస్తే అరిగిపోతావా?" అని సాగదీసింది. కావిలుండేటోళ్లకు ఆ మాత్రం తెచ్చిస్తే మంచిదే అని, "వచ్చేసారి తెస్తాన్లే," అనినాను.

"నువ్వు తేకపోతే పోయినావు గానీ నీకోసరం మన తోపులో చెట్లోనే పండిన సపోటాలు కోసిపెట్టుండాను. తినేసిపోదువు గానీ లోపలికిరా," అని ఆమె నా చెయ్యి పట్టుకొని గుడిసె లోపలికిలాక్కొనిపొయ్యింది.

ఆ గుడిసెనించీ బయిటకొచ్చి, యెవురో తరిమినట్టుగా మోపెడ్‌పైన యింటికొచ్చి, పడకపైన పడిపొయినాను. రాత్రంతా నిద్రేబట్టలేదు. యిరవైగూడా రాని ఆ లేత వయిసులో జరిగిందేందో నాకర్థంగాలేదు. అట్లాంటి పరిస్థితి అంతకుముందెప్పుడూ నాకు రాలేదు. సుమారుగా నా పొడుగే వుండే చెంద్రి అంత బాగుంటాదని నాకంతవరకూ తెలవదు. రెండు దినాలు యేందో దారబోసుకున్నెట్టుగా అదో మాదిరిగా తిరగతా వుంటే మా అమ్మి నాకు కుండదిష్టి దీసింది.

మూడో దినం యేమి చేస్తావుండానో తెలవకముందే నా మోపెడ్ బొమ్మరాళ్లగుట్టకు పరిగెత్తింది. తోపులో మునెయ్య కనబడగానే కుండనీళ్లు తలపైన కుమ్మరించినట్టుగా

డీలా పడిపోయినాను. నేనొంటిగా పిచ్చిబట్టినోడి మాదిరిగా తోపులో తిరగతావుంటే, కొంచేపయినాక చెంద్రే యెతుక్కుంటా వొచ్చి, "ఆయన్ను పాలు తెమ్మని పేటకు తరిమేసినాన్లే," అని నవ్వింది.

మునెయ్యపేట నించీ తిరుక్కోని రాకముందే అక్కడినించీ వచ్చేయాలని బయల్దేరతా వుంటే, "అంత యిదిగా మాట్లాడతావు గానీ కొత్తకోకైనా యెత్తీగూడదా?" అని దోరగా జూస్తా అడిగింది. నేనొక నూర్రూపాయల కాగితమిచ్చి, బండి స్పీదు పెంచేసినాను. అప్పటినించీ సీజను ముగిసేదాకా వారానికొకటి రెండు తూర్లయినా ఆ తోపుకు పొయ్యేసొచ్చినాను.

యేప్రిల్లో సీజన్ మొదులైనాక తోపుల్లో వుండే కాతనంతా కోసి మండీలకు జేర్పించేదాకా కొంచేపయినా బిడువుండదు. ఆ పనుల్లో యేమైనా తేడాలొస్తే నష్టమొచ్చి తనకలాడాల. అందుకని అప్పటినించీ మూడు నెలలు పగులూ రెయ్యీ అని లేకుండా పనిలో వూపిరి దిప్పుకోలేకపోయినాను.

సీజను కొంచెం తెరపిస్తానే బొమ్మరాళ్లగుట్టకు పొయినాను.

గుడిస ముందర పెద్దగుంపు కనబడింది. మునెయ్య ముఖమంతా నవ్వు జేసుకొని, "రా రాన్నా! యిక్కడ పనయిపోయింది పొమ్మని మీ గుమస్తాసారు చెప్పేసిపొయినాడు. పోయేలోపల వొకతూరి వచ్చిపొమ్మని నా కొడుక్కూ కూతురికీ చెప్పంపితే వొచ్చుండారు. వీడు నా కొడుకు. భాకరాపేట తోపులో కావిలోడుగా వుండాడు. అది నా కోడలు. దాని చంకలో వుండేది మనవడు. జడేసుండాదని మనవరాలనుకునేవు. యిది నా కూతురు బిడ్డ. నా అల్లుడు బంగారుపాలెంలో రాయి పనిజేస్తాడు," అని వాళ్లనంతా నాకు చూపించినాడు.

చంకలో చిన్న బిడ్డనెత్తుకోని గుడిసెలోపల్నించీ వొచ్చిన చెంద్రి, "రాన్నా! కోడ్ని కోసినాం. రెండు తునకలేసిస్తాను తిను. మా యింట్లో తింటే తప్పుగాదులే!" అని పెద్దగా నవ్వింది.

"వొద్దొద్దు. హలాల్ చెయ్యనిదే నేను మాంసము తినను," అని చెప్పేసి చక్కా తిరుక్కోనొచ్చేసినాను.

మండీ ముందరే కనబడిన గుమాస్తా, "అవునన్నా! యెమ్మటనే ఖాళీజేసి పొమ్మన్నాను. దినమ్మూ ఆడా మొగా అని లేకుండా అంతా తాగి తందనాలాడతా వుండారు. పెద్ద రంపయిపోయింది," అని చెప్పినాడు.

వూర్లకు దూరంగా గుడిసెలేసుకోని, పందుల్ని మేపుకుంటా బతికే జోగలోళ్లల్లో

ఆడోల్లు రెండో పెండ్లిగూడా చేసుకుంటారనీ, అవసరమైతే యింకా చానాసార్లు మొగుళ్లను మార్చేస్తారనీ మా గుమాస్తానే చెప్పినాడు. వొకప్పుడు యెగబడి పందిమాంసాన్ని తింటా వుండిన రైతులూ, యాపారులూ యిప్పుడెందుకో ఆ తినేది ఆపేసినారంట. దాంతో బతుకుదెరువు కోసరం, వూర్లకు దూరంగా, అడవులకు దెగ్గిరగా వుండే తోపుల్లో కావిలి పనిలోకి దిగిన జోగలోళ్లు వుపద్రం బట్టినోళ్లనీ, తోపుల్లోకి చేరిన వాళ్ళ ఆడోల్లు రెండురూకల కోసరం యెగజూస్తానే వుంటారనీ, వాళ్ళతో జాగ్రత్తగా వుండాలనీ మా గుమస్తా నన్ను యెచ్చరించినాడు.

యీ సంగతులంతా హర్షాకు చెప్పకుండా, "ఆ కావిలోని పెళ్ళాం చెంద్రికి నేనంటే భలే యిష్టంగా వునింది. అంత పెద్దకూతురూ, కొడుకూ ఆమె కుండారని చూస్తేనేగానీ నమ్మలేం. ఆ తోపులో ఆమె వున్నన్ని దినాలూ నేను పొయినప్పుడంతా పర్సులో యెంతుంటే అంతా యిచ్చేసొచ్చినాను. నేనిచ్చినదానికంటే చానాగానే ఆమె గూడా యేదో వొకటి యిచ్చిందిలే!" అని మాత్రం చెప్పినాను.

3

"యిప్పుడు నీ వొంతు. నీ గురించి విశిధంగా చెప్పు," అని నిలదీసినాను.

"మా మదనపల్లె తాత ఫ్యాక్షన్‌లో తిరిగినప్పుడు ఆడని ఆటల్లేవని మా అమ్మమ్మ యిప్పటికీ ఆయన్ను జాడించి పారేస్తావుంటుంది. మా డాడీవాళ్ళ ఫాదర్ పాస్టర్ గదా! ఆయనంత నిష్టగా వుండే పాస్టర్లు తక్కువగా వుంటారని మా నాన్నమ్మే మెచ్చుకుంటాది. యిక మా నాన్నంత మంచి అల్లుడు దొరకాలంటే ప్రభువు ఆశీర్వాదం వుంటేనే అని మా అమ్మమ్మా తాతా వొకే గొంతుగా అంటారు," అనినాడు హర్షా.

"నేనడిగింది వాళ్ళను గురించి గాదురా! నీ అమెరికా గర్ల్‌ఫ్రెండను గురించి," అని అడ్డంబడినాను.

"అదే చెప్పబోతున్నాను," అని వాడు అసలు సంగతిలోకి వొచ్చినాడు. "పోస్ట్ గ్రాడ్యుయేషన్‌లో చేరినపుడు జరిగిందిది. నాకు ఫస్టు నుంచీ విమెన్ అంటే భలే బెరుకు. హుకప్, అటాచ్డ్, గోయింగవుట్, సీయింగ్ సమ్ వన్, యిట్లాంటి పదాలకు అప్పుడప్పుడే అర్థం తెలుస్తోంది. ఆ సాటర్‌డే క్యాంప్ ఫైర్‌కు ఫ్రెండ్సు లాక్కెళ్లారు. క్యాంప్ ఫైర్ చుట్టూ ఆడా మగా అందరూ కూర్చుని, నిల్చుని, తిరుగుతూ, తింటూ, తాగుతూ, యెంజాయ్ చేస్తున్నారు. దూరంగా వొంటరిగా కూచోనుండే నాపైకి వొక బిస్కట్ ముక్కొచ్చిపడింది.

అటువైపు దూరంగా వొంటరిగా కూర్చున్న అమ్మాయి చేయెత్తి వూపింది. నెగడు

వెలుతురులో ఆమె రోజా రంగు శరీరం మ్యాజిక్ ఫ్లవర్‌లాగా మెరుస్తోంది. చూడగానే జపాన్ అమ్మాయని తెలిసిపోయింది. దగ్గరికి వెళ్ళగానే ఆమె నాకో లెక్చరిచ్చింది. “నువ్వీ లోకానికి కొత్తని తెలిసిపోతోంది. యే పేరుతో పిలిచినా యిక్కడ జరిగేది మాత్రం వొకటే! అది స్నేహమో, మోహమో, ముందుగా యెవరికీ తెలియదు. తీరా తెలుసుకునేసరికి బ్రిడ్జికింద చాలా నీళ్లు పారి వుంటాయి. చేతులు కాలిపోయి వుంటాయి. బీ కేర్ఫుల్.”

మాట్లాడుతూనే ఆమె నాకో బాటిలిచ్చింది. ఆ మాటలు వింటూనే రెండో బాటిల్ కూడా ఖాళీ చేసాను. యెప్పుడు నిద్రపోయానో తెలియదు. మెలకువ వొచ్చినప్పుడు చూస్తే ఆమే నేనూ తీగల మాదిరిగా అల్లుకుపోయి పడుకుని వున్నాం. నేనామెను లేపలేదు. చాలాసేపటి తర్వాత ఆమె లేచింది. నా నుదుటిపైన కిస్ చేసి, “గుడ్ బై! సీయూ,” అని పైకి లేచి చెయ్యూపుతూ వెళ్లిపోయింది.”

“అంటే ఏమీ చెయ్యకుండా గొమ్ముగా పండుకొని నిద్రపోయినారా? నేను నమ్మను,” అని తల అడ్డంగా వూపినాను.

“చెప్పాను కదరా! యెప్పుడు నిద్రొచ్చిందో, యెప్పుడు నిద్రపోయామో నాకు తెలియదు. మెలకువ వచ్చాకే నన్ను నేను చూసుకున్నాను,” అనినాడు వాడు.

“ఆపైన ఆమెను చూళ్ళేదా?” అని అడిగినాను.

“మనమీ కోటో. అదీ ఆమె పేరని తర్వాత తెలిసింది. ఆ రాత్రి తర్వాత నాకేదో అయింది. ఆకలి కాలేదు. నిద్ర పట్టలేదు. లోపలేదో వ్యాక్యూమ్ తయారయ్యి, అది రాను రానూ బరువైపోతున్నట్టు... ఆమె అపార్ట్మెంటు అడ్రసు కనిపెట్టి, వెతుక్కుంటూ వెళ్లాను. చెప్పకుండా వెళ్తే తిడుతుందేమో అని కంగారుపడ్డాను. అయితే ఆమె చాలా సంవత్సరాల పరిచయమున్నదానిలా పలకరించింది. ఆ అపార్ట్మెంట్‌లో యింకా యిద్దరు రూంమేట్లున్నారని చెప్పింది. వొక అబ్బాయీ, వొక అమ్మాయీ. వాళ్లెక్కడికో వెళ్లారంది. ఆమె రూమూ, బుక్సూ, వార్డురోబు అన్నీ స్పెషల్‌గా కనబడ్డాయి నాకు. కబుర్లు చెప్తూనే వంట చేసింది. యేం చెప్పిందో తెలియదు గానీ ఆమె మాట్లాడుతుంటే యెంతో బాగుంది. ఆమె చేసిన జపాన్ వంటలు భలే బాగున్నాయి. డిన్నరయ్యాక మంచం పైన పడుకోమంది. పక్కనే యింకో మంచంపైన తాను పడుకొంది. అర్ధరాత్రి దాకా మాట్లాడాక, “యిక పడుకో. తెల్లవారితే యిద్దరికీ కాలేజీ వుంది,” అంది. యెప్పుడు నిద్రపోయానో తెలియదు. వుదయాన లేటుగా మెలకువ వొచ్చింది. అక్కడే ముఖం కడుక్కుని, ఆమె తయారుచేసిన బ్రెడ్ టోస్ట్ తిని, అటే కాలేజీకెళ్ళాం.”

“యిది యింకా విడ్డూరంగా వుందిరా! పడి నిద్రపొయ్యే దానికా అంతదూరం

పోయినావు?" అని అనుమానంగా అడిగినాను.

"అలా మూడుసార్లు అక్కడే తిని అక్కడే పడుకున్నాను. నాలుగోసారి వెళ్ళినప్పుడు ఆమె తన యిద్దరు ఫ్రెండ్లను యింట్రడ్యూస్ చేసింది. వొకడు జపాన్ వాడే! రెండోవాడు ఫ్రెంచ్. వాళ్లతో ఆమెకు చాలారోజుల పరిచయముందని తెలిసాక డిజపాయింట్ అయ్యాను. వాళ్ళతో కొన్నిరోజుల లివింగ్ టుగెదర్ కూడా వుండేదని ఆమె చెప్పినప్పుడు షాకయిపోయాను. అంత మార్వలెస్ విమెన్‌ను వాళ్ళాతర్వాత యెలా వదులుకున్నారని అడిగాను. ఆమె పెద్దగా నవ్వేసింది. నేననుకునేటంత మార్వెల్ తనలో లేదంది. పైగా వాళ్లిద్దరూ ఆమెను పూర్తిగా యేమీ వదులుకోలేదనీ, యిష్టమొచ్చినప్పుడు వచ్చిపోతూనే వున్నారని చెప్పింది. నేను ముఖం ముడుచుకున్నానని ఆమెకు తెలిసిపోయింది. పెద్దవాళ్ళే వెతికిపట్టి, యెవరో వొకర్ని తీసుకొచ్చి జైల్లో పడేసి, దానికి మ్యారేజీ అని పేరుపెట్టడమే మేలంటావా, అని అడిగింది. తెలియని దానికోసం వెతకడం కంటే దొరికిన దాన్లో కావాల్సింది వెదుక్కోవడం సుఖం గాదా అని అడిగింది. నేను యిబ్బందిగా ఆమె చేయి పట్టుకుని, నేనంటే నీకేమిటో నాకు తెలియడం లేదు, అన్నాను. ఆమె నన్ను గట్టిగా వాటేసుకుని, "యువార్ సెంటిమెంటల్," అంది. ఆ రాత్రి... అది కేవలం సెక్స్ అంటే... తప్పు. అది... అది...," గొంతులో యేందో చిగులుకున్నెట్టుగా వాని మాటలు ఆగిపోయినాయి.

"ఆ తర్వాత ఆ ఫ్రెంచివాడూ, జపాన్‌వాడూ కనబడితే వాళ్ళపైన చెప్పలేనంత కోపమొచ్చేది. నేనలా వుడుక్కుంటుంటే మనమీ అదొక ఆటలా నవ్వేది. వీలయినప్పుడంతా ఆమె రూంకు వెళ్ళేవాడిని. ఆమెని చూస్తే చాలనిపించేది. ఆమె మాటలు వింటూ కూచుంటే చాలనిపించేది. యెప్పుడైనా ఆమె దగ్గరికొచ్చి పడుకుంటే నాకు శరీరమే మాయమైపోయినట్టుండేది."

"..."

"అలా చాలాకాలమేమీ జరగలేదు. పీజీ అవుతూనే నాకు చికాగోలో జాబ్ వొచ్చింది. మనమీని వదలివెళ్లడానికిష్టం లేదు. మానేద్దామనుకున్నాను. అయితే ఆమెకా విషయం తెలుస్తూనే, 'డోంట్ బీ యిడియాటిక్. నువ్వెళ్లకపోతే నాకు కోపమొస్తుంది,' అని కసిరింది. ఆమె మాట వినక తప్పలేదు. యెయిర్‌పోర్టుకెళ్ళేటప్పుడు నాకు యేడుపొచ్చేసింది. ఆమె నన్ను గట్టిగా పట్టుకుని, "డోంట్ బి చైల్డిష్," అంది. అప్పుడామె కళ్ళల్లోనుంచీ కూడా నీళ్లు కారుతున్నాయి. ఆమె నాకంటే రెండేళ్లు పెద్దదని నాకు తెలుసు. చికాగోకెళ్తూనే ఫోన్ చెయ్యమంది. చేసాను. మళ్ళీ రెండు రోజులకే. తర్వాత వారానికి... యిప్పుడు కూడా, వన్స్ యిన్ యే బ్లూ మూన్, ఫోన్ చేస్తాను. అంత క్లోజ్ అయిన మనమీని వదిలి యెలా

వుంటున్నాను, అని మొదట్లో ఆశ్చర్యంగా వుండేది. యిప్పుడు నేను గూడా యెప్పుడో గానీ యిలా ఆమెని గుర్తుతెచ్చుకోడం లేదని అనుకుంటే,... యిలాంటి పరిచయాలయ్యాక నీకే అర్థమవుతుంది, అని మనమీ వొకప్పుడు చెప్పినమాటే గుర్తుకొస్తుంది."

నేను లాగింది తీగ మాత్రమే! అయితే లోయంతా కదిలింది. పాపం, హర్షా అడిగితే అంతా విసిదంగా చెప్పినాడు. నేనేమో అర్థం గూడా చెప్పకుండా తప్పించుకునేసినాను. వాడట్లా చెప్పగలిగింది నేనెందుకు చెప్పలేకుండా పోయినానో నాకే తెలవలేదు.

బయల్దేరే ముందు, "రాజ్యలక్ష్మి యెట్లుందిరా?" అని అడిగినాడు.

"ఆమె మొగుడికిప్పుడు మదనపల్లెకు ట్రాన్స్‌ఫర్ వొచ్చింది. యిద్దరు బిడ్డలు. కొడుకూ, కూతురూ," అనినాను.

"నువ్వు రాసి దాచిపెట్టిన లెటర్లు యింకా అక్కడే జాగ్రత్తగా వున్నాయా?" అన్నాడు.

"యాడికిపోతాయిరా? యిప్పుడు కూడా దినమ్మూ మజీదులో అల్లాను దువా అడగతానే వుండాను," అని చెప్పినాను. కారు కదలతా వుండంగా "మీ మండీలో ఫోనుంది గదా?" అని అడిగినాడు.

"యెందుకు లేదురా! యీవూరికొచ్చిన తొలి టెలీఫోను మా మండీదే! యిప్పుడు తిరుపతీ, చిత్తూరుల్లో సెల్‌ఫోన్లు గూడా వచ్చేసుండాయి. రేపో మొన్నాడో మాకూ వచ్చేస్తాయి," అనినాను.

హర్షా పోతా పోతా మా మండీ ఫోన్ నెంబరు తీసుకొని పోయిందే మేలయ్యింది. వాడీసారి నేరుగా అమెరికా నించీ పలకరిస్తానే, "వొచ్చే నెల్లో నాకు నిఖారా!" అని చెప్పినాను.

"పెళ్లా? నీకా? అప్పుడే?" అని వాడు అరిచేసినాడు.

"అప్పుడే యేంది? నాకిప్పుడు యిరవై అయిదు. నా వయిసొచ్చేటప్పటికి మా పాచ్చాకు యిద్దురు బిడ్డలైనారని మా అమ్మీ రంపు చేస్తావుండాది. యీ సంబందం కుదిరేదాకా మా అమ్మీ వొంటికాలిపైనునింది," అనినాను.

"పెళ్లికూతురు ఫోటో వుంటే మెయిల్లో పంపు," అని అడిగినాడు హర్షా. నిఖా అయినాక అంపిస్తాననీ, యిప్పటికి నేను గూడా చూల్లేదనీ అన్నాను. అమ్మాయిని చూడకుండా పెండ్లెట్టా చేసుకుంటారని వాడు ఆశ్చిర్యపోయినాడు.

మా ముస్లింలలో పెళ్లికొడుకును నిఖాకు ముందుగా పెళ్ళికూతుర్ని చూడనియ్యరనీ, నిఖా అవతానే గంగాళంలో పోసిన నూనెలో ముందుగా ఆమె నీడను చూడాలనీ, ఆ

మాదిరిగా చూస్తే వుండే థ్రిల్ ముందుగా చూస్తే వుండదనీ చెప్పినాను.

నిజానికి నిఖాకు ముందే అమ్మాయిని చూడాలని నేనూ అడిగినాను. టౌనుల్లో మా ముస్లిముల్లో కూడా నిఖాకు ముందే పిల్లోడూ అమ్మాయీ చెయ్యీ చెయ్యీ పట్టుకొని షాపింగులకు పోతారని నాకు తెలుసు. అయితే యిప్పుడు నాకు కుదిరుండే సంబంధం వాళ్ళు భలే సంప్రదాయముండేటోళ్ళనీ, నిఖాకు ముందే చూపించమంటే సంబంధమే వొదులుకుంటారనీ మా అమ్మీ బెదిరించింది. పైగా, "నేనూ, మీ బాబీ జూసినాము గదా! ఆ బిడ్డ నీకంటే బాగుండాది. నోర్మూసుకొని నిఖా జేసుకో," అని గదమాయించింది.

"మీ మమ్మీకి డాడీకి నిఖా పత్రికిచ్చి పిలిచేసొస్తాను. అడ్రసియ్యి. అట్నే నేనొస్తా వుండానని వాళ్ళకొక మాటజెప్పు," అని హర్షాతో చెప్పినాను.

అప్పుడు తిరుపతికి పోయినప్పుడే తొలీసారిగా హర్షావాళ్ళ డాడీతో రెండు మాటలు మాట్లాడినాను.

హర్షా వాళ్ళమ్మ నిఖా పత్రిక తీసుకున్నాక కాఫీ తాగి పొమ్మనింది.

యింట్లోపలనించీ అరుపులూ, మాటలూ, నవ్వులూ యినబడినాయి.

"మా అమ్మాయి కోయంబత్తూరునుంచీ వచ్చింది. అదొస్తే వాళ్ల డాడీని పట్టలేం. యిద్దురూ వొకే వయస్సువాళ్ళ మాదిరిగా అయిపోతారు," అనిందామె. నేను బిస్కెట్లు తిని కాఫీ తాగేదాకా వాళ్ళు అట్లే అరస్తా వున్నారు.

"సార్‌కు కూడా వొకమాట చెప్పేసి పోతాను మేడమ్," అనినాను.

ఆమె సోఫానించీ లేచి లోపలికి పొయ్యింది. కొంచెపయినాక తిరుక్కోనొచ్చి, "ఆయనేదో యింపార్టెంటు ఫోన్లో వున్నార్లే షాజహాన్. నేను తర్వాత చెప్తాన్లే," అనింది.

వూర్లో వుండే అయిదారు మందికి పత్రికలిచ్చేసినాక భాకరాపేట రూట్లో మా వూరికి పోతావుండంగా, రంగంపేటకు నాలుగుమైళ్ళ దూరంలో రోడ్డు పక్కన గుంపుగా వున్న మనుషుల్లో హర్షావాళ్ళ మమ్మీడాడీ కనబడినారు. నేను జీపునాపించి, దిగి, "యిక్కడుండారేందమ్మా? కారేమైనా ట్రబులిచ్చిందా?" అని వాకబు జేసినాను.

అప్పుడామె చెప్పిందంతా విన్నాక, వాళ్ళా రోడ్డుపక్కన కనబడతా వుండే మామిడితోపును కొనబోతా వుండారనీ, దాన్ని వాళ్ళ కూతురికి చూపించే దానికని అక్కడికొచ్చినారనీ తెలిసింది.

"మంచిపని చేస్తావుండారు సార్! మా గుమాస్తా నటరాజు మామిడితోపుల బేరాల్లో పడిలేచినోడు. వొకతూరి లోపలికిపొయ్యి తిరుక్కోని రమ్మంటాను. మతిపెంతుంటుందో

చెప్పేస్తాడు. నేనిక్కడ ఆగింది మేలయ్యింది," అని వాళ్లకు అడగకుండానే సహాయం చెయ్యబోయినాను.

"డీల్ ఫైనలైపోయింది. యిక మీరు చూసిమాత్రం లాభమేముంది?" అని హర్షా వాళ్ళ డాడీ అన్నాడు కత్తితో కొయ్యను నరికినట్టు చరామని.

వాళ్ళమ్మ మాత్రం కండ్లు మినకరించి, "చూడనీయండి. సెకండ్ వొపీనియన్ మంచిదేగదా!" అనింది.

యెందుకైనా మంచిదని నేను గూడా నటరాజుతోబాటూ తోపునంతా వొకసారి చుట్టుకోనొచ్చినాను. మేము తిరుక్కోనొచ్చేకాడికి హర్షావాళ్ళ డాడీ, చెల్లెలూ తోపునమ్మేవాళ్ళతో మాట్లాడతా వుండారు. నటరాజును వాళ్ళతో మాట్లాడమని చెప్పి, నేను కారులో వొంటిగా కుచ్చోనుండే హర్షా వాళ్ళమ్మ దగ్గిరికిపోయినాను. "మొత్తం ముప్పయి యెకరాల దాకా వుంటిందమ్మా! లేదోట. దున్నికంజేసి నీళ్లుగడితే బాగా యెక్కొస్తుంది," అని చెప్పినాను.

"అందుకే కొంటా వుండాం షాజహాన్! మేమిద్దరూ వుద్యోగం చేస్తున్నాం గదా! అందుకని అమ్మాయి పేరుతో రిజిస్టరు చెయ్యిస్తున్నాం," అనిందామె.

గోడకేసి కొట్టినట్టుగా మా గుమాస్తా నటరాజు నా దెగ్గిరికొచ్చి, "చెప్పాల్సిందంతా చెప్పేసినానన్నా," అని చెప్పి జీబెక్కి కూర్చున్నాడు. యింక మేమక్కడ చేసేదేమీ లేదని తెలిసిపోయింది. ఆమెతో పోతావుండామని చెప్పి నేనూ జీబెక్కినాను.

మేము కొంచెం దూరం పొయినాక, "ఆ సారెందుకో మూతిలో గంటుపెట్టుకొని మాట్లాడినాడన్నా. మనం చూసేది ఆయనకిష్టం లేదు. ఆ తోపునెందుకో వాళ్లంతా దాయాదులతోపని పిలస్తాండారు. నా మతింపెన్తో చెప్పినాను. ఆయన చెవులోనే యేసుకోలేదు," అని చెప్పినాడు నటరాజు.

నా నిఖా పది దినాలుండాదనంగా హర్షా ఫోన్ జేసినాడు. "అదేందిరా హర్షా! చెట్టంత కొడుకు నువ్వుండంగా తోపును మీ చెల్లి పేరుతో రిజిస్టరు జెయ్యిస్తా వుండారు. నాకే మనసంతా గిజా గిజా గొట్టుకునింది," అని చెప్పేసినాను.

వాడు నవ్వేసి, "నేనుండేది అమెరికాలో. నాకిక్కడ గ్రీన్‌కార్డు కూడా వొచ్చింది. యెక్కడ సెటిలవుతానో నాకే తెలియదు. అయినా నా పేరు పైనున్నా మా సిస్టర్ పేరు పైనున్నా వొకటేలే!" అనినాడు. తర్వాత "రాజ్యలక్ష్మికి నీ నిఖా పత్రిక పంపావా లేదా?" అని అడిగినాడు.

“నీకు చెప్పేది మర్చిపోయినాను. పోయిన నెల్లో రంగనాథంశెట్టి గుండెపోటొచ్చి చచ్చిపోయినాడు. దివసాలప్పుడు బిడ్డలతో వొచ్చిన రాజలక్ష్మిని చూసినాను. రాజలక్ష్మి తమ్ముడు మురళీక్రిష్ణ మండినించీ పార్ట్‌నర్‌షిప్పు యెనక్కు తీసుకొని వేరేగా మండీ పెట్టుకుంటానంటావుండాడు. ఆ సందు జూసి మా అన్న కూడా నా నిఖా అవతానే వేర్లు పోవాలంటా వుండాడు. మా అమ్మీ తిరుపతిలో యింజనీరింగు చదవతా వుండే మా తమ్ముడినీ, ఆమెనీ కూడా కలుపుకోని, వుండే ఆస్తిని నాలుగు భాగాలు జెయ్యమంటా వుంది,” అని చెప్పినాను.

నా నిఖాకు హర్షా వాళ్ళమ్మా, డాడీ యెవురూ రాలేదు. నిఖా అయిన ఆరు నెల్లదాకా హర్షా నించీ ఫోను కూడా రాలేదు.

“వుద్యోగం బోర్ గొట్టిందిరా! దాన్నొదిలేసి రీసెర్చిలో చేరినాను,” అనినాడు.

“యిప్పుడు నా చేతికి గూడా సెల్ ఫోనొచ్చింది. మా వూర్లో రెండు సెల్ టవర్లు గట్టినారు. నేను గూడా నీకు యెప్పుడంటే అప్పుడు ఫోను చెయ్యచ్చు,” అని చెప్పినాను. అయితే హర్షాకు యే టైంలో చేస్తే అనుకూలమో తెలియకుండా చానా అయోమయంలో పడిపొయినాను.

నాకు కొడుకు పుట్టినప్పుడు ఫోన్లో యెట్లనో వాణ్ని పట్టుకున్నాను. “యెప్పుడు పెళ్లిచేసుకుంటావురా! యిట్లనే ముసిలోడయిపోతావా?” అని నిలదీసినాను.

“లాస్ట్ మంత్ మా డాడీ మమ్మీ అమెరికాకొచ్చినారు. వాళ్లూ పెళ్లిచేసుకోమని గట్టిగా చెప్పేసి వెళ్లారు. విశేషమేంటంటే ఫస్టు టయిం మా డాడీతో చాలాసేపు గడిపాను. మా మమ్మీనే పాపం, యిక్కడి ఫుడ్ పడక యిబ్బందిపడింది. సోఫియా లేకుంటే చాలా యిబ్బందిపడి వుండేవాణ్ణి,” అన్నాడు.

4

“సోఫియానా? ఆమెవరో అది చెప్పు ముందు,” అని వాడ్ని అడ్డంగా పట్టేసినాను.

“ఫ్రెండు. అంతే! అయినా యేమి జరిగిందో వివరంగానే చెప్తాన్లే విను,” అని వాడు వాని రెండో ప్రేమకథ చెప్పినాడు. (అది ప్రేమకతంటే వాడు వొప్పుకోకపోవచ్చు. కానీ నిజమేందో నేను తెలుసుకోలేనా?)

“సోఫియా నాకు రూమ్మేటు. యిక్కడ అమెరికాలో మొగవాళ్ళు మొగవాళ్లతోనే రూమ్మేట్లుగా వుండాలంటే కుదరదు. అపార్టుమెంట్లో యెవరి గదిలో వాళ్ళుంటాం. రెండు

బీగాలుంటాయి. యెవరి లోకంలో వాళ్ళుంటాం. కానీ దీన్ని మనవాళ్ళు వొప్పుకోరు. అందులో మా మమ్మీకిలాంటివి నచ్చనే నచ్చవు. అందుకని మా పేరెంట్సుండే నెల రోజులపాటు సోఫియాను వాళ్ళ ఫ్రెండురూముకు పంపించేసినాను. 'అయినా మమ్మీ వచ్చినప్పటి నుంచీ నిజంగా నువ్వొక్కడే వుంటున్నావా యిక్కడ,' అని అడుగుతూనే వుంది. అవునని చెప్పి వొప్పించేదానికి కష్టమైపోయింది. మా పేరెంట్స్ వొచ్చారని చిన్న గెట్ టుగెదర్ పార్టీ యేర్పాటుచేసాను. పిలిచింది యేడుమందినే! ఆ యేర్పాట్లన్నీ సోఫియానే చేసిందని మా మమ్మీకి తెలియకుండా జాగ్రత్తపడ్డాను. సాండ్‌విచ్‌లూ, బర్గర్‌లూ, పిజ్జాలూ, ఐస్‌క్రీమ్‌లూ, ఫ్రూట్‌పంచ్‌లూ అన్నీ సోఫియానే స్పెషల్‌గా మంచి హోటల్ నుంచీ ఆర్డరిచ్చింది. వాళ్లకు మా ఫుడ్ రుచి చూపించాలని మమ్మీ పులిహోరా, మిరపకాయబజ్జీలూ చేసింది. ఆ కారానికీ పులుపుకూ తట్టుకోలేకపోయినా భలే టేస్టీగా వుందని వాళ్ళు అంతా ఖాళీ చేసేసారు. లంచ్ అయ్యాక ఫ్రెండ్సంతా గిటారు వాయించమని సోఫియాను బలవంతం చేశారు. మమ్మీ, డాడీ కూడా పాడమన్నారు. వాళ్ళ మెక్సికన్ పాటలు రెండు పాడుతూ వాయించాక, సోఫియా మా మమ్మీడాడీల కోసమని తెలుగు పాట పాడింది. అయితే వాళ్లిద్దరూ ఆ పాటను గుర్తే పట్టలేదు. అది అన్నమాచార్యుని కీర్తనని నేనుచెప్తే ఆయనెవరు అని అడిగారు. అప్పుడు తెలిసింది నాకు, వాళ్ళు బైబులు పాటలు తప్పితే యింకేమీ పాడరనీ, వినరని. సరే, పార్టీ తర్వాత వాళ్లంతా హ్యాపీగా వెళ్ళిపోయినారు. తర్వాతే ప్రాబ్లమ్ వచ్చింది."

"..."

"హోటలునుంచీ వచ్చిన ఐటమ్స్ అన్నీ బాగున్నాయని మమ్మీ మెచ్చుకుంది. బీఫ్, పోర్క్, చికెన్, ల్యాంబ్, యే డిష్‌కు యేదైతే బాగుంటుందన్నది సోఫియాకు తెలుసని చెప్పాను. అందులో బీఫ్ వుందా అని మమ్మీ కంగారుగా అడిగింది. వుందన్నానంతే! ఆమె రెస్ట్ రూముకు పరిగెత్తి తిన్నదంతా వామిట్ చేసేసింది. ఆమె యెప్పుడూ బీఫ్ తినలేదట! మా అమ్మమ్మా తాతా కూడా తినలేదట! వాళ్లొకప్పుడు హిందూస్ అని తెలుసు కానీ యింకా ఆ టాబూ వాళ్ళకుందని నాకు తెలియదు. మమ్మీ నీరసంగా పడిపోయింది. టూరిస్టులుగా వచ్చే గెస్టులకేమైనా అయితే చాలా కష్టం అమెరికాలో. అప్పుడు మళ్ళీ సోఫియానే హెల్ప్ చేసింది."

"..."

"ఆమె ఫ్రెండొకరు డాక్టరు. ఆమెట్లాగో ఆ డాక్టర్ని కన్విన్స్ చేసి వాళ్ళ నర్సింగ్ హోంలో జాయిన్ చేయించింది. మమ్మీ అక్కడ మూడు రోజులుంది. వాళ్ళు అవుట్ సైడర్సును లోపలికి రానీరు. డాక్టరు ఫ్రెండ్ గావడంతో సోఫియాకు యెక్సెప్షన్. ఆ మూడు రోజులూ

ఆమె అక్కడే వుండి మమ్మీని చూసుకుంది. ఆ మూడు రోజులూ నేనూ, డాడీ యింట్లో యిద్దరమే వుండాల్సి వొచ్చింది. అప్పుడే డాడీ నాతో వోపెన్ అయ్యారు."

"..."

"వాళ్ళ ఫాదర్ పాస్టరవడం, వాళ్ళ ఫాదర్ చిన్నప్పుడు పడ్డ కష్టాలూ, అయన చదుకున్నప్పుడు జరిగిన విశేషాలూ, అన్నీ చెప్పారు. ఆ మూడు రోజులూ నేనే వంట చేసాను. వొకరోజు ఆయన కూడా వుప్మా చేశారు. మేమిద్దరమూ చాలా క్లోజ్‌గా మాట్లాడుకున్నామని మమ్మీకి చెప్పాను. ఆమెకు భలే సంతోషమైంది."

"అబ్బాకొడుకూ మాట్లాడుకునేదాంట్లో యిచిత్రమేముండాదిరా? మా పాచ్చా అయితే నాతో ఫ్రెండ్ మాదిరుండేటోడు. నేను యేమడిగినా కాదనేటోడు గాదు. ఆ సంగతి పక్కన బెట్టు. ఆ సోఫియా అనే పిల్లతో నువ్వు లివింగ్ టుగెదర్ జేస్తావుండావేమో అని నాకు అనుమానంగా వుండాది," అని అటకాయించినాను.

"అదేమీ లేదురా! వుంటే నీకు చెప్పకుండా యింకెవరికి చెప్తాను? మా ఆఫీసులో కొలీగ్. కేఫ్టీరియాలో పరిచయం. వాళ్ళ అపార్ట్‌మెంట్‌కు యిన్వయిట్ చేస్తే వెళ్లాను. అప్పుడామెకు యిద్దరు రూమ్మేట్లు. వాళ్లకు చాలామంది ఫ్రెండ్స్. వీకెండ్స్‌లో వాళ్ళందరూ చేరి గోలచేస్తున్నారని ఆమె బాధపడింది. నా అపార్టుమెంట్లో నేనొక్కడినే వుంటున్నాను, అభ్యంతరం లేకపోతే వచ్చి చేరమన్నాను. వచ్చి చూసింది. నచ్చింది. వచ్చి చేరిపోయింది. యిద్దరమూ వున్నప్పుడు నేను వండిందే తింటుంది. లేదా తానే వండుతుంది. యిద్దరమూ కబుర్లు చెప్పుకుంటూ తింటాం. యెవరి పని వాళ్ళు చేసుకుంటాం. ఆమెకు మూడొస్తే గిటారు వాయిస్తుంది. భలేగా పాడుతుంది. నేను ఆనందంగా వింటాను. మా హద్దులేవో మాకు తెలుసు. దీన్ని ఫ్రెండ్షిప్పనకుండా యింకేమంటారో నాకు తెలియదు," అని హర్షా నవ్వేసినాడు.

"మీ ఆఫీసులో యెంతోమంది అమ్మాయిలుంటే యీ సోఫియా అనే ఆమెతో మాత్రమే నీకు ఫ్రెండ్షిప్పెందుకు కుదిరింది? మీ మమ్మీ ఆస్పత్రిలో వుంటే ఆమెందుకంతగా సపర్యలు జేసింది? దీంట్లో యేందో మతలబుండాది. యింతకూ ఆమెదేవూరూ యేం కత?" అనినాను అనుమానంగా.

"మనకు కనిపించేది, అనిపించేది నిజం గాకపోవచ్చునని తెలుసుకో షాజహాన్! సోఫియాది మెక్సికో. వాళ్ళ అమ్మానాన్నా యెప్పుడో డివోర్స్ తీసుకుని విడిపోయారు. వాళ్ళమ్మ యింకెవరినో చేసుకుంది. వాళ్ల నాన్న యిప్పుడింకెవరితోనో వున్నాడు. వాళ్లిద్దరూ సోఫియాను అప్పుడప్పుడూ పలకరిస్తుంటారు. ఆమెకిద్దరు హాఫ్ బ్రదర్సా,

యిద్దరు హాఫ్ సిస్టర్సూ. వాళ్ళ నాన్నకు వాళ్ళ అమ్మతో గాకుండా యింకెవరో ఆడామెతో పుట్టిన్నవాళ్లనూ, వాళ్ళమ్మకు వాళ్ళ నాన్నతో గాకుండా యింకెవరో మగవాడితో పుట్టినవాళ్ళనూ - అలా హాఫ్ బ్రదర్సూ, హాఫ్ సిస్టర్సూ అని పిలస్తారు. సోఫియాకు సొంత తమ్ముడు కూడా వొకడున్నాడు. వాడికి స్టీమర్లలో వుద్యోగాలంటే యిష్టమట! వాడిప్పుడెక్కడున్నాడో ఆమెకు తెలియదు. యిట్లాంటి సంబంధాలుండే దేశంలోపుట్టి పెరిగినందుకే ఆమెకు మన యిండియాలో వుండేవాళ్లంటే గౌరవం. నాకు మమ్మీ డాడీలపైనుండే కన్సర్న్‌ను మెచ్చుకునేది. కానీ ఆమె పేరెంట్సునూ, బ్రదర్సునూ, సిస్టర్సునూ చూస్తే నాకు కంగారుగా వుంటుంది. అందుకే యెంత దూరంలో వుండాలో అంతే దూరంలో వుంటాను జాగ్రత్తగా."

హర్షా చెప్పిన మాటలు విన్నాక మనుషులు యిట్లా కూడా వుంటారా అని అశ్చర్యంలో మునిగిపోయినాను. ఆసారి ఫోన్ కట్ చేసేముందుగా హర్షా రెండు ప్రశ్నలడిగినాడు.

రెండోది యెప్పుడూ అడిగేదే - రాజలక్ష్మి యెట్లుండాది అని. ఆమె యిప్పుడు గూడా మదనపల్లెలో వుండాదని చెప్పినాను. యిప్పుడు ఆమె తమ్ముడు మురళీక్రిష్ణ నాకు క్లోజ్ ఫ్రెండయిపొయ్యిండాడు. నేను అప్పుడప్పుడూ వాని జవిలంగిడికి పొయ్యి కూచుంటావుండాను. వాళ్ళమ్మ మాత్రం నన్ను యింకా చురచురా చూస్తానే వుండాది.

హర్షా అడిగిన మొదుటిప్రశ్నే యిబ్బందయింది. పెండ్లయినాక గూడా నేను తోపుల్లో వుండే వాళ్ళతో స్నేహంగానే వుండానా అని వాని సందేహం. అట్లాటిదేమీ లేదని వానితో చెప్పినాను. వాడు నమ్మలేదు. "వొక మాట చెప్తాను విను. నేనెవ్వురి కష్టమూ పెట్టుకోను. అనావస్యంగా యెవుర్నీ కష్టపెట్టను. న్యాయంగా పోతాను," అని నొక్కి చెప్పినాను.

"నీ మీద నాకా డవుట్ లేదులే," అని వొప్పుకున్నాడు హర్షా.

అయితే వానికి చెప్పకుండా తప్పించుకున్న యిషయాలు కొన్నుండాయి.

బొమ్మలగుట్ట తోపు మాదిరే అన్ని తోపుల్లోనూ పతి సమత్సరమూ కావిలోళ్లు మారతారు. వాళ్ళల్లో కొందురు మనల్ని వూరికే యిడిసిపెట్టరు. యింకొందురుని చూసినప్పుడు మనమే గొమ్మునుండము. వాళ్లకు కావాల్సింది వాళ్ళకిచ్చేసి, మనక్కావల్సింది మనం తీసుకుంటే తప్పేముండాది? యిది గూడా న్యాయంగానే జరగతావుండే యాపారామే అని నాకైతే నమ్మకమొచ్చేసింది. యాపారమని అనుకున్నాక యెవురి జాగ్రత్తల్లో వాళ్ళుండేదీ తప్పుగాదు. అయితే పోయినసారి సీజనప్పుడు జరిగిన సంగతిని మాత్రం నేను జన్మలో మరిచిపోలేను.

అప్పుడు నా బీవీ డెలివరీకని వాళ్ళ అమ్మగారి వూరు అరగొండకు పొయ్యి

రెండునెలలైపోయింది.

ఆ దినం తెల్లారినించీ వొకటే పని. కొంచెంగూడా బిడువే దొరకలేదు. రాత్రి పదిగంటలప్పుడు లారినించీ దిగతావుండే ఖాదర్ కాయల్ని ఖాటా దెగ్గిర గుచ్చోని తూకాలేయిస్తావుండాను. ఆ సందులో వొక ముక్కూమొగమూ తెలియని మనిషొచ్చి "అన్నా! మాట," అన్నాడు. "చెప్పు," అన్నాను. "యిప్పుడుగాదు, తూకాలైనాక," అనేసి వాడు అదోమాదిరిగా నవ్వినాడు.

తూకాల పని పన్నెండుకు గానీ ముగసలేదు. నేను పైకిలేసి, మండీ బయటికొచ్చినాను. "అన్నా! మల్లా గనబడమంటివిగదా!" అంటా అదే మనిషొచ్చి పలకరించాడు.

నేను ఆవులిస్తా, "అవునా? యేం పని?" అన్నాను. వాడు అదోమాదిరిగా నవ్వి, నా చెవులో నోరుబెట్టి గొణిగినాడు. వాడు చెప్పిన మాట యింటానే నా మత్తంతా దిగిపోయింది. నా పాకెట్లో డబ్బెంతుందో చూసుకుంటా "యెక్కడ?" అని మాత్రం అడిగినాను. ఆ నడిరేత్రిలో వానెనక రైల్వేటేషన్ దాకా పోయినాను. అక్కడ చీకట్లో వొంటిగా కూర్చోనునిందామె.

టేషను దెగ్గిరుండే రేకులషెడ్డులో యెవురూ లేరు. ఆ పొద్దు జరిగిందాన్ని మరవలేక మరసటిదినం రాత్రయినాక అక్కడికి పోయి యెతికినాను. మూడోదినం గూడా ఆ మొగమనిషి గానీ, ఆ ఆడామె గానీ కనబడలేదు. అయితే వారం గూడా గాకముందే మావూరి ఆరెంపీ డాక్టరు ఆర్ రమణమూర్తి దెగ్గిరికి పోవాల్సొచ్చింది. ఆయినప్పుడు నన్నెట్ల తిట్టినాడో, యేమని బెదిరించినాడో చెప్తే నామానమే పోతింది. ఆ సంగతి యెవురికీ చెప్పద్దని నేనాయిన కాళ్లు పట్టుకోనిదొకటే తక్కువ. ఆయనేసిన ఆరు యింజిక్సన్లను యెవురూ చూడకుండా వుండేట్టుగా పొయ్యి యెయించుకోనొచ్చేదానికి యెంత కష్టమయ్యిందో చెప్పలేను. అప్పుటినించీ నేను అట్లాటి యిషయాల్లో యెంతో బయింగా, జాగ్రత్తగా వుండాను.

చిగురువాడ మామిడితోపును ఆడమానం పెట్టుకునేదానికి బయల్దేరినప్పుడు, హర్షా దెగ్గిరినించీ ఫోనొచ్చింది. "వేర్లు పోయినాక యాపారం కష్టంగా వుండాది. తోపుల్ని కొనాలంటే క్యాష్ కావాల. బొంబాయి షేట్లు యింతకుముందు మాదిరిగా ఆడ్వాన్సులియ్యాటం లేదు. బ్యాంకులో అప్పడిగినాను," అని చెప్పినాను.

నా బ్యాంక్ అకౌంట్ నెంబరు పంపీమని మెసేజ్ పెట్టినాడు. లక్షో అర లక్షో అంపిస్తాడనుకున్నాను. నా అకౌంట్‌లోకి పదిలక్షలొచ్చి పడతానే దిమ్మ దిరిగిపొయ్యింది. యిదేందిరా అని అడిగితే 'నీకు వీలయినప్పుడు తిరిగియ్యి,' అనినాడు. అంతేగాదు, వాళ్ళ

తిరుపతి తోపు కాతను నాకే అమ్మమని వాళ్ళ మమ్మీకి ఫోన్ చేసినాడు. వాళ్ళ డాడీ గూడా అడ్డం జెప్పలేదు. సగం అడ్వాన్స్ యిచ్చి మిగిలిన సగం పంట అమ్మినాక యిచ్చినాను. దాంతో రెండో సమత్సరం గూడా నాకే అమ్మినారు.

యీ లోపల మా తమ్ముడి ప్రేమకత నాకడ్డం బడింది.

"షాజహాన్ తమ్ముడు ప్రేమించకపోతేనే ఆశ్చర్యం. అదేంటో చెప్పు," అని అడిగినాడు హర్షా.

తిరుపతిలో సివిల్ యింజినీరింగులో బీటెక్ డిగ్రీ తెచ్చుకున్న మా తమ్ముడు ఫకురుద్దీన్‌కు మా అన్న నంద్యాలలో నీళ్ళపైపులమ్మే స్నేహితుడి రికమెండేషన్‌తో బెంగుళూరులో కేకే బిల్డర్సనే కంపెనీలో వుద్యోగం తీసిచ్చినాడు. అప్పుడా కంపెనీ మూడు అపార్టుమెంట్లూ, రెండు విల్లాల ప్రాజెక్టూ చేస్తావునింది. ఆ ఆఫీసులో స్వాతి అనే పిల్ల పనిచేస్తావునింది.

చిన్నప్పుటి నించీ మా ఫకురుద్దీన్ కోతలు కోసేదాంట్లో మొనగాడు. కొత్తా పాతా అని లేకుండా యెవురితోనైనా వాడు యేదైనా తడుముకోకుండా మాట్లాడేస్తాడు. వాడా పిల్లతో యేమేమి కోసినాడో గానీ అది వీడు భలే తెలివైనోడని నమ్మేసింది. వీడు గల్ఫ్‌లో వుద్యోగానికి ట్రై చేస్తా వుండానని చెప్పినాడు. ఆ ట్రావెలింగ్ యేజన్సీకి వీడు పోతావుంటే ఆ పిల్ల కూడా వస్తాననింది. వూరికే చూసేదానికొస్తావుందని వీడనుకున్నాడు.

వొక దినం ఆఫీసులో న్యూస్ పేపరు చూసి వీడు, 'కర్నూల్లో బాంబులు డీ... యిద్దురు ఫ్యాక్షన్ లీడర్లు తా,' అని పైకి చదివి, యేందేందో వాగినాడంట! పక్కనుండేటోడు వీణ్ణి దూరంగా లాక్కొని పొయ్యి, "మన బాస్ యెవురనుకుంటా వుండావు? సుదర్శనరెడ్డి. ఫ్యాక్షన్లో వుంటాడు. నీ మాటలాయన దాకా పొయినాయంటే బాంబులు లేకుండానే లేసిపోతావు," అని అరిసినాడు. ఆ మాటింటానే మావోడు బిత్తరకపొయినాడు. అప్పుడనంగా గల్ఫ్ కంపెనీ నించీ వుద్యగం ఆర్డరొచ్చింది. వీడు బతికిపోయినాను అనుకున్నాడు. స్వాతి కొన్ని దినాలుగా కనబడకపోయ్యేటప్పుటికి ఆమెను గురించి ఆఫీసులో విచారించినాడు.

"ఆమె సుదర్శనరెడ్డి చెల్లిరా నాయనా! కర్నూలులో వుంటే డేంజరని యిక్కడికంపించినారు. ఆమెకెంత దూరంగా వుంటే నీకంత సేఫ్టీ," అన్నాడొకాయన. దాంతో మావోడు యింకా చానాగా బెదిరిపోయినాడు.

మూటా ముల్లే సర్దుకోని బెంగుళూరు యెయిర్‌పోర్టుకు పొయ్యి, దోహా విమానాలాగే గేటు దెగ్గిరికిపొయి కుర్చీలో కూర్చున్నాడు. పక్క కుర్చీలోనే స్వాతి కనబడిందంట. వీడు

తల్లకిందులైపొయినాడు. దూరంగా పొయ్యి కూర్చున్నాడు. తీరా విమానంలోకి పొయ్యి వాని సీట్లో కుచ్చుని చూస్తే పక్క కుర్చీలో ఆ పిల్ల నవ్వతా కనబడింది. ఆ పిల్ల పలకరించినా వీడు పలకలేదు.

దోహాలో దిగినాక వీడు పరిగెత్తి వొక టాక్సీ పట్టుకోని వీడు రూము రిజర్వు జేయించుకున్న హోటలుకెళ్ళిపొయినాడు. అక్కడ రిసెప్షన్‌లో వానికంటే ముందుగా ఆ పిల్లే వుండాది. వీడు వీని రూము బీగం తీసుకొని పారిపోయినాడు.

మరసటిదినం పొద్దన్నే రెస్టారెంట్‌లో వీడు నాస్టా తింటా వుంటే ఆమె నేరుగా వీని ముందుకొచ్చి కూర్చోని, వానికో జిరాక్సు కాగితమిచ్చింది. అది ఆ పిల్ల పాస్‌పోర్టని మాత్రమే అనుకున్నాడు వాడు. కొంచెం కండ్లు తెరుచుకోని చూసినాక, ఆ పిల్ల పేరుకింద వైఫ్ ఆఫ్ ఫకురుద్దీన్ అని రాసుండేది కనబడింది. యిదేందని వాడు కోపంగానే అడిగినాడు. అంతవరకూ ధీమాగా వున్న ఆ పిల్ల బొరోమని యెక్కిళ్లుపెట్టి యేడ్సేసింది. అది చూసి రెస్టారెంట్‌లో వుండేటోళ్లు మావోడేమో చేసుంటాడని కొట్టనొచ్చినారంట. అప్పుడాపిల్లే అడ్డమొచ్చి, యిండియాలో వాళ్లన్న చచ్చిపొయినాడనే వార్త అప్పుడే అందిందనీ, అందుకే యేడస్తావుండాననీ చెప్పింది. అయినా వాళ్ళు అనుమానంగా చూసి వీడేమైనా చేసినాడా, అని డైరెక్టుగా అడిగినారు. అప్పుడాపిల్ల ఆయిన నా హజ్బెండు అని చెప్పింది. యింకేమీ చేసేదానికి లేక వీడు యేడస్తావుండే ఆ పిల్లను తొడుక్కొని ఆమె రూముకే పొయినాడు. ఆ యేడుపునాపించి ఆ పిల్ల దెగ్గిర జరిగిందంతా తెలుసుకునేకాడికి వానికి తల బొప్పిగట్టిపొయింది.

అప్పుడు వాడు తెలుకునిందిది: స్వాతి వాళ్లన్న సుదర్శనరెడ్డి ఫ్యాక్షన్‌లో గొంతుల దాకా దిగిపొయ్యి, యెప్పుడూ అండర్‌గ్రౌండ్‌లోనే వుండేటోడు. యీ పిల్లకు గూడా దినదిన గండమైపొయింది. యెట్లయినా పారిపోదామనుకునింది. మావోడు అమాయకంగా ఆమెను ట్రావెలింగ్ యెజెన్సీకి తొడుక్కొని పొయినాడు. ఆపైన ఆమె మావోనికి తెలియకుండా చానా కత నడిపింది. ఆ యేజెన్సీలో అడిగినంత డబ్బు పారేస్తే చెప్పినదేదైనా చేసిపారేసే మనిషిని కనిపెట్టింది. గల్ఫ్‌లో పోవాలంటే ముస్లింను పెళ్లి చేసుకునేదే సులభమైన మార్గమని తెలుసుకునింది. ఆ యేజెన్సీ మనిషి మా ఫకురుద్దీన్‌కూ ఆమెకూ నిఖా అయినట్టుగా డాక్యుమెంట్లు పుట్టించినాడు. తెలివిగా వాని అప్లికేషనని చెప్పి యేమారించి మావోనిదెగ్గిరే కావాల్సిన కాగితాల్లో సిగ్నేచర్లు చెయ్యించినాడు. ఆమెకు వీనితో బాటే పాస్‌పోర్టూ, వీసా తీయించినాడు. వీనికి బుక్ చేసిన విమానంలోనే ఆమెకూ టికెట్టు తీసినాడు.

జరిగిందంతా తెలిసినాక ఆ పిల్లకు బదులుగా మావోడే యేడ్సినాడు. అప్పుడామే

వాణ్ని వోదార్చి, డాక్యుమెంట్లు తప్పుడువైనా ప్రేమించుకునింది మాత్రం నిజమే గదా అని నిలదీసింది. యెర్రగా బుర్రగా అందంగా వుండే ఆడపిల్లొచ్చి అంతమాటంటే యే మొగోడైనా యేం చేస్తాడు?

వారమైనాక వీడు అక్కడుండే మజీదుకు పొయ్యి ముల్లాకు నిఖా సర్టిఫికెట్ చూపించి మళ్ళా నిఖాజేయించమని అడిగినాడు. వొకసారి నిఖా అయిపోయినోళ్లకు రెండోతూరి నిఖాజేసేదానికి ఖురానొప్పుకోదని ఆయన గదురుకున్నాడు. స్వాతి పసుపు దారం కొనుక్కోని, దానికో పసుపు కొమ్ము కట్టి, వెంగటేశ్వరుని పఠం ముందుకు తొడుక్కోని పొయ్యి, యిప్పుడు కట్టు, అని పట్టుబట్టింది. కానీ దాంతో సరిపోదని మావోడు బంగారుషాపుకు తొడుక్కొని పొయ్యి, నల్లపూసల చెయిను కొనిచ్చి, మా ఆడోల్లమాదిరిగా దాన్నేసుకోవాల్సిందే అనినాడు.

అంతా యిన్నాక, "పోనీలే! కథ సుఖాంతమయింది," అనినాడు హర్షా.

"అప్పుడే కతెక్కడ యెండయింది? యిది యింటర్వెల్లే! బాంబుదాడిలో చచ్చిపోయినాడనుకున్న సుదర్శనరెడ్డి బతికే వుండాడు. అప్పుడెవురి పీనిగనో చూసి ఆయనే అనుకున్నారని తెలిసింది. అండర్‌గ్రౌండ్‌నించీ బయిటికొచ్చిన ఆ మనిషి ఆయిన చెల్లిని మావోడే లేవదీసుకొని పొయినాడని కారాలూ మిరియాలూ నూరతావుండాడు. వాణ్ని కనబడితే లేపెయ్యమని మనుషుల్ని తరిమినాడని తెలిసింది. వానెనకాలెవురుండారో చూసుకోని రమ్మని మావూరికీ మనుషుల్ని అంపించినాడంట! యెప్పుడేం జరగతాదో అని గుండెలరిచేత్తో పట్టుకోని బయపడతావుండాం," నా గొంతు కూడా బెదురుతో వొణికింది.

"ఖతార్‌లో వున్నంతవరకూ వాళ్లకు డేంజర్ లేదు. నీ ప్రేమకతలా గాకుండా నీ తమ్ముడిది సుఖాంతమే," అనినాడు హర్షా మళ్ళా.

"వాని కతలో ప్రేమ యింటర్వెల్ దాకానే! సెకెండ్ హాఫంతా ఫ్యాక్షన్. నా కతలో అట్లా గాదు. సెకండ్ హాఫ్‌లో గూడా ప్రేమే!" అనినాను.

"అంతేనంటావా!" అని ఆశ్చర్యపొయినాక, "రాజ్యలక్ష్మి యిప్పుడేవూర్లో వుంది?" అని అడిగినాడు.

"నెల్లూరులో. ఆమె యేవూర్లో వుంటే యేమి? నేనామెకు రాసిన యిరవై మూడు లెటర్లు రిషివాలీ చెట్టు తొర్రలో భద్రంగా వుండాయి. నేను దినమ్మూ మజీదులో అల్లాను దువా అడగతానే వుండాను. అంతా అల్లానే చూసుకుంటాడు," అని నమ్మకంగా చెప్పినాక, "వచ్చే నెల్లో హజ్‌కు బయిల్దేరినాను. వూర్లో వుండే దూదేకులోళ్లే కొందరు పొయ్యొచ్చేసినారు. షేక్‌లుగా పుట్టి యింత లేటుజేసేది బొగిసాట్లుగా వుండాదని నా బీవీ

పట్టుబట్టింది. తలా లక్ష దాకా ఖర్చయితాది," అనినాను.

అయితే అల్లా దువా యింకో మాదిరుండాదని నాకప్పుటికి తెలవదు. నా బీవీకి మా అమ్మీకి మాదిరే చానా భక్తి. చిన్నప్పుడే ఖురానంతా చదివేసింది. దినమ్మా అయిదుసార్లు నమాజు చేస్తాది.

యిద్దరుమూ హజ్‌కు పోయ్యేముందు చెయ్యాల్సినవన్నీ చేసినాము. టీకాలు గూడా యేసుకున్నాము. నా బీవీ హజ్‌కు బయిల్దేరేదానికి అయిదు దినాల ముందు కల్లూరు దెగ్గిరుండే మస్తాన్‌వలీ దర్గాకు పోవాలనింది. మంగినాయనిపల్లె తోపులో పనుండి నేను కూడా పోకపోయిందే తప్పయిపోయింది. యిక్కన పక్కనుండే ఆడోల్లతో కలిసి షేర్ ఆటోలో బయల్దేరింది. సరిగ్గా పదిపుట్లబయిలు కాడ మిట్టెక్కలేక యెనక్కు జారతావుండే ఆటోను మిడిమాలంగా వస్తావుండే లారీ కొట్టేసింది. ఆటోలోవుండే అయిదుమంది ఆడోళ్లల్లో నలుగురూ చిన్న దెబ్బలతో బయిటపడినారు. నా బీవీ మాత్రం సరిగ్గా బండపైన పడింది. మెడమీద కూసిరాయి గుచ్చుకునింది. హజ్‌కు పోవాల్సిన దాన్ని, గోరీల్లోకి జేర్చాల్సి వొచ్చింది.

సుఖంగా జరగతా వుండే మా సంసారంలో ఆ మాదిరిగా పిడుగు పడితిందని కలలో గూడా అనుకోలేదు.

నవ్వతా తుళ్ళతా వుండిన రజియాను గోరీలో పండబెట్టేసొస్తా వుంటే నాకు యేం జరగతా వుండాదో గోచిరమే గాలేదు. యేడ్సీ యేడ్సీ నాకు స్మారకం తప్పోయింది.

మా మజీదు హాజరత్తూ, పక్కూరి ముల్లాలూ, నా పక్కన కుచ్చోని ఆ మాదిరి యేడిస్తే అల్లాకు కోపమొస్తాదని నన్ను తిట్టినారు. చచ్చిపోయినోళ్లు బార్జాక్‌లోనే తీర్పుదినందాకా వుంటారని తెలుసుకోమన్నారు. అంతేగాదు, హజ్‌కు బయల్దేరిన మనిషి హజ్‌కు పొయ్యొచ్చినట్టే అనీ, అంత పుణ్యామూ వస్తిందనీ చెప్పినారు. యేం జరిగినా బతికుండేటోళ్లు మాత్రం హజ్‌కు బయిల్దేరినాక ఆగకూడదన్నారు. హజ్‌కు పొయినప్పుడు నా బీవీ నాకు కనపడకుండా నాపక్కనే వుంటాదన్నారు. నేను హజ్‌కు పొయ్యి తీరాలనీ, వూర్లో నా బీవీకి చెయ్యాల్సిన పది దినాల దివసాలను మా అన్నా, అమ్మీ చేస్తారని చెప్పినారు. యేడ్సుకుంటానే నా కొడుకునూ, కూతుర్నీ, వాళ్ళ నానీకప్పగించి వొంటిగానే యెలబారినాను.

హజ్‌లో వున్న నెల దినాలూ అల్లాను దువా అడగతానే వున్నాను. పాకీగా వుండి అయిదు పూటలూ నమాజు చేసినాను.

హజ్‌నించీ యింటికి తిరుక్కొనొచ్చేటప్పుటికి నేను ముందుండిన షాజహాన్ మాత్రం

గాదు. యింకా నేను దిగులుగా కండ్లల్లో నీళ్లు పెట్టుకుంటా వుంటే మా అమ్మీ పెద్దగా యేడ్చేసింది. మా పాచ్చా పోయినాక ఆమె గూడా నా మాదిరిగా యేడ్చుకుంటావునుంటే యేమయ్యేన్నో తెలుసుకోమనింది. నేను పనుల్లోబడి మరుపు తెచ్చుకోవాలని మా అన్న నాకు మళ్ళా తోపులకు తిరిగే పని పెట్టినాడు.

హర్షా ఫోన్ చేసినప్పుడు గానీ వానితో మాట్లాడి ఆరునెలలయిందనే సంగతి గుర్తుకు రాలేదు. జరిగింది చెప్తానే వాడు ఫోన్లోనే యేడవబోయినాడు. నా బీవీ బార్జాక్‌లో నాకోసరం యెదురుచూస్తా వుంటాదని చెప్పి నేనే వాడ్ని వోదార్చాల్సొచ్చింది.

యేదైనా బిజీ పనిపెట్టి నన్నీ లోకంలోకి తేవాలని వాడు కూడా అనుకున్నట్టుండాడు. తపోవనంమిట్ట కాడ యానాదోళ్లు రంపు చేసి వాళ్ళ డాడీని విసిగిస్తా వుండారని చెప్పినాడు.

మామిడితోపుల్లో కావిలికాసే పనికి యానాదోళ్ళూ, జోగాలోల్లే లాయికీ. వాళ్లయితేనే అడువుల మాదిరుండే తోపుల్లో బయిం లేకుండా వుంటారు. వాళ్ల అట్లూ మట్లూ నాకు బాగా తెలుసు. వాళ్ళ సంగతేందో నేను తెలుసుకుంటానని హర్షాకు చెప్పినాను.

చెప్పినట్టుగానే తెల్లగుండ్లపల్లెకు మూడుసార్లు పొయ్యొచ్చినాను. ఆ ముసిలాయననూ, ఆయిన కొడుకునూ కదిలించి వొచ్చినాను.

యింతలో రంజానొచ్చింది. నలభై దినాలు రజా వుండి, మజీదుకు అయిదు పూటలూ నమాజును పొయ్యేదానికే సరిపోయింది.

హర్షా వస్తానని చెప్పినదినానికి ముందు మళ్ళా వొకతూరి అక్కడికి పోయొద్దామనుకుంటే కుదరలేదు.

యింతలోపల, హర్షా యిండియాకు రావాటమూ, ఆ తోపు దెగ్గిర ఆగడం చేసిన వాళ్ళిద్దురూ చావటమూ జరిగిపొయ్యింది.

హర్షా ఫోన్లో దొరకలేదు. నేరుగా తిరుపతికి యెల్బారదామనుకుంటా వుండంగా హర్షా ఫోన్ చేసి, "రేపు మీ వూరొస్తాను," అనినాడు.

మరసటి దినం మళ్ళా ఫోన్ జేసి, "యిప్పుడు రాలేను, మూడు రోజులైనాక వొస్తాను," అని చెప్పినాడు.

మూడు దినాలైనాయి. వాడు మళ్ళా ఫోను జేసి, "రేపొస్తాను, యీ పొద్దు వేలూరులో ఫ్రెండును అర్జంటుగా కలవాల," అనినాడు.

హర్షా మాటలీసారి కొత్తగా కనబడినాయి. వాడేందో చెప్పలేక తనకలాడతా వుండాడనిపిస్తా వుంది. అయినా నాకు తెలియని ఫ్రెండు వేలూరులో యెవురుండారు

వానికి?

వాడు యేందో దాస్తా వుండాడని అనుమానంగా వుండాది. యింతకూ వాడు రేపెవుర్ని కలవబోతా వుండాడు?

V. విద్యావతి: రహస్య స్నేహితురాలు

తెల్లారి పదిగంటలలకంతా కాలేజీ దెగ్గిరికొచ్చి కలస్తానని ఫోన్ చేసినాడు హర్షా. మూడు వారాల లీవుపైన అమెరికా నుంచీ వచ్చుండే పిల్లోడు, పెళ్లిచేసుకొని పోదామని వచ్చిన యువకుడు, పనిగట్టుకొని నన్ను కలిసేదానికి వస్తానంటే యెందుకో తెలుసుకోలేనంత అమాయకురాలిని గాదు. హర్షా గురించిన చానా సంగతులు నాకు మాత్రమే తెలుసుననే సంగతి హర్షాకు గూడా తెలియదు.

అమెరికాలో పద్దెదేండ్లుగా వుండే హర్షాకు చానామంది స్నేహితురాళ్లే వునుంటారు. అక్కడే యే విదేశం పిల్లనో పెళ్లి చేసుకుంటాడని అనుకున్నాను. వాళ్ళమ్మా నాయినా చూపించిన పిల్లను చేసుకుంటాడని అనుకోలేదు. జరిగిపోయిన పదేండ్లలో నా బతుకెన్ని మలుపులు తిరిగిందో హర్షాకు తెలుసు. మూడేండ్ల ముందయితే హర్షా నన్నొచ్చి కలస్తానంటే యింతగా అజిటేట్ అయ్యుండను. యిప్పుడు నేనుండే పరిస్థితిలో పెళ్ళిచేసుకోవాలని యిండియాకొచ్చినవాడు నన్నొచ్చి కలస్తానంటే నాకు పెద్ద అనుమానంగా వుంది.

హర్షా నాకు కేవలం ఫ్రెండ్ మాత్రమేనా అని నన్ను నేను చానాసార్లు ప్రశ్నించుకోని చూసినాను. వొక ఆడా మొగా మధ్యలో ఆకర్షణ లేకుండా కేవలం స్నేహం మాత్రమే వుండే అవకాశం వుందా అనే డౌట్ నాకి చానా దినాలుగా వుంది.

నాకూ, హర్షాకూ మధ్యనుండే స్నేహం గురించి మూడో కంటివాడికి తెలియదు.

వాడు నాకో రహస్య స్నేహితుడు. యిప్పుడు రాబోతుండే హర్షా దాన్ని బహిరంగం చేసే పనిపైన వస్తా వుండాడేమో అనే అనుమానం నాకి చెప్పలేని ఆనందాన్నిస్తోంది. అదే సమయంలో తెలియని ఆదుర్దాగా కూడా వుంది.

పదకొండు గంటలకు క్లాసుంది నాకి. మా ఫ్యాకల్టీ రూమ్ నుంచీ మా డీమ్డ్ యూనివర్సిటీ మెయిన్ గేట్ కనబడతా వుంది. లోపలికొచ్చే కార్లూ, పార్కింగ్ ప్లేస్‌లోనుంచీ వచ్చే మనుషులూ స్పష్టాస్పష్టంగా కనబడతానే వుండారు.

వొకప్పుటి వుత్తర ఆర్కాట్ జిల్లాకూ, యిప్పటి రాయవేలూరు పేరుతోనే వుండే యీ జిల్లాకూ క్యాపిటల్‌గా వుండే యీ వేలూరుకు చిత్తూరునించీ రావాలంటే గంట కూడా పట్టదు. యెప్పుడు కావాలంటే అప్పుడొచ్చేదానికి టౌన్ బస్సులు రెడీగా వుంటాయి. అందువల్లే ఆంధ్రప్రదేశ్‌లో వుంటా దినమ్మూ తమిళనాడులో వుండే యీ వేలూరుకొచ్చి వుద్యోగం చేసేకి వీలయ్యింది నాకి.

ఫోన్లో అయితే అప్పుడప్పుడూ మాట్లాడతా వుండానుగానీ, హర్షాను నేరుగా చూసి పదేండ్లయిపోయింది. పోయిన రెండుతూర్లు యిండియాకొచ్చిపోయినప్పుడు హర్షా నన్ను కల్వకుండానే పోయినాడు. యేవో పనుల్లో చిగులుకోని రాలేకపోయినానని అమెరికాకు పోయినాక ఫోన్లో అపాలజీ చెప్పినాడు. అయితే వాని ప్రయారిటీస్ అప్పుడు వేరే అనీ యిప్పుడు వేరే అనీ క్లియర్‌గా తెలిసిపోతానే వుంది. వొకప్పుడు అందదనుకునింది యింకొకప్పుడు అందితిందనుకునేందుకు పరిస్థితులు మారిపోయేదే కారణం. యీ పదేండ్లలో నా లైఫ్‌లో యెన్ని మార్పులొచ్చినాయో హర్షాకు కొంచెం తెలిసే వుంటాది. అయితే శరీరంలో వచ్చిన మార్పుల్ని చూసే అవకాశం వానికి దొరకలేదు. అందుకే నేననుమానించే పనిపైన్నే హర్షా వస్తా వుండాడనుకున్నప్పుడు, కొంచెం టెన్షన్‌గానూ, కొంచెం కోపంగానూ వుండాది.

నాకంటే రెండేండ్లు చిన్నోడైన హర్షా, మా తమ్ముడికి ముందుగా ఫ్రెండయినా వాన్నెప్పుడో మరిచిపోయినాడు. పార్మాలిటీకి యెప్పుడైనా వొకసారి వాడెక్కడుండాడని మాత్రం అడగతాడు. పక్కింటి పిల్లోడుగా వొచ్చిన హర్షా, నాకింత దగ్గరి ఫ్రెండయినాడనే విషయం యెవురికీ తెలియదు. మా ఫ్రెండ్‌షిప్ చానా విచిత్రంగా కలిసింది.

మా అమ్మకు మదనపల్లె హైస్కూలుకు పోస్టింగొచ్చినాక, బ్యాంకు కాలనీలో వుండే చిన్న పెంకులింట్లో బాడిగకు దిగినాము. దిగిన రెండో దినమే కాంపౌండు గేటు తీసుకొని మా యింటి చుట్టూ బొంగరం మాదిరిగా తిరగతా కనపడిన పిల్లోడ్ని మా అమ్మ యెవురు నువ్వని గదమాయించింది.

వాడు జంకకుండా "క్రికెట్ బాల్ ఆంటీ. యిట్లొచ్చి పడింది," అన్నాడు.

"క్రికెట్ వీధుల్లో ఆడకూడదు. గ్రౌండుకు పోయి ఆడుకోండి," అని దబాయించిందామె.

అట్లే అని తలూపుకుంటా బాలెత్తుకోనిపోయిన ఆ పిల్లోడు ఆ పూటే నాలుగుసార్లు కాంపౌండ్ లోపలికొచ్చి బాలెత్తుకోని పోయినాడు. అయిదోసారొచ్చినప్పుడు వానితో మా తమ్ముడు కూడా వుండాడు. మా అమ్మ కోపంగా, "గ్రౌండుకు పొమ్మని ఎన్నిసార్లు చెప్పాలరా?" అని కూకలేసింది.

"హర్షాను వాళ్ళ అవ్వాతాతా గ్రౌండుకంపించమని అన్నారంటమ్మా!" అన్నాడు విద్యాసాగర్.

"కాదమ్మా! ఆ పిల్లోడు పిలిస్తే వీడే పోలేదు. నేనంతా చూస్తానేవుండాను," అన్నాన్నేను. మా విద్యాగాడు నన్ను కొడతానన్నట్టుగా చెయ్యి మారి పారిపోయినాడు.

మేము మదనపల్లెకొచ్చిన నెలదినాలయినాక మా నాయన హొసూరునించీ వచ్చినాడు. అప్పుడెందుకో ఆయన మంచి జోరుమింద వుండాడు. నన్నూ, మా విద్యానూ పిలిచి ముందర కుచ్చోబెట్టుకోని రాగాలు దీస్తా పద్యాలు పాడినాడు.

కొంచేపయినాక పక్కింటినించీ హర్షా వచ్చి, "మీ పద్యాలు విని మా తాత భలే మెచ్చుకుంటా వుండాడంకుల్! వీలయితే వొకసారి మా యింటికి రమ్మన్నాడు," అన్నాడు.

అప్పుడే తొలిసారిగా మా నాయన్తోగూడా నేనూ హర్షా వాళ్ళింట్లోకి పోయినాను. పెద్ద కిటికీలూ, సోఫాలూ, టీవీ, ఆ యిల్లు చానా బాగునింది.

"నా పేరు రాఘవరెడ్డి పెద్దాయనా! మేం హోసూరు రెడ్లు. మాకు సేద్యం సానావుండాది. మీరు గూడా రెడ్లని తెలిసి మంచి పొరుగే దొరికిందని సంతోషమైంది," అన్నాడు మా నాయన.

హర్షావాళ్ల తాత మీసాల కిందనించీ హహ్హాహా అని నవ్వి, "మేము క్రిస్టియానిటీ తీసుకున్నాము రెడ్డీ! నీ పద్యాలింటా వుంటే నాకు చిన్నప్పుడు చదివిన చదువంతా గెవనం వొచ్చింది. నీకు వేమన పద్యాలు గూడా వొచ్చునా?" అని అడిగాడు.

"భలేవోడివే పెద్దాయనా! మా హోసూర్లో బిచ్చగాళ్ళకు గూడా వేమన పద్యాలు నోటికొస్తాయి. మాపక్క చచ్చిపోయిన పీనిగను కాట్లోకి చేర్చేదాకా, కూడా పొయ్యేటోళ్లు వొకరు మార్చి వొకరు వేమన పద్యాలు పాడతానే పోతారు. అది అక్కడ మా సాగ్యం," అని చెప్పినాడు మా నాయన.

ఆ మాటిని తాత భయపడినట్లుండాడు. "అయితే భాగవతం పద్యాలే పాడు,"

అన్నాడు.

మా నాయన తాత ఆపమనేదాకా పద్యాలు వరసగా పాడతానే వుండిపోయినాడు.

"యిన్ని పద్యాలెట్లా నోటికి నేర్చుకున్నావు రెడ్డీ?" అని ఆయన ఆశ్చర్యపడిపోయినాడు.

"తెలుగు మా తల్లి భాష పెద్దాయనా! మా హోసూరును అన్యాయంగా అరవదేశంలోకి చేర్చేసుండారు. వాళ్ళ గవర్మెంటు మన తెలుగు బడుల్ని మూసేస్తా వుండాది. దానికడ్డంబడతా మేము పెద్ద పోరాటమే చేస్తా వుండాము," అన్నాడు మా నాయన.

మా అమ్మెప్పుడూ మా నాయన గాలికి తిరగతా వుంటాడని కండ్ల నీళ్ళుపెట్టుకుంటాది. కానీ ఆయనేం చేస్తా వుంటాడో ఆయనప్పుడు చెప్పినాకే తెలిసింది. ఆయనకుండే ఆ తెలుగు పిచ్చే హర్షాను మాకు దగ్గరోడ్నిగా చేసింది.

"తెలుగు భాష కోసరం పోరాటమా? తమాషాగా వుండాది! దాన్ని నువ్వెన్నేండ్లుగా చేస్తాండావు?" ఆ తాత నోరు దెరిచేసినాడు.

"నూటయాభై యేండ్లుగా!" అనేసినాడు మా నాయన.

యేందీ యేందీ అంటా తాత అరిసేసినాడు.

"అవును పెద్దాయనా! నేను పుట్టకముందు మా నాయనా, ఆయనకు ముందు మా తాతా అంతకు ముందు మా ముత్తాతా. వాళ్ళు నూటయాభై యేండ్లకు ముందర ఆరంభం జేసిపోయిన పోరాటం యిది. మా తాతకయితే అప్పుడు రాజాజీ అనే పెద్ద రాక్షసుడితో తలపడాల్సొచ్చింది."

"రాజాజీనా? ఆయినెవురు?"

"మా పక్కూరోడు. మా ఖర్మకాలి యీ దేశానికి గవర్నర్ జెనరల్ గూడా అయినాడు. ఆ మహన్నభావుడు మమ్మల్ని కంటిమింద రెప్పేసుకొని సుఖంగా నిద్రపోనీకుండా చేసిపోయినాడు. ఆయిన అంటించిపోయిన అగ్గింకా రగలతానే వుండాది. అన్నీ సక్రంగా అమిరుండే మీకు మీ తమ్ముళ్లే హోసూరులో పడతావుండే పడుబాట్లు యెట్లా తెలుస్తాదిలే? ఆ ఆరవ దాయాదుల చేతిలో చిగులుకోని మేం పడతావుండేది చిన్న నరకం గాదు."

మా నాయన చెప్తా వుంటే నేనూ, మా తమ్ముడూ గూడా ఆశ్చర్యంగా వింటా వుండిపోయినాము.

హోసూరుకు యెనిమిది మైళ్ళ దూరంలో వుండే తోరాపల్లి అగ్రారంలో రాజాజీ అనే చక్రవర్తుల రాజగోపాలాచారి పుట్టిన సమత్సరంలోనే అదే వూరికి మూడుమైళ్ళ దూరంలో వుండే మద్రాకుల దొడ్డిలో మా ముత్తాత పెనుమూరు లక్ష్మణరెడ్డి పుట్టినాడంట.

అరవ బ్రాహ్మణుడుగా పుట్టిన రాజాజీ గాంధీకి వియ్యంకుడైనాక రాజకీయాల్లో బలమైనోడయినాడో, రాజకీయాల్లో బలమైనోడయినాక గాంధీకి వియ్యంకుడైనాడో తెలవదు. కానీ అయన బలవంతుడైనందుకు మాకవస్తలొచ్చినాయి. ఆయన వాళ్లూరికి చుట్టావుండే పల్లెల్నీ, పట్నాల్నీ, అరవ భాషనే పేరుతో అప్పుడు పుట్టిన తమిళనాడులో కలుపుకునేసినాడు. అక్కడ్నే నూటికి యెనభై మందుండే తెలుగోళ్ళ మాటనెవురూ కాతరు జెయ్యనీకుండా అడ్డం గుచ్చున్నాడు. మదరాసు ప్రెసిడెన్సీ కాలంనించీ తెలుగోల్లు మెజారిటీగా వుండే ఆ యేరియానంతా తెలుగు రాష్ట్రంలోకి చేర్చమని అక్కడుండే తెలుగోళ్ళింకా పోరాటం చేస్తావుండారు. సొతంత్రమొచ్చి అయిదేండ్లయినాక తెలుగోళ్లకు ఆంధ్రప్రదేశ్ అనే సెపరేట్ రాష్ట్రమొచ్చినప్పుడు వాళ్ళనప్పుడైనా కలుపుకోమని నెత్తీ నోరూ కొట్టుకున్నారు. అయితే రాజాజీ అనే బ్రమ్మరాక్షసుడి ముందర వాళ్ళు చీమల మాదిరిగా నలిగిపోయినారు. అయినా వాళ్ళు పోరాటం చేసేది మాన్లేదు. ఆ పోరాటం చేస్తానే మా ముత్తాత కాలమైపోయినాడు. ఆయిన కొడుకా పోరాటాన్నే లాగినాడు. యిప్పుడు మా నాయన కూడా అదే చేస్తావుండాడు.

“మా హోసూరులో యెమ్మెల్యేగా గెలిచేదెప్పుడూ మన తెలుగోడే పెద్దాయనా! ఆ అరవోళ్ల అసెంబ్లీలో ఆయన తెలుగులోనే మాట్లాడతాడు. కానీ వాళ్ళ బలంముందు మన గొంతు సన్నది. సందు జూసుకోని వాళ్ళు మన తెనుగుస్కూళ్ళు మూసేస్తారు. మనం తిరగబడితే విధి లేక తెరస్తారు. మనం యామారినప్పుడు దొంగ దెబ్బ దీస్తారు,” అన్నాడు మా నాయన వుక్రోషంగా.

“యింత పని జరగతా వుంటే తెలుగోళ్లు గాజులేసుకోనెందుకుండారు?” తాతకు గూడా కోపమొచ్చింది.

“అంతా రాజకీయం పెద్దాయనా! మొరుసునాడులో బళ్లారినీ, తొండనాడులో తిరుత్తణినీ, వొరిస్సాలో బరంపురం, జయపురం, పర్లాకిమిడినీ పోగొట్టుకొని, కాళ్ళూ, చేతులూ, తలా తెంపుకోని, మొండెం మాదిరిగా అవిటి బతుకు బతకతా వుండారీ తెలుగోళ్లు. వీళ్ళు సరిగ్గా వునుంటే మాకీ ఖర్మేల పట్టుంటాది?” అన్నాడు మా నాయన కోపంతో వూగిపోతా.

“నాడులా? అవేమి పేర్లు? అవెక్కడుండాయి రెడ్డీ?”

“మన గురించి మనకే తెల్వకుండా జేసినారు. అదీ యిప్పుడుండే సదువు,” అని కుర్చీకి చేరగిలబడి మా నాయన చెప్పిన మాటలు యింగా చెవుల్లో రింగుమంటా వుండాయి.

ఆంధ్రప్రదేశ్‌లో వుండే హిందూపురం, బీరంగి కొత్తకోట, పుంగనూరు, కుప్పం, కర్ణాటకలో వుండే గౌరిబిదునూరు, చిక్కబళ్లాపుర, దొడ్డ బళ్లాపుర, బెంగుళూరు, కోలారు, శ్రీనివాసపుర, చింతామణి, అనేకల్లు, తమిళనాడులో వుండే హోసూరూ, డెంకణి కోట, యివంతా కలిస్తే దాన్ని మొరుసునాడు అంటారంట!

అదే మాదిరిగా తొండనాడులో ఆంధ్రప్రదేశ్‌లో వుండే తిరుపతీ, చిత్తూరూ, తమిళనాడులో వుండే చెన్నయి, తిరువళ్లూరు, కంచి, రాయవెల్లూరూ, తిరువన్నామలై, పాండిచ్చేరీ, కడలూరూ, చేరతాయంట!

మొరుసునాడులో తెలుగు, తమిళము, కన్నడమూ; తొండనాడులో తెలుగు, తమిళము కలగూరగంప మాదిరిగా కలగలిసి పొయ్యుండినా ఆ రెండు తావులలో గూడా పెద్ద భాష తెలుగే! మదరాసు గట్టిన చిన్నప్ప నాయకుడూ, బెంగుళూరు గట్టిన కెంపెగౌడా యిద్దరూ తెలుగోళ్లే! దేశాన్ని రాష్టాలుగా విడగొట్టినోళ్లు యీ సంగతులేవీ పట్టించుకోకుండా వాళ్లకు అనుకూలంగా నరికిపారేసినారు. అందరికంటే ముందుగా సెపరేటు రాష్ట్రం గావాలని ఆగడం జేసింది తెలుగోళ్లే! కన్యాకుమారి నించీ నాగపూరు దాకా మిగిలిన అన్ని భాషలోళ్లతో కలగలిసిపోయిన తెలుగోళ్ళను వొక రాష్ట్రమనే కాంపౌండులోకి తెచ్చేదానికెట్లయితింది? భాష పేరుతో రాష్ట్రాలు చేసిందీ, రాజకీయం జేసిందీ పవర్లోకి రావాలని కొందురు స్వార్థపరులు చేసిన కుట్రే.

యిదంతా చెప్పినాక, "అరవోళ్లకుండేది చాటంత. అడిగేది బానంత. వాళ్లకు గాంధీజయంతి లేదు పెద్దాయనా! వుండేది కాంతీ చెయందే! ఆ అరవపాట గాళ్లకు రకురాముడేగానీ రఘురాముడు లేడు. వాళ్ళకుండే యిరవై రెండక్షరాలతో యాభై ఆరక్షరాలుండే మన తెలుగుతో పోటీ పడతారు," అంటా మా నాయన కడాకు అందర్నీ నవ్వించినాడు.

"రాజాజీ పెద్ద కంత్రీ పెద్దాయనా! సొతంత్రం రాకముందు వుత్తరాది ఢిల్లీ మహన్నబావులు మదరాసు ప్రెసిడెన్సీలో హిందీని కంపల్సరీ చేసినారు. అప్పుడు యాంటీ హిందీ పోరాటం నడిపించినోడు యీ పెద్దమనిషే! ఆయనమింద కోపంతోనే నా భార్యను హిందీ చదివించి హిందీ టీచర్ని జేయించుండాను," అన్నాడు మా నాయన పెద్ద గొంతుతో.

మేము మా యింటికి పొయినాక మా అమ్మ, "మాట మార్చేదాంట్లో మీ నాయనా రాజాజీకి తీసిపోడు," అనింది దిగులుగా. ఆ మాటెందుకనిందో అప్పుడు నాకర్థం గాలేదు.

మా అమ్మను తలుచుకుంటే యిప్పటికీ నాకు గుండె చెరువైపోతింది.

2

మెయిన్‌గేటు నించీ కార్లు వచ్చిపోతానే వుండాయి. యెప్పుడూ పంక్చ్యువల్‌గా వుండే హర్షా యీ రోజెందుకో యింకా అయిపులేడు. వాడు రిషివాలీ స్కూల్లో వుండేటప్పుడు ప్రతి నెలా ఫస్టు థార్డ్ వారాల్లో మంగళవారమైతే టంచనుగా వాని లెటరొస్తావునింది.

హర్షా నించీ ఫస్టు లెటరొచ్చినప్పుడు నేను తొమ్మిదో తరగతిలో వుండాను. స్కూల్లో ఆడపిల్లకాయలకు లవ్ లెటర్లు రాసి యేడిపించే మొగపిల్లోళ్లను అప్పటికే చానామందిని చూసుండాను. దొంగతనంగా యిష్టంగా లెటర్లు రాసుకునే ఆడా మొగ పిల్లోళ్లనూ చూసుండాను. అయితే హర్షా మాదిరిగా లెటరు రాసినోన్ని మాత్రం అప్పటిదాకా చూళ్ళేదు.

నా పేరుతో వొచ్చిన ఫస్టు లెటరు గూడా అదే! దానిపైన ఫ్రమ్ అడ్రస్సు లేదు. భయం భయంగానే చించినాను. తెల్లకాగితంపైన యింగిలీషు అక్షరాలు కనబడినాయి. లెటరు చివర్లో యువర్స్ సిన్సియర్లీ అనే మాట కింద హర్షా అనే పేరు చూసినాకే అది రాసిందెవురో తెలిసింది. దాంట్లో రాసిందే చానా పదాలకు అర్థం తెలియలేదు. డిక్షనరీ పక్కన పెట్టుకోని చదివితే ఆ లెటరు న్యూస్‌పేపర్ చదివినట్టే అనిపించింది. యేమి చెయ్యాల్నో తెలియక దాన్ని మా అమ్మ చేతికిచ్చినాను. మూతి చిట్లించుకొని దాన్ని పైనించీ కిందికి రెండుతూర్లు చదివినాక, "యిది వాళ్ళ యింగ్లీష్ టీచర్ యిచ్చిన యెక్సర్సైజ్. యెవురో తెలిసినోళ్లకు రాయమంటే, విద్యాగాడికి యింగ్లీష్ అర్థం గాదని నీకు రాసినట్టుండాడు. దానికి రిప్లై రాయమనుండాడు. విద్యా రాసినట్టుగా రాసి పోస్టు చెయ్యి. లేకపోతే ఆ టీచర్ వాన్నేమయినా అంటాడు. వాడు మళ్ళా నీకు రాస్తాడు," అనిందామె విసుగ్గా.

హర్షా రిప్లయ్ యింగ్లీష్‌లో రాయాలని చెప్పకపోయిందే వానికి మేలుచేసింది. పోతే పోనీ అని తెలుగులోనే రాసి పోస్టు చేసినాను. వాడు వాళ్ళ స్కూల్లో జరిగిన ఆర్ట్స్ యెగ్జిబిషన్ గురించి రాస్తే, నేను మా స్కూల్లో జరిగిన మాక్ పార్లమెంటును గురించి రాసినాను. అట్లా ఆరంభం అయిన మా లెటర్ల ఆట హర్షా అమెరికాకు పొయ్యేంతవరకూ, అంటే అయిదేండ్లదాకా జరిగిందని తలుసుకుంటే నాకే విడ్డూరంగా వుంటింది. హర్షా రాసిన లెటర్ని ప్రతి మంగళవారమూ పోస్ట్‌మాన్ యింట్లో పారేసి పొయ్యేటోడు. మా అమ్మా, తమ్ముడూ స్కూల్‌నించీ వొచ్చే లోపల నేనొచ్చి యెత్తేసుకునేదాన్ని. నేను యింటర్లో చేరినాక కాలేజీ అడ్రసుకే రాయమన్నాను. కొన్ని లెటర్లు రాసినాక మా అమ్మ గురించీ మా నాయన గురించీ నాకుండే కంప్లయింటులంతా రాస్తావుంటిని. హర్షా వాని ఫ్రెండ్స్ గురించీ, చదివిన పుస్తకాల గురించీ రాస్తా వున్నాడు. అమెరికాకు పోయినాకే, ఫోన్లో మాట్లాడేది

ఆరంభం జేసినాకే, పర్సనల్ విషయాలు చెప్పేది కొంచెం కొంచెంగా వోపెన్ అయినాడు.

గంట పదకొండయింది. నేను క్లాసుకు పోవాల. యీ ప్రైవేటు కాలేజీల్లో క్లాసుకు పోకుండా తప్పించుకునేకి కుదరదు. యింతలో మా నాయన దెగ్గిరనించీ ఫోన్ వొచ్చింది. ఆయనకు మొబైల్ ఫోన్లంటే యిష్టముండదు. యెంతో అవసరమైతే గానీ ఫోన్ చెయ్యడు.

"బస్సులో వేలూరుకొస్తావుండాను విద్యా! తెలుగువాణిలో పనవతానే మీ కాలేజీకొస్తాను."

అంతే! నా జవాబు గూడా వినకుండా ఫోన్ కట్ చేసినాడు. హర్షా వస్తావుండాడని చెప్తుంటే సంతోషపడుంటాడు. ఆయనకు హర్షా అంటే భలే యిష్టం. ఆయనకుండే తెలుగు పిచ్చిని వానికీ యెక్కించినాడు.

హర్షాను పక్కింటి పిల్లోడని చూపించినప్పుడు మా నాయన "తెలుగు పద్యమేదయినా చెప్పు," అనే అడిగినాడు.

రెండోసారి అడిగించుకోకుండానే హర్షా 'ఎవ్వనిచే జనించు జగమెవ్వని లోపల నుండు', 'నీ పాదకమల సేవయు' అనే రెండు పద్యాలు వొప్పగించేసినాడు.

"శభాష్! రెండూ బమ్మెర పోతన పద్యాలే! అందుకే తేనె కంటే తియ్యంగా వుండాయి," అని మా నాయన సంబరపడిపోయినాడు.

నేను పదోతరగతి పరీక్ష రాసినాక యెండాకాలం లీవుల్లో మా నాయన దిగబడినాడు, మదనపల్లెలో యెప్పుడో అనుకోకుండా కురిసే వాన మాదిరిగా. కోయంబుత్తూరు నించీ హోసూకు పొయ్యి, మద్రాకుల దొడ్డిలో కౌలు దుడ్డు వొసూలు జేసుకొని జబర్దస్తీగా వచ్చినాడు. ఆయిన పద్యాలు చెవులో పడంగానే పక్కింటినించీ హర్షావాళ్ల తాత పలకరించినాడు.

దాంతో సరాసరి వాళ్లింటికే పొయ్యి, "పోయిన తడవొచ్చినప్పుడు విల్లుపురందెగ్గిరి పల్లెల్లో తెలుగు పాఠాలు చెప్పేకి పోయింటినని చెప్పుండాను గదా నీకి? తెలుగువాణి తిరుచ్చిలో తమిళ జానపద మేళా జరపతా వుండాది. వొచ్చే శుక్ర, శని, ఆదివారాల్లో. దానికి నా భార్యనూ, పిలకాయలనూ తొడుక్కోని పోదారని వచ్చుండాను," అనినాడు అట్టహాసంగా.

హర్షావాళ్ళ తాత అదోరకంగా నవ్వి, "తమిళమేళాలో తెలుగోళ్ళకేం పని రెడ్డీ," అని యెకసెక్కమాడినాడు.

"సరైన పట్టే పట్టినావు పెద్దాయనా! అదే తమాషా!" అంటా మా నాయన గూడా పెద్దగా

నవ్వేసినాడు. “అరవోళ్లదంతా డంబాచారం. మనం కడగాలేస్తే దానిపైన మహిడీలు గట్టుకొని అంతా మాదే అంటారు. వాళ్లవైన చేర, చోళ, తొండ, కొంగు, తెన్నాడుల్లో జానపద ఆటలూ, పాటలూ, కతలూ అన్నీ వుండేది మన తెలుగులోనే! కన్యాకుమారి నిండీ మదరాసు దాంకా వుండే మాలోళ్ళూ, మాదిగోళ్ళూ, గవుండర్లూ, రెడ్లూ, కమ్మోళ్ళూ, జంగమోళ్ళూ, అందురూ యిండ్లల్లో మాట్లాడేది వాళ్ళ తల్లిభాష తెలుగునే! ఆ సంగతి యిప్పటికైనా వాళ్లకు తెలియాలనే యీ మెరవణి చేస్తావుండాము. పేరుకైతే అది తమిళమేళా! జరిగేదంతా తెలుగులోనే! తిరుచ్చి అనే తిరుచిరాపల్లి వుండేది కావేరి వొడ్డుపైన్నే. తిరుచ్చి నించీ కావేరిని బ్రిడ్జిపైన దాటతానే లంకలో వుండేదే శ్రీరంగం. క్రిష్ణా, గోదావరి, పెన్నాలతో పోలిస్తే కావేరి తెలుగోళ్లకు తక్కవేమీ గాదు. కావేరి నీళ్లు తాగిన తెలుగోళ్ళెందురు తెలుగులోనే రాసి పాడినారో యిప్పటికైనా అందరికీ తెలిసే కావాల.”

అంతా వింటావున్న హర్షా వాళ్ళవ్వ, “అది సరేలే! లీవుల్లో మీ పిల్లోళ్లతో ఆడుకుందామని నా మనవడు ఆశతో వచ్చుండాడు. నువ్వొచ్చి వాళ్ళను తొడుక్కొని పోతావుండావు,” అని సణిగింది.

మా నాయన మళ్ళా నవ్వేసి, “అట్లనద్దమ్మా! దాందేముండాది! మీ హర్షాకు గూడా తెలుగంటే ప్రాణం. మాతో అంపించండి. మా పిల్లోళ్లతో కలిసి తిరుచ్చి చూసుకోనొస్తాడు,” అని అప్పటికప్పుడు పిలిచేసినాడు.

వాళ్ళవ్వ కొంగుపట్టుకొని పోతాను పోతానని హర్షా అడుక్కున్నాడు.

ఆమె మా అమ్మను కాంపౌండు గోడ దెగ్గిరికి పిలిచి, “ప్రమీలమ్మా! మేము ప్రభువు మతంలోకి మారినామని దెగ్గిరి బందుగులంతా మాకు దూరమైపోయినారు. లీవుల్లో యెప్పుడైనా వాళ్ళమ్మ దెగ్గిరికి వారం పద్దినాలు పొయ్యేది తప్ప వాడు యింకేడికీ పోయినోడు గాడు. మీమిందుండే నమ్మకంతో యిప్పుడు అంపిస్తావుండాను, సొంతబిడ్డను జూసుకున్నట్టుగా జూసుకుంటావనే నమ్మకంతో. భద్రంగా తొడుక్కొనిపోయి తీసుకొని రావాల,” అనింది కండ్లనించీ బొటబొటా నీళ్లు గారాస్తా.

మదనపల్లె నించీ కాట్పాడి రైల్వేస్టేషనుకు హర్షావాళ్ళ తాతే కారు పంపించినాడు. అక్కడినించీ తిరుచ్చికి యేడు గంటల ప్రయాణం.

జానపద కళల మేళా జరిగే తావు పేరు వడివేలు రెడ్డియార్ తిరుమన మండపం. దానికి ఫర్లాంగ్ దూరంలో వుండే వల్లీ లాడ్జిలో మాకు రూములేర్పాటు చేసిండారు.

తిరుమన మండపమంటే అదొక పెండ్లి మండపమని అక్కడికి పోయినాకే తెలిసింది. ముదురు యెరుపు, ఆకుపచ్చ రంగుల్లో వుండే ఆ పాత కళ్యాణమండపంలో పగుల్లోగూడా

దీపాలు యేసుకోవల్సిందే! గోడలపైన తలుపులంత పెద్దవిగా వుండే ఫొటోల్లో వుండే బొమ్మలు నిజం మనుషులకు రెండింతల సైజులో భయపెడతావుండాయి.

"ఆ ఫొటోల్లో వుండే వాళ్లందురూ రెడ్లే! ఆ మొగోళ్లు యెన్ని నగలు దిగేసుకోనుండారో జూడండి. వాళ్ళు కట్టుకోనుండే పట్టువస్త్రాలు చూడండి. వాళ్ళ వారసులిప్పుడీవూర్లో వాళ్లిండ్లల్లో తెలుగులోనే మాట్లాడతారు," అన్నాడు మా నాయనా జంభంగా.

బెంచీలను పక్కపక్కనేసి కట్టిన స్టేజీ మీద తెల్లారి తొమ్మిదినించీ, రాత్రి యెనిమిది దాంకా రకరకాల ఆటలు ఆడినారు. పాటలు పాడినారు. ఆడవేషాలేసుకోనొచ్చే మొగోళ్ళూ, చెమ్కీ కోట్లూ, అద్దాల కిరీటాలూ పెట్టుకోనుండేటోళ్ళూ, కాలికి గొలుసుతో పెద్ద యినప గుండు కట్టుకొని పెద్దపట్టాకత్తెత్తుకోని వీరనాట్యాలు చేసేటోళ్ళూ, గడ్డిగంపలెత్తుకోని కదుందొక్కే ఆడోళ్ళూ... యిట్లాటి ఆటాపాటలుండాయినే విషయం అప్పుడే తెలిసింది. తమిళయాసతో వాళ్ళు పాడిన పాటలు తెలుగే అని మా నాయనంటే ఆశ్చర్యపోయినాము.

"అవన్నీ అప్పట మైన తెలుగు మాటలు. దాంట్లోకి అడ్డమైనవీ వచ్చిచేరిపోయి యిప్పుడు మనం మాట్లాడతావుండే యీ సంకరభాష పుట్టింది. యిన్నూరుమున్నూరేండ్లుగా యిక్కడ మాత్రం తెలుగు మారకుండా అట్నే నిలబడుండాది," అని చెప్పినాడు మా నాయన.

రెండో దినం పొద్దన్నే, "చూసిన జానపదాలు చాలు మాకు. మేం శ్రీరంగం పోవాల. పిల్లోళ్లకు రంగనాథసామిని చూపించాలనే తొడుక్కోని వచ్చిండాను," అనింది మా అమ్మ మా నాయనపక్కకు తిరిగైనా చూడకుండా గోడతో మాట్లాడతావున్నేట్టుగా.

"అంతేలే! మీ తొండనాడోళ్ళకు మనుషులవసరం లేదు. గుడులూ గోపురాలూ అంటా పూజలు చేసుకుంటా బతికేస్తారు. సంత్సరానికొక తూరి భారతయేజ్ఞం జేసేసి చేతులు కడిగేసుకుంటారు," అని మా నాయన యెకసెక్కమాడినాడు. పక్కనుండే పిల్లోడ్ని పిలిచి, "వీళ్లనంతా శ్రీరంగానికి తొడక్కపోయ్యి, చూపించుకోని తొడక్కరాపోరా సిన్నోడా!" అని మమ్మల్ని వానికప్పగించినాడు.

ఆటో కావేరీ నదిపైన బ్రిడ్జి మింద పోతావుండంగా, "భాషగూడా యీ నదిమాదిరే పారతావుంటింది. పక్కనించీ యెన్నో కాలవలొచ్చి దాంట్లో కలస్తాయి. యీ నీళ్లిట్లా పారకుండా వొకేచోట నిలిచిపోతే అది చెరువైపోతింది. నిలవనీళ్ళల్లో పాచిపట్టి, కుళ్ళు వాసన గొడతాది. ఆ కుళ్లువాసనే కొందురికి గంధం వాసనగా అనిపిస్తే మనం వాళ్ళను మార్చలేం," అనింది మా అమ్మ కింద పారతావుండే నీళ్ళను చూస్తా. ఆమె యెవురి గురించి చెప్తావుందో నాకైతే అర్థమైపోయింది.

శ్రీరంగంలో వూరంత పెద్దదిగా వుండే గుడిని చూసి మేమంతా ఆశ్చర్యంలో

మునిగిపోయినాము. హర్షా తొలీగా అడుగుపెట్టిన గుడి అదేనంట! కానీ మేమెక్కడ నమస్కారాలు పెట్టుకుంటా మొక్కుకున్నామో అక్కడంతా వాడూ మొక్కినాడు.

"వాళ్ళూ వొకప్పుడు మన హిందువులే! కానీ యెందుకో నడిమధ్యలో దోవ దప్పోయినారు," అనింది మా అమ్మ హర్షా ముందర్నే.

మండపాల్లో తిరగతా వున్నప్పుడు, మా అమ్మా విద్యా గాడూ, పదడుగులు ముందుగా నడస్తా వున్నప్పుడు, "యీ గుడిని గురించి యెవురికి లెటరు రాస్తావు?" అని హర్షాను అడిగినాను.

హర్షా చిన్నగా నవ్వినాడు గానీ బదులేమీ చెప్పలేదు. అప్పుటికి హర్షా నాకు పదమూడు లెటర్లు రాసినాడనే లెక్క గుర్తుండాది. అయితే వాడు యెదురైనప్పుడు ఆ లెటర్లు రాసిన హర్షా, అప్పుడు కనబడతా వుండే మనిషీ వొకరు గాదేమో అనే అనుమానం వచ్చింది నాకు.

తిరుగు ప్రయాణంలో కాట్పాడి జెంక్షన్లో దిగి కారెక్కుతా వుండంగా హర్షా నా దెగ్గిరికొచ్చి నాకు మాత్రమే వినబడేటట్టుగా, "నేనింతవరకూ మీకు తప్ప యింకెవరికీ లెటర్లు రాయలేదు," అన్నాడు.

3

క్లాసులో స్టూడెంట్లకు రైటింగ్ అసైన్మెంటిచ్చి కిటికీలోనుంచీ కాలేజీ గేటునే చూస్తా కుర్చున్నాను. క్లాసవతానే హర్షాకు మళ్ళా ఫోన్ ట్రయి చేసినాను. అది స్విచాఫ్ అయుంది. మా నాయన ఫోన్ కూడా మోగలేదు.

"మీ నాయన సంగతెవురికి తెలిస్తింది? వస్తానన్నప్పుడు రాడు. రాడనుకున్నప్పుడు వస్తాడు," అంటా వుంటింది మా అమ్మ.

"అట్ల హొసూరులో సేద్యమూ జెయ్యకుండా, యిక్కడుండి పెండ్లామూ బిడ్డల్ని చూసుకోకుండా మీ నాయిన చేసే పనేముండాది?" అని హర్షా వాళ్ళవ్వ నన్ను చానాసార్లు అడిగింది.

నేనా సంగతి మా అమ్మతో చెప్పినాను. మా అమ్మ కోపంగా చుర చురా చూసి, "హర్షాను చూసేదానికని వాళ్ళమ్మ నెలకో, రెండు నెలలకో వొకసారి మాత్రమే వస్తా వుంటింది. ఆ తండ్రనే మనిషిని నేనింతదాకా చూళ్ళేదు. ఆయనెందుకు రాడో ఆ ముసిలామెనడుగు," అనింది.

అదీ నిజమేగదా! మా నాయనకు మేమంటే యెంత ప్రాణమో మాకు బాగ తెలుసు. ఆయనొచ్చి మదనపల్లెలో మాతో వుండేటన్ని దినాలూ, నాకూ మా విద్యాగానికీ పండగమాదిరే వుంటాది. ఆయనంటే యెప్పుడూ కస్సుబుస్సులాడే మా అమ్మగూడా ఆయనొస్తే మూతిముడుచుకొనే పలహారాలన్నీ చేస్తాది. హర్షవాళ్ళ డాడీని నేనూ యింతదాకా చూళ్ళేదు. అట్లాంటాయనతో మా నాయన్ని పోల్చినందుకు నాకు చానా కోపమొచ్చింది. యీసారి మా నాయన్నేమైనా అంటే హర్షావాళ్ళవ్వతో హర్షావాళ్ళ నాయిన్ని గురించి చెప్పాలని కాపెట్టుకోనుండాను.

యెప్పుడైనా దిగులుగా కనబడినప్పుడు అడిగితే మా అమ్మ మద్రాకులదొడ్డిలో మా నాయన జేసిన ఘనకార్యాల్ని గురించి అప్పుడు కొంచెం యిప్పుడు కొంచెంగా చెప్పేది. అతుకుల బొంత మాదిరుండే ఆ సంగతులనంతా కలిపిచూసినప్పుడు మా అమ్మెంత గెట్టిదో తెలిసింది.

చిత్తూరుకు పదైదు కిలోమీటర్ల దూరంలో సగానికి పైగా తెలుగే మాట్లాడే జనముండే పేర్నంబట్టు అనే తమిళనాడులో వుండే బార్డరు గ్రామంనుంచీ బెంగుళూరుకు నలభై కిలోమీటర్ల దూరంలో తమిళనాడులో అంతా తెలుగే మాట్లాడేవాళ్ళుండే మద్రాకులదొడ్డి అనే పల్లెకు కోడలుగా పోయినప్పుడు, "యెండల్లో కమిలిపొయ్యే తొండనాటినించీ సల్లంగా అమ్మవొడి మాదిరుండే మొరుసునాటికొచ్చి పడినావు. అదురుష్టమంటే నీదే!" అని మా అమ్మను మా నాయన బేలించినాడంట! యెవుడో దారినబొయ్యే మనిషి పోవిడిజెప్పిన సమందమంట. పెండ్లిచూపుల్లో కొమ్మేదో పట్టుకోని లాగితే చెట్టంతా కదిలి దూరపు బంధుత్వమేదో తగిలి సంతోషంగా పెండ్లిజేసి మా అమ్మను అత్తగారింటికి అంపించేసినారంట.

కోడలుగా హోసూరు దెగ్గిరి మద్రాకులదొడ్డికొచ్చినప్పుడు మాది అయిదు మడకల సేద్యం. బయటి పనులు మామా, యింట్లో పనులు అత్తా జూసుకుంటా వుంటే మొగుడు హోసూరుకు పొయ్యి పెత్తనాలు జేస్తావుంటాడని ఆ యింటికి పొయిన కొన్నిదినాల్లోనే మా అమ్మకు తెలిసిపొయింది.

"తల్లినుడి పనిలో మా నాయన పనీ నా పనీ నేనే చెయ్యాల," అని మా నాయన దబాయించేవాడంట. అప్పుటికే హోసూరులో తెలుగు సంఘం బలంగా వునింది. సంక్రాంతికీ వుగాదికీ పద్యాల పోటీలూ, నాటకాలూ జరిపించేటోళ్లంట. వూర్లో తెలుగులో తప్ప యింకో భాషలో బోర్డులుండగూడదని దండోరా యేసినారంట. తెలుగులో లేని బోర్డుల్ని పీకి పారేసినారంట. పోలీసులు అరెస్టు చేసినా బెదరలేదంట. హోసూరు చుట్టూ మైనారిటీలైన అరవోళ్లతో తెలుగోళ్లకెప్పుడూ యుద్ధాలేనంట. స్ట్రయికులూ, అర్జీలూ,

పైరవీలూ, మా నాయనెప్పుడూ తీరికే లేకుండా తిరిగేటోడంట.

మా అమ్మకు పెండ్లయిన రెండేండ్లకు మా తాత చనిపోయినాడు. అయినా మా నాయన సేద్యాన్ని పట్టించుకోకుండా తిరిగినాడు. యింట్లో జరుగుబాటు తగ్గినప్పుడంతా మా అవ్వ మా అమ్మది నష్టజాతకమనే కొత్త కారణాన్నికనిపెట్టింది. యిల్లెట్లా జరిగితిందని మా అమ్మ నిలదీస్తే, "మా నాయన అప్పగించిపోయిన పని గొప్పా? నీ బోడి సంసారం గొప్పా?" అని మా నాయన కస్సుమన్నాడు.

యింకో దోవ లేక మా అమ్మే నడుంగట్టి వ్యవసాయంలోకి దిగింది. కూలోల్లను నమ్మి పంటబెట్టింది. పెట్టిన ఖర్చు గూడా ఫలితంగా రాకపొయ్యినప్పుడు, "సేద్యం సరింగా వొస్తే ఆడంగులు నేలపైన నడస్తారా?" అని మా అవ్వ సాధించింది.

యీలోపల మా అవ్వ గూడా గుండెపోటుతో పోయింది. ఆమె పోతానే మా నాయన బయటి తిరుగుళ్లే తిరిగి యెప్పుడో యింటికి తప్పదన్నట్టుగా వొచ్చేటోడు.

"అదంతా భాషపైనుండే యిష్టం వల్లే గాదు. బాధ్యతగా పనిచేసేది ఆయనకిష్టం వుండదు. గాలికి రికామీగా తిరిగేదానికి భాషా వుద్యమమనేది ఆయనకొక సాకుగా దొరికింది. ఆ పోరాటంలో మనసుపెట్టి పనిచేసే పెద్దపెద్దోళ్ళకు యిట్లాంటోళ్ళ వల్ల యిబ్బందే వుంటింది," అని మా అమ్మ బాధపడతా వునింది.

మద్రాకులదొడ్డిలో చేసిన అప్పుల్ని కట్టలేక, సంసారాన్ని లాగలేక, మా అమ్మ యింటికి బీగమేసి నన్నూ, మా తమ్ముడినీ తొడుక్కొని పేర్నంబట్టు చేరింది. విషయమంతా తెలస్తానే మా మేనమామ, "నువ్వావూరికిపొయ్యి సీతమ్మ చెర పడనేవొద్దు. మీరు ముగ్గురూ నాకు బరువేమీగాదు," అని వోదార్చినాడు.

పేర్నంబట్టులో మా అమ్మ హిందీ ట్యూషన్లో చేరి రెండేళ్లలో విద్వాన్ పరీక్ష పాసయ్యింది. జిల్లా పరిషత్‌లో అప్లికేషను పెడ్తే మొదుటి పోస్టింగ్ మదనపల్లెకు చేర్చింది. దాంతో మా కష్టాలు తీరినాయి.

మేము పేర్నంబట్టులో వున్నెప్పుడే మా నాయన చానా తూర్లే వొచ్చిపోయినాడు. యింటల్లుడితో కొట్లాడేది యిష్టంలేక మా మామ మూతిముడుసుకొనే పలకరించినాడు. మద్రాకులదొడ్డిలో వుండే నేలనంతా కౌలుకిచ్చేసి మా నాయన తెలుగువాణి పనుల్లో గొంతులదాకా మునిగిపోయినాడు.

"మొగుడనే పేరుతో నాకు వొక పర్మినెంటు గెస్టు దొరికినాడు," అని మా అమ్మ నిట్టూర్చేది. మా అమ్మకు వుద్యోగం రాకుండా వునుంటే నేను యూనివర్సిటీ మెట్టెక్కేదాన్ని గాదు. మా తమ్ముడు యింజినీరయ్యుండేటోడు గాదు.

నేను యూనివర్సిటీలో యింగ్లీష్ యెమ్మేలో చేరినప్పుడు హర్షా నాతో ఫోన్లో మాట్లాడేది మొదులుబెట్టినాడు. అప్పుడే నేను, "నీకక్కడ గర్ల్‌ఫ్రెండ్సెవురూ దొరకలేదా?" అని అడిగినాను.

"నాకా? గర్ల్‌ఫ్రెండ్సా? లేరు, లేరు," అని వాడు తడబడిపోయినాడు.

"అమెరికాలో వుంటా గర్ల్‌ఫ్రెండ్సు లేరంటే నేను నమ్మను," అని రెట్టించినాను.

దాంతో తబ్బిబ్బయిపోయిన హర్షా రెండు మాటలేవో గొణిగేసి బై చెప్పేసినాడు. అప్పటినించీ నేనామాదిరిగా సూటి ప్రశ్నలేసేది ఆపేసినాను.

యెమ్మే డిగ్రీ వచ్చినాక చిత్తూరులో ప్రయివేటు ఇంజినీరింగు కాలేజీలో లెక్చరరుగా వుద్యోగంలో చేరినప్పుడు హర్షా చికాగోలో వుద్యోగం చేస్తావుండాడు. వుద్యోగంలో చేరి రెండేళ్లయినాక హర్షా ఫోన్ చేసినప్పుడు, "వొచ్చే నెలలో నాకు పెండ్లి," అని చెప్పినాను.

కొంచేపు గొమ్మునా వుండిపోయినాక, "పెళ్లికొడుకెవరు?" అని అడిగినాడు.

"పేరు శేఖర్‌రెడ్డి. చదివింది యింజినీరింగు. వూరు చిత్తూరుకు పద్నాలుగు కిలోమీటర్ల దూరంలో దిన్నెకాడిపల్లె. భూములుండాయి. కాంట్రాక్టులు చేస్తాడు. మా మేమమామ తెచ్చిన సమందం," అని చెప్పినాను.

మళ్ళా కొంచేపు గొమ్మునానే వుండిపోయినాక, "మీ ఫాదర్ బాగున్నారా?" అని అడిగినాడు.

నాకు పెండ్లని తెలిసినప్పుడు హర్షా అంతగా సంతోషపడినట్టు లేదు. నాకంటే రెండేండ్లు చిన్నోడైన మా తమ్ముడు విద్యాసాగర్ నన్ను అక్కా అని గాకుండా పేరుపెట్టే పిలస్తాడు. ముదిగారంగా వుండేటప్పుడు, నాకంటే పెద్దోడైనట్టుగా, విద్యా అని పిలస్తాడు. కోపమొస్తే మేయ్ అని కూడా అంటాడు. వానికి ఫ్రెండుగా వుండే హర్షా విద్యావతీ అనో, విద్యా అనో యింకే చెడ్డ వుద్దేశమూ లేనోడయితే అక్కా అనో పిలవొచ్చుగదా? పిలవడు. యే సంభోదనా లేకుండా మాట్లాడతాడు. కొందురు మొగుడూ పెండ్లాలు వొకర్నొకరు యినబడిందా అనీ, నిన్నే అనీ పిలుచుకుంటావుంటే నాకు నవ్వొస్తాది.

నేనయితే వాణ్ని హర్షా అని పిలస్తా. నువ్వు నువ్వు అని యేకవచనంతోనే మాట్లాడతానా, వాడు మాత్రం నన్ను మీరు మీరు అని గౌరవంగానే మాట్లాడతాడు. యిదంతా చూస్తే యీ హర్షాకు నేనంటే యెట్లాంటి యిష్టమో తెలియలేదు గానీ నన్నెప్పుడూ కొన్ని సందేహాలు మాత్రం వదలాటం లేదు.

"మొరసనాడులో గాకుండా తొండనాడు సమందాన్ని జేసుకుంటా వుండానని మా

నాయన గొణగతానే వుండాడు. ఆ కోపంతోనే శ్రీలంకలో మూడునెలలుండిపోయినాడు. లేకుంటే యీ పెండ్లి మూడునెలలముందే అయిపొయ్యుండేది," అని చిన్నగా నవ్వినాను.

"శ్రీలంకలో ఆయనేం చేస్తున్నాడు?" అని హర్షా ఆశ్చర్యపోయినాడు.

"ఆ నడమ మా నాయన రామేశ్వరం పోయినాడు. అక్కడ యిద్దురు బిక్షగాళ్లు మాట్లాడతా వుండేది తెలుగు మాదిరిగా వుంటే వాళ్ల యెనాకాల్నే ధనుష్కోటి దాకా పోయినాడు. వాళ్ళు శ్రీలంకనించీ వొచ్చిన పాములోళ్ళనీ, ఆ దేశంలో వుండే కోతులు పట్టెటోళ్లు గూడా అదే భాష మాట్లాడతారని తెలుసుకున్నాడు. ఆ సంగతినాయన తెలుగువాణి వాళ్లకు చెప్తే వాళ్లు ఆయనకి శ్రీలంకకు విమానం టికెట్టు కొనిచ్చినారు. ఆయన శ్రీలంకకు పొయ్యి, ఆ పాములోళ్ళూ, కోతులోళ్ళూ మాట్లాడేది పాత రకం తెలుగే అని తెలుసుకున్నాడు. వాళ్లకు వాళ్ళు మాట్లాడే భాషకు తెలుగనే పేరుండాదని గూడా తెలియదంట. వాళ్లకు తెలుగక్షరాలు నేర్పిస్తా అక్కడనే వుండిపోయినాడు. నా పెండ్లని వూదరగొడితే వచ్చే బుధవారం శ్రీలంకనించీ దిగబోతాడు," అని చెప్పినాను.

నా పెళ్లిపత్రికను హర్షాకు యీమెయిల్లో పంపించినాను. అప్పటునించీ ఆరు నెలలదాకా హర్షానించీ వులుకూ పలుకూ లేదు. తర్వాతొక రోజు నేను కాలేజీలో వున్నప్పుడు హర్షానించీ ఫోన్ వొచ్చింది.

"మీ హజ్బెండెలాగున్నాడు? మీ అత్తగారిల్లు మీకు నచ్చిందా? లైఫ్ యెలాగుంది?"అని వరసగా ప్రశ్నలడిగినాడు.

"మా హజ్బెండు భలే బిజీ. మా యిల్లొక దివాణం. మా ఆయన పాలిటిక్సులో వుంటాడు. దాంతో వచ్చిపొయ్యేటోళ్లు జాస్తీ. కాఫీ టీలు సప్లయి జేసేదానికే మా చేతులు పడిపోతాయి. అయితే యింత చదువుకొని వొంటింట్లో గిన్నెలు తోముకుంటా వుండలేనని చెప్పేసినాను. లక్కీగా యింతకుముందు పనిచేస్తావున్న కాలేజీలో అదే వుద్యోగం దొరికింది. దినమ్మూ తెల్లారితో నా హజ్బెండ్ మోటార్ బైకులో కాలేజీకి తీసుకోనొస్తాడు. సాయంత్రం నేనెప్పుడు ఫోన్ చేస్తే అప్పుడొచ్చి యింటికి తొడుక్కొని పోతాడు," అని చెప్పినాను. అయితే అప్పుడు నేను హర్షాకు చెప్పకుండా దాటేసిన సంగతులు చానానే వుండాయి.

మదనపల్లె, చిత్తూరు, తిరుపతుల్లో చదువుకున్నాక, దిన్నెకాడిపల్లెకు కోడలుగా పొయ్యినప్పుడు నాకొకతూరిగా చరిత్రలోకి యిసురుకొని పొయ్యి పడినట్టయ్యింది. వోబికాలంలో కట్టిన గారమిద్దెలూ, పెంకుటిండ్లూ, పడిపోతా, రాలిపోతా పాతవాసనలు కొడతా వుండాయి. వానలు కురవక చెరువెండిపోయ్యింది. వూరినానుకోనుండే

చింతలేట్లో యిసుకనంతా తవ్వి అమ్ముకునేసిండారు. మళ్లల్లో గూడా రైతులు శెనిగచెట్టే యేస్తావుండారు. పక్కనుండే మాలపల్లెనుంచీ కూలీ పనులకెవురూ రామని హఠం జేస్తావుండారు. చానామంది రైతులు వాళ్ళ నేలల్లో మామిడిచెట్లు పెట్టేసి చేతులు దులుపుకునేసినారు.

నా హజ్బెండు మా వూరికి నాలుగు మైళ్ళ దూరంలో వుండే యింజినీరింగు కాలేజీ నుంచీ బీటెక్ డిగ్రీ తెచ్చుకున్నాడు గానీ ఆయనా కాలేజీ కంటే చిత్తూరులో వుండే సినిమా థియేటర్లకూ హోటళ్లకే చానాగా పొయ్యుంటాడు. వుద్యోగాల కోసరం అంగలారస్తా పరాయివూర్లకు పోవాల్సిన అగిత్యం ఆయనకు లేదు. వాళ్ళ నాయన చచ్చిపోతా మనేగారనే హోదాతో బాటూ వూరి నించీ మండలం దాకా రాజకీయాల్ని తిప్పే పనీ ఆయనకు చేతుల్నిండా పెట్టేసి పోయినాడు. నా పెండ్లికి చిత్తూరు యెమ్మెల్యే నించీ పూతలపట్టు సర్పంచి దాకా అందురు లీడర్లూ వాళ్ళ గుంపుతో సహా వచ్చేసినారు. నా హజ్బెండు చేతిలో యెప్పుడూ రెండు సెల్‌ఫోన్లుంటాయి. అవెప్పుడూ రింగవతానే వుంటాయి.

నా హజ్బెండు పొద్దన్నే నాస్టాకూడా తినకుండా మోటార్బయికెక్కేస్తాడు. అసెంబ్లీ సెషన్సుకైనా లీవులుంటాయేమో గానీ చిత్తూరులో యెమ్మెల్యే తిప్పారెడ్డింట్లో మంతనాలకు లీవులుండవు. తిప్పారెడ్డి ఆయన మనుషులకు అన్యాయం జెయ్యడు. సందుజూసి వాళ్లకు కాంట్రాక్టుల్లో, యేజెన్సీల్లో తీసిస్తాడు. అయినా అట్లాంటి పనుల్తో టైము వేస్టు చేసుకునేటోడు గాడు నా హజ్బెండు. వాటిని వేరేవాళ్లకు సబ్‌లీజుకొచ్చేసి, టయమంతా రాజకీయానికే యిస్తాడు.

పెళపెళలాడే తెల్ల ఖద్దరు అంగీ తొడుక్కొని, నల్ల రేబాన్ అద్దాలేసుకొని, కింగ్ సైజు సిగరెట్లు స్టయిలుగా కాలస్తా తిరిగే నా హజ్బెండు మీటింగులూ, పార్టీలతో అలిసిపొయ్యి యెపుడో అర్ధరాత్రికి గానీ యిల్లు జేరలేదు. పార్టీలకు పోయినాక తాగకుండా తప్పితిందా? అంత బరువులు మోసే మొగోడు ఆ మాత్రం తాగాల్సిందే అనీ, ఆయనేవేళలో యింటికొచ్చినా లేచి వుడుగ్గా భోజనం వడ్డించాలని మా అత్త ఫర్మానా జేసింది. యింట్లో జరుగుబాటు లేకపోయినా ఆ సంగతి గడప దాటకూడదని ఆర్డరేసింది. ఆమే కొడుకుముందు అంతగా వొంగొంగి వుండేటప్పుడు భార్యయిన మనిషి యింకెంత వినయంగా వుండాల్నో తెలుసుకోమన్నట్టుంటాది ఆమె ప్రతి మాటా, చేతా.

యిల్లు యిదే మాదిరి జరిగితే యే గట్టుకు చేరతానో తెలియక తల్లడిల్లిపోయినాను. అప్పుడు నాకు మా అమ్మ చూపించిన దోవే పాఠంగా కనబడింది. యింట్లో బోరుగా వుందని నేను మళ్ళా వుద్యోగంలో జేరతానని అంటే నా హజ్బెండు, నా అత్తా నా

బాధపడలేక వొప్పుకున్నట్టుగా తలూపినారు. నేనట్లా నా సంసారంతో, వుద్యోగంతో పడిలేస్తా వుండేటప్పుడు హర్షానించీ ఫోన్ వొచ్చింది.

"యెందుకో నాలుగైదు దినాల్నుంచీ లోన్లీగా ఫీలవుతున్నాను. యేమీ తోచటం లేదు. ఆకలి గావడం లేదు. నిద్ర సరిగా పట్టడం లేదు," అన్నాడు యెప్పుడూ లేనిది చానా దిగులుగా.

"గర్ల్‌ఫ్రెండెవురో నిన్నొదిలిపెట్టి వేరే వూరికి పొయ్యుంటాది. లేకుంటే నిన్నొదిలిపెట్టి యింకో ఫ్రెండుతో పొయ్యుంటాది. యీ వయసులో అట్లాటప్పుడే అట్లయితింది," అనినాను వేళాకోళంగా.

"హుహూహూ... అదేం కాదు," అని హర్షా కంగారుపడినాడు. దాంతో నా అనుమానం నిజమే అని నాకు తెలిసిపోయింది.

"ఎవురా గర్ల్‌ఫ్రెండ్? పేరేమి? వూరేమి?" అని పట్టుకున్నాను.

"నేనింకా ట్వంటీ సిక్సే! రీసెర్చిలో చేరిందిప్పుడే! నా ఫోకస్సంతా దానిపైన్నే!" అనినాడు బింకంగా.

"అయితే ఆ కొత్తజబ్బుకు ముందుండాది. చెప్తాను. వాడు," అన్నాను నవ్వుతా.

"చెప్పండి, చెప్పండి," అన్నాడు హర్షా ఆత్రుతగా.

"నచ్చిందో, నచ్చందో యెవురో వొక పిల్లను జూసి పెండ్లి చేసుకో. తర్వాతిట్లా వొంటిగా కుచ్చోని ఆలోచన జేసేటంత తీరికుండదు."

హర్షా గుక్కిళ్లు మింగతా వుండాడని అర్థమైపోయింది.

"నన్ను జూడు. యీ సమ్మర్ హాలిడేస్లో గూడా తీరిక లేకుండా జేసినాడు నా హజ్బెండు. భారత యజ్ఞం జెయ్యిస్తా వుండాడు. డాక్టరు మెటర్నిటీ లీవు దీసుకొని రెస్టు తీసుకోమనింది," అనినాను.

"కంగ్రాచ్యులేషన్స్! నాకు చెప్పనేలేదు," హర్షా గొంతు వణికింది. సంతోషమో, షాకో తెలియలేదు.

"యిది అయిదో నెల. డాక్టరు సెప్టెంబర్లో డేటిచ్చింది. నా హజ్బెండు మనేగారుగా చెయ్యిస్తా వుండే యజ్ఞం. పగులు కతకైనా నేను పోకపోతే నలుగురూ యేమనుకుంటారు? అందుకని..."

"యజ్ఞమంటే రుషులంతా అగ్నిగుండంలో నెయ్యి పోస్తా మంత్రాలు చదవతారు,

అదేగదా! నేను సినిమాల్లో చూసినాను. పెద్ద ఖర్చే!"

"భారతయజ్ఞమంటే అదిగాదు హర్షా! తిరుచ్చిలో మనం చిన్నప్పుడు చూసిందానికంటే పెద్ద పని," అని సరిదిద్దినాను.

"మా తొండనాడంతా ప్రతి సమత్సరమూ ప్రతి వూర్లో యీ పజ్జెనిమిది దినాల భారతయజ్ఞం జరపతామని మా నాయన పొగడతానే తిడతాడు. పగుల్లో మద్యానం రెండు నించీ అయిదు దాకా భారతాన్ని హరికథగా చెప్తారు. రాత్రుల్లో అదే కథను కంగుందినించీ వొచ్చినోళ్ళు ఆటగా, అంటే జానపద నాటకంగా ఆడతారు. మా వూరికి పడమరగా చింతచెట్ల కింద విశ్రాయంగా వుండే భారతంమిట్టలో కృష్ణుడికి, పాండవులకూ గుడుండాది. యీ పజ్జెనిమిది దినాలూ మావూరికి చుట్లా వుండే పల్లెలజనాలంతా పగలూ రేత్రీ అక్కడనే చేరతారు. హరికథ చెప్పే హరిదాసును దూరాభారం నించీ పెద్దమొత్తం కట్నం గాయిచ్చి రప్పించాల. రాత్రుల్లో ఆట ఆడే కంగుందోళ్లు సంసారాలు సంసారాలుగా దిగతారు. వాళ్లకు వంటావార్పుకు యేర్పాట్లు చెయ్యాల. వూరికి మనేగారయినందుకు పనంతా నా హజ్బెండు పైన్నే పడింది."

"అయ్యో పెద్ద పనే!" అని హర్షా నాకు వంత పాడినాడు.

"అట్ల వొక మాటతో అంటే మాలదు. యెజ్ఞం ఆరంభమయ్యే దానికి రెండుమూడునెల్ల ముందునించే ఆరంభమయిపోతింది పని. పాండవులయిదురివీ, కృష్ణుడిదీ, ద్రౌపదిదీ, పోతురాజుదీ చెక్క విగ్రహాల్ని పక్కవూర్లకంతా తిప్పి మెరవణి జెయ్యాల. భారతం జరిగినన్ని దినాలూ దేవళమనే ఆ మట్టి మిద్దెలోనే పూజలు చెయ్యాల. దానిముందు మనుషులెందురొచ్చినా కూర్చునేదానికి సరిపొయ్యేటంతదిగా టెంకాయమట్టలతో పందిరెయ్యాల. కింద మెత్తగా యిసికపొయ్యాల. పాండవజననమూ, లక్కయిల్లు, ద్రౌపది మానసంరక్షణం, వనవాసం, విషనీళ్ళు, పాశుపతం, గోగ్రహణం, రాయబారం, యిట్లా యింపార్టెంటు ఘట్టాలొచ్చినప్పుడంతా పొంగళ్ళూ, పూజలూ, సమాధరణలూ రకరకాలుగా జరపతారు. బకాసుర వదప్పుడూ, తపసుమానప్పుడూ, దుర్యోధనుడి చావప్పుడూ కంగుంది ఆటోళ్లు పగుల్లోనే అవిటినంతా నాటకంగా ఆడతారు. యివిటినంతా సరిగ్గా జరిగేటట్టుగా చూసుకోవాల..."

"యిన్ని పనుల్ని వొక మనిషే చెయ్యాలంటే కష్టమే," అని హర్షా పెద్దగా జాలిపడినాడు.

అయితే అప్పుడు కూడా హర్షాకు నేను సగం సంగతులే చెప్పినాను. అసలు భారతం కమిటీకి నా హజ్బెండు చేర్మెన్ అయ్యేదానికే పెద్ద కురుక్షేత్రయుద్ధమే జరిగింది.

చేర్మెన్ అయ్యేదానికి నా హజ్బెండుకు వాళ్ళ చిన్నాయన కొడుకే పోటీకి దిగినాడు.

అయితే దాన్ని ముందుతరంలో వాళ్ళ తాత, మల్లంక వాళ్ళ నాయనా చేసినారనీ, యిప్పుడది తన ప్రిస్టేజీ పననీ నా హజ్బెండు గొంతు చించుకొని చెప్పినాడు. మనేగారనే పోస్ట్ యిప్పుడు లేదనీ, యిప్పుడు వూరి సర్పంచిదే అధికారమనీ వాళ్ళ చిన్నాయన కొడుకు వాదించినాడు. మాకూ వాళ్లకూ రంపులు చాన్నాళ్ళుగా వుండాయి. భాగ పరిష్కారాలప్పుడు పొత్తులు బోకుండా వూరికి వుత్తరంగా వుండే యేడెకరాల చేను కోర్టుకెక్కుండాది. కోర్టు ఆర్డర్ లేకుండా దాన్నెవురూ దున్నగూడదని నోటీసిచ్చి వుండారు. వీళ్లిద్దురూ కొట్టుకొని భారతం జరగనీకుండా చేస్తారేమో అని వూరోళ్లంతా బెదిరిపోయి, చిత్తూరు తిప్పారెడ్డి దెగ్గిరికి రాయబారం పోయినారు. ఆయన నా హజ్బెండునూ వాళ్ళ చిన్నాయన కొడుకునూ యిద్దరినీ పిలిచి వాళ్లింట్లోనే మద్దిస్తం పెట్టినాడు. వొక సమత్సరం వొకరు, యింగో సమత్సరం యింగొకరూ జేసుకోమన్నాడు. అట్లాగాదని మొండిగ్గుచుంటే మొదుటికే మోసం చేస్తానని బెదిరించినాడు. ఆ అగ్రిమెంటు ప్రకారమే యీ సమత్సరం భారతం జరిపించే అధికారం నా హజ్బెండుదయ్యింది. కానీ మొదుట్నుంచీ ఆ రాజారెడ్డి చేసే కుట్రలకు సరిపొయ్యే పైయ్యెత్తులేసేదానికే ఆయన టైము సరిపోలేదు.

భారతయజ్ఞం జరిపేదానికయ్యే ఖర్చు కోసరం ఆ పజ్జెనిమిది దినాలూ భారతం మిట్టలో టెంటులేసుకొని వ్యాపారాలు చేసుకునే అంగళ్ళనంతా యేలం యేస్తారు. యెవురెక్కువ రేటుకు పాడుకుంటే వాళ్ళు అంగుల్లేసుకోవచ్చు. పలహారాలూ, ఫ్యాన్సీ షాపులూ, బొమ్మలూ, అప్పుడక్కడ దొరకనిదేమీ వుండదు.

అయితే యేలాల్లో పెద్దమొత్తాలొచ్చేది ఆ షాపుల్నించీ గాదు. చింతపిచ్చలాట, లంగరు మాదిరిగా పల్లెల్లో ఆడే వాటినించీ, చీట్లాట, మూడుముక్కలాట మాదిరిగా టవునుల్లో ఆడే అన్ని బెట్టింగులూ, జూదాలతో అక్కడొక కాసినోనే పుడతాది. వాటిల్లో చేతులు మారే డబ్బు లక్షల్లో వుంటింది. ఆ వ్యాపారాల టెంట్లకు పోటీపడి వేలం పాడుకునేవాళ్ళు చానామందే వుంటారు. అయితే పోయిన సంవత్సరం పరిచయాలతో రాజారెడ్డి వాళ్ళనంతా బుట్టలో యేసుకొని మాకు సరైన రేటు రానీకుండా అడ్డంబడినాడు. ఆ మనిషిని నా హజ్బెండు రెడ్‌హ్యాండెడ్‌గా పట్టుకున్నాడు. వాని మనుషులూ, మా మనుషులూ కత్తులూ, కట్టెలూ యెత్తుకొని యుద్దానికి దిగేసినారు. కడాకు పోలీసు ప్రొటెక్షన్లో వేలాలు జరిగినాయి. వాడు అడ్డంబడకుంటే యింకా చానా వసూలైవున్నని నా హజ్బెండు నిప్పులు తొక్కతానే వుండాడు.

తీరా భారతం ఆరంభమయినాక గూడా రాజారెడ్డి కుట్రలు ఆపలేదు. బయిటికి జరిగే వేలాలే గాకుండా అక్కడ రహస్యంగా జరిగే బేరాలు గూడా చానా వుంటాయని నాకప్పుడే తెలిసింది. మిట్టకు దిగవలో వుండే కొట్టంలో టవున్నించీ వొచ్చే బ్రాందీ విస్కీలే గాకుండా

తెలియని తావుల్నించీ వొచ్చే సారాయీ కల్లూ గూడా మానావిరిగా అమ్మతారంట. దాన్ని నడిపేటోళ్లు నేరుగా వేలంలో పాడుకోకపొయ్యినా న్యాయంగా రావాల్సిందానికంటే చానాగానే వుభయదార్లకు పంపిస్తారంట. అయితే చీకట్లో రహస్యంగా వొళ్ళమ్ముకునే వ్యాపారం చేసేటోళ్ళు మాత్రం జూటాలనీ, మిగిలిన వ్యాపారాలకంటే రెండుమూడురెట్లు చానాగా సంపాదించే ఆ పలాతనలు పైసా కూడా కట్టకుండా జారుకుంటారని నా హజ్బెండు చెప్పుకొని బాధపడతా వుంటే యిన్నాను. గోరు చుట్టుపైన రోకలిపోటు మాదిరిగా రాజారెడ్డి భారతం మిట్టకాడ యాంటీ సోషల్ కార్యాలు జరగతా వుండాయని పోలీసు రిపోర్టిచ్చినాడు. ఆ పోలీసుల్ని శాంతింపజేసి తిప్పి పంపించేకాడికి మా ఆయన అలిసిపోయినాడు.

యిన్నికష్టాలూ పడి యజ్ఞం జరిపించినాక యింటికి చానా సామాన్లూ, ఫర్నీచరూ వొచ్చి చేరింది. పాలిటిక్సులో తిరిగే నా హజ్బెండు చేతి ఖర్చులకు సరిపోయినంతయినా వచ్చుంటాదని మా అత్త సంతోషపడింది.

యిట్లాటి సంగతులు బయటోళ్లకు చెప్పుకుంటే కుళ్ళుకుంటారని మా అత్త హెచ్చరించింది. కానీ మా నాయనకిదంతా యెట్లా తెలిసిందో తెలియదు. "మీ తొండనాడులో చెప్పేదొకటీ, చేసేదొకటీ. భారతయజ్ఞం పేరుతో యిప్పుడు కూడా దాయాదులు కొట్టుకుంటానే వుండారు. జూదమాడితే యేమి జరిగితిందో చెప్పే భారతాన్ని జూదాలాడే దుడ్డుతోనే నడపతారు," అని బాదపడినాడు.

4

నాకు కొడుకు పుట్టి అయిదు నెలలయినాక హర్షా ఫోన్ చేసినాడు. అప్పుడయితే పెద్దగా విశేషాలు లేవు గానీ, ఆ తర్వాత ఆరు నెలలకు ఫోన్ చేసినప్పుడు మాత్రం చానా సంగతులే వున్నాయి.

"మీ నాయనిప్పుడేదేశంలో తెలుగువాళ్లను కనిపెట్టినాడు?" అని అడిగినాడు హర్షా.

"ఆయన దేశాలు బట్టిపోయినప్పుడే బాగునింది. మా అమ్మ చిత్తూరుకు ట్రాన్స్ఫర్ చెయ్యించుకుంటానే మా నాయనొచ్చి సట్టంగా యింట్లోనే కుచ్చునేసినాడు. అక్కడ హైదరాబాదులో ప్రత్యేక తెలంగాణా అనీ, యిక్కడందురూ విశాలాంధ్రా అనీ స్ట్రయికులు చేస్తావుండారు. యీ సందులో కొందురు ప్రత్యేక రాయలసీమ రాష్ట్రం కావాలనీ, యింకొందురు రాయల తెలంగాణా యిచ్చేదే న్యాయమనీ గొడవచేస్తా వుండారు. నా హజ్బెండు ప్రత్యేక రాయలసీమ సంఘంలో నిలుకులేకుండా తిరగతా వుండాడు. సరిగ్గా

యిప్పుడే అనంతపురమోళ్లు కొందురు కర్ణాటక రాష్ట్రంలోకి చేరిపోతామని అరస్తావుండారు. కర్నూలోళ్లు తెలివిగా తెలంగాణాలోకి పోతామనేసినారు.యిక్కడ చిత్తూరులో కొందురు తొండనాడునంతా తమిళనాడులో కలిపేయమని కొత్తవాదం తెచ్చినారు. భాషపేరుతో తెలుగోళ్లొక రాష్ట్రం తెచ్చుకునిందే తప్పని, హోసూరు, బళ్లారీ, క్రిష్ణగిరినీ మళ్ళా తొండనాడులో కలపాలనీ, చెన్నయ్ తెలుగోళ్లదేననీ గొంతులు చించుకుంటా వుండారు. యీ గ్రూపు లీడర్లలో మా నాయన కూడా చేరిపోయినాడు. యిప్పుడు మా యింట్లోనే మామా అల్లుళ్ళ సవాల్ రంజుగా జరగతా వుండాది," అని చెప్పినాను.

అయితే ఆ రంపు చానా దినాలు జరగకుండా తెలంగాణాకు ప్రత్యేక రాష్ట్రమొచ్చేసింది. అది తెలస్తానే ఫోన్ చేసిన హర్షా, "మీ యింట్లోవాళ్ళిద్దరూ డిజప్పాయింట్ అయ్యారే పాపం," అనినాడు.

"అంత బిన్నాగా ఆశలొదిలేవాళ్ళు కాదు యిద్దురూ. తెలంగాణారాష్ట్రం వొస్తానే మా నాయన ప్రత్యేక రాయలసీమ రాష్ట్రం గుడారంలోకి దూరేసినాడు. నెల్లూరు, బళ్లారీ, హోసూరులను కూడా కలిపేసి అసలైన రాయలసీమ రాష్ట్రాన్ని యేర్పాటు చెయ్యాల్సిందేనని పట్టుబట్టేసినాడు. లూప్‌లైన్‌లో పడుండే పాలిటీషియన్లంతా వంతపాడతా వుండారు. చిత్తూరు తిప్పారెడ్డి రాయలసీమ పోరాటసమితిలో చేరాటంతో నా హజ్బెండు కూడా దాంట్లోనే వుండాడు. యిప్పుడు మామా అల్లుళ్ళు వొకరినొకరు మెచ్చుకుంటా తాళమేసుకుంటా వుండారు."

"పోనీలే, అల్లుడు యెంత తెలివైనోడో మామకు ఆలస్యంగానైనా తెలిసింది," అన్నాడు హర్షా.

"జరిగిందది గాదు. మామ తెలివిని జూసి అల్లుడే దంగైపోయినాడు," అని హర్షాను సరిదిద్దినాను. "తొండనాడంటే పాండవులనీ, ఆంధ్రావాళ్ళంటే కౌరవులనీ మా నాయనిప్పుడొక కొత్త సంగతి బయటికి దీసినాడు. భారతయజ్ఞమనేది తొండనాడులో మాత్రమే యెందుకు జరిగితింది? కురుక్షేత్ర యుద్ధంలో ఆంధ్రులు కౌరవులపక్కన నిలబడి యుద్ధం జేసినారని భారతంలో వుండాది. అందుకే యిప్పటికీ ఆంధ్రులు దుర్యోధనుడిదే న్యాయమని వాదిస్తారు. కానీ పాండవుల పక్షంలోవుండే వాళ్ళు కొందురు యుద్ధమయిపోతానే తొండనాడుకొచ్చి చేరిపోయినారని మా నాయన వాదన. వాళ్లకందుకే పాండవులేదేవుళ్ళు. తొండనాడుపల్లెల్లో జనాలు ధర్మయ్య, భీముడు, అర్జునుడు, సహదేవుడు అనే గాకుండా ద్రౌపది, కుంతి, నకులుడు అని గూడా పేర్లు పెట్టుకుంటారు. అందువల్ల కౌరవులపక్షం వాళ్ళయిన ఆంధ్రులు తొండనాడుకెప్పటికీ మేలుజెయ్యరు. దానికంటే వేరుపొయ్యేదే మేలు. అదీ మా నాయన మాట."

“దీనికి సాక్షాలేమున్నాయి మీ నాన్న దగ్గర?” అని అడిగాడు హర్షా.

“ఆంధ్రావాళ్ళు తీసిన సినిమాలూ, తొండనాడు జరిగే యజ్ఞాలకంటే పెద్ద సాక్షాలేమి కావాలంటాడాయన. దుర్యోధనుడంటే గౌరవం ఆంధ్రావాళ్లకు జీన్సులో వచ్చిందంటాడు. యెన్‌టీయార్ సినిమాల్లో దుర్యోధనుడే గదా హీరో! యిప్పటికీ తొండనాడులో కొన్ని మారుమూల గ్రామాల్లో బహుభర్తృత్వముండాదనీ, వొకే ఆడామే చానామంది మొగోళ్లను పెండ్లిచేసుకుంటాదనీ, అన్ని యిండ్లలో వంటలు జేస్తిందనీ, వంతులవారీగా వొక యింట్లోమాత్రమే పడుకుంటిందనీ, యీ సంగతులు బయటోళ్లకు తెలియకుండా పెండ్లిళ్లు ఆ వూరోళ్ళు ఆ వూరోళ్లనే చేసుకుంటారనీ మా నాయన చెప్పినాడు. దీనికి సాక్ష్యాలెతుక్కుంటా తొండనాడంతా తిరగతా వుండాడు.”

అప్పుడు ఫోన్ చేసిన హర్షా తర్వాత చానా నెలలు పలకరించలేదు. నా జీవితంలో చానా మార్పులు జరిగిపోయినాయి. నెలలు కాదు సంవత్సరాలే దొర్లిపోయినాయి. వొకొక్కప్పుడు మన జీవితాన్ని మనమే ప్రేక్షకుడి మాదిరిగా చూస్తా నిలబడడం తప్ప చేయగలిగేదేదీ వుండదు.

చానా దినాలయినాక హర్షానించీ ఫోనొచ్చింది. “యేమయిపోయారిన్నాళ్ళూ? ఫోన్ చేసీ చేసీ నా చేతులు నొప్పెట్టాయి,” అన్నాడు కంగారుగా.

నాకేమని జవాబు చెప్పాల్నో తెలియలేదు. కొంచేపు మాటలు పెగల్లేదు. నిట్టూర్పులు మాత్రమే వచ్చినాయి. కొంచెం తమాయించుకున్నాక, “నా హజ్బెండు పోయినాడు హర్షా! ఆర్నెల్లయింది. ఆక్సిడెంట్,” అన్నాను నా గొంతు వణకతా వుండంగా.

“అయ్యో! అయ్యయ్యో!” హర్షా పెద్దగా అరిచేసినాడు.

“నా పాతఫోను పాడయ్యింది. ఆర్నెల్లుగా ఫోను లేదు. యెవురికీ ఫోన్ చెయ్యాలనిపించలేదు. కొత్తఫోన్ కొని పాతసిమ్మేసుకోని వారమయ్యింది,” అన్నాను నీరసంగా. మాటల్ని యెతుక్కుంటా నేనేందో చెప్పినాను. హర్షాకెంత అర్థమయ్యిందో తెలియదు.

యేడు నెలలముందు పంచాయతీ యెలక్షన్లొచ్చినాయి. నా హజ్బెండు పగలూ రాత్రీ అని లేకుండా తిరిగినాడు. చిత్తూరులో తిప్పారెడ్డి యిల్లు నిద్రపొయ్యేదాపేసింది. వొకనాడు అర్ధరాత్రి దాటినాక చిత్తూరునించీ వస్తావుండే జావా మోటారుబైకును లారీ గుద్దేసింది. తెల్లారుజాములో రోడ్డుపైన బాడీని చూసినోళ్లు పోలీసులకు వార్త చేరేసినారు. మాకు తెలిసేటప్పుటికి తెల్లారిపోయింది. మేమక్కడికి చేరేటప్పుటికక్కడ పోలీసులుండారు. మందీ మార్బలంతో తిప్పారెడ్డీ వుండాడు.

పోస్టుమార్టం రిపోర్టులో ఆయన బాగా తాగుండాడని తేలింది. అయినా రిపోర్టును మార్పించి యిన్స్యూరెన్సును జాస్తీగా తీసియ్యాలని తిప్పారెడ్డి పాపం చానా ప్రయత్నాలు చేస్తావుండాడు.

నా హజ్బెండు చనిపోయినాక బయటోళ్లంతా చానామందొచ్చి, నాకంటే చానాగా యేడ్చి, వోదార్పు మాటలు వొద్దంటే చెప్పేసి పోయినారు. మా అత్తా, మా మరిదీ మాత్రం నాదే తప్పయినట్టుగా నన్ను కొరకొరా చూసినారు. ఆస్పత్రి నించీ తెల్లగుడ్డలో చుట్టిన శవం యిల్లు చేరినప్పట్నుంచీ జరిగేదాన్నంతా నిమిత్తమాత్రంగా చూస్తా వుండిపోయినాను. మా అమ్మా, నాయనా, తమ్ముడూ, మేనమామ, బంధువులు, అంతా వచ్చి చెయ్యాల్సిన కర్మకాండలంతా చేసేసి, దాంతో వాళ్ళ పనయిపోయినట్టుగా యెలబారిపోయినారు.

యిప్పుడు తలుచుకుంటే ఆశ్చర్యంగా వుంటింది గానీ, నా హజ్బెండు పోయినాక యిన్ని దినాలెట్లా దొర్లిపోయినాయో తెలియనేలేదు. కానీ ఆయన పోయినాకే నాకు కొన్ని విషయాలు తెలిసినాయి.

తనక్కావలసినప్పుదు డబ్బూ, సుఖమూ బలవంతంగా జబర్దస్తీగా గుంజుకునేవాడూ, అది కుదరనప్పుడు అగ్గిమాదిరిగా మండిపొయ్యేటోడూ అయిన మనిషొకడు యిప్పుడు లేడు. మొగుడనే మనిషి యేమి సంపాదిస్తా వుండాడో, యేమి సెలవు జేస్తావుండాడో అని తలకాయ పగిలిపొయ్యేటట్టుగా ఆలోచన జేయాల్సిన పని నాకు తప్పోయింది. మొగుడేమీ తేకపోయినా, యే కొదవా లేకుండా సంసారాన్ని నడపాలనే శిక్ష నాకు లేదు. అపరాత్రిలో నిలబడలేని స్థితిలో యింటికి చేరిన మనిషిని తినేసిపడుకోమని వేడుకోవాల్సిన పరిస్థితి నాకిప్పుడు లేదు. మంచికీ చెడ్డకూ తేడా లేకుండా అన్నిటికీ వొకేమాదిరిగా నన్ను దులిపిపారేసే యజమానిప్పుడు మాయమైపోయినాడు. నేను రాకముందే యీ యింట్లో అమల్లోవుండిన రాజ్యాంగానికిప్పుడు రాజ్యమే లేకుండా పోయింది. రెండునెలలు తిరిగీ తిరక్కముందే చాన్నాళ్లుగా నేనొక పంజరంలో రెక్కలుతెగి పడుండినానని తెలిసి వులికులికీ పడినాను. ఆ పంజరం తలుపులు యిరిగిపోయినాయని నా లోపల్నించీ యెవురో గీపెట్టినారు.

యీ లోపల మా అత్తా, మరిదీ కలిసి యింట్లో కొత్త చట్టాలు చేసినారు. బెంగుళూరులో యింజినీరింగు చేసొచ్చిన నా మరిది అన్న పోతానే తిప్పారెడ్డి కొలువునూ, మనేగారనే సింహాసనాన్నీ నేనెక్కడ తన్నుకోని పోతానో అని బయపడినాడు. దాంతో నేను కడపదాటి బయటికి పోగూడదని కట్టుదిట్టం చేసినాడు. నేను తెల్లచీరకట్టుకోని, శాశ్వత వంటామెగా మారి, ఆమె కాళ్లుపడతూ ధన్యమైపోవాలని మా అత్త తేల్చి చెప్పేసింది.

కానీ నేను కోట దాటి, సొరంగంలో నుంచీ, మూడేళ్ళ కొడుకుతో బాటూ వొచ్చి మా

అమ్మ దగ్గిర పడిపోయినాను. కాలేజీవాళ్ళు నన్ను మళ్ళా వుద్యోగంలో చేర్చుకుంటానే నా రెక్కలు మళ్ళా మొలిచినాయి. ఆస్తిలో, యిన్స్యూరెన్సు డబ్బుల్లో నేనెక్కడ పెద్ద భాగమడగతానో అని నా మరిదింకా భయపడి చస్తావుండాడు. ఆయనకు యెమ్మటనే పెండ్లిచేసి యింకో మంచి కట్టుబానిసను తెచ్చుకోవాలని మా అత్త వువ్విల్లూరతావుంది.

గట్టుపైన్నించీ నీళ్ళల్లోకి పడిన చేప మాదిరిగా యిప్పుడు నా ప్రాణానికి హాయిగావుంది. నా కొడుకును నర్సరీలో చేర్పించేసినాను. మా అమ్మకు యింకా రెండేళ్ల సర్వీసుంది. యిద్దురూ కలిసి తెల్లారి వంట చేసుకుంటాము. నా కొడుకును స్కూల్లో వొదిలిపెట్టి నేను వేలూరు బస్సెక్కేస్తాను. సాయింత్రం మా అమ్మ స్కూలుకొచ్చి మనవడిని తొడుక్కొని యింటికి పోతింది. సాయింత్రం ఆరుకంతా నేను యిల్లు జేరిపోతాను.

యిట్లా సాఫీగా జరగతా వుండే నా బతుకులోకి, పెండ్లిచూపులకు యిండియాకొస్తా వుండానని చెప్పి హర్షా విసిరిన రాయి చానా ఆలోచనల జలరేఖల్ని రేకెత్తించింది. అందుకే అప్పుడు ఫోన్లోనే వాన్ని పట్టుపట్టి చూసినాను.

"విద్యాసాగరిప్పుడెక్కడున్నాడు? యెలాగున్నాడు?" అని అడిగినాడు హర్షా.

"మా తమ్ముడికేంలే! జల్సాగా వుండాడు. బెంగుళూరులో ఫ్లాట్ కొనేసినాడు. చేసే ఐటీ వుద్యోగం పేరుకు మాత్రమే! వానికి సినిమాల పిచ్చి. పెద్ద డైరక్టరయిపోతానని వాని నమ్మకం. వాని పెళ్ళాం సొంతూరు బెంగుళూరే! అదీ ఐటీనే. వర్క్ ఫ్రొం హోమ్ పేరుతో ఆ పిల్ల అమ్మగారింట్లోనే వుంటింది. వీడు స్టూడియోల చుట్టూ తిరగతాడు. సినిమాలు తెలుగులో తీసేదానికంటే కన్నడంలో తీసేది తెలివైన పనంటాడు. హొసూరులో వుండే భూమినమ్మి పెట్టుబడికి డబ్బులియ్యమని మానాయనను వేపుకొని తింటావుండాడు. అసలు రహస్యం యేందంటే వానికి ఆడపిచ్చి. సినిమాల్లో అయితే అందమైన ఆడోళ్ళుంటారు," అని చెప్పి కొంచేపయినాక, "యిక్కడుండేటోళ్లకు అమెరికాలో మాదిరిగా ఫ్రీగా తిరిగే అవకాశాలుండవు గదా! అక్కడ పెండ్లిగాకుండానే సంసారాలు చేస్తారు, బిడ్డల్నీ కంటారు. యిక్కడ మాదిరి గాకుండా మతమూ, జాతీ, అనేగాకుండా వయస్సును గూడా పట్టించుకోకుండా తిరగతారు," అని నవ్వేసినాను.

హర్షా నా మాటలకు బిత్తరకపోయినట్టుండాడు. కొంచేపు నట్లుగొట్టి, "మీ నాయనిప్పుడేవూళ్ళో వున్నారు?" అని మాట మార్చబోయినాడు.

"నాకు గాలి మార్పు అవసరమని మా నాయన నన్ను పోయిన సమ్మర్ హాలిడేస్‌లో కోయంబుత్తూరుకు రమ్మని పిలిచినాడు. అక్కడ వుడుమాలపేట తాలూకాలో చానా పల్లెల్లో మనోళ్లు చానా నెలలుగా తెలుగు పాఠాలు చెప్తావుండారు. పేరుకు వూటీ దెగ్గిరే అని గానీ

అక్కడ గూడా మనకు మాదిరే యెండలు దంచిపారేస్తా వుండాయి. అక్కడికి పోయినాకే వాళ్ళు మా నాయన్ను దేవుడి మాదిరి జూస్తారని తెలిసింది. అక్కడుండే అవ్వొకామె నాకో సంగతి చెప్పింది. నేనే నమ్మలేకపోయినాను. నువ్వు చెప్పమంటేనే ఆ సంగతి చెప్తాను," అన్నాను.

"చెప్పండి," అన్నాడు హర్షా గొణిగినట్టుగా.

"అది రెడ్లూ నాయుళ్లూ వుండే వూరు గాదు. అందురూ మాదిగోళ్ళు. ఆ వూర్లో మా నాయన ఆరు నెలలుండి పాఠాలు చెప్పినాడు. వాళ్ళే వొక గుడిసెనిచ్చినారు. పొద్దన్నించీ, పిల్లాపీచుకూ, ముసిలీముతకకూ, యెవురొస్తే వాళ్లకు తెలుగు నేర్పించేది ఆయన పని. అన్నమయితే ఆయనే వొండుకునేటోడు. కూరా నారా పక్క యిండ్లనించీ వస్తా వునింది. యెవురు వొండినారు, వాళ్ళదేమి కులం, యివన్నీ ఆయనకు కాబట్టవు. అట్లా మూడునెలలుకు పైగా జరిగిపోయినాక, వొకనాడు, రాత్రి బాగా మొబ్బయినాక, ఆ అవ్వ ఆయన గుడిసెకు పొయ్యి తలుపు తట్టిందంట. మా నాయన తలుపుదీసినాడు. యెదురుగ్గా అవ్వయెనకాల ప్రాయంలో వుండే ఆమె మనవరాలు గనబడింది.అప్పుడా అవ్వ మా నాయనతో యేమనిందో తెలుసునా? 'కొడకా! యిన్ని దినాలుగా మాకోసరం యిన్ని అగసాట్లు పడతా వుండావు. యిళ్ళూ వాకిలీ, పెండ్లాం బిడ్డల్ని యిడుసుకోనొచ్చినావు. నీ కష్టమూ సుఖమూ చూడాల్సిన నాయం మాకుండదా? నువ్వూ వుప్పూకారం తింటా వుండావు. యిది నా మనమరాలు. దీనిని నేనే తోడుకొచ్చినాను. యీ రేత్రికిది నీ గుడిసెలోనే వుంటాది. నీ ఆకిలి తీర్చుకో నాయినా! తప్పులేదు,' అనిందంట. ఆ మాటలింటానే మా నాయన బిత్తరకపోయినాడని నాకా అవ్వే స్వయంగా చెప్పింది."

నేను చెప్పేది ఆపేసినా హర్షా మాట్లాడలేదు. వాణ్ని యింకా యిబ్బంది పెట్టేది బాగుండదని, "చదువుకోలేదనీ, చిన్నకులమోళ్ళనీ వాళ్ళను అందురూ చిన్నచూపు చూస్తారు గదా! నీతులనీ, కల్చరనీ పెద్ద మాటలు మాట్లాడతారు గదా! మనిషికి కావాల్సిన కనీసం అవసరాల్ని గురించి పట్టించుకునే సంస్కారం వాళ్ళల్లోనే కనబడింది. మా నాయన వాళ్లకు నేర్పించింది భాష మాత్రమే! వాళ్ళ దగ్గిరినించీ నేర్చుకోవాల్సిందే జాస్తీగా వుందని అయన చెప్తావుంటాడు," అని పెద్దగా నిట్టూర్చినాను.

హర్షా మౌనంగా వుండిపొయినాడు.

"సరే! యింక ఫోన్ పెట్టేసేదా?" అని అడిగినాను.

"వచ్చే వెన్స్‌డే వేలూరుకొస్తాను. సరిగ్గా మార్నింగ్ టెన్‌కు," అన్నాడు హర్షా.

నా మాటలకంతా అదే సమాధానమేమోననిపించింది. చిన్నప్పుడు మనసుపైన

పడే ముద్రలు బలంగా వుంటాయని తెలుసు నాకు. నేనంటే హర్షాకందుకే ప్రత్యేకమైన యిష్టముందని నాకెప్పుడో తెలిసిపోయింది.

కొంచెంసేపెందుకో దిగులుగా అనిపించింది. హర్షాతో యింకొంచెం సేపు మాట్లాడుంటే బాగుణ్ణనిపించింది. నా మనసు లోపలేదో గందరగోళంగా వుంది. లోలకం మాదిరిగా నా మనస్సు యేవో రెండు దూరాల మధ్యలో వూగిసలాడుతోందని మాత్రం తెలిసింది. కానీ ఆ రెండు దూరాలేమిటో తెలియలేదు. 'తెలియదా? తెలుసుకునే ధైర్యం లేదా?' అని లోపలెవరో అడుగుతున్నట్టనిపించగానే బెంబేలుపడిపోయాను.

హర్షా మరికాస్సేపటిలో వస్తాడు. అతనితో నేరుగా మాట్లాడితే యీ కంగారూ, అయోమయం, గందరగోళం కాస్తయినా తగ్గచ్చు.

ఫోను రింగయ్యింది. మా నాయన, "తెలుగువాణి పనిపైన విల్లుపురం దాకా పోవాల్సిన పనిపడింది విద్యా! రేపు తిరుక్కొనొస్తానే మీ కాలేజీ దెగ్గిరికొస్తాను." అదీ సమాచారం.

గంట తర్వాత హర్షా ఫోనొచ్చింది. "సారీ! అర్జంటుగా మా లాయర్ని కలవాల్సొచ్చింది. రేపు మధ్యాహ్నంపైన వేలూరుకొచ్చి కలుస్తాను," అన్నాడు.

"లాయరా? ఆయనతో యిప్పుడేం పని? ప్రాపర్టీ గొడవలా?" అని అడిగినాను.

"కలవాలి. యెందుకు కలవాలో తెలియదు. అయినా కలవక తప్పదు," అన్నాడు హర్షా.

vi. ఛాయాపతి: వకీలు

హర్షా అనే మనిషి ఫోన్ చేసి యెప్పుడు రమ్మంటారో అపాయింట్మెంట్ యిమ్మని అడిగినప్పుడు, నేను పరధ్యానంగా, "యే పని పైన? యే కేసు?" అని అడిగినాను.

"నేను సంగీతారెడ్డీ, సుభాష్‌ల సన్‌నండీ! అమెరికాలో వుంటాను. యిండియాకొచ్చి వారమయింది. నిన్న బాలాజీ అనే లాయరు ఫోనుచేసి వొచ్చి కలవమన్నాడు. విచారిస్తే ఆయన మాకు ఆపొనెంట్ లాయరనీ, మీరు మా లాయరనీ తెలిసింది. ఆయన్ని కలవడానికంటే ముందు మిమ్మల్ని కలవడం బెటరని మీకు ఫోన్ చేస్తున్నాను," అన్నాడా హర్షా.

ఆ మాటలింటానే నా మత్తంతా దిగిపొయ్యింది. "మీరు తెలివైన పని చేసినారు. నాకు చెప్పకుండా ఆ అపొనెంట్ వకీలును కలవనే వొద్దు. అది డేంజరు. సాయంత్రం ఆరు అయినాక నేనాఫీసులోనే వుంటాను. యీరోజే వచ్చి కలవండి," అని అతడ్ని భయపెట్టినాను.

నా భార్యకల్లా వురిమిచూసి, "మీ నాయన నాకు బావమరిదినిచ్చి పొయినాడో, దాయాదినిచ్చి పొయినాడో తెలీలేదు," అన్నాను కోపంగా.

యిడ్లీ ప్లేటును నా ముందు డైనింగ్‌టేబుల్ పైన పెట్టినాక, "మల్లా యేం జేసినాడు వాడు?" అనడిగింది నా భార్య కంగారుపడతా. యెదురుగ్గా ఫోటోలోనుంచీ మా అత్తా, మామా యెవురోవాళ్ళ గంటంతా తినేసి పొయినట్టుగా ముఖాలు మొటమొటలాడించి చూస్తావుండారు.

"సుభాష్ కేసు వాని చేతికి పొయిందని తెలిసినాకైనా ముందుగా నేనే యెత్తేసుండాల. జాగ్రత్తపడలేదు. యిప్పుడు వాడేసిన యెత్తుకు పై యెత్తేసే అగత్యం వొచ్చింది. మీ అన్నదంతా మీ అమ్మ పోలికని తెలిసి కూడా యేమారిపొయింది నా తప్పు," అని వాపొయినాను.

"దీంట్లోకి మా అమ్మనెందుకు లాగుతారు? యే సొర్గంలో వుండాదో యిప్పుడు.." అని నా భార్య ముక్కు చీదింది.

"కేసును నా దగ్గిరికి తేకుండా యింకే లాయరు దెగ్గిరికి తీసుకొని పోయ్యున్నా సుభాష్‌కింత యిబ్బందొచ్చి వుండదు. నా మీదుండే కసితో మీ అన్న యానాదులమిట్టకు తిరిగీ తిరిగీ కోతివుండు బ్రహ్మరాక్షసి జేసినాడు. అక్కడా యిద్దరూ చచ్చిపొయినాకైనా గొమ్మునుంటాడనుకున్నాను. యిప్పుడనావశ్యంగా సుభాష్ కొడుకును గిల్లతావుండాడు. మీ నాయన లిటిగేషన్ మైండంతా అట్నే దిగేసుండాది," అని విసుక్కున్నాను.

"మా నాయన ఆఫీసూ, ప్రాక్టీసూ, అంతా యిచ్చిపొయింది నీకే గదా! యిన్ని సమత్సరాల ప్రాక్టీసుండే నువ్వు నిన్నా మొన్నా ప్రాక్టీసులోకి దిగినోడికి భయపడతా వుండావు. మా నాయన్నెందుకు ఆడిపోసుకుంటావు?" అని నా భార్య రవాటించింది.

"నేనేమీ గాజులేసుకోలేదు. వాని బుడ్డ బెదిరింపులకు నేనా బెదిరేది? యానాదులదిబ్బలో మంటబెట్టిన వెంసూ అనే ముసిలోడినీ, వేరా అనే వాని కొడుకునూ మీ అన్న బుట్టలో యేసుకోని, కేసును తప్పుదోవకు తొక్కించి నా కాళ్లకడ్డంబడాలని చూసినాడు. ఆ వూరినించే ల్యాండు గ్రాబింగ్ కేసుతో నా దెగ్గిరికొచ్చిన బలిజోడొకడుండడు. వాన్నే నేను మీ అన్న మీదపైకి డిటెక్టివ్‌గా అంపించినాను. వాడు తెలుసుకోనొచ్చి నాకు చెప్పిన సమాచారాన్నంతా యిప్పుడా సుభాష్ కొడుకు హర్షాకు చెప్పినానంటే ప్రళయమే వస్తాది. నేనేసే బ్రమ్మాస్త్రమెట్లుంటిందో పిచ్చుకైన మీ అన్నకప్పుటికిగానీ తెలిసిరాదు," అని కోపంతో బుసలుగొట్టినాను.

అయితే యీసారి నా భార్య కూడా కోపంగా, "ఆ పనేదో బిన్నాగా చెయ్యండి. వాడు మల్లా పైకిలెయ్యకుండా పడాల దెబ్బ," అని నాతో కలిసి వాళ్ళన్నపైకి యుద్ధానికి రెడీ అయిపొయింది.

నేను నా భార్యను మెచ్చుకున్నట్టుగా చూసి, కత్తులూ శూలాలూ నూరినట్టుగా తెల్లగుండ్లపల్లె జగన్నాథం నాకు చెప్పిన సంగతులంతా హర్షాకు చెప్పేదానికి రెడీ అయిపోయినాను.

నేను చేస్తావుండే కేసుకు నా బావమరిదే కావాలని యెగస్పార్టీ లాయరుగా తయారయినాడని తెలస్తానే, మా యిద్దరికీ మధ్యలో యింత పగలేముండాయని సుభాషుక్కూడా తెలుసుకోవాల్సొచ్చింది. ఆ సంగతి నేరుగా మా గుమాస్తా కోదండాన్నే అడిగినాడని కోదండమే నాకు చెప్పినాడు. మా గుమాస్తా సంగతి నాకు తెలియనిదా? రెండు పచ్చనోట్లు పారేస్తే వీడు యింటిగుట్టును యెనకా ముందూ చూడకుండా చాటింపేసేస్తాడు. వీడేం చెప్పినాడో, వాళ్ళకేమర్థమయిందో నాకు తెలియదు. అట్లని చెప్పి చేతులు ముడుచుకొని కూర్చుంటే మునిగిపోతాం. నేను కూడా సుభాష్ గురించీ, వెంసూను గురించీ, సంగీతారెడ్డిని గురించీ లోకానికి తెలియని కథలుండాయేమోనని వెతికినాను. యిప్పుడీ లిస్టుకు హర్షా అనే యింకో పేరు గూడా చేరింది. వీన్ని గురించి గూడా ఆరా తియ్యాల్సిన పనిబడింది.

యింతలో ఆ హర్షానే నా బ్యాక్‌గ్రౌండునంతా జల్లెడబట్టి చూస్తా వుండాడేమో అనే అనుమానమొచ్చింది.

అమెరికాలో చదువుకొని, అక్కడే ఆనందంగా వుద్యోగం జేసుకుంటా వుండే మనిషికి ఛాయాపతి అనే నేను యెన్ని గండాలు దాటుకుంటే యింత పెద్ద లాయరైనానో యెట్లా తెలుస్తాది? వాడే గాదు, నా భార్యగ్గూడా నన్ను గురించి తెలుసుకోలేని సంగతులు చానానే వుండాయి. చూడబోతే వాళ్ళ కేసును సక్సెస్ చేసేదానికనే దేవుడు ముందుగా నాకు చానా ట్రయినింగిచ్చి వుండాడనిపిస్తా వుండాది. లేకపోతే కోర్టులో అందురు లాయర్లుండంగా మా సీనియర్ కన్ను నాపైన్నే దేనికి పడింది? పద్మావతి అనే యీ అమ్మాయి నాకోసరమనే దేనికి పుట్టుంటాది? యిప్పుడు గూడా మా కోర్టులోవుండే లాయర్లూ, గుమాస్తాలూ నా అంత గొప్ప లవర్ వేరే యెవురూ లేరని నా యెనకాల్నే చెవులు కొరుక్కునేదెందుకు?

ముప్పయ్యేళ్ల ముందు బీఎల్ డిగ్రీతో వొచ్చి తిరుపతి మునిసిఫ్ కోర్టులో జూనియర్‌గా చేరినప్పుడు బార్‌లో యీన్నూట యిరవై మూడు మంది వకీళ్లు మాత్రమే వుండేటోళ్లు. దాంట్లో పెద్ద ప్రాక్టీసుండే పెద్దలాయర్లు పది పన్నెండు మందే! అంతమందిలో యేరీ కోరీ నన్ను గాజుల ఆంజనేయులు దగ్గిర జూనియర్‌గా జేర్పించినందుకు మా అన్నంటే యెంత గౌరవమో అంత కోపంగూడా వుంది.

నేను ప్రాక్టీసుకని తిరుపతి చేరేటప్పుటికే మా అన్న కోర్టు కేసును వకీలు రంగరాజయ్యంగారు నడపతా వుండాడు. మా వూర్లో మాకూ మా చిన్నాయన కొడుకు

చెన్నమునికీ చేను హద్దుల వ్యవహారంలో తగరార్లొచ్చి కోర్టుకు పోవలిసొచ్చింది. అప్పుడు రంగరాజయ్యంగారి ఆఫీసుకు చెప్పులరిగేటట్లుగా తిరిగిన మా అన్న ఆయన వైభోగ్యాన్ని జూసి కిల్లరకపొయినాడు. ఆయన గుమాస్తా రఘుపతిని పట్టుకోని నన్ను అయనకు జూనియర్‌గా చేర్పించమని అడిగినాడు.

"నీ కొంప మునిగిపోతాది రెడ్డెప్పా! ఆయిన బాపనోడు. మీ బలిజోళ్ళు ఆయినదెగ్గిర తట్టుకోలేరు. గాజుల ఆంజనేయులైతే బలిజోడు. ఆయిన గుమాస్తా వైకుంటం నాకు ఫ్రెండు. వాని మాట ఆంజినేయులు యింటాడు. నా మాటిని నీ తమ్ముడ్ని ఆ ఆఫీసులో చేర్పించు. యెక్కొస్తాడు," అనినాడు రఘుపతి.

నన్ను రఘుపతి వైకుంటం దెగ్గిరికి తొడక్కపోతానే ఆయిన, "నువ్వే పార్టీనో చెప్పు. నిన్నాపైన సార్ దెగ్గిరికి తొడక్కపోతా," అన్నాడు. ఆయనేమడగతా వుండాడో నాకు అర్థం గాలేదు.

"పోన్లే యిది చెప్పు. పోయినతూరి యెలక్షన్లలో నువ్వెవురికి వోటేసినావో చెప్పు," అని అడిగినాడు వైకుంటం.

"ఆరేండ్లుగా బెంగుళూరులో వున్నాను. అక్కడ నాకు వోటు లేదు. నేనింతవరకూ వోటేయలేదు," అని చెప్పినాను.

"నువ్వామాట అన్నావంటే మా సార్ నిన్నిట్లే బయిటికితరిమేస్తాడు. బుద్ధిగా యిందిరా కాంగ్రెస్సు అని చెప్పు. అప్పుడే నీ పని జరిగితింది," అన్నాడాయన.

ఆ రోజు సాయింత్రమే వైకుంటం సిపార్సుతో గోవిందరాజస్వామి కోనేటికి వుత్తరానుండే పెద్ద గారమిద్దెలోకి అడుగుపెట్టినాను. ముందు రూములో అలమారాల నిండా వకాలత్తు కట్టలూ, టేబుళ్ల ముందు అయిదుమంది జూనియర్లూ, టైపురైటరు ముందు వైకుంటమూ కనబడినారు. యెర్రరంగు బైండింగుండే పుస్తకాల అలమార్లు గోడలనంతా కప్పేసిన ఆఫీసురూంలో ఫ్యాను కింద పెద్ద టేబులుకవతల కుర్చీలో నలుపూ తెలుపూ జుట్టుతో మేకప్పు లేని నరసింహస్వామి మాదిరిగా ఆంజనేయులు సార్ కూర్చోనుండాడు.

నన్నాయన యెగాదిగా జూసి, "పోయిన యెలక్సన్లో వోటేసినావా?" అనడిగినాడు.

"మావూర్లో నాకు వోటు లేదనేసినారు సార్!" అన్నాను తడబడతా. ఆయన వురిమిచూస్తానే గబాగబా, "అయితే పోలింగు బూతులో వుండే యేజెంట్లు అందురూ తెలిసినోల్లే సార్! నన్ను మూడు వోట్లేసుకోమన్నారు. ఆవూ దూడపైన గుద్దేసినాను," అని కోసేసినాను.

ఆయన మళ్ళా పుస్తకంలోకి తలదూర్చేసి, నన్ను పొమ్మని చేత్తో సైగ జేసి, "లాయరు గాకముందే లా బ్రేక్ చేసేది నేర్చుకున్నావయితే," అన్నాడు.

పులి గుహలోనించీ బయటపడినట్టుగా ఆ రూములోనించీ బయటికొక గెంతు గెంతినాను. లోపల జరిగిందంతా విన్నాక, "నీ కర్మ! ఆయనా కొసిన్ను అట్లా అడగతాడని యెట్లా తెలిస్తింది నాకు? యింకేదైనా వేరే ఆఫీసులో ప్రయత్నం చేద్దాంలే పో," అని పెదివిరిచేసినాడు వైకుంటం. రెండు రోజులైనాక వైకుంటమే పిలిచి, "మా సారు పిల్లోడు బాగుండాడులే, వచ్చి చేరమను అని చెప్పినాడు. తెలివితేటల్ని బట్టిగాకుండా ఆకారాన్ని జూసి గూడా సెలక్టు చేస్తారని నాకింతదాకా తెలవదు," అని నవ్వినాడు.

సీనియర్ గారి భార్య గూడా యింట్లోపలినుంచీ చూసి జూనియర్లను సెలెక్టు చేస్తుందనీ, ఆమె ఆరోజు వేసిన పంచవర్ష ప్రణాళిక వల్లే నాకా ఆఫీసులో తావు దొరికిందనీ నాకు తెలిసేటప్పటికి నా చేతులు కాలిపోయినాయి.

గాజుల ఆంజనేయులు దెగ్గిర నేను జూనియర్‌గా చేరి రెండేళ్లయిపోయిన తర్వాత మల్లా యెలక్షన్లొచ్చినాయి. మా సీనియర్ ఆయన జూనియర్లనంతా పిలిచి, "యీ పొద్దుతో ప్రచారాలన్నీ అయిపోతాయి. మీవోళ్లందురి దెగ్గిరా మన పార్టీకి వోట్లేయించి రాబోండి," అని ఆర్డరేసినాడు.

నేను వుత్సాహంగా, "మా వూళ్ళో వుండే నన్నూట యాభై రెండు వోట్లూ ఆవూ దూడా మిందే గుద్దించేసొస్తాను సార్!" అని అరిచాను.

ఆయన కోపంతో వూగిపోతా, "ముందు నువ్వు నాకు కనబడకుండాపో. మీ వూర్లో సైకిలుకు మెజారిటీ రాకపోతే ఆఫీసులోకి అడుగుపెట్టద్దు," అని గర్జించినాడు.

"ఐదారేండ్లుగా బెంగుళూరులో వుండి కన్నడ కంఠీరవుడైపోయినావురా! అరవోళ్ళు వాళ్ళ వాద్దియార్‌ను సీయెం సింహాసనంపైన కూర్చోబెట్టినా నీకు తెలివి రాలేదా? యెన్టీయార్ సినిమాను మన సీనియర్ కనీసం రెండు తూర్లయినా చూస్తాడని నీకు తెల్వదా?" అని మా జూనియర్ ఫ్రెండు నన్ను దులిపి పారేసినాడు.

చేసిన తప్పును లేటుగానైనా దిద్దుకుందామని మా వూరికి పరిగెత్తిపోయి వొళ్లలిసేటట్టుగా ప్రచారం చేసినాను. పోలింగట్లా అవతానే యిట్లా సీనియర్ దెగ్గిరికొచ్చి "మా వూర్లో వోట్లన్నీ సైకిలుపైన్నే యెయించినాను సార్!" అని కాలరెత్తుకొని చెప్పినాను.

"దాంట్లో నీ ప్రతాపమేముండాది? యింకో గుర్తుపైన నువ్వెయ్యమన్నా యిప్పుడెవురూ యెయ్యరు," అన్నాడాయన నా పక్కకు ముఖమైనా తిప్పకుండా.

నేనా ఆఫీసులో చేరి యింకో రెండు సంవత్సరాలు కూడా గడిచినాయి. సీనియర్ నన్ను పిలిచి పని చెప్పిందే లేదు. నాకేదీ నేర్చుకునే దారి చూపించింది లేదు. నాతో నవ్వతా మాట్లాడిందొకసారైనా లేదు. మిగిలిన జూనియర్లను చూసేదానికీ, నన్ను పట్టించుకునేదానికీ చానా తేడా వుండాదని నాకెప్పుడో తెలిసిపోయింది.

నేను గుమస్తా వైకుంటం దెగ్గిరికి పొయి, "నేనీ ఆఫీసుకు మానేస్తాను. పెద్దాయనకు నేనంటే మంచి అభిప్రాయం లేదు," అని యేడవబొయినాను.

"నువ్వు చెప్పేది నిజమే! నేనూ చూస్తావుండాను. ఆయన నిన్ను అదొక మాదిరే చూస్తావుండాడు. సరైన టైం జూసి గుడారమెత్తెయ్యి," అనేసినాడు వైకుంటం గూడా.

అది జరిగిన వారానికంతా మా సీనియర్ నన్ను పిలిచి, "మీ అన్ననొకసారొచ్చి నన్ను కలవమని చెప్పు. అర్జెంట్," అన్నాడు.

నేను వైకుంటం దెగ్గిరికి పరిగెత్తి, "మనం మాట్లాడుకున్న విషయం ఆయనకెట్లా చేరింది. ఆ తిట్టేదేదో నన్నే తిట్టచ్చు కదా? మా అన్నను పిలిచి ఆయన ముందర నా మానం తీసేదేమి న్యాయం? ఆఫీసులో జరగతావుండే అవమానం చాలకుండా మా యింట్లోకూడా నేను చులకనైపోవాల్నా?" అని మొత్తుకున్నాను.

మా అన్న సీనియర్ ఆఫీసులోకి పొయినప్పుడు నేనక్కడ్నించీ బయటికొచ్చేదానికి నా తట్టా బుట్టా సర్దుకుంటా వుండాను. పోయిన అరగంటకంతా ఆయన తిరుక్కోనొచ్చి, "నువ్వెంత కష్టపడి పనిచేసినావురా యిక్కడ? మీ సారు నీకు కూతుర్నిచ్చి పెండ్లి చేస్తానంటా వుండాడు," అన్నాడు. నెత్తిపైన డ్రమ్ము నీళ్లు కుమ్మరించినట్టుగా నా తల మొద్దుబారిపొయింది.

"అప్పటికీ మనం పెరికి బలిజోళ్ళమనీ, వాళ్ళు గాజుల బలిజోళ్లని నాకు తెలుసుననీ అన్నాను. బలిజోళ్లల్లో అరవై రకాలుండాయనీ, అవిటినంతా పట్టించుకుంటే బలిజోళ్ల యిండ్లల్లో యెవురికీ పెండ్లిళ్లే జరగవని అన్నాడు," అని చెప్పి మా అన్న మురిసిపొయినాడు.

సంగతంతా అగ్గి మాదిరిగా అఫీసులో, కోర్టులో అందరికీ తెలిసిపొయింది.

"నువ్వు సామాన్యమైనోడు కాదురా! సీనియర్ కొడుకు యెల్లెల్బీ జేసినా, వొచ్చి బోర్డు గట్టేది లేదు. పెళ్ళాంతోబాటు ఆస్తీ, ప్రాక్టీసూ అన్నీ వొచ్చి వొళ్ళో పడిపొయినాయి," అని జూనియర్లందురూ నన్ను పొగిడినట్లే పొగిడి లోపల మాత్రం కుళ్లుకున్నారు.

మా అమ్మా, అన్నా పెండ్లి పనులు మొదులుపెట్టేసినారు.

"అయితే నా వుద్దేశమేమని మాటవరసకైనా నన్నడగరా మీరు? ఆ పిల్ల లావు. వయిసు

యిరవై ఆరు అయిందన్నారు," అని నేను మూతి ముడవబొయినాను.

"సన్నంగా యీలగరుచుకోనుండే పిల్లేమి బాగుంటాదిరా? నీకంటే మూడేండ్లు చిన్నదైతే సాలదా?" అని మా అమ్మ నన్ను కోట్టబోయింది. నాకు అప్షన్ యివ్వలేదనే బాధ తప్పితే, యింత గొప్ప సంబంధంతో వచ్చిందంతా లాభమే అని నాకూ తెలుసు. పెళ్ళి జరిగినంత సేపూ బింకంగా వుండేదానికి చానా ప్రయత్నం చేసినాను.

యింతవరకూ జరిగిన సంగతులంతా వైకుంటానికి తెలుసు. యిదంతా సుభాష్‌కు చెప్పే వుంటాడు. దానివల్ల నాకొచ్చే యిబ్బందేమీ లేదు. పెళ్ళయినాక కొత్తల్లుడిగా నాకెదురైనవేందో వానికి తెలిసే అవకాశం లేదు. ఆ సంగతులు నాకూ నా భార్యకూ తప్ప యింకెవరికీ తెలియవు.

2

పెళ్ళయిన మొదటిరాత్రి కోనేటికట్ట పక్కనుండే గారమిద్దె పై అంతస్థులో తొలిసారిగా పడుకున్నప్పుడు నేను నా భార్య చిత్తయిపొయ్యే యెత్తేసినాను.

"నీ ఆస్తీ, మీ నాయన ప్రాక్టీసూ యెవురికి కావాల? జూనియర్‌గా ఆఫీసులోకొచ్చిన ఫస్టు దేనే యింట్లో తిరగతా వుండే నిన్ను చూసినాను. యీ అమ్మాయిని గాకపోతే యింకెవుర్నీ పెండ్లే చేసుకోను అని ఆ రోజే ప్రతిజ్ఞ చేసినాను," అన్నాను గోముగా.

"నువ్వూ నేనూ అనుకుంటే జరిగిందేముంటాది? నువ్వు మా అమ్మకు థ్యాంక్స్ చెప్పాల," అనింది పద్మ ముదిగారంగా.

ఆ మాట వింటానే నేను నిట్టూర్చి "నా జాతకమే అంత. తొలీనించీ నా బతుకుతో ఫుట్‌బాలాడతావుండేది ఆడోళ్లే! యిప్పుడు మీ అమ్మా, రేపు నువ్వూ..." అని నోరు జారినాను.

పద్మ స్ప్రింగ్ మాదిరిగా దబ్బున లేచి కూర్చోని, "మా అమ్మ సంగతీ, నా సంగతీ సరే! అంతకుముందు నిన్ను ఆడించిన ఆ ఆడోళ్ళెవురో ముందా సంగతి చెప్పు," అనింది.

"ముందెవురుంటారు? మా అమ్మా, మా అక్కా," అని తప్పించుకునేదానికి చూసినాను.

"వాళ్ళు నీతో ఆడిన ఆ ఫుట్‌బాల్ గేమేందో అది చెప్పు," అనిందామె యేడుపు గొంతుతో. పెళ్ళయిన మొదటి రాత్రే పెళ్లాన్నేడిపించినాననే నిందపడతాదేమో అని కంగారుపడినాను.

"దినమ్మా దీపం పెట్టేముందు మా పక్కింటి రోశమ్మను తలుచుకో. ఆమె లేకుంటే నీ చేతుల్లో తగులుకునేదానికి నేననే మనిషే పుట్టుండడు," అని ఆమెను దోవమర్లించేదానికి జూసినాను.

"నడిమధ్యలో ఆ రోశమ్మెవురు? పెళ్లయిన తొలిరాత్రే యిందురు ఆడోళ్ళ పేర్లు చెప్పే మొగుడెవురికీ దొరికుండడు," అని పద్మ యేడవబోయింది.

"వొద్దంటే పుట్టినోడివిరా నువ్వు. అందుకే నీకంతగా సుడి తిరిగుండాది అని మా వూరోళ్లంతా అంటా వుండేదెందుకో చాకలోళ్ల సుభద్ర చెప్పేదాకా నాకు తెలియదు," అని మొదులుబెట్టబొయినాను.

"మళ్ళా యింకో ఆడమనిషొచ్చింది," అని పద్మ గింజుకునింది.

ఆమెను పట్టించుకోకుండా చాకలోళ్ల సుభద్ర చెప్పినదాన్నంతా ఆమె చెప్పినంత రంజుగా గాకపొయినా అంతే వివరంగా మాత్రం చెప్పేదానికి ప్రయత్నం చేసినాను.

యిప్పటికి సరిగ్గా ముప్పయ్యేళ్ళ ముందు యిక్కడికి యాభై అయిదు కిలోమీటర్ల దూరంలో, పాకాల మండల కేంద్రానికి పన్నెండు కిలోమీటర్ల దూరంలో, యిరవై ఎనిమిదిండ్లు మాత్రమే వుండే చిన్నచీకటిపల్లెలో మాపటేల రైతులిండ్లకు పోయి పయిటాల అన్నాల్ని గంపలో యేసుకుంటా పొయి, గాదంశెట్టి సిద్ధయ్య యిల్లుచేరినా, సిద్దయ్య భార్య జయమ్మ దెగ్గిరికిపొయ్యి, మూతీ, కడుపు పట్టి చూసినాక "కొంచెమట్లా పండుకోక్కా! నాకేందో అనమానంగా వుండాది," అనింది చాకలోళ్ల సుభద్ర.

"యిప్పుడేమనమానమే దొంగముండా?" అని జయమ్మ గొల్లుమంటా వున్నా వినకుండా బలవంతంగా జయమ్మను పట్టెమంచంపైకి తోసి, ఆమె చీరముడి వొదులుజేసి, కడుపును అన్ని పక్కలనించీ అదిమిపట్టి చూసి, "నువ్వు ముట్లాగిపొయినాయన్నప్పుడే అనుమానమొచ్చిందక్కా! యేది యేమైనా సిద్ధులన్న సటపటమైనోడుగాడు. యిప్పుడు నువ్వు ముందు కంటావో, నీ కూతురు ముందు కంటిందో తేల్చుకోండి," అని పకపకా నవ్వింది సుభద్ర.

ఆరు నెల్ల గర్భంతో పురుటికి పుట్టింటికొచ్చిన కూతురు చెవుల్లో ఆ మాట పడితిందేమో అని భయపడతా జయమ్మ, చాకలామెను దొంతుల రూములోకి లాక్కోని పొయ్యి, "నిజం చెప్పే సుభద్రా! యీ వొయిసులో నాకిదేం పొయ్యేగాలమే?" అని బోరుమని యేడ్చేసింది.

"నీ లెక్క ప్రకారం నీకు ముట్లాగి అయిదు నెలలయింది. కడుపులో బిడ్డ కదలాడతాంది. యింగో ఆలోచిన లేకుండా గుట్టుగా బిడ్డను కను. నువ్వు నీ మొగుడికే బిడ్డను గంటా వుండావు. నీకంటే జాస్తీ వయిసులో బిడ్డల్ని గన్నోళ్లను బొచ్చెడుమందిని చూసుండాను.

దేవుడిస్తావుంటే వొద్దనగూడదు," అని సుభద్ర జాడించి పారేసింది.

"యీ సంగతెవురితోనైనా యెట్లా చెప్పుకునేది? మా అత్త ముగమూ, మా యింటాయిన ముగమూ యెట్లా తలెత్తి జూసేది?" అని జయమ్మ యింగో యేడ్పు యేడ్చింది.

"సిద్దులన్న యింటికొస్తానే నేనే చెప్తాన్లే వుండు. యీ తూరయినా రెండు దండకడియాలు జేసియ్యకుంటే యిడిసిపెట్టేది లేదు," అని సుభద్ర కేరింతలు గొట్టింది.

ఆ పొద్దుగూడా యెప్పుడూ జేసినట్టే సిద్దయ్య కొత్తపేట క్రాసులో పక్క వూర్లనించీ వొచ్చే రైతులతో ఆరుట్లుగొట్టి చీకటి పడినాకే కాలూ కాలూ కొట్టుకుంటా రెండుమైళ్ళు యెనక్కొచ్చి యిల్లు జేరినాడు.

"అయితే మీ నాయన్ని జూస్తానే చెప్పాల్సింది మరిచిపొయ్యి, చంకలో చెప్పులు పెట్టుకోనొస్తా వుండావేందన్నా అని అడిగినానురా చిన్నబ్బా! కాళ్ళకేసుకుంటే దుమ్ముగొట్టకపోతాయని ఆయన జబాబు చెప్తానే నోరు దెరుచుకొని చూస్తా గడప దాటి యీదిలోకొచ్చేసినాను," అనింది సుభద్ర నాతో.

మా నాయన చచ్చిపొయ్యేటంతవరకూ ఆ కొత్త చెప్పులు యింటి ముందుండే దీగుడులోనే పాతగుడ్డను చుట్టుకొని కులకతావున్నాయి. వారానికొకసారి మా నాయన వాటిని గుడ్డతో తుడిచి మళ్ళా పాతగుడ్డలో చుట్టి పొత్తిళ్ళలో బిడ్డను పడుకోబెట్టినట్టుగా మళ్ళా దీగుడులో పెట్టేటోడు. నేను పుట్టేదానికి నాలుగు నెలలముందు ముప్పయి నాలుగు కిలోమీటర్ల దూరంలోవుండే చిత్తూరుకు పొయినప్పుడు ఆయన ఫ్రెండొకడు బలవంతంగా ఆయనచేత ఆ చెప్పుల్ని కొనిపించినాడు. ఆయన చిత్తూరుకు పోయింది అది రెండో తూరంట! ఆయన చిత్తూరుకు మూడోసారి పోనేలేదు. రెండోసారి చెప్పులు కొన్లేదు.

"నేనూ మీ అమ్మా వొకే సమత్సరంలో కోడళ్ళుగా యీ వూరికొచ్చినామురా సిన్నబ్బా! నాకప్పుడు యిరవై గూడా కాలేదు. మీ అమ్మ నాకంటే రెండేండ్లయినా చిన్నదయ్యుండాల. అప్పుడు మీ నాయనకు నలఫైకి తక్కవుండదు. ఆయిన మొదుటిపెండ్లాం తీర్థమాడినాక జన్నెక్కి చచ్చిపోయింది. ఆ బిడ్డ ఆమెకంటే ముందుగా వాయువొచ్చి పొయింది. ఆయన రెండో పెండ్లాము కలరాతో జచ్చిపోయింది. మూడోది రెండేండ్లు కాపరం జేసినాక పేరు తెలవని రోగంతో కండ్లు మూసింది. నాలుగో పెండ్లాం నిలవదని శాస్త్రం చెప్తా వుండాదని మీనాయనకు అరటిచెట్టునిచ్చి పెండ్లిజేసి నాలుగో దినమే దాన్ని నరికేసినారు. అయిదో పెండ్లాముగా వొచ్చిన మీ అమ్మకు కూడా అయిదేండ్ల దాకా గర్భం నిలవలేదు. గొవర్మెంటు డాక్టర్లూ, నాటు వైద్దిగులూ రకరకాల మందులతో ఆమె గర్భసంచిని వూపిపారేసినారు. యింకో పెండ్లిచేస్తానని మీ అవ్వ మొండిగ్గూచునింది. కలికిరి రెడ్డెమ్మ

కొండకు పొయ్యొచ్చినాక గానీ మీ అక్కా అన్నా పుట్టలేదు," అనింది చాకలోళ్ల సుభద్ర.

మా అక్కకు పదారేళ్ళు రాగానే గోరుపాడులో వుండే మా మామ కొడుకుకిచ్చి పెండ్లిజేసినారు. పెండ్లయిన సంవత్సరానికంతా ఆమె ప్రసవానికని మా యింటికొచ్చింది. సరిగా అప్పుడే పజ్జెనిమిదేళ్ళ యెడంతో మా అమ్మకు గర్భం నిలిచింది.

"మీ నాయిన్ని దండకడియాలడిగేది మర్సిపోయినానని మా యింటికి పొయ్యేదాకా గెవనమే లేదు. మరసటిదినం పొద్దన్నే మీ యింటికి పొయినాను. అప్పటికే మీ అమ్మను యెద్దలబండి పైన కొత్తూరు క్రాసుకు తొడుక్కొని పొయ్యుండారు. మూడు దినాలయినాక బండిపైన్నే యింటికి తిరుక్కొనొచ్చిన మీ అమ్మను ఆ పొద్దేమందు మింగిందో చెప్పమని పట్టుకున్నాను. ఆమె నన్ను దొంతుల రూములోకి లాక్కొని పొయ్యింది. పక్కింటి రోశమ్మ ఆకుమందేదో నూరిచ్చి అది మింగితే వాంతెత్తినంత సులభంగా గర్భం పోతిందని చెప్పి యిరవై రూపాయలు లాక్కొనిందంట. కానీ అది తాగతానే తలకిందులైపొయి వాంతులూ బేదులూ పట్టుకుంటే అపుటికప్పుడు ఆస్పత్రికి పరిగెత్తినారు. ఆ డాకటరు తాగిందంతా కక్కించి మీ అమ్మను కొట్టబోయినాడంట. అప్పుడు జరగతా వుండేది ఆరో నెలని చెప్పినాడు. అట్టాంటప్పుడు అగాయిత్యాలు జేస్తే మొదుటి పానానికే యెదురుబెడితిందని అరిసినాడంట. మీ నాయినా, మీ అవ్వా ఆస్పత్రిలో ఆమెను తన్నందొకటే తక్కువంట. యింటికొస్తానే మీ అవ్వ మీ నాయనకు దిష్టి తీసి వూరి దిష్టి అంతా మీ నాయనపైన్నే వుండాదని మురిసిపోయింది. పక్కింటి రోశమ్మ దెగ్గిరనించీ యిరవై రూపాయలు వసూలు జేసేదాకా మీ అవ్వ కంటిమీద రెప్పెయ్యలేదు. అయితే నీకంటే రెండుదినాలు ముందుగా నీ మేనల్లుడు పుట్టేసినాడు," అని చెప్పింది చాకలోళ్ల సుభద్ర.

అంతా విన్నాక, "మీ అమ్మ సంగతి చెప్పినావు. యింక మీ అక్కేమి జేసిందో చెప్పు?" అని పట్టుబట్టింది పద్మ.

"నేను పుట్టేటప్పటికే మా నాయనకు అరవై దాటిందని అంటారు. నేను తొమ్మిదో తరగతిలో వుండేటప్పుడు ఆయన కాలమైపొయినాడు. పదవతానే నేను చదువు ముగించేసి సంవత్సరందాకా యింట్లో గుచ్చున్నాను. అప్పుడు మా అక్కొచ్చి నన్ను బలవంతంగా గోర్పాడుకు లాక్కొని పోయింది. ఆమె కొడుకుతో బాటూ నన్నూ తిరుపతిలో యింటర్మీడియట్లో చేర్పించింది. దినాంమూ మేమిద్దరూ పాకాల్లో రైలెక్కి తిరుపతి పొయొచ్చి డిగ్రీ దాకా చదుకున్నాము. మా అక్కే పూనుకోక పోయ్యుంటే నేను చిన్నచీకటిపల్లెలో మట్టి పిసుక్కుంటా వుండేటోణ్ణి," అని చెప్పి తప్పించుకున్నాను. అప్పుడు నోరుజారి పుష్పలత పేరు చెప్పనందుకు నన్ను నేను మెచ్చుకున్నాను.

3

తెల్లగుండ్లపల్లెలో నా బావమరిదిగాడు చేస్తావుండే లిటిగేషన్లను తెలుసుకోనొచ్చి చెప్పమని నేను పంపించిన జగన్నాథం వొకనాడొచ్చి, "వకీలు బాలాజీ నిన్నా, మొన్నా రాత్రి పదకొండు దాంకా ఆ ముసిలాయన గుడిసె లోపలే వున్నాడు సార్! బయటినించీ మందూ, బిర్యానీలూ సప్లయికయినాయి. నేనీపొద్దు తెల్లార్తోనే ఆయన్ను బేటే యేసినాను. ఆయిన మీ మామ గురించీ, వాళ్ళన్న గురించీ అడిగిందే మళ్ళా మళ్ళా అడిగినాడు," అని చెప్పినాడు.

వెంసూ నా ఆస్తుల్ని గురించి ఆరాతీస్తా వుండాడని అర్థమయింది. మా మామ గురించి కూపీలాగితే పొయ్యేదేమీ లేదు గానీ, ఆయన అన్న గురించి తెలిస్తే మాత్రం కొంపలు మునగొచ్చని భయపడినాను. పెళ్లిగాకముందే నాకు బాలాజీ అనే బావమరిదొకడుండాడని తెలుసుగానీ మా మామకు రఘురాం అనే అన్నొకడుండేటోడని పెళ్లయిన చానాదినాలకు గూడా తెలియలేదు. మా గుమస్తా వైకుంటం ఆ సంగతి చెప్పినప్పుడు ఆశ్చర్యపోయి ఆయన గురించి నా భార్యని అడిగితే, "యెవురి ఆస్తిని అనుభవిస్తా వుండావో ఆయన్ని గురించి నీకిప్పుటిదాకా తెలియదంటే దానికంటే అన్యాయం యింకొకటి లేదు," అని ఆమె నన్ను కొరకొరా చూసింది. అప్పుడామె ఆ రఘురాం గురించి చెప్పింది విన్నప్పుడు లోకంలో యిట్లాటి మనుషులు కూడా వుంటారా అని నిర్ఘాంతపోయినాను.

పద్మ చెప్పిన దాని ప్రకారం ఆమె పెదనాయన తిరుమల్లో గుడినానుకోనుండిన పల్లెలో మూడంకణాల గుడిసెలో వాళ్ళ నాయనకంటే రెండేండ్లు ముందుగా పుట్టినాడు. తిరుమలకొండకు బస్సు రూటేసినప్పుడు రఘురాం గుడిచుట్టూ వుండే మఠాల్లో ఆట్లాడుకునే పిల్లోడు మాత్రమే! గుడిముందు టెంకాయలమ్ముకునే వ్యాపారంలో వుండే వాళ్ళ తాత మునిరాజు కొడుకునెట్లయినా స్కూలుకు అంపించాలని సకల ప్రయత్నాలూ చేసినాడు. అతనెంతకూ సరైన దోవలోకి రాకపొయ్యేసరికి చిన్నకొడుకు ఆంజినేయుల్ని తిరుపతి పట్నాలు వీధిలోవుండే అత్తగారింటికి అంపించినాడు. తిరుపతిలో బియ్యే చదివిన ఆంజనేయులు మద్రాసులో బీఎల్ చదవతా వున్నప్పుడు మునిరాజు చనిపోయినాడు. ఆయన వ్యాపారమంతా రఘురాం చేతికొచ్చింది.

ఆంజనేయులు తిరుపతి కోర్టులో వంగీపురం వరదాచార్యులు దెగ్గిర జూనియర్‌గా చేరేటప్పుటికి తిరుమలలో రఘురాం వడ్డీకాసుల వ్యాపారంతో బాటూ ఫోటోలూ టోపీలూ అమ్మే అంగిడిని గూడా వొంటిచేత్తో నడపతా వుండాడు.

ఆంజనేయులు తిరుపతి కోర్టులో జూనియర్ లాయరుగా ప్రాక్టీసు మొదలుపెట్టేటప్పటికి తిరుమలలో దినానికి కనీసం పదహైదు యిరవై వేలమంది భక్తులు వొచ్చేది మొదులయ్యింది. లాయరుగా రెండేండ్ల అనుభవం వొచ్చినాక ఆంజనేయులు కొండమిందుండే వాళ్ళమ్మ దెగ్గిరికి పొయ్యి ఫ్రెండు చెల్లెలి సమంధం యెతుక్కుంటా వొచ్చిందనీ, పెళ్లిచేసుకుంటాననీ చెప్పినాడు. అన్నకు పెండ్లి గాకుండా తమ్ముడి పెండ్లి జేసేది అన్యాయమని ఆమె ఆక్రోశించింది. "అయితే సమత్సరం వెయిట్ చేస్తాను. అంతలోపల ఆయిన చేసుకోకపోతే నేను ఆగను," అని ఆంజనేయులు డిక్లేరు చేసినాడు.

"బాడిగింట్లో లాడ్జీ నడపతావుండాను. ఆయింటి వోనరు దాన్ని నాకే అమ్ముతానన్నాడు. యింకా యిరవై వేలు సంపాయిస్తే గానీ దాన్నీ కొనలేను. అది కొన్నాకే నా పెండ్లి," అని రఘురాం మొండికేసినాడు.

సంవత్సరం అవతానే ఆంజనేయులు పెళ్లిపత్రికలు యేసి పంచేసినాడు. పెళ్ళికి వాళ్ళమ్మ మాత్రమే కొండదిగి వొచ్చింది. ముహూర్తమవుతానే కొండెక్కేసింది. మళ్ళా ఆంజనేయులుకు కొడుకు పుట్టినప్పుడే కొండ దిగింది. ఆరోజు సాయంత్రం కొండపైకి పోతానే, "యింకా వొయిసయిపోతే నీకు పిల్లనెవురిస్తార్రా?" అని గొల్లుమనింది.

"యిల్లు గట్టినాకే పెండ్లి. యీ జానెడు కొంపలో మనకే యిరుగ్గా వుండాది. యింకో మనిషిని దెచ్చి యాడ దూర్చమంటావు?" అని రఘురాం కయ్యిమన్నాడు.

ఆమెకు రావాల్సిన అనుమానమే వొచ్చి, లాడ్జిలో పనిచేసే పిల్లోడ్ని పట్టుకోని, "వీడేమైనా యెవుర్నయినా తగులుకున్నాడారా?" అని పచ్చిగా అడిగేసింది.

"పోపోమ్మా! అన్న బీడీ సిగరెట్టు కూడా తాగడు. పని తప్పితే యింగొకటి కాబట్టదు. కొంచెం బిడువు దొరికితే పెద్ద మటానికి పొయ్యి సాముల్తో గుచ్చోని పూజలూ, వ్రతాలూ చేస్తాడు. ఆయన్ని అనుమానిస్తే కండ్లు పోతాయి," అని వాడు కసిరేసినాడు.

యింకో రెండేండ్లు తిరక్కుండానే ఆ ముసిలామె బక్కెట్టు తన్నేసింది. తల్లి కర్మాంతరాలవతానే ఆంజనేయులు అన్నతో, "యింక మనం భాగాలు పోతే మంచిదన్నా!" అన్నాడు.

"బంగారంగా పోదాం రా! మనకు అమ్మా అబ్బా యిచ్చిపొయ్యిందా మూడంకణాల పూరిల్లు. దాంట్లో నీకు సగం, నాకు సగం," అన్నాడు రఘురాం.

"అదేందన్నా! షాపులూ, లాడ్జీ సంగతేంది?" అని బేరుమన్నాడు ఆంజనేయులు.

"అది నా స్వీయార్జితం. తిరుపతిలో నువ్వుండే యింట్లో భాగమియ్యమంటే

నువ్విస్తావా? కావాలంటే పత్రాలూ, రిజిస్ట్రేషన్లూ చూసుకో! లాయర్ని మోసం జేసేటంత తెలివితేటలు నాకు లేవు," అని రఘురాం తేల్చేసినాడు.

సంవత్సరాలు దొర్లిపోతావున్నాయి గానీ రఘురాం పెండ్లి మాత్రం చేసుకోనేలేదు. యీ లోపల యింకో లాడ్జీ గూడా కొన్నాడని తెలిసింది. డబ్బుల్ని వడ్డీలకు తిప్పే తండల్ వ్యాపారంలో బాగా సంపాదించినాడని తెలిసింది. పెద్దమఠంలో పూజలు జరపతానే వున్నాడని తెలిసింది. భక్తీ, సంపాదనా తప్ప యింకో దాన్ని గురించి ఆలోచన జేసే తీరిక లేనేలేదని తెలిసింది. తిరుపతిలో తాటితోపు దెగ్గిర రెండెకరాల తావు కొన్నాడని గూడా తెలిసింది.

"అంత సంపాదించిన మనిషి అంత బిన్నంగా ఎందుకు చచ్చిపోయినాడు? యేం జబ్బొచ్చింది?" అని నా భార్యను అడిగినాను.

ఆమె నా చెవు దెగ్గిరికి వొంగి, "పాపనాశనం అడివిలో దొరికిందాయన శవం. వొళ్ళుపైన రక్తగాయాలున్నాయి. ఖూనీ అన్నారు కొందురు. పులి యీడ్చేసిందన్నారు కొందురు. యింకేందో అన్నారు యింకొందురు. పాపనాశనం దెగ్గిరుండే పూసలోళ్లకు గూడా ఆయన అప్పులిచ్చేటోడనీ, వాళ్ళే యేమైనా చేసుంటారనీ అన్నారు. పోలీసులిదమిద్దంగా యేందీ తేల్చలేకపోయినారు. మనిషే పోయినాక యెట్లపొయ్యింటే యేందిలే అన్నారు జనాలు. అప్పుడు భాగమే లేదు పొమ్మని చెప్పిన మీ పెదనాయన ఆస్తిని దేవుడే విచారించి మొత్తం మీ నాయనకే యిచ్చినాడు చూడు అనింది మా అమ్మమ్మ. తిరుమలలో ఆయన యిళ్ళూ, లాడ్జీల్లో భాగముండాదని కొందురు కోర్టుకెక్కినారు. అయితే మా నాయనదెగ్గిర వాళ్ళ పప్పులుడకలేదు," అని చెప్పింది.

అప్పుడు నాకు యెమ్మటేన్నే మా నాయన జ్ఞాపకానికొచ్చినాడు. చిన్నప్పుడాయన మా తాత చేసిన వ్యాపారమే చేసినాడంట. గాడిదపైన యెర్రగెడ్డలూ, తెల్లగెడ్డలూ యేసుకొనిపొయ్యి పల్లెలకంతా తిరిగి అమ్ముకొచ్చేటోడు. కొండకిందుండే ఐదెకరాల చేనూ, వూరిపక్కనుండే రెండెకరాల మడీ తరతరాలుగా మాకొచ్చినాయి. యిండియాకు సొతంత్రం వొచ్చిన చానా సమత్సరాల తర్వాత ఆ మాట ఆయనకెవురో చేప్తే 'సొతంత్రం అంటే యేందిరా?' అని అడిగినాడంట. అయితే ఆ తర్వాతే వూరికి కరెంటొచ్చింది. వూరికి యెగవన యేటికి చెక్ డ్యాం గట్టినారు. దాంతో నీళ్లు రాక మా వూరి చెరువెండిపోయింది. మా నాయన హయాంలోనే మా చేన్లో అయిదు నూర్లడుగులు బోరేసి పైపులు దించితే నీళ్లు పడలేదు. ఆ నేలల్లో కండలు కరిగేటట్టుగా పనిచేసి మా నాయన సంపాదించిందేముంది?

"కష్టపడి సంపాయిస్తే ఆస్తులొస్తాయా? అదృష్టముంటే వస్తాయి గానీ," అన్నాను దీనంగా.

"అందుకే గదా మా నాయన ఆస్తిలో సగం అంత సులభంగా నీ వాళ్ళకొచ్చిపడుండేది?" అనేసింది నా భార్య.

నేను వులిక్కిపడి, తమాయించుకోని, "యిక్కడ నాదేముండాది? మీ నాయనదీ, నాదీ అంతా నీదే!" అని తప్పించుకోజూసినాను.

అయితే నా బావమరిది గాని దెగ్గిరినించీ మాత్రం తప్పించుకులేకపొయినాను. గుండు మాదిరుండే మా మామ నా కొడుకుపుట్టిన మూడేండ్లకంతా టపీమని గూండాగి పొయినాడు. లాయరు గాబట్టి, తెలివైనోడు గాబట్టి, ముందుగా వీలునామా రాసిపెట్టి పొయినాడు గాబట్టి బతికిపొయినాను. ఆయనుండంగానే దేవస్థానమోళ్ళు తిరుమలలో ప్రయివేటు యిండ్లనంతా ఖాళీ జెయించి అక్కడున్న మనుషులకంతా తిరుపతి శివార్లలో తావులిచ్చి కొండకిందికి తరిమేసినారు. దాంతో ఆ బాలాజీనగర్లో యింటికి బదులుగా వొకిల్లూ, రెండు లాడ్జీలకు బదులుగా రెండిండ్లూ యిచ్చినారు. వాళ్ళన్నకున్న రెండు షాపులకు బదులుగా దేవాలయం ముందరుండే కాంప్లెక్సులో రెండు షాపులు అలాట్ చేసినారు. మా మామ బాలాజీనగర్లో వొకిల్లూ, కోనేటికట్ట పక్కనుండే యిల్లూ, కొండమింద వొక షాపూ, తాటితోపు దెగ్గిరుండే నేలలో వొక యెకరా మాకిచ్చి మిగిలినదంతా కొడుక్కిచ్చి ఆస్తిని సమానంగా పంచేసినాడు.

వాళ్ళ నాయనకు తలకొరివి పెట్టడానికి మదరాసునించీ వొచ్చిన బాలాజీ, వాని ఆస్తులనంతా స్వాధీనం జేసుకోని, వాళ్ళమ్మ దెగ్గిరున్న రొక్కం కూడా పెరుక్కోని, నాకూ, వాళ్ళ చెల్లికీ మాటైనా చెప్పకుండా వెళ్ళిపొయినాడు.

"వొకసారిగా మీ అన్నకంత క్యాష్ యెందుకు? యిట్లా ఖర్చు చేస్తే ఆస్తులేం మిగలతాయి?" అని నేను నా భార్యను మందలించబొయినాను.

"వాడు చేసేది సినిమా వ్యాపారం. చిన్నప్పట్నుంచీ వానికి సినిమాలంటే ప్రాణం. చూస్తావుండు. వాడు పెద్ద దర్శకుడో, నిర్మాతో అయిపోతాడు. యింతకు నూరింతలు సంపాదిస్తాడు," అనింది పద్మ ధీమాగా.

వాళ్లింటికి రెండు ఫర్లాంగుల దూరంలో ప్రకాశం హైస్కూల్లో చదివిన బాలాజీ పాఠాలు వినిన దానికంటే పక్కన్నే వుండిన థియేటర్లలో సినిమాలే జాస్తీగా చూసినాడంట. కాలేజీకొచ్చినాక అక్కడికి దగ్గిరగా వుండే థియేటరులో నాల్గయిదు దినాలకే మారిపోతా వున్న యింగ్లీషు సినిమాలనొకటి కూడా వదలకుండా చూస్తా వున్నాడంట. వాళ్ళ నాయన లా చదువుకోమని నెల్లూరుకు పంపిస్తే అక్కడి సినిమా థియేటర్లకు మహారాజపోషకుడైపోయినాడంట. నెల్లూరునించీ అట్నే మదరాసుకు పొయ్యి సినిమాల్లో

హీరో వేషాలకోసం చెడ తిరిగినాడంట. అదంత సులభం గాదని తెలస్తానే వాళ్ళనాయన దగ్గరికొచ్చి ప్రొడ్యూసరవతాననీ, డబ్బులివ్వమని మొండిగ్గుచ్చున్నాడంట. వాళ్ళ నాయన చెప్పిన బుద్ధి మాటలినకుండా, వాళ్ళమ్మను బెదిరించి, ఆమె బీరువాలో వుండే దుడ్డంతా జవురుకోని మదరాసుకు తుర్రుమన్నాడంట. ఆరునెలలైనాక ఫోనులో వొక గొంతు, "నీ కొడుకు మాకు డెబ్బయివేలు అప్పుపడినాడు. పది దినాల్లో అది మాకు అందకుంటే వాడు నీకు కనబడడు," అని బెదిరించిందంట. ఆయన చచ్చీ చెడీ అంత డబ్బును చెప్పిన అడ్రస్సుకు చేర్చిన తర్వాత బాలాజీ చేతులూపుకుంటా యిల్లు చేరినాడంట. "యెవుడో ఫోన్ చేస్తే నువ్వు నమ్మినావు. దాంట్లో నా తప్పేముండాది?" అని యెగరేసి మాట్లాడినాడంట.

"ఆ డ్రామాను డైరెక్టు చేసింది వాడే అని మల్లంక తెలిసింది. అప్పట్నుంచీ వాడాడిన డ్రామాలకు లెక్క లేదు. వాడు తీసిన సినిమా ఫిల్ము లాక్కున్నామనీ, అప్పుగట్టకపోతే వాడు జైలుకే అని వొకడు బెదిరించినాడు. మా నాయనకు లక్ష వొదిలింది. యెక్కడో పడి కాలిరిగిందనీ, ఆస్పత్రి ఖర్చుకు యాభై పంపించమనీ వాని ఫ్రెండ్ వొకడు ఫోన్ చేస్తాడు. పంపించక తప్పదు. యిన్ని తెలివితేటలుండేవానికి సినిమా తీసేదొక లెక్కా?" అనింది పద్మ.

తాటితోపు దెగ్గిరుండే తనభాగం నేలలో ప్లాటులేసి అమ్ముకునేదానికి తిరుపతికొచ్చిన బాలాజీ, "అన్యాయంగా ఆడోల్లకు సరిసమానంగా ఆస్తిని యిచ్చే రూలు చేసిన పాపం యెట్లాపోతింది? అందుకే అంత పెద్ద మెజారిటీతో సీయెం అయిన అన్నగారిప్పుడు అపోజిషన్లో గుచ్చున్నాడు," అని వూరంతా టాంటాం గొట్టిపోయినాడు. వాడట్లా హైదరాబాదుకు పోతానే కోర్టునించీ మా యింటికి సమన్లొచ్చినాయి.

"యిప్పుడు మీ అన్న ప్రొడ్యూసర్ గాకుండా యేకంగా హీరో అవతా వుండాడు. హీరోయిన్ లవ్ లెటరు రాసింది," అని చెప్పినాను పద్మతో.

"పోనీలే! మా అన్నకింతకాలానికి పెండ్లి పైన మనసు పడింది," అనిందామె నిట్టూరుస్తా.

"వొకబిడ్డతో గూడా వస్తా వుండాదా హీరోయిన్. యిప్పుడొచ్చింది మనోవర్తి గట్టమనే విడాకుల నోటీసు," అన్నాను కోపంగా. వంటింట్లోనించీ మా అత్త గూడా పరిగెత్తుకొనొచ్చింది.

బాలాజీ అయిదేండ్లకుముందే మధుమాలతి అనే యాక్టర్ను పెళ్లి చేసుకున్నాడంట. వాళ్ళ రహస్య సంసారానికి మూడేళ్ళ కొడుకు సాక్ష్యంగా వుండాడు. హీరోయినవతాననుకున్న మధుమాలతికిప్పుడు తల్లి వేషాలు కూడా రావటం లేదు. కొత్త సినిమా వేటలో పడిన

బాలాజీ ఆమె ముఖం చూసేది మరిచిపోయినాడు. యింకో దారి లేక ఆమె కోర్టుకెక్కింది.

"మీ అన్న పైన నేను కూడా కేసెయ్యక తప్పదు. తాటితోపు దెగ్గిర వాని ప్లాట్లతో బాటూ మనది గూడా వొకటి అమ్మేసినాడు. యెప్పటికైనా మీ అన్నొచ్చి బోన్లో నిలబడాల్సిందే!" అన్నాను విసుగ్గా.

మా అత్త వంటింటినించీ "యింత మాత్రానికే బావమరిదిని కోర్టుకు లాగతారా? పక్కనుండే తావు వానిదే అనుకునుంటాడు, పాపం," అని సాధించింది.

నేను కేసేయలేదు గానీ యీ లోపల "మా పెదనాయన ఆస్తిని గూడా తానే సంపాదించినట్టుగా మా నాయన కూతురికి అర్ధభాగమిచ్చి పొయినాడు. మా పెదనాయన చచ్చిపొయినప్పటికి కూతుళ్ళకు సమాన భాగమనే రూలు రాలేదు. అందువల్ల మా పెదనాయన ఆస్తంతా నాదే అవుతాది," అని బాలాజీ నాపైన కేసు ఫైలు జేసినాడు.

"యిప్పటికైనా నువ్వు బోనెక్కక తప్పదు. అవతల బోన్లో మీ అన్నా, విట్నెస్‌గా మీ అమ్మా, వాదిస్తా నేనూ... సినిమాకంటే రంజైన సీను తయారుజేసినాడు మీ అన్న," అని రోషంతో అరిచినాను.

4

అయితే మా అత్తకు కోర్టుకొచ్చి సాక్ష్యం చెప్పే చాన్సు దొరకలేదు. పద్దైదేండ్లకు పైగా కూతురింట్లోనే వుండి, ప్రాణం మాత్రం కొడుకుపైన్నే పెట్టుకొని బతికిన ఆ మనిషి వొకనాడు చెప్పాపెట్టకుండా తెల్లజెండా యెత్తేసి వూపిరొదిలేసింది. తల్లి దహన కార్యక్రమాలవతానే బాలాజీ అట్నే లాడ్జీకెళ్ళిపోయినాడు. అక్కడే పదకొండు రోజులుండి, మంచినీళ్లగుంట దెగ్గిర దివసాలు తీర్చి, నేను పెట్టిన కొత్తపంచలు కట్టుకోని, అట్నే మళ్ళా లాడ్జీకే పొయినాడు. దాంతో వాడు నాపైకి యుద్ధానికి దిగేసినాడని అందరికీ తెలిసిపొయింది.

అయితే అప్పుడు హైదరాబాదు చేరిన బాలాజీ యింకో పదేండ్లు తిరుపతికి రాకుండా, చెల్లెల్ని పలకరించకుండా, నా పైన కోర్టులో కేసెయ్యకుండా యెందుకుండిపొయినాడో నాకిప్పటికీ తెలియదు. మా యింటికొచ్చే రెండు న్యూస్‌పేపర్లలో సినిమా వార్తల్ని మాత్రం వదలకుండా చదివే నా భార్య, మా అన్న సినిమాకు ముహూర్తం జరిగిందని వొకసారీ, రెండో షెడ్యూలయిపోయిందని యింకొకసారీ నాతో చెప్పి మురిసిపోయింది.

యీలోపల నాకు మొదుటిసారిగా జాన్ సుభాష్ అనే యింజనీరు కేసును వాదించాల్సి వొచ్చింది.

“మూడు నెలల ముందు ఆయన యింటి కేసొచ్చింది నాకు,” అన్నాను పద్మతో. “ఆరేండ్ల ముందు ఆయన పెండ్లాం పేరుతో న్యూ బాలాజీ కాలనీలో రెండు గ్రౌండ్ల తావు కొన్నాడు. ఆరునెలల ముందు యిల్లుగట్టేదానికని కడగాల పనెత్తుకున్నాడు. అప్పుడు కొలిచి చూస్తే తూర్పులో యిల్లు కడతా వుండే మనిషి ఆరడుగులు ఆయన తావులోకొచ్చినట్టుగా తెలిసింది. ఆ యిల్లు కట్టే ఆదిమూలమనే ఆయుర్వేదం కాలేజీ ప్రొఫెసరు వాళ్ళ యింజినీరు మూలమట్టమేసి కొలతలేసినాకే కట్టినానంటాడు. మునిసిపాలిటీ వాళ్ళ సూప్రవయిజరును కూడా పిలిచి కొలిపించినారు. యింతలో మా పక్క ప్లాట్ వాళ్ళు నేను యిల్లు గట్టుకుంటా వుంటే వొచ్చి అడ్డంబడినారని ఆదిమూలం కేసేసినాడు. దానికి కవుంటరేసేదానికే సుభాష్ నా దెగ్గిరికొచ్చినాడు. కేసు రెండు సార్లు వాయిదా పడింది. మూడోసారి వచ్చిన పిటీషన్లో లాయరు పేరు కొత్తదుంది. అది మీ అన్న పేరు. పోయిన్నెలలో మీ అన్న తిరుపతికొచ్చినప్పుడు వకీలు గోవిందస్వామిని కలిసినాడంట! ఆ కేసు డీల్ చేస్తా వునింది ఆ మనిషే! వాళ్ళ ఆఫీసులో ఆదిమూలాన్ని చూస్తానే, కేసును నేనీపక్క వాదిస్తా వుండానని తెలస్తానే, నేను మూడు నెలల్లో తిరుపతికొచ్చి బోర్డు గట్టబోతా వుండాను, యిదే నా తొలీ కేసు కావాల అని పట్టుబట్టి, ఫీజు కూడా లేకుండా కేసు చేస్తానని వొప్పించి పొయినాడంట. అట్లా హైదరాబాదు పోయిన మీ అన్న టయానికి కోర్టుకొస్తాడో రాడో అని యిప్పుడు ఆదిమూలం భయపడి చస్తావుండాడు. అంతేగాదు, వకీలు మోహనరంగం చచ్చిపొయినప్పటినించీ వాళ్ళ గుమస్తా కుప్పుసామి గాలికి తిరగతా వుండాడు. వానికి అడ్వాన్సుగా జీతమిచ్చి మీ అన్న నువ్వే నాకు గుమాస్తా అని చెప్పేసిపోయినాడు. మీ నాయన లైబ్రరీ నాకేమీ రాసియ్యలేదనీ, వారం దినాల్లో దాన్నంతా అప్పగించమనీ కుప్పుసామి ద్వారా నాకు అల్టిమేటమిచ్చిపొయినాడు. నిన్ను పెండ్లి చేసుకునిందే నా తప్పా? నా మింద మీ అన్నకంత కసెందుకు?” అని కోపంగా అరిచేసినాను.

సుభాష్ కేసు హియరింగుకొచ్చినప్పుడంతా గోవిందస్వామే వాయిదాలు తీసుకున్నాడు. అట్లా మూడు సార్లయినాక, ప్రత్యేక తెలంగాణా రాష్ట్రం వొచ్చి హైదరాబాదు మనది గాకుండా పోయిందే అని ఆంధ్రప్రదేశ్ వాళ్లంతా తల్లడిల్లిపోతా వుండేటప్పుడు మా గుమాస్తా వైకుంటం వొచ్చి, “రేపు సుభాష్ కేసు వాయిదాకు బాలాజీనే వస్తాడంట సార్! రాయల్‌నగర్‌లో యిల్లు బాడుగకు తీసుకొని దిగేసినాడు. యింటిముందు గాజుల బాలాజీ సన్నాఫ్ గాజుల ఆంజనేయులు అని బోర్డు గట్టినాడు. రెండు దినాల్లో లైబ్రరీని ఆ యింటికి చేర్చకపోతే కేసేస్తానన్నాడు. అంతే గాదు,” అంటా యింకో కొత్త సమాచారం మోసుకొచ్చినాడు.

నేను యింట్లోకి పోతానే నా భార్యామణిని పిలిచి, “నీకో కొత్త వదినను గూడా

తెచ్చినాడు మీ అన్న. ఆమెవురోగాదు. మునసబు కోర్టులో వకీలు మహబూబ్‌బాషా జూనియర్ షేక్‌గౌహర్ బేగం. ఆమెతో మీ అన్నకు మూడేండ్లకు పైగా పరిచయముందంట. ఆమెకు ముప్పయ్యయిదేళ్లకు తక్కువుండదు వయస్సు. డిగ్రీ చదివినాక అయిదేండ్లు గల్ఫ్‌లో వుండేసొచ్చింది. యెర్రగా బుర్రగా వుండావని యెవురో మెచ్చుకున్నారని హైదరాబాదుకు పొయ్యి సినిమావాళ్ళ యెనకాల తిరిగింది. సినిమా చాన్సు రాలేదు గానీ లా కాలేజీలో చేరి డిగ్రీ దెచ్చుకునింది. యెవురినో నిఖా జేసుకొని తలాక్ యిచ్చేసిందని గూడా అంటారు. అదెంత నిజమో గానీ రెండేండ్లుగా కోటేసుకొని కోర్టుకు మాత్రం వస్తావుంది. మీ అన్నా ఆమే దొందుకు దొందే! ఆ సాయిబుల పిల్ల దప్పితే యింకెవురూ దొరకలేదా మీ అన్నకు?" అని నా కోపాన్నంతా ఆమె పైకి కుమ్మరించినాను.

అంతా నోరు తెరవకుండా విన్నాక, పద్మ నీరసంగా నిట్టూర్చి, "అంత బాహాటంగా వొకే యింట్లో వుండారంటే వాళ్ళు పెండ్లి చేసుకోనే వుంటారు. దొంగతనంగా సంబంధాలు పెట్టుకునేదానికంటే అదే మేలు," అని మూల్గింది.

నేను వులిక్కిపడి నాలిక్కరుచుకున్నాను. యెప్పుడైనా నోరుజారి పుష్పలతను గురించి చెప్పినానేమో అని కలవరపడిపోయినాను. యిన్నేండ్లయినా ఆమె జ్ఞాపకమొచ్చినప్పుడంతా యీదురుగాలిలో అవిసెచెట్టు మాదిరిగా వూగిపోతానే వుండాను.

మొదటిసారి పుష్పలత నన్ను కారెక్కమని, వాళ్ళింటిదెగ్గరికెళ్ళాక "దిగు," అన్నప్పుడు బుద్ధిగా దిగినప్పుడు గానీ, నన్నామె అక్కడికి తీసుకెళ్తోందని తెలియదు నాకు. నన్ను హాల్లో కూర్చోమని చెప్పి తాను లోపలికెళ్లినప్పుడు నన్నెందుకలా తీసుకెళ్లిందని నాకు తెలియదు. జయనగర్‌లో పెద్దమ్యాన్షన్ల మధ్య ఆమెకలా స్వంత యిల్లుందని నాకప్పటివరకూ తెలియదు. మెడికల్ యేజెన్సీ నడుపుతున్న ఆమె యిల్లంతా మందుల వాసనతో హాస్పిటల్ని గుర్తుకుతెస్తోంది. స్నానం చేసి నైటీతో వచ్చిన పుష్పలత లుంగీ నా పక్కన పడేసి, డ్రస్సు మార్చుకోమన్నప్పుడు నాకేం చేయాలో తోచలేదు. రెండు బీరు సీసాలు వోపెన్ చేసి, స్నాక్సున్న ప్లేటును నా ముందుకు తోసి, "హావిట్," అన్నప్పుడు బిడియంగానే బాటిల్ చేతికి తీసుకున్నాను.

గోడపైన క్రీస్తు ఫోటోను చూసినప్పుడు ఆమె క్రిస్టియన్ అయి వుంటుందని అనుకున్నాను.

నేను డిగ్రీ సెకెండ్ యియర్ చదువుతున్నప్పుడొకనాడు యిరవై నాలుగు రీళ్ళుండే పౌరాణిక సినిమా మ్యాట్నీకి పొయ్యి, అది సాయంత్రం ఆరుగంటల దాకా లాగడంతో, పాకాలకెళ్ళాల్సిన మా ప్యాసింజరు రైలు తప్పిపోడంతో, ఆ రాత్రి తిరుపతిలోనే మా క్లాస్మేట్ సుబ్రమణ్య మందడి రూములో గడపకపోయివుంటే సుందరమూర్తి సార్

పరిచయమై వుండేవాడు గాడు, పుష్పలతతో అట్లాటి విచిత్రపు అనుబంధం దొరికేదీ గాదు. ఆ మరసటి దినం తెల్లారినాక సుబ్రమణ్యమందడి, "నీకీ పొద్దు బ్రమ్మాన్డమైన టిఫెను పెట్టిస్తాను పద," అనినాడు.

ఆర్ట్స్ కాలేజీ గ్రౌండులో లేత యెండలో, తెల్లషర్టులూ, కాకీ నిక్కర్లూ యేసుకోని, యెదురుకట్టెలు పట్టుకోని యెక్సర్సైజులు చేస్తా పజ్జెనిమిది మంది స్టూడెంట్లు కనబడినారు. అదే రకం యూనిఫామ్‌తో వాళ్లకు అదంతా నేర్పిస్తా వుండే సార్‌ను చూపించి, "ఆయనే సుందరమూర్తి సార్!" అని, "అట్లా కాదు, రెండు చేతులతో నమస్కారం చెయ్యి," అని నా భుజం గిల్లినాడు మందడి.

వాళ్ళతో బాటూ మేమూ కొంచేపు యెక్సర్సైజులు చేసినాము. పెద్ద గంపలో టిఫను పొట్లాలొచ్చినాయి. అవి తిన్నాక సుందరమూర్తిసారు గంటసేపు పెద్ద లెక్చర్ దంచినాడు. హెడేవార్, తిలక్, సావర్కర్, గోమాత, యెమర్జెన్సీ అనే మాటల్ని మళ్ళా మళ్ళా వాడినాడు. భారతీయులంతా మన మతాన్నీ, సంస్కృతినీ మరిచిపోతా వుండారనీ, నిజమైన దేశభక్తుల్ని తయారుచేసేది వాళ్ళ సంఘం పననీ చెప్పినాడు. తిరిగొచ్చేటప్పుడు, "వొచ్చే క్లాసుకు యూనిఫామ్ కుట్టించుకో. మందడి దగ్గర మనీ పంపిస్తాను, తీసుకో," అని సార్ నా భుజం తట్టినాడు.

అప్పటినించీ వారానికొక దినం తిరుపతిలోనే ఆగిపోయి సుందరమూర్తి సార్ క్లాసులకు టంచనుగా హాజరయినాను. నెలకొకసారి ఆయన మమ్మల్ని తిరుపతి చుట్టూ వుండే పల్లెలకు పిక్నిక్ మాదిరిగా పిలుచుకొని పొయేటోడు. అక్కడ చదుకునే పిలకాయలనంతా చేర్చి మాకు చెప్పిన మాటల్నే వాళ్లకూ చెప్పేటోడు.

బియ్యే డిగ్రీ చేతికొచ్చినాక సుందరమూర్తి సార్ నన్ను బెంగుళూరుకు పొయ్యి యెల్లెల్బీ చెయ్యమని సలహా యిచ్చినాడు. జగద్గురు లా కాలేజీలో వుండే వాళ్ళ ఫ్రెండు మంజునాథ గౌడకు లెటరిచ్చి కలవమన్నాడు. ఆయన నాకు కాలేజీలో సీటు తీసిచ్చి, "యిక్కడ మార్నింగ్ పన్నెండు వరకే క్లాసులు. మధ్యాహ్నంపైన వుద్యోగం జేసి నీ ఖర్చులకు నువ్వే సంపాందించుకో," అని చెప్పినాడు. ఆయనే మల్లేశ్వరంలో వుండే సంపంగి ఫుడ్ కోర్టులో క్యాషియర్‌గా వుద్యోగం వొచ్చేట్టు రెకమెండ్ చేసినాడు.

దాని వోనరు పుష్పలత మేడం రాత్రి పదిగంటలకు వొచ్చి కలెక్షన్ తీసుకుని హోటలుకు బీగం వేసుకెళ్తుంది. తెల్లారితో యింకో క్యాషియర్ బీగం తీసుకొచ్చి మద్యానం నేను వెళ్ళేదాకా హోటల్లో వుంటాడు. పుష్పలత మేడంకు మెడికల్ డిస్ట్రిబ్యూషన్ యేజెన్సీ కూడా వుంది. రోజంతా క్షణం తీరిక లేకుండా పనిచేస్తుంది. వుద్యోగంలో చేరిన ఆరునెలల దాకా ఆమె నాతో రోజుకు రెండు మూడు మాటలకంటే యెక్కువగా మాట్లాడలేదు.

మొదటిసారిగా ఆ రోజే నన్నట్లా వాళ్లింటికి తీసుకొనిపోయింది.

బీరు తాగినాక నేను ఆమేమి చెప్పింది అది చేసినాను గానీ నాకేమి కావాల్నో ఆలోచించనైనా లేదని తెలిసింది. తనక్కావల్సింది ఆమె లాక్కునింది గానీ నాకేం కావాలని ఆమె అడగను కూడా లేదు. అర్ధరాత్రి యెప్పుడో ఆమె నన్ను హాల్లో సోఫాలోనే పండుకోమని చెప్పి లోపలి రూములోకి వెళ్ళిపోయింది. తెల్లారి మేలుకుంటానే నేను బాత్రూములోకి దూరి వేడినీళ్ళతో స్నానం జేసినాను. బయటికొస్తానే పేపరు చూస్తా కనిపించిన పుష్పలత మేడం తల పైకెత్తకుండా, “స్ట్రీట్ యెండింగ్‌లో బస్టాప్ వుంది,” అనింది.

మరసటి దినం డ్యూటీ దిగతా వుండిన క్యాషియర్ని, “మేడం వాళ్ళ సొంతూరేది? ఆమె హజ్బెండేమి చేస్తాడు?” అని అడిగినాను.

“అనవసరమైన విషయాల్లో తలదూర్చినావని తెలిస్తే వూస్టింగ్ చేతికొస్తింది. నోరును జాగ్రత్తగా వాడు,” అని ఆయన వార్నింగిచ్చినాడు.

ఆరోజు రాత్రి కలెక్షన్ డబ్బులు తీసుకునేటప్పుడు పుష్పలత మేడం నాతో వొక్కమాటైనా మాట్లాడలేదు. సరిగా నలభై రెండు దినాల తర్వాత నేను మళ్ళా వొక రాత్రి జయనగర్ యింట్లో గడపాల్సి వొచ్చింది. బెంగుళూరులో నేనున్న ఆరు సమత్సరాల్లో మొత్తం యిరవై యేడు రాత్రులట్లా గడవబోతాయని నాకప్పుడు తెలవదు.

లా డిగ్రీ చేతికొచ్చి ఆరు నెలలయినాక వొకనాడు ఆమె ముందుకుపోయి నిలబడి, “తిరుపతిలో లాయర్‌గా ప్రాక్టీస్‌లో చేరబోతా వుండాను మేడం,” అన్నాను గొంతు వణకతా వుండంగా.

ఆమె రెండు నిమిషాలు మాట్లాడలేదు. తర్వాత తల పైకెత్తకుండా, “వచ్చే వారం వెళ్ళు. యీ లోపల యింకో క్యాషియర్ని అపాయింట్ చేసుకుంటాను,” అనింది.

ఆమె చెప్పినట్టుగా వారంలోనే కొత్త క్యాషియరొచ్చి చేరినాడు. నాకు రావాల్సిన జీతాన్ని అణా పైసలతో సహా లెక్కబెట్టి యిచ్చేసినాక ఆమె కారెక్కేసింది. నేను కారు పక్కకుపోయి నిలబడినాను. కారు కదిలి ముందుకెళ్ళిపోయినాక “గుడ్ లక్,” అనే మాటలు మాత్రం నాకు వినిపించినాయి.

నాకక్కడ వుద్యోగం తీసిచ్చిన మంజునాథగౌడకు థ్యాంక్స్ చెప్పేదానికి పోయినప్పుడాయన, “నువ్వు థ్యాంక్స్ చెప్పాల్సింది పుష్పలత గారికి. ఆమె హజ్బెండు నాకు క్లోజ్ ఫ్రెండు. వాడు జైన్. ఆమె క్రిస్టియన్. వాళ్ళ పేరెంట్సును యెదిరించి ఆమెని లవ్ మ్యారేజీ చేసుకున్నాడు. దాంతో రెండువైపుల వాళ్ళూ దూరంగా పెట్టేశారు. వాడు పాతకాగితాల వ్యాపారంతో మొదలెట్టినాడు. రెండుచేతులతో సంపాదించినాడు. చిన్న

వయస్సులోనే గుండెపోటొచ్చి పొయినాడు. కొడుకూ కూతురూ యిద్దరూ మెడిసిన్ చదవతా వుండారు. వాడాపిపోయిన వ్యాపారాల్ని ఆమె వొంటిచేత్తో లాగతావుంది. మొగోళ్లకేమీ తీసిపోనని ప్రూవ్ చేసింది. వన్ వుమెన్ ఆర్మీ. వాడుండేటప్పుడు గల గలా మాట్లాడేది. యిప్పుడు పలకరించినా రెండు మాటలు వరసగా మాట్లాడదు," అన్నాడు దిగులుగా.

ఆమె గురించిన ఆ విషయాలు నాకు చాలా రోజులముందే తెలిసుంటే ఆమెతో కష్టపడయినా మరో రెండుమాటలు యెక్కువగా మాట్లాడేవాన్నేమో అనుకున్నాను. ఆమె నా దగ్గర వొదిలిపెట్టిపోయిన మౌనం బరువు రోజు రోజుకూ పెరగతానే వుందని అనిపిస్తా వుంటింది. ఆమె గుర్తొస్తే యిన్నేండ్లయినాక యిప్పుడు కూడా యెందుకో మనసంతా బరువైపోతింది.

5

నా లైబ్రరీ అంతా బాలాజీ యింటికెళ్ళిపోయిన రెండు నెలల తర్వాతొకనాడు, తొంభైయేండ్లు దాటిన పెద్ద ముసిలాయనొకడు నా ఆఫీసుకొచ్చినాడు. ఆయన పేరు శీనివాసరెడ్డి అనీ ఆయన సుభాష్‌కు మామ అనీ, ఆయన్ని తొడుక్కోనొచ్చిన కారు డ్రయివర్ చెప్పినాడు.

"మా పక్కప్లాటులో యిల్లుగడతా వుండే ఆ ప్రొఫెసరెవుడో మా తావులో ఆరడుగులు ముందుకొచ్చి యిల్లుకట్టేసినాడు. తెలిసి కట్టినాడో, తెలియకుండా కట్టినాడో చెప్పలేం. యిప్పుడు కట్టిన యిల్లు పడగొట్టమని కోర్టు తీర్పిచ్చినా అట్లాంటి పని చేసేదానికి నా అల్లుడికిష్టం లేదు. వొకరి వుసురు మనకేల? మనది రెండు గ్రౌండ్ల తావు. ఆరడుగులు తగ్గినా పెద్దగా తెలిసేదేమీ లేదు. పైగా పొరుగింటోడితో మనస్తాపం యేం బాగుంటాది, అంటా వుండాడు. అందుకని యీ కేసును మనమే యెనక్కు తీసుందామని అన్నాడు. వాని మంచితనమే వాణ్ని కాపాడాల. ప్రభువు చెప్పింది కూడా అదేగదా!" అన్నాడా పెద్దాయన.

నాకేం చెప్పాల్నో తెలియలేదు. రెండు చేతులూ పైకెత్తి నమస్కారం చేసినాను.

ఆయన వెళ్ళిపోయినాక నాకెందుకో చానా గుబులయ్యింది. అసలే పుష్పలత గారిని గుర్తుచేసుకున్నాక చానా డిస్ట్రబుడుగా వుండాను. నా చిన్నప్పుడెప్పుడో చనిపోయిన మా నాయన, నా పెళ్లయిన ఆరేళ్లకు చనిపోయిన మా అమ్మా, మా చిన్నచీకటిపల్లె, జ్ఞాపకం వచ్చినారు. మా అన్ననూ, మా అక్కనూ పలకరించి చానా సమత్సరాలయిపోయిందని

గుర్తుకొచ్చింది.

"మా వూరికొకసారి పొయ్యొద్దాం," అన్నాను పద్మతో. ఆమె యేమనుకుందో తెలియదు గానీ మారు మాట్లాడకుండా బయల్దేరింది.

కొత్తూరు క్రాసునించీ మా చిన్నచీకటిపల్లెకు పొయ్యే మట్టిరోడ్డు తార్రోడ్డయినందుకు సంతోషమేసింది. ఆ సంతోషమంతా వూరు చేరేసరికి పటాపంచలైపోయింది.

వొకప్పుడు యిరవై తొమ్మిదిండ్లూ, నన్నూట యాభై రెండు వోట్లూ వున్న వూర్లో యిప్పుడు కూలిపోయిన గోడల మధ్య యిరవై యిండ్లయినా మిగిలి లేవు. మా యిల్లుండిన తావులో కప్పు లేని మొండిగోడల మధ్యలో జిల్లేడు చెట్లు బలిసిపొయ్యుండాయి. వాటిపైన తొండలూ, మిడతలూ యెగిరి దూకతా వుండాయి. పొగ గొట్టుకోనిపోయిన పాత దీగుడు ముందు వుంగటాలన్నీ తెగిన పాత చెప్పొకటి దీనంగా కనబడింది.

రచ్చబండపైన చీట్లాట ఆడతా వుండే వాళ్ళల్లో తెలగడ్డమాయన నన్ను గుర్తుపట్టి, "మీ అన్న కొత్తూరు క్రాసులో యిల్లుగట్టుకొని యెల్లిపోయినాడు. గృహప్రవేశానికి నువ్వు రాలేదని బలే యిదయిపోయినాడు," అన్నాడు.

కొత్తూరు క్రాసులో మా అన్న యింటిని కనిపెట్టేది పెద్ద కష్టం కాలేదు. దగ్గిర దగ్గిర ముప్పయ్యేండ్లయిపోయినా మా వొదిన చేతి వంటలో రుచి మాత్రం తగ్గలేదు.

"యవసాయం కష్టమైపోయిందిరా! నీటి యెరవ చానా తగ్గిపొయ్యింది. కూలీలు దొరికేది లేదు. యిత్తనాలకు పెట్టినది గూడా చేతికి రాదు. వుండే నేల్లో మామిడి చెట్లు పెట్టేయాలనుకుంటా వుండాను. పెద్దోడు సోమలలో స్కూలు టీచరు. చిన్నోడు బెంగుళూర్లో ఐటీలో వుండాడు. వాళ్లిద్దరూ అంపించేది గొమ్ముగా కూర్చోని తింటా కాలం తోసేది బలే కష్టంగా వుండాది," అన్నాడు మా అన్న.

కారెక్కినాక, "యిన్నేండ్లుగా నీకు పైసా కూడా యియ్యకుండా ఆస్తినంతా మీ అన్నే అనుభవిస్తా వుండాడు. యిప్పుడు మామిడిచెట్లు నాటేదానికి నువ్వేమైనా పెట్టుబడిగా డబ్బిస్తావేమోనని ఆశగా వుండేటట్లుండాడు. యిదేం న్యాయం?" అనింది నా భార్య అక్కసుగా. నేను మౌనంగా ముఖం తిప్పుకునేసినాను.

కారు పాకాల దాటి గోర్పాడు చేరింది.

మా అక్క తలంతా తెల్లవెంట్రుకలతో ముగ్గుబుట్టమాదిరయిపొయ్యుండాది. నన్ను పట్టుకొని బోరోమని యేడ్చేసింది. మా బావ మా అక్కకంటె పెద్ద ముసిలోడైపొయ్యుండాడు. కుక్కిమంచంపైన కూర్చొని యేదీ పట్టనట్టుగా బీడీపైన బీడీ కాలస్తా వుండాడు. నాకంటే

మూడు దినాలు ముందుగా పుట్టిన నా మేనల్లుడు బాంకు క్లర్కుగా పనిచేసి, నంద్యాలలో పెళ్లిచేసుకోని, అక్కడే యిల్లుగట్టుకోని స్థిరపడిపోయినాడంట. మా అక్క రెండోకొడుకు తిరుపతి యూనివర్సిటీలోనే యెమ్మెస్సీ చదివి, యిప్పుడు చిత్తూరు నారాయణా కాలేజీలో లెక్చరరుగా వుండాడంట.

"ప్రాక్టీసులో పడిపోయి నాకు టయమే తెలియలేదక్కా! యింత దెగ్గిర్లోనే వుండారు గదా మీరంతా! అప్పుడప్పుడూ వొచ్చి పలకరించి పోగూడదా?" అని మా అక్కతో నిష్ఠూరపోయినాను.

ఆమె మళ్ళా కళ్ళనిండా నీళ్లు పెట్టుకోని, "రాకుండా యాడికిపోతాం రా నాయినా! నువ్విప్పుటికైనా వచ్చి చూసినావు. నాకదే పదివేలు," అనింది.

కారు తిరుపతికి బయల్దేరినాక, "యీ పాడు ప్రాక్టీసులో మునిగిపోయి, నాకీ సంగతులే తెలియలేదు. మా అక్కా, అన్నా సహాయం చేయకుంటే నేనింత పైకొచ్చేటోడ్నే గాదు. వాళ్ళ బిడ్డలెవురికీ నేను రవ్వంతైనా సహాయం చెయ్యలేదు. వాళ్లెవురూ యేదైనా గావాలని నా దెగ్గిరికి రానూ లేదు," అన్నాను దిగులుగా.

"వాళ్లందురూ చదువుకొని జమ్మని వుద్యోగాలు చేసుకుంటా వుండారు. నీ సహాయం అవసరమయ్యుంటే వాళ్ళే వచ్చి అడుగుండేవాళ్లు," అనింది పద్మ విసుగ్గా.

నేను అత్తగారింటికి చేరేటప్పటికాయింటిని మా అత్తా, ఆమె పోతానే నా భార్యా రూల్ చేసినారు. వాళ్ళ రాజ్యంలో మా అక్కకూ, అన్నకూ కనీస సభ్యత్వం కూడా రాలేదు.

"మా చిన్నచీకటిపల్లెందుకు ఖిలమైపొయ్యింది? యీ తిరుపతి నా కండ్లముందర్నే యింత పెద్ద రాక్షసిగా యెట్లా పెరిగిపోయింది?" అన్నాను నీరసంగా నాతో నేను చెప్పుకున్నట్టుగా.

నా భార్య వులకలేదు, పలకలేదు.

మా వూరినించీ వొచ్చిన వారం దినాలకే సుభాష్ కేసు వాయిదా వొచ్చింది. "నేను కోర్టులోనే వుండి కాలింగప్పుడెందుకక్కడ లేనో తెలియకుండా పాపం మీ అన్న తనకలాడిపొయినాడంట. తర్వాత కేసు వాళ్ళ పక్షమే అయిపోయింది. ఆ సంగతి చెప్పాలని మీ అన్నే ప్రొఫెసరు ఆదిమూలాన్ని పిలిపించినాడంట! ఆ మనిషి రాకుండా వాళ్ళ ఫ్రెండు దెగ్గిర ఫీజు మాత్రం పంపించినాడంట. ఆ కేసు తన పక్షమే అవుతుందని తనకు ముందుగానే తెలుసుననీ, సుభాష్ భార్యపైన కేసేసినందుకు సిగ్గుపడతా వుండాననీ, బుద్ధుంటే యింక కోర్టులకూ, లాయర్ల దెగ్గిరికీ రాననీ, ఆ ఫ్రెండు ద్వారానే చెప్పి పంపించినాడంట. యిప్పుడు వోడిపోయుంటేనే బాగుండునని

బాధపడతావుండానన్నాడంట. మీ అన్న మాత్రం మూతి మాడ్చుకునేసినాడంట," అని నా భార్యతో చెప్పినాను.

అయితే యింకో ఆరు నెలల్లో యానాదులమిట్ట దెగ్గిర సుభాష్ కట్టబోయే ఫ్యాక్టరీ వల్ల తెల్లగుండ్లపల్లె యానాదులు గొడవ చేస్తారనీ, బాలాజీ ఆ యానాదుల దెగ్గిరికి పొయి, వాళ్ళను దువ్వి సుభాష్‌పైన కోర్టులో కేసేయిస్తాడనీ నేనప్పుడనుకోలేదు. నా పైన కోపముంటే నాపైకి నేరుగా యుద్ధం చేయాలగానీ, నా క్లయింటును యిరుకులో పెట్టాలని చూసేది దుర్మార్గం.

తనకు నోటీసు రాగానే అమాయకంగా సుభాష్ పరిచయముండే నన్నే కలిసి కౌంటరేయించినాడు. దీని వెనకుండే బాలాజీ అనే లాయరు నా బావమరిదేనని ఆ తర్వాత అతడికి తెలిసే వుండచ్చు. అప్పటికి కేసు చిలికీ చిలికీ గాలివానైపోయింది. అతడ్ని కాపాడడానికి నేనైనా అతడ్ని బలవంతంగా వేరే లాయరు దెగ్గిరికి పంపించుండాల్సింది. అయితే నాకు జ్ఞానోదయమయ్యేటప్పటికి చేతులు బాగా కాలిపోయినాయి.

హర్షా అనే సుభాష్ కొడుకు నాకు ఫోన్ చేసేదానికి సరిగ్గా వారం ముందు వొక ఆశ్చర్యకరమైన సంగతి జరిగింది. అదలా జరిగిందానికి నేనే కారణం గావడం అంతకంటే పెద్ద ఆశ్చర్యం.

తెల్లగుండ్లపల్లెలో నాకు గూఢచారిగా పనిచేస్తావుండే జగన్నాథం సాయంకాలం వొచ్చి, "సార్సార్! నిన్నంతా మీ బావమరిది వెంసూ గుడిసెలోనే తిష్టేసుకోని కూచ్చున్నాడు సార్! మీ బాలాజీ చానాతూర్లు యెమ్మెల్యే రామ్మూర్తి పేరు చెప్తావున్నాడంట. రెండు మూడు దినాల్లో పెద్ద విశేషమే జరగతాదని వాళ్ళిద్దురూ అనుకుంటా వుంటే విన్నోళ్ళు చెప్పినారు. యెవురికో దేంజరని అనుకుంటా వుండారు. దాంతో యెట్లునోన్ని అట్నే పరిగెత్తుకొచ్చేసినాను," అన్నాడు కంగారుగా.

నా తలంతా మొద్దుబారిపొయింది. అక్కడ బాలాజీ యే యెత్తు యెయ్యబోతా వుండాడో తెలిస్తే దానికి నేను పైయెత్తేయచ్చు. అడివిలో దోవతప్పి పోయినవాని మాదిరయిపొయింది నా పరిస్థితి.

యెమ్మెల్యే రామ్మూర్తి పియ్యేకు ఫోన్ చేసి అపాయింట్మెంట్ తీసుకున్నాను. వుండేవాణ్ణి వుండేటట్టుగా పొయి ఆయన్ను కలిసినాను.

"యెనకటి దినాల్లో మన బలిజోళ్లకింత తెలివితేటలు లేవు. యేడేనిమిదేళ్ళ ముందే మనూర్లో ప్రజారాజ్యం గెలిచింది. యిప్పుడు డల్‌గా వుండాది గానీ, వచ్చేసారి గెలిచేది మన జనసేనపార్టీనే! యిప్పుడు యీ వూర్లో అన్ని పార్టీలూ మన బలిజోళ్ళనే నిలబెడతా

వుండాయి. యిదంతా తెలిసే ముప్పయ్యేళ్లుగా మన పెద్దోళ్ళనంతా దువ్విపెట్టుండాను. యమ్మటనే యెలక్షన్ల నోటిఫికేషన్ రాకముందే వొక మీటింగు పెట్టుకుందాం. మీకు కుదిరే డేట్ చెప్పండి," అని ఆయనకు ధాటీగా చెప్పినాను. నా అంత పేరుండే పెద్ద లాయరు స్వయంగా వొచ్చి అంత పెద్ద ఆఫర్ యిస్తాడని ఆయననుకొనే వుండడు. ఆయన దంగైపోయినాడు. నేను సంతోషంగా యిల్లు చేరినాను.

ఖాళీగా వుండే అలమారాలతో పెళ్లివాళ్లు ఖాళీచేసిపోయిన సత్రం మాదిరిగా ఆఫీసు బోసిపోయి దీనంగా కనబడింది.

తలను చేతుల్లో పట్టుకొని అట్లా యెంతసేపు కూలబడిపోయినానో నాకే తెలియదు. ఫ్యాను గాలికి టేబులుపైనుండే యింగ్లీష్ పేపరు కాగితాలు టపటపా కొట్టుకున్నాయి.

నేను యెగిరే పేపర్ని టకామని పట్టుకోని కళ్ళార్పేది కూడా మర్చిపోయి చూసినాను.

యెనిమిదో పేజీలో కాల్ భాగం పేజీనిండా వున్న ఫోటో పుష్పలతదే! "ఫర్ హూం హూ న్యూ వోన్లీ గివింగ్, బట్ నాట్ టేకింగ్" అని పెద్ద అక్షరాలున్నాయి ఫోటో కింద. అక్కడున్న తేదీ పుష్పలత చనిపోయి యిరవై సమత్సరాలైపోయిందని చెప్తోంది. ప్రకటన యిచ్చిన వాళ్ళిద్దరి పేర్లముందు డాక్టరని వుంది. ఆమె కొడుకూ, కూతురూ డాక్టర్లయి యెక్కడో ప్రాక్టీసు చేసుకుంటూ వుండివుంటారు. ఆమె చనిపోయి యిన్నేండ్లయినా మరువకుండా పేపర్లో అబిచ్యువరీ అడ్వర్టైజ్మెంట్ యిచ్చి కృతజ్ఞతతో సేద దీరుతున్నారు.

అయినా అది కాదు నాకు షాక్‌నూ ఆశ్చర్యాన్నీ కలిగిస్తావుండేది. ఆమెకు యివ్వడమే తప్ప తీసుకోవడం తెలియదని ఆమె సంతానం యిద్దరూ వొకే గొంతుతో అంటావుండారు. నేనామె హోటల్లో పనిచేసిన అయిదు సమత్సరాల్లో నాకు జీతం తప్ప వొక రూపాయయినా జాస్తీగా యియ్యలేదామె. నా దెగ్గిరనించీ జులుంగా ఆమె లాక్కునింది చానా వుంది. కోపంతో నేను పెదిమ కొరుక్కున్నాను.

ఫోటోలోనించీ పుష్పలత నన్ను తీక్షణంగా చూస్తా వుండేటట్టనిపించింది. ఆ అయిదేళ్లలో ఆమె యెప్పుడూ యీ మాదిరిగా చూపులతో చూపులు కలిపింది లేదు. నేనైనా ఆమె కళ్ళతో కళ్ళు కలిపిందీ లేదు. మొదటిసారిగా యిప్పుడే ఆమెను చూస్తా వుండేటట్లనిపిస్తావుంది. చూపులతోనే ఆమె నన్నేదో ప్రశ్నిస్తా వుండేటట్లనిపిస్తానే కలవరపడిపోయినాను. ఆమె నించీ నేను తీసుకునిందేమీ లేదా? నేనేందో తీసుకున్నాననే నమ్మకం వచ్చినందుకే ఆమె నన్ను రెండోసారి వాళ్ళింటికి తొడుక్కొనిపోయిందా? నాకు తెలియకుండానే నేనామె దగ్గిరినించీ తీసుకున్నదేందో వుంది.

చానాసేపు మనసులోనే కొట్టుకులాడిన తర్వాత, ఆమె నాకు తిరిగి దబ్బు గానీ,

బహుమతి గానీ యిచ్చివుంటే దానికేమని పేరు పెట్టాలనే సందేహం వొచ్చింది. ఆ సందేహానికొక సమాధానం దొరగ్గానే ఆమె అలా యివ్వకపోవడంతో యెంత ప్రమాదం తప్పిందో అర్థమయ్యింది. ఆమె ఫోటోనిప్పుడు చూస్తావుంటే నాకు చెప్పలేనంత గౌరవం పుట్టింది. ఆ ఫోటోవుండే కాగితాన్ని జాగ్రత్తగా చింపి టేబులు డ్రాలో నలగకుండా ఫైల్లో పెట్టినాను.

నాకు పెళ్లిగాకముందు, యిదే ఆఫీసులో జూనియర్‌గా వున్నప్పుడు, నేనింట్లోకి అదో రకంగా చూస్తా వుండేటోడినని మా అత్త అనడం గుర్తుకొచ్చింది. అప్పుడామె అబద్ధం చెప్తా వుందనుకునేటోడ్ని. కానీ దారిన పోయ్యేటప్పుడు నైట్ క్వీన్ వాసన ముక్కుకు తగిలినప్పుడు టక్కున తిరిగి చూసినట్టుగా, హోటలుకు పోయినప్పుడు అద్దాలలోనించీ కజ్జాల్ని చూస్తానే నోరూరినంత స్వాభావికంగా, పుష్పలతతో నా పరిచయం జరిగిందని నాకప్పుడే అర్థమయింది. పుష్పలత దగ్గర్నించీ, నా భార్య పద్మ దగ్గిరనించీ నేను యిచ్చినదానికంటే చానా యెక్కువగానే తీసుకున్నానని నాకపుడు గానీ తెలిసిరాలేదు. చివరకు మా అమ్మ, నాయనా, అక్క, అన్నా, అందురి దగ్గిరనించీ నేను తీసుకుంటానే వుండినాను. వాళ్లు యెవురూ నేనేదో యివ్వాలని గానీ, యిస్తానని గానీ యెప్పుడూ అనుకున్నట్టు గూడా లేరు.

నా గురించి నా భార్యా, కొడుకూ, కూతురూ, నా బావమరిదీ యేమనుకుంటా వుండారు? నేనొకవేళ పోతే, యిట్లా వొక అబెచ్యువరీ అడ్వర్టైజ్మెంట్ యియ్యాల్సి వొస్తే వాళ్ళప్పుడేం రాస్తారు?

నా బావమరిది బాలాజీ గుర్తుకువస్తానే తెల్లగుండ్లపల్లెలో వాడు చేస్తావుండే కుట్ర జ్ఞాపకానికొచ్చింది. వాని యెత్తుకు పై యెత్తేయాల్సిన పరిస్థితిలో తగులుకోనుండానని గుర్తుకొచ్చింది.

అయినా యెత్తుకు పైయెత్తేయడమెందుకు? అపసవ్య దిశలో తిరిగే యీ చక్రాన్ని నేనైనా సరైన వైపుకు తిప్పే ప్రయత్నం చెయ్యొచ్చు గదా!

ఆరోజు రాత్రి నాకు కంటారా నిద్రపట్టింది. మరసటి దినం తెల్లవారితోనే వాయిదా ఫైళ్లన్నీ జూనియర్లకప్పగించి “తెల్లగుండ్లపల్లెకు బయల్దేరు,” అన్నాను డ్రైవరుతో.

ఆ వూరు మా చిన్నచీకటిపల్లెకేమాత్రమూ తీసిపోదు. వుండేవన్నీ గుడిసలే! అవి కూడా యిప్పుడో రేపో కూలిపోయేదానికి సిద్ధంగా వుండాయి. వూరి మధ్యలో ఆకులు రాల్చుకుంటా వుండే రాగిచెట్టు కింద రాళ్లుమాత్రమే మిగిలిన రచ్చబండపైన మొలలకు మాత్రం మసి పేలికల మాదిరుండే గుడ్డల్ని చుట్టుకున్న ముసిలోళ్లు కొందురు బీడీలు కాలస్తా

పులీమేకా ఆడతా వుండారు. చిన్నవూరైనా ఆ వూరికి కార్లు రావటం కొత్తగానట్టుండాది. మా కారుపక్కకెవురూ రాలేదు.

జగన్నాథం పరిగెత్తుకోనొచ్చి "మంచి టయానికే వచ్చినారు సార్! వెంసూ గుడిసెలోకి ఆయన కొడుకు దూరి గెట్టిగెట్టిగా అరస్తా వుండాడు. ఆ పెద్దాయన పైకి దూకి కొట్టేస్తాడేమో అని మేము భయపడతా వుండాము," అనినాడు.

నేను కంగారుగా, "అతను వాళ్ళ నాయనపైనుండే కోపాన్ని నా పైకి మర్లిస్తే నేనేమయ్యేది?" అని గొణిగినాను.

నా మాటలు చెవిలో పడకముందే జగన్నాథం ఆ గుడిసెలోకి దూరేసినాడు. లోపలినించీ అరుపులు యింకా పెద్దవయినాయి. పోలీసులంటే వుండే భయం కోర్టులన్నా, లాయర్లన్నా వుండదని తెలుసు. కొంచేపయినాక సన్నగా, పొడుగ్గా వుండే మనిషొకడు వూగిపోతా సరసరా గుడిసెలోనించీ బయటికొచ్చినాడు. నా పక్కకు వురిమి చూస్తా పెద్దగా చేతులు తిప్పుకుంటా యేందో అరుసుకుంటా యెల్లిపొయినాడు.

జగన్నాథం వొచ్చి "రండి సార్! ఆయన రమ్మన్నాడు," అని పిలిచినాడు. నేను తటపటాయిస్తానే చెక్క తలుపును ముందుకు తోసినాను.

గడపకు నేరుగా చిరిచాప పైన అటువైపుండే గోడకానించిన మురికి దిండుకు చేరగిలబడి వున్నాడొక పెద్దాయన. తెల్లగెడ్డమూ, తెల్ల జుత్తూ.

"నమస్తే," అని చేతులు రెండూ జోడించినాను. ఆయన నమస్కారం చేసి "కూర్చోండి," అనినాడు.

నేలపైన కూర్చొని చానా దినాలైపోయింది. కష్టపడతానే కూర్చున్నాను.

ముప్పయి నలభై సంవత్సరాలు తీవ్రవాదిగా అడవుల్లో తిరిగి, యెన్నో కేసుల్లో మోస్ట్ వాంటెడ్‌గా వుండిన వ్యక్తి యీయనే అనుకుంటే నాకు వొళ్ళు వణికింది. అయితే ఆయన ముఖం మాత్రం ప్రశాంతంగా వుంది. కొన్ని నిముషాల ముందు యిదే గుడిసెలోకి తుపానొచ్చిపోయిందంటే నమ్మలేము.

"మీరిక్కడి జనాలకు మేలు చెయ్యాలని వొచ్చినారు. నా వుద్దేశమూ అదే! నన్ను అపోజిషన్ లాయనుకోవద్దండి. నేనొక మాట చెప్తాను. వినండి. న్యాయమనిపిస్తేనే దానికొప్పుకోండి," అన్నాను. చెప్పమన్నట్టుగా ఆయన తలూపినాడు.

"ఆ చోటులో యిక్కడి యానాదివాళ్ళ పూర్వీకులునింది నిజమే! తర్వాత వీళ్ళు దాన్నామాదిరిగా పరిగెలబెట్టేసినారు. యిప్పుడు వాళ్ళకానేల సొంతమయినా సరిగ్గా

వుపయోగించుకోలేరు. ఫ్యాక్టరీ కడితే ఆ నేల సద్వినియోగమయితింది. ఆ వోనర్లతో చెప్పి అక్కడొచ్చే వుద్యోగాలన్నీ వీళ్ళకే యిచ్చేటట్టుగా అగ్రిమెంటు రాయిస్తాను. వీళ్లూ బాగుపడతారు," అన్నాను నెమ్మదిగా.

ఆయన కొంచెంసేపు ఆలోచనలో పడినాడు. తర్వాత మెల్లిగా, "అంత డిసిప్లెయిన్డ్‌గా వుద్యోగాలు చేసుకొని బాగుపడే లక్షణం వీళ్లకు లేదు. పనిచేసే కార్మికులకు న్యాయంగా యివ్వాల్సిన జీతాలిచ్చే కాపిటలిస్టులెక్కడా లేరు. వీళ్ళమధ్యలో రాజీ చెయ్యిస్తానంటున్నారు మీరు. వొక జీవితకాలం అనుభవంతో చెప్తున్నాను. అది కుదరదు. కుదిరితే నాకంటే సంతోషించేవాడు లేడు ," అన్నాడు.

"మీరనేది నిజమే! అయినా నాకో అవకాశం యియ్యండి," అనినాను.

ఆయన తెల్లగడ్డంలోపల చిరునవ్వొకటి అలా కదిలి యిలా మాయమైనట్టు తోచింది. "నేను నా కొడుకునే దారికి తేలేకపోతున్నాను. మీరు రెండు సమూహాల్ని మచ్చిక చేస్తానంటున్నారు. యే రకంగానైనా యీ ఘర్షణ తగ్గడం మంచిదే!" అన్నాడాయన తలను పంకిస్తా.

నేను పైకి లేచి, "థ్యాంక్స్. వెళ్లొస్తానండీ!" అన్నాను. అయన మళ్ళీ తలవూపాడు.

గబగబా బయటికొచ్చి కారెక్కేసాను. జగన్నాథం పరిగెత్తుకొచ్చి, "బస్సులనాపో, లారీలనీ జీపుల్నీ కాల్చో యీ ప్రొటెస్టును యింకా పెద్దగా రగిల్చి దేశమంతా యిట్లా తిరిగి చూసేటట్టు చేస్తానంటాడా కొడుకు. అదొద్దన్నాడని వాళ్ళ నాయనపైకి తిరగబడినాడు," అనినాడు.

కారు కదిలి రోడ్డుపైకొచ్చేసింది. పోయిన పని అయిపోయిందని వొచ్చేసినానా, లేకపోతే ఆయన్నిచూసి బయపడి పారిపోయి వొచ్చేసినానా అనే డౌటొచ్చింది. ఆఫీసుకు పోతానే సుభాష్‌ను రమ్మని ఫోన్ చెయ్యమని క్లర్కుతో చెప్పినాను. గంటలో సుభాష్ వొచ్చినాడు.

"మా ఫాదర్ పాస్టరుగా చెర్చిలోనే ప్రభువు సేవలోనే బతికినాడు సార్! అత్యాశ మంచిది గాదని సెర్మన్‌లో యెన్నిసార్లు చెప్పినాడో! వున్నది చాలదని యీ ఫ్యాక్టరీ కట్టాలనే కోరిక నాకెందుకు పుట్టిందో తెలియదు. అయిదేళ్ళ ముందున్న గవర్మెంటులో నా భార్య బంధువొకాయన మినిష్టర్‌గా వుండేవాడు. ఆయన యెంకరేజ్ చేసి కావాల్సిన లైసెన్సులూ, లోన్లూ సులభంగా దొరికేటట్టు హెల్ప్ చేసినాడు. తపోవనంమిట్ట దగ్గర మా తోటకానుకోనుండే చోటు డీకేటీ అని తెలిసి, గవర్మెంట్ దగ్గర కన్సెషన్ రేటుతో కొన్నప్పుడు అంతా ప్రభువు దయవల్ల అన్నీ అనుకూలంగా జరుగుతున్నాయని పొరబాటు పడ్డాను. ఆ

పెట్టిన యిన్వెస్ట్‌మెంట్ వుద్యోగాలు చేసే మాకు తక్కువేమీ గాదు. యిప్పుడు వెనక్కు తగ్గితే గవర్మెంటు నుంచీ దాన్ని రాబట్టుకోవడం అంత సులభం గాదు. అనవసరంగా వున్న మనశ్శాంతిని దూరం చేసుకోవడం తప్ప జరిగిందేమీ లేదు. ప్రెస్‌మీట్ పెట్టి అక్కడ ఫ్యాక్టరీ కట్టడం ఆపేసినామని చెప్పాలనే డెసిషన్‌కొచ్చేసాను," అన్నాడు సుభాష్ నెమ్మదిగా, స్పష్టంగా.

"భలే వాళ్లు సార్ మీరు. నేనిప్పుడే వాళ్ళతో రాజీ కుదుర్చుకోని వొచ్చినాను. ఫ్యాక్టరీ కట్టినాక అక్కడొచ్చే వుద్యోగాలన్నీ ఆ యానాదులకే యిస్తామని యిప్పుడే అగ్రిమెంటు చేసిస్తామనీ, యిక్కడితో ఆ గొడవలు ఆపేయమనీ చెప్పినాను. వెంసూ దానికొప్పుకున్నాడు. మీరు తొందరపడకండి. పదిరోజులు వెయిట్ చెయ్యండి. అప్పటికీ కుదరకపోతే మీరన్నట్టే చేద్దాం," అని అతడ్ని వారించినాను.

"మనం కడ్తామంటే వాళ్ళొద్దన్నారు. యిప్పుడు మానేద్దామంటే కట్టమంటున్నారు. వెయిట్ చేసేది రిలిజియస్ ఆక్టీవిటీ అని బైబులు చెప్తుంది. మీరన్నట్టుగా వెయిట్ చేద్దాం," అన్నాక సుభాష్ వెళ్ళిపొయినాడు.

అయితే అన్ని రోజులు వెయిట్ చేసే అవకాశం యెవ్వరికీ దొరకలేదు. ఆ తండ్రీ కొడుకులిద్దరూ వొకదినం అటూయిటుగా చనిపోయారు. ఆ కొడుకు ఆత్మహత్య చేసుకుని యెవర్ని సాధించాలనుకున్నాడో తెలియలేదు. పాపం, వెంసూ మాత్రం కొడుకునొదిలిపెట్టి వుండలేకే పొయినట్టుండాడు. వాళ్ళిద్దరి చావులతో ఫ్యాక్టరీ గొడవ యింకో పెద్ద మలుపు తిరిగింది. యీ యిష్యూను బాలాజీ యే రకంగా వాడుకుంటాడో అని భయంగా వుంది.

అమెరికా నుంచీ వొచ్చిన సుభాష్ కొడుకు, హర్షా అనే పిల్లోడు నన్ను కలవాలనీ అపాయింట్మెంట్ యిమ్మనీ ఫోన్ చేసినాడు. ఆ తోటేమో సంగీతారెడ్డి పేరుపైన వుంది. ఫ్యాక్టరీని ఆమె కూతురు దివ్య పేరు పైన రిజిస్టరు చేయించినారు. తనకు రావాల్సిన షేర్ కోసరం హర్షా కోర్టుకెక్కాలనుకుంటున్నాడా? బాలాజీ లాంటి బావమరిదుండే నాకు అట్లాంటి డౌట్ రావడం సహజమే!

లేకపోతే హర్షా ఫ్యాక్టరీ కట్టడమే మానేస్తా వుండామని చెప్పి, నాకు రావాల్సిన ఫీజు నా మొహాన పారేసి, కేసు క్లోజ్ చెయ్యమని చెప్పడానికొస్తా వుండాడేమో! శీనివాసరెడ్డి మనవడూ, సుభాష్ కొడుకూ అట్లా చేస్తే ఆశ్చర్యం లేదు.

యే పుట్టలో యే పాముండాదో యెవురికి తెలిస్తుంది? హర్షా యెందుకోసం నన్ను కలవబోతా వుండాడు? పెండ్లి చేసుకోని పోవాలని యిండియాకొచ్చినోడు బుద్ధిగా ఆ పెండ్లిచూపులేవో చూసుకోగూడదా?

vii. వసుంధర: మమ్మీ స్నేహితురాలు

తెల్లవారి పదిగంటలకంతా కొడుకుతో బాటూ పెళ్లిచూపులకు వస్తామని ఫోన్ చేసింది సంగీత. హర్షాను యిరవై మూడేండ్లకు ముందెప్పుడో వొకసారి చూసినాను. అప్పుడు మా శాలిని గౌన్లేసుకునే చిన్నబిడ్డ. "అబ్బాయీ అమ్మాయీ వొకర్నొకరు చూసుకుంటే, వాళ్ళిద్దరూ సరేనంటే తరువాత మిగిలిన సంగతులనాలోచిద్దాం," అంది సంగీత.

యిప్పుడు గంట పన్నెండవతా వుంది. వాళ్లింకా రాలేదు. ఆమె ఫోనూ సుభాష్ ఫోనూ రెండూ తెల్లారినించీ యెంగేజిలోనే వుండాయి. యిదేమీ కాబట్టనట్టుగా శాలిని రూంలో పడుకుని రేపేదో పరీక్షకు చదివినట్టుగా హెర్క్యూల్ పారోతో కలిసి డిటెక్షన్ చేస్తావుంది.

"కర్నూలులో సిద్దేశ్వరం అలుగు మీటింగీవేళకు జరగతావుంటాది. ముఖ్యమైన మీటింగు, యెట్లాయినా వీలు చేసుకొని రావాల్సిందే అని వాళ్ళు పిలిచీ పిలిచీ బంగపోయినారు. నేనిక్కడ తగలకపొయినాను," అని నాగరాజు విసుక్కున్నాడు.

పెళ్లయి ముప్పయ్యేళ్లుగా కాపురం చేస్తావున్నా నాగరాజు గురించే నాకింకా సరిగ్గా అర్థం కాలేదు. కేవలం ఫ్రెండు మాత్రమే అయిన సంగీత చెప్పిన టయానికెందుకు రాలేదో నేనెట్లా చెప్పగలను?

నా కూతురు శాలిని అంటే సంగీతకు యిష్టమని తెలుసును గానీ, దాన్ని కోడల్ని చేసుకోవాలనుకునేటంత యిష్టముందని నేనెప్పుడూ అనుకోలేదు. యెప్పటికప్పుడు మా గురించి యెంతో అక్కరగా అన్ని విషయాలూ ఆమె అడిగి తెలుసుకుంటా వున్నప్పుడు గూడా నాకా అనుమానం రానేలేదు.

"నాకూ యీ ఆలోచన యిప్పుడే వచ్చింది వసుంధరా! అమెరికాలో పదేండ్లుగా వుంటున్నాడు గదా హర్షా! అమ్మాయిని చూసి పెండ్లి చేసే అవకాశం మాకిస్తాడనుకోలేదు.

శాలిని గురించి చెప్పాక వాడు మీ గురించిన అన్ని విషయాలూ అక్కరగా అడిగి తెలుసుకుంటున్నాడు," అంది సంగీత.

"మా గురించి పెద్దగా తెలుసుకోవలసిందేముందిలే," అని నవ్వేసాను.

"అట్లాగంటావేమిటి వసుంధరా! నాగరాజు నీటి పోరాటాలూ, మీ ప్రేమకథా, అనంతపురంలో, కర్నూలులో మీరు వరదలతో చేసిన స్నేహాలూ, చివరకు మీ యశ్వంత్ పెళ్లప్పుడు జరిగిన వింతలూ, యివన్నీ విన్నాక కల్పన కంటే జీవితాలే విడ్డూరంగా వుంటాయని హర్షా తేల్చి చెప్పేసాడు," అంది సంగీత.

అదీ నిజమే! పెళ్లిగాకముందు నా జీవితంలో నీళ్ల యెద్దడి మాత్రమే వుండేది. దాన్లోకి కాలవలూ, చెరువులూ, డ్యాములూ, ప్రాజెక్టులూ అన్నీ తీసుకొచ్చేశాడు నాగరాజు.

"సరిగ్గా కర్నూల్లో సిద్దేశ్వరం అలుగు మీటింగు జరిగేటప్పుడే యిక్కడ నగిరిలో నా కూతురికి పెండ్లిచూపులు యేర్పాటయినాయి. యిదొక్కటి సాలు గదా, నా కూతురిదీ నా మాదిరే నీళ్లజాతకమని నమ్మేదానికి. 1952లోనే కర్నూలు జిల్లాలో కొత్తపల్లి దగ్గిర రెండు కొండలకూ నడీమధ్యలో 300 అడుగుల అలుగు గట్టాలని అప్పుడున్న మదరాసు గవర్మెంటు పునాదులేసి శంకుస్థాపన గూడా చేసింది. అదే సంవత్సరంలో ఆంధ్రప్రదేశ్ రాష్ట్రం యేర్పడతానే అలుగును నాగార్జున సాగరుగా దూరంగా తీసుకొనిపొయి కట్టి, సగం వాటా నీళ్లు తెలంగాణాకు యిచ్చేసినారు. అదే సిద్దేశ్వరంలోనే కట్టుంటే రాయలసీమలో మొత్తం 24 లక్షల యెకరాలకు నీళ్ళొచ్చివుండు. 1981లో శ్రీశైలం ప్రాజెక్టు గట్టినారు. అనుకున్నట్టుగా జరిగుంటే బ్యాక్‌వాటర్లతో యిక్కడ్నే అరవైటీయెంసీల నీళ్లు నిలవయ్యుండు. అప్పుడు ముచ్చుమర్రి ప్రాజెక్టుకూ హంద్రీనీవాకూ నీళ్ళొచ్చేవి. యెంత అన్యాయం జరిగిపొయ్యిందో చూడు," అని నాగరాజు చెప్పిన సంగతినే మళ్ళా చెప్పినాడు.

సంగీతా వాళ్ళు రావడం ఆలస్యం గావటానికీ, తాను సిద్దేశ్వరం అలుగు మీటింగుకు వెళ్లలేకపోవటానికీ మధ్య యేదో సంబంధముందని నాగరాజనుకోవటమే చిత్రం. ఆలోచించీ ఆలోచించీ, "సరిగ్గా అదే 1952లో సంగీతా వాళ్ళ ఫాదర్ మతం మారివుంటాడు," అని తేల్చేసినాడు నాగరాజు.

"దానికీ దీనికీ సంబంధమేముండాది?" అని చికాగ్గా అడిగినాను.

"రెండూ స్థానభ్రంశాలే!" అనినాడు నాగరాజు. "శాలిని జాతకం జూసి మా పెద్దమామ యీ బిడ్డ పెండ్లికి ముందర కొన్ని చిక్కులొస్తాయి అని అప్పుడే చెప్పినాడు."

"యింత చదువుకొని నాగరాజుకీ జాతకాల పిచ్చేమిటి వసుంధరా?" అని సంగీత

అడిగిందొకసారి.

"జాతకాలు మాత్రమే గాదు. అంజనాలేసేదీ, చేతబడులూ, మందులు పెట్టటాలూ, యిట్లా చానా వాటిమింద నాగరాజు అథారిటీ. వాళ్ళవాళ్ళకందరికీ యీ నమ్మకాలుండాయి. మార్కాపురంలో వుండే నాగరాజు పెద్దమామ ఆ యూనివర్సిటీకి ఛాన్సలర్. మాకు యెమ్మేలో డాక్టర్ ఫాస్టస్ అనే డ్రామా వునింది సిలబస్‌లో. దాంట్లో మెఫిస్టోఫిలస్ అనే బ్లాక్‌మ్యాజిక్ చేసే వాడుంటాడు. వాడొకటీ నాగరాజు పెద్దమామొకటీ గాదు," అని, సంగీత చెవిదగ్గరికి వొంగి, "వెర్రి గొల్లోళ్లు అనేమాట విన్లేదా నువ్వు?" అంటా నవ్వినాను.

"మంచితనాన్ని గూడా వెర్రనీ, పిచ్చనీ అంటార్లే వసుంధరా! యెంత పిచ్చోడు గాకపోతే కాలవలనీ, నీళ్ళనీ, రైతులనీ, వ్యవసాయమనీ, నాగరాజలా తిరగతాడు చెప్పు?" అని సంగీత నాగరాజును మెచ్చుకోబోయింది.

"నీళ్ల పిచ్చి మంచిదో చెడ్డదో చెప్పలేను గానీ ఆ పిచ్చిలేకపోయుంటే నాగరాజు నాకు హజ్బెండయ్యుండేవాడు గాదు," అన్నాను.

"యూనివర్సిటీలో వున్నప్పుడు మీరిద్దరూ ప్రేమలో వున్నారనే అనుమానం గూడా లేదెవరికీ. భలే యేమార్చారు మీరిద్దరూ అందరినీ," అంది సంగీత.

"యిది తిరుపతిలో జరిగింది గాదు సంగీతా! అనంతపూర్ వచ్చినాకే," అని ఆమెను సరిదిద్దినాను. "నువ్వెన్నో ప్రేమకథలు వినుంటావు. అయితే మా యిద్దరి కథలాంటిది వినుండవు, చూసుండవు. పబ్లిక్ సర్వీస్ కమీషన్ పరీక్షలో పాసైనాక ఫస్ట్ పోస్టింగ్ యీ వూరి డిగ్రీ కాలేజీకే వొచ్చింది నాకు. నేను కాలేజీలో చేరిన ఆరేడు నెలల తర్వాత నాగరాజు యాక్సిడెంటల్‌గా యిక్కడే కాలేజీలో యెదురుపడినాడు. "నేను గుర్తుండానా?" అని పలకరించినాడు.

"నాగరాజు గదా!" అన్నాను.

"సంతోషం. మర్చిపోలేదు. నీ పేరు వసుంధర అని నేనూ మర్చిపోలేదు," అనినాడు. "నీటి పోరాట సమితి పనిపైన వచ్చినానిక్కడికి. యీ కాలేజీలో కొందురు మాకు కావాల్సినప్పుడంతా డొనేషన్లిస్తారు."

ప్యూనుతో చెప్పి కాఫీలు తెప్పించినాను. యూనివర్సిటీ జ్ఞాపకాల్ని గుర్తుచేసుకుంటూ కబుర్లు చెప్పుకున్నాం.

వారం తర్వాత మళ్లీ మా కాలేజీకొచ్చిన నాగరాజు, "నంద్యాలలో ప్రైవేటు జూనియర్

కాలేజీలో వుద్యోగం. అవసరమైనప్పుడంతా నీటి పోరాట సమితి పనులపైన అనంతపురం, కర్నూలు రెండు జిల్లాలూ తిరగతా వుంటాను," అన్నాడు. "యీ రోజు కాఫీ యివ్వాల్సిన టర్న్ నాది. హోటలుకు పోదాం," అని పిలిచినాడు.

అట్లా నాలుగైదుసార్లు హోటళ్లకెళ్ళాక, "నేనా హోటళ్ల తిండి తినలేను. యింటికేరా! నా వంట మరీ అంత యిబ్బందిగా వుండదు," అన్నాను. అప్పటినుంచీ అనంతపురం వచ్చినప్పుడంతా యింటికే వచ్చి భోంచేసేవాడు.

"యిలా నీళ్ల పోరాటాలని గాలికి తిరిగేదేనా? యింటికప్పుడప్పుడూ పోకపోతే మీ పేరెంట్సేమీ అనరా?" అని అడిగినాను.

"మా అమ్మానాయనా పట్టించుకునే వాళ్లయితే నా బతుకిట్లా వుండేదా?" అంటా నేనడిగిన చిన్నప్రశ్నకు అతడ్ని గురించిన చాలా విషయాలు చెప్పుకుపోయాడు. చాలా సంవత్సరాల తర్వాత అనంతపురంలో మా యింటికొచ్చినప్పుడు సంగీత కూడా మా యిద్దరి గురించీ చాలా విషయాలు అడిగి తెలుసుకుంది. అప్పుడయితే అది కేవలం కుతూహలం మాత్రమే అనుకున్నాను. యిప్పుడాలోచిస్తే నాగరాజూ, సంగీతా యిద్దరూ వేర్వేరు సమయాల్లో దాదాపుగా తమకోసమే జాగ్రత్తగా యీ సమాచార సేకరణ చేసినట్టు అర్థమవుతోంది.

"అయితే మీది కర్నూలు జిల్లానా?" అని నాగరాజును అడిగింది సంగీత.

"భలే ప్రశ్న అడిగినావు. ఆయన పుట్టిందేమో ప్రకాశం జిల్లా. వాళ్ళ ఫాదర్ యిల్లు గట్టుకుని స్థిరపడుండేది కర్నూలు జిల్లా. వాళ్ళ తాత ముత్తాతలునింది తమిళనాడు తిరువళ్ళూరు జిల్లా. వాళ్ళ ఫాదర్ పుట్టిందేమో చిత్తూరు జిల్లా," అని చెప్పినాను.

"అంటే మీరు తమిళులా?" అనింది సంగీత ఆశ్చర్యంగా.

"కాదు. తెలుగోళ్లమే! మా తాత వాళ్ళ నాయనపైన అలిగి అత్తగారిల్లు చేరినాడు. మా నాయన వాళ్ళ నాయనపైన కోపమొచ్చి మార్కాపురం వొచ్చినాడు. తరతరాలుగా మా జాతకాలట్లా వుండాయి. మేముండే తావులు డివిజన్లనూ, జిల్లాలనూ, మార్చేసుకున్నాయి. అదెట్లంటే..." నాగరాజు చెప్పిన విషయాన్ని రెండోసారి వింటా వున్నా నేను మళ్ళా ఆశ్చర్యపడక తప్పలేదు.

నాగరాజు తాత చెంగల్రాయుడు షోలింగర్‌కు వుత్తరంగా యెనిమిది మైళ్ళ దూరంలో మార్టూరు అనే పల్లెలో యిరవయ్యో శతాబ్దం ఆరంభం అయ్యేదానికి పదేళ్ళముందు పుట్టినప్పుడు ఆ వూరు వుత్తర ఆర్కాటు జిల్లాలో వుండేది. చెంగలరాయుడి తండ్రి తిరుమలయ్యకు నలుగురు కొడుకులు. వొక దినం చెంగలరాయుడి తల్లి నలుగురు

కొడుకులకూ కంచాలు పెట్టి అన్నం వడ్డించింది.

"అందరికంటే నాకే చియ్యలు తక్కువ పడినాయి," అని అరిచినాడు చెంగల్రాయుడు.

"వాళ్ళు ముగ్గురూ రెక్కలు ముక్కలు జేసుకోని యవసాయం చేస్తారు. జీవాల్ని తోలుకొని మేపుకుంటా మైళ్లకు మైళ్ళు తిరుక్కోనొస్తారు. యే పనీ చెయ్యకుండా యింట్లో ఆరుట్లగొట్టుకుంటా కుచ్చునేటోడివి నువ్వు. నీకామాత్రం చియ్యలు పడిందే గొప్ప," అనినాడు వాళ్ళ నాయన.

"నీకంటే పెద్దోళ్ళు వాళ్ళు. వాళ్లది పెద్ద భాగం," అని వాళ్ళమ్మ వంతపాడింది.

"యింట్లో నన్ను కూడా కనాకష్టంగా చూస్తావుండారు," అని చెంగల్రాయుడి భార్య యేడ్చింది.

మరసటి దినం తెల్లవారితోనే చెంగల్రాయుడు భార్యతో బాటూ తిరుత్తణికి ఆరు మైళ్ళ దూరంలో వుండే పొన్పాడి అనే వాళ్ళ అత్తగారి వూరు చేరినాడు. ఆ తర్వాత చెంగల్రాయుడు మార్టూరులో చెయ్యి కడగనేలేదు. అక్కడ తన భాగానికొచ్చిన నేలను అమ్మేసి పొన్పాడిలోనే అయిదెకరాల పొలం కొనుక్కుని, తన వాటాకొచ్చిన నలభై రెండు గొర్రెలనీ, ముప్పయి మేకల్నీ కొత్తగా కొట్టం కట్టి దాంట్లో కట్టేసుకున్నాడు.

చెంగల్రాయుడు పొన్పాడి చేరిన సంవత్సరం తర్వాత వూరి మనేగారొకనాడు, "మన వూరిప్పుడు వుత్తర ఆర్కాడు జిల్లా కాదురా! యిప్పుడు చిత్తూరు జిల్లాలోకి చేర్చినామని గవర్మెంటు ఆర్డరేసింది. మీ మార్టూరిప్పుడు వేలూరు జిల్లాకు చేరిపోయింది," అని చెప్పినాడు.

"అయితే యేంది మామా! నేనిక ఆ వూరికి పోగూడదా?" అని భయపడతా అడిగినాడు చెంగల్రాయుడు.

"అదేం లేదురా! బెమ్మాండంగా పోయిరావచ్చు. అయితే మనం కోర్టులకూ, కలెక్టురు దెగ్గిరికీ పోవాలంటే చిత్తూరుకే పోవాల. యిప్పుడు వేలూరుతో మనకే సంబంధమూ లేదు," అన్నాడు మనేగారు.

"కోర్టులతో, కలెక్టురుతో మనకేం పని మామా? పెండ్లో దేవరో అయితే కూరగాయలకూ, పప్పులకూ వేలూరుకూ, చీరలూ, పంచలూ కొనేదానికి కంచికీ, బంగారం కొనాలంటే మదరాసుపట్నానికీ పోతాం. వాటికడ్డం రాకుండా యింకేం జరిగినా మనకేమభ్యంతరం లేదు," అన్నాడు చెంగల్రాయుడు బింకంగా.

అదంతా చెప్పినాక, "మా తాత మార్టూరు నించీ పొన్పాడి చేరిందాంట్లో

ఆశ్చర్యమేముండాది? ఆయనప్పుడు ప్రయాణం చేసింది ముప్పయి అయిదు మైళ్ళే! మా నాయన మున్నూట యాభై కిలోమీటర్లు దాటి కర్నూలుకొచ్చిన సంగతుందే, అదే పెద్ద విచిత్రం," అనినాడు నాగరాజు.

1911లో తమ స్వగ్రామం మార్టూరు వెల్లూరు జిల్లాలోకి చేరిపోయిన పజ్జేనిమిదేళ్ళ తర్వాత, దేశానికి స్వాతంత్రం రావటానికి పజ్జేనిమిదేళ్ళ ముందు చెంగల్రాయుడికి మూడో కొడుకుగా శ్రీరాములు పుట్టినాడు. పొన్పాడిలో యెలిమెంటరీ స్కూల్లో, తిరుత్తణిలో హైస్కూల్లో చదువులైనాక చిత్తూరులో సెకండ్ గ్రేడు టీచరు ట్రయినింగ్ చేసినాడు.

అప్పటినుంచీ రోజూ బస్సెక్కి మదరాసుకెళ్లేవాడు. సినిమాలూ, హోటళ్లకు బలాదూర్లు తిరగడం తప్ప యింకేమీ చెయ్యకుండా రెండేండ్లు దొర్లించినాడు. కోపమొచ్చి తండ్రి చేతిఖర్చులకు డబ్బులియ్యడం మానేసినాడు. పైగా, "మీ అన్నలిద్దురూ వ్యవసాయంలో బిడువు లేకుండా కష్టపడతా వుండారు. నువ్వు జీవాల్ని అడివికి తోల్కపోయ్యి మేపుకొని రాపో," అని పురమాయించినాడు.

"ఆడది తిరిగి చెడితింది, మొగోడు తిరక్క చెడతాడు. వీడు మొగోడో ఆడదో తేల్చుకోనీ," అని వాళ్ళమ్మ జాడించి పారేసింది.

"ఆ రోజు మా నాయన్ని వాళ్ళట్ల తిట్టకుండా వుండుంటే మా చరిత్ర యిట్లా వునుండదు. ఆ పొద్దు చచ్చేటంత కోపమొచ్చి మా నాయన యింట్లోంచీ యెవురికీ చెప్పకుండా తిరుత్తణికొచ్చి దొంగరైలెక్కకుండా వునుంటే నేననే మనిషి పుట్టే వుండడు," అనినాడు నాగరాజు తనతో తానూ చెప్పుకున్నట్టుగా.

"జరిగిపోయినవన్నీ గుర్తుచేసి నాగరాజును యిబ్బంది పెట్టినట్టున్నాం," అని సంగీత వాపోయింది.

"అదేమీ లేదు. వాళ్ళ వాళ్ళ సాహసాలు చెప్పటమంటే ఆయనకెంతో యిష్టం. నాకైతే యీ సంగతులు చాలాసార్లు చెప్పాడు," అన్నాన్నేను.

"వొక్కోసారి చెప్పినప్పుడు కనీసం వొక కొత్త సంగతైనా తెలుసుకుంటాను. అదీ విచిత్రం. జేబులో అయిదు రూపాయలతో రైలెక్కి నిద్రపోయిన మా నాయన నిద్రలేచింది కర్నూలు స్టేషన్లో, అదీ సరిగ్గా కర్నూలు ఆంధ్రప్రదేశ్‌కు క్యాపిటల్ అయిన రోజే!" అంటా మళ్ళీ నాగరాజు పరవశంగా చెప్పసాగినాడు.

రైలు రాత్రి పదిగంటలప్పుడు స్టేషన్లో ఆగింది. దిగాకే అది కర్నూలని శ్రీరాములుకు తెలిసింది. స్టేషను ముందున్న టికెట్టు కలెక్టరు, "యీ పొద్దుట్నించీ మన వూరే మన రాష్ట్రానికి రాజధాని. యీ పొద్దు వూరంతా పండగే!" అన్నాడు.

వీధి వీధికీ విందులూ సంతర్పణలూ జరగతా వుండిన ఆ రాత్రి శ్రీరాములుకు హాయిగానే గడిచింది. మరసటి దినానికి పాకెట్టు ఖాళీ అయిపోయింది. రైల్వే కూలీగా రెండురోజులు గడిపినాడు. లారీ షెడ్లకు మూటలు మోసినాడు. అతను చదువుకున్నాడని తెలస్తానే షెడ్డు వోనరు లెక్కలు రాసేపనిలో పెట్టినాడు. టీచరు ట్రెయినింగయినాడని తెలస్తానే తన పక్కింట్లో వుండే జిల్లా యెడ్యుకేషనల్ ఆఫీసర్ దగ్గరికి లాక్కొనిపోయినాడు. శ్రీరాములు ట్రయినింగ్ యినిస్టిట్యూట్ నుంచీ సర్టిఫికెట్టునయినా తీసుకోలేదనీ, యెంప్లాయిమెంటు ఆఫీసులో పేరు రిజిస్టరు చేసుకోవాలనైనా అతడికి తెలియదనీ తెలిసాక ఆ ఆఫీసరు ముఖం వాచేటట్టుగా తిట్టి, చిత్తూరుకు తరిమాడు. చిత్తూరు నుంచీ అతను సర్టిఫికెట్టుతో తిరిగిరాగానే మార్కాపురం యెలిమెంటరీ స్కూల్లో సెకండ్ గ్రేడ్ టీచరుగా ఆర్డర్సిచ్చినాడు.

మార్కాపురంలో కొలీగ్సు శ్రీరాములు కులమేందో తెలుసుకోని, పెండ్లి సంబంధాలు తెచ్చినారు. పెద్ద యిల్లూ, చానా పెద్ద వ్యవసాయమూ వుండే రైతు కూతురి సంబంధానికి శ్రీరాములు పచ్చజెండా వూపినాడు. రెండేండ్లకు పైగా అయిపు లేకుండా మాయమైపోయిన కొడుకు పెండ్లిపత్రికతో కనబడినప్పుడు పొన్నాడిలో అతడి అమ్మానాయనా సంతోషంతో వుబ్బితబ్బిబ్బయిపోయినారు. శ్రీరాములు పెళ్లి జరిగిన నాలుగో దినాన్నే ఆంధ్రప్రదేశ్ రాజధాని కర్నూలు నుంచీ హైదరాబాదుకు మారిపోయింది.

యింకో నాలుగేళ్ల తర్వాత ఆరునెలల వయసుండే కొడుకుతో శ్రీరాములు మార్కాపురం వొచ్చినప్పుడు, “మన వూరు తిరుత్తణితో గూడా చిత్తూరు జిల్లానుంచీ చీలిపోయి తమిళరాష్ట్రంలోకి చేరిపోయిందిరా పోయిన నెలలో,” అని చెంగల్రాయుడు కొడుకుకు చెప్పి బాధపడినాడు.

అదంతా చెప్పాక, “కథ అంతటితో అయిపోలేదు సంగీతా! నాగరాజువాళ్ళ నాయన మార్కాపురంలో యిల్లు గట్టుకుందామనుకుంటా వుండగా, మార్కాపురాన్ని వొంగోలు జిల్లాలోకి కలిపేసినారు. నాగరాజువాళ్ళ నాయన కర్నూలు జిల్లాకు ఆప్షనడిగినాడని ఆత్మకూరుకు ట్రాన్స్ఫర్ చేసినారు. దాంతో ఆయన ఆత్మకూరుకొచ్చి యిల్లుగట్టుకున్నాడు. యిప్పుడు ఆయనకు అత్తగారిచ్చిన భూములు వొంగోలు జిల్లాలో వుండాయి. అంతేగాదు, ఆయనకు తమిళనాడులో గూడా భూములుండాయి. అసలు చిత్రం యేందంటే యిప్పుడు కూడా పుస్తకాల్లో మార్కాపురాన్ని రాయలసీమ తూర్పు వాకిలి అనే రాస్తారు,” అని చెప్పినాను.

కొంచేపు అయినాక, “అయితే నాగరాజుకు యిట్లా తారుమారైన జిల్లాల గురించి చెప్పేదానికంటే కాలవలూ, ప్రాజెక్టులూ యెట్లా తయారై యెట్లా మారినాయో చెప్పేది

చానా యిష్టం. నాగరాజు నాకు పరిచయమయ్యేటప్పటికి గవర్మెంటు గాలేరు, నగరి సుజల స్రవంతి ప్రాజెక్టు బ్లూప్రింట్ తయారుచేసిందంట. అది గానీ పూర్తయితే శ్రీశైలం డ్యాం దగ్గరుండే పెన్చెర్ల నుంచీ నాగరాజు స్వతవూరు పొన్నాడికి ఆరు మైళ్ళ దూరంలో వుండే నగిరి దాకా క్రిష్ణానది నీళ్లు పారతాయి. ఆత్మకూరుకు యిరవై కిలోమీటర్ల దూరంలో వెలుగోడు పోతిరెడ్డిపాడు రిజర్వాయరుంది. నీళ్ల పోరాటంలో తిరగతావుండే నాగరాజు శ్రీశైలంనుంచీ నీళ్లను వాళ్ళ వూరు నగరిదాకా తీసుకొని పొయినాడంటే కత సుఖాంతమయినట్టే గదా! పైగా కాలవ కోడూరు పక్కనుంచీ రేణుగుంట దగ్గరుండే మల్లిమడుగు చేరతాది. మా వూరు కోడూరు పక్కనే కదా! అట్లా నేను కూడా వాళ్ల కతలోకి చేరినానని నాగరాజు సంతోషంగా వుండాడు," అన్నాను.

2

మా అమ్మానాయనల గురించి నాగరాజు కుతూహలంగా అడిగినప్పుడే ఆ తర్వాతెప్పుడో అతను పెళ్లి ప్రసక్తి తెస్తాడని అనుమానపడినాను. అయితే సంగీత అదే సంగతిని అడిగినప్పుడు ఆమె మనసులో యిట్లాంటిదే యింకో వుద్దేశమొకటుండాదని కనిపెట్టలేకపొయినాను.

"నాగరాజు నాకు ప్రపోజ్ చేసిన సందర్భం లాంటిది నువ్వింతవరకూ యే రొమాంటిక్ సినిమాలో గానీ చూసి వుండవని నేను బల్లగుద్ది చెప్పగలను," అన్నాను సంగీతతో.

"తెలుగు గంగ మా వూరిపక్కనుంచీ పోతుందని నాగరాజు చెప్పినప్పుడు, మదరాసుకు నీళ్లు తీసుకెళ్తూనే అది మాకూ దారిలో నీళ్లు కొన్నయినా యిచ్చిపోతుందని ఆనాడే ఆశ పడినాను. పేరుకైతే మా వూర్లో వుండేది చానామంది రాజులే అయినా వాళ్లందురూ రైతులే. అయినా వాళ్లలో వుండే రాజసం మాత్రం పోలేదు. మా నాయన గారిది సూర్యవంశం. వశిష్ఠమహర్షి గోత్రం. మా అమ్మ గారిది కార్వేటినగరం వంశం. ఆత్రేయస గోత్రం. మా నాయన సంగతి చెప్పలేను గానీ మా అమ్మ మాత్రం రాణి మాదిరే బతికింది."

"నాగరాజు ప్రపోజ్ చేసిన సంగతి చెప్తానని మొదులుబెట్టి యింతలో నువ్వు మాట మార్చేసినావు వసుంధరా!" అని సంగీత గుర్తుచేసింది.

"అదే చెప్పబోతా వుండాను," అంటా సర్దుకున్నాను. "ఆ రోజు మిట్టమధ్యానం. కాలేజీ నుంచీ లంచ్ అవర్లో యింటికి బయల్దేరినప్పుడు దారిలో కలిసినాడు. రోడ్డుపైనుండే తారు కరిగిపొయ్యి నడిచేవాళ్ళ చెప్పుల ముద్రలు పడతా వుండాయి. రోడ్డుకు రెండుపక్కలా యెదురుకట్టెలకు కట్టిన చినిగిన టార్పాలిన్ పట్టల నీడలో మసిపేలికల మాదిరుండే

గుడ్డల్ని కట్టుకున్న నలుపు శరీరాల కూలీలు బండరాళ్లను రోళ్ళుగా మలస్తావుండారు. అక్కడ ముందుకేసిన అడుగును అక్కడనే ఆపి, రకీమని, "మనం పెండ్లి చేసుకోవచ్చు గదా?" అని అడిగినాడు నాగరాజు.

జానపద సినిమాల్లో రోజా పువ్వొకటి చేత్తో పట్టుకోని, వుద్యానవనంలో, సరస్సు పక్కన మోకాళ్ళపైన నిలబడి, "ఐ లవ్ యూ," అని చెప్పే హీరోలు గుర్తుకొచ్చి నాకు చివ్వున చెప్పలేనంత కోపం వచ్చింది. పెదవుల్ని కొరుక్కుంటా కోపాన్ని అణుచుకునే ప్రయత్నం చేస్తా నడిచాను. యింటికి పొయినాక కూడా మేమిద్దరూ మాట్లాడుకోలేదు. వొకరికోసరం వొండిన అన్నాన్నే యిద్దరుమూ సర్దుకొని తినాల్సి వొచ్చింది. తిరిగి కాలేజీకి బయల్దేరినాను. నాగరాజు మౌనంగానే నాతో వొచ్చినాడు.

నేను కాలేజీ లోపలికెళ్తా, "నంద్యాలకెప్పుడు పోతావుండావు?" అని అడిగినాను.

"పెన్నహోబిలం పోతావుండాను. రేపొచ్చేస్తాను," అనినాడు నాగరాజు వణకతా వుండే గొంతుతో.

"కలుద్దాం అయితే," అన్ని చెప్పేసి నేను కాలేజీకెళ్ళిపొయినాను.

నాగరాజు నాలుగు రోజులైనాక గానీ కనబడలేదు. కాలేజీ నుంచీ యింటికి పోతా వుండేటప్పుడు దారిలో కలిసినాడు. సాయంకాలం యెండ దంచేస్తా వుంది.

"పెన్నహోబిలం రిజర్వాయరు పని సర్గ్గా జరగాటం లేదు. యింజినీర్లు సాకులు యెతుక్కుంటా వుండారు. కలెక్టర్ మినిస్టర్ని కలవమన్నాడు. యెమ్మెల్యే దెగ్గిరికి తిరిగీ తిరిగీ మా చెప్పులరిగిపొయినాయి," అన్నాడు నీరసంగా. యింకో రెండడుగులేసినాక, "నాకు జవాబు చెప్పలేదు," అనినాడు.

"దేనికి?" అన్నాను విసుగ్గా.

"దేనికో నీకు తెలియదా?" అని అడిగినాడు దీనంగా.

"నువ్వు మంగళవారం వస్తానన్నావు. యీ రోజు శనివారం. చెప్పిన టయానికొచ్చుంటే చెప్పేదాన్ని," అన్నాను వీలయినంత నిర్లిప్తంగా.

యింటికొచ్చేవరకూ మాట్లాడకుండా వచ్చిన నాగరాజు గడపదాటి లోపలికొచ్చినాక, "నువ్వొప్పుకుంటావని నాకు తెలుసు. మీ అమ్మమ్మావాళ్ల వూరు పుత్తూరుకూ, నగిరికీ మధ్యలో అని నువ్వు చెప్పినప్పుడే నాకు తెలిసిపోయింది. మా మార్కాపురం మామ నా జాతకం చూసి నా పెళ్ళాం మా వూరికి పదహైదు కిలోమీటర్ల దూరంలోపలే పుట్టుంటాదని చెప్పినాడు నా చిన్నప్పుడే," అన్నాడు.

నాగరాజు తిరుత్తణి దగ్గరుండే పొన్పాడినే తన స్వగ్రామమని యిప్పుడనుకుంటా వుండాడు. అవసరాన్ని బట్టి మార్కాపురాన్నీ, ఆత్మకూరునూ గూడా సొంత వూర్లనుకుంటాడని నాకా తర్వాతే తెలిసింది.

కొన్ని విషయాల్లో నాగరాజు చాలా జాగ్రత్తపరుడని నాకు క్రమంగా అర్ధమయింది. కానీ అతను మా పేరెంట్సును గురించి ముందుగా విషయ సేకరణ చేసినప్పుడు చెప్పకూడని విషయాల్ని చెప్పకుండా దాచుకోవడమే మేలయ్యింది. అలాగే సంగీత అడిగినప్పుడు కూడా నేను తెలివిగా కొన్ని విషయాలే చెప్పినాను.

మా నాయనకు చానామంది రాజుల బుద్ధే వొచ్చింది గానీ మా అమ్మకు కొందురు రాణీలకుండే బుద్ధిరావడం వల్ల మా యింట్లోనే వొక రక్తరహిత అంతర్యుద్ధం జరిగింది. మా నాయన టీచరుద్యోగం చేసినా, వంశానుగతికంగా వొచ్చిన పసిరికల జబ్బు వైద్యం గూడా చేసినాడు. వారంలో బుధ, ఆదివారాల్లో మాత్రమే తెల్లారి అయిదుకూ, యెనిమిదికీ మధ్యలో రోగులకు పసురాకు మందునిచ్చేవాడాయన. దూరాభారం తమిళనాడు నుంచీ గూడా రోగులొచ్చి మందు దీసుకొని పోతావున్నారు. మొదుట్లో ప్రతి రోగినుంచీ అయిదు రూపాయలే ఫీజుగా తీసుకునేటోడు.

మా అమ్మ మా నాయనకు స్వయంగా మేనత్త కూతురు. ఆమె పుడతానే మా నాయనకు పెళ్ళాం పుట్టిందని పేరుపెట్టేసినారు.

అనుకున్నట్టుగానే పెద్దోల్లయినాక వాళ్ళ పెళ్లి జరిగిందని నాగరాజుకూ, సంగీతకూ చెప్పినాను గానీ, మా తాత చెల్లిలి కూతురని గూడా యెంచకుండా పెద్ద కట్నం అడిగినాడనీ, అంత కట్నం యివ్వననీ, అంతగా అయితే ఆ సంబంధమే వదులుకుంటానని మా అమ్మావాళ్ళ నాయన తెగేసి చెప్పినాడనీ, మా అమ్మ మా నాయన్ని తప్ప యింకెవుర్నీ చేసుకోనని మొండికేసినాక, ఆయన కొంచెం పొలం అమ్మి చివరకా పెళ్ళి చేసినాడనీ నేను చెప్పలేదు.

మా నాయన మా అమ్మను బాగనే చూసుకున్నాడు గానీ రాజుకు వొక రాణి మాత్రమే వుంటే అది అవమానమనుకున్నాడు. అయితే పాత రాజులకుండినంత ఆస్తిపాస్తులు లేకపోవాటంతో, జనానాలోకి చానామందిని తేలేక, అట్లా వొచ్చేటోళ్ళూ దొరక్క, ఆయనే చీకటి యాపారాలు జరిగే చోట్లకు యెప్పుడు పడితే అప్పుడు వెళ్ళొచ్చేటోడు. పేకాటా, గుర్రప్పందాలూ, మట్కాలూ ఆడేదే వీరుల లక్షణమని నమ్మినాడు. అప్పులు చేసేదీ, వాటిని తీర్చేదానికింకా పెద్ద అప్పులు చేసేదీ నేర్చుకున్నాడు. ప్రయివేటు చీటీల్లో చేరి, చేరిన యమ్మటనే చీటీ పాడి తీసేసుకుని ఖర్చు చేసేసేటోడు. మిగిలిన కంతులు కట్టాల్సినప్పుడు మళ్ళా అప్పులు చేసేటోడు.

నేను యెనిమిదో తరగతి చదవతా వున్నప్పుడు మా నాయనా, అమ్మల అసలు స్వభావాలెట్లాంటివో తెలిసే సంఘటనొకటి జరిగింది.

మా నాయనప్పుడొక పెద్ద చీటీలో చేరి రెండో నెలలోనే పోటీ పడి పాడేసుకున్నాడు. ఆ కంపెనీ డబ్బులు తీసుకోవాలంటే యిద్దరు గవర్మెంట్ వుద్యోగుల దగ్గరనుంచీ స్యూరిటీ తీసుకురావాలని కండీషన్ పెట్టింది. మా నాయన సంగతి తెలిసినవాళ్ళెవరూ స్యూరిటీ యివ్వరు. తన అప్పుల సంగతి తెలియని మనిషి కోసరం మా నాయన గాలించినాడు. అప్పుడాయనకు రామ్మూర్తి అనే బ్యాంకు క్లర్కు దొరికినాడు.

రామ్మూర్తి పుత్తూరు హైస్కూల్లో మా అమ్మకు క్లాస్మేటని మా నాయనెట్లో ఆరాతీసి కనిపెట్టినాడు. మా అమ్మనూ, పదమూడేండ్ల వయసుండే నన్నూ తొడుక్కొని రామ్మూర్తి యింటికి పొయినాడు. పాత క్లాస్మేటయిన మా అమ్మను చూసి, రామ్మూర్తి చానా సంతోషపడినాడు. కాఫీలు తాగినాక, మా నాయన వొచ్చిన పని చెప్పినాడు. మా అమ్మావాళ్ళ నాయనకూ, వాళ్ళ కుటుంబానికీ పుత్తూరులో యెంత మంచి పేరుండాదో తెలిసిన రామ్మూర్తి సందేహించకుండా స్యూరిటీ యిస్తానన్నాడు. అంత బిన్నాగా ఆయనొప్పుకుంటాడని అనుకోని మా నాయన, ఆయన మనసు మారే లోపల సిగ్నేచర్లు చేయించుకోవాలని, నన్నూ, మా అమ్మనూ అక్కడ్నే వుండమని చెప్పి, కాగితాలు యింటినించీ అప్పటికప్పుడే తీసుకొనొస్తానని ఆటోలో పరిగెత్తిపొయినాడు.

ఆయనట్లా వెళ్ళిపొయినాక మా అమ్మ, "రామ్మూర్తీ! సైన్ చేసేముందు దానివల్ల నీకు యిబ్బంది రాకుండా జాగ్రత్తపడు. నేనీ మాట అన్నానని మా వారితో చెప్పద్దు. నువ్వా భార్యాబిడ్డలుండేవాడివి," అని చెప్పింది. రామ్మూర్తి యింట్లోకి పొయినపుడు మా అమ్మ నాతో, "నేనిట్లా ఆ అంకుల్‌తో అన్నానని మీ నాయనకు చెప్పొద్దు," అని హెచ్చరించింది.

మా నాయనా స్యూరిటీ కాగితాలు తెస్తానే రామ్మూర్తి, "అవి యిచ్చేసి వెళ్ళండి. రేపు బ్యాంకులో మా మేనేజర్ పర్మిషన్ తీసుకున్నాక సైన్ చేస్తాను," అన్నాడు.

యింటికి తిరిగిపోయ్యేటప్పుడు మా నాయన, "యీ కొంచేపుటిలో వాడెందుకట్లా ప్లేటు మార్చేసినాడు?" అని మా అమ్మపైకి అనుమానంగా చూసినాడు.

ఆయన లేనప్పుడు మా అమ్మా, రామ్మూర్తీ యేం మాట్లాడుకున్నారని మా నాయన నన్ను గుచ్చి గుచ్చి అడిగినాడు. అంత చిన్న వయసులో మా అమ్మ మాట వినినందుకూ, మాట జారనందుకూ యిప్పటికీ నన్ను నేను మెచ్చుకుంటా వుంటాను.

కొత్త అప్పులు దొరక్కపోయ్యేసరికి మా నాయన పుట్టింటినుంచీ డబ్బులు తీసుకొని రమ్మని మా అమ్మను తరిమినాడు. యింట్లోవాళ్లతో కొట్లాడి పెండ్లిచేసుకున్న మా

అమ్మ ఆ పని చెయ్యలేకపోయింది. యింటిచుట్టూ అప్పులోళ్లు తిరగాటంతో మా నాయన యెక్కడెక్కడ్నో దాంకునేది మొదులుబెట్టినాడు. అట్లా ఆయనొకసారి నెలదాకా అయిపులేకుండా పొయినాడు. వొకనాడు తెల్లవార్తొనే మా అమ్మ నిద్రలేవలేదు. గుండెపోటొచ్చి నిద్రలోనే పొయిందన్నారు. మధ్యానానికంతా మా నాయన కనబడినాడు. సాయంత్రానికంతా మా అమ్మ బూడిదైపోయింది. యిప్పటికీ మా అమ్మది సహజ మరణం గాదని మావాళ్ళు గొణుక్కుంటారు.

మా అమ్మ వెళ్ళిపొయినాక జరిగినవాట్ని యెంత తక్కువగా జ్ఞాపకం చేసుకుంటే అంత మంచిది. అన్ని వ్యసనాలుండాయని తెలిసీ మా నాయనకు రెండో పెండ్లికి అమ్మాయినిస్తామని పోటీబడే బీద కుటుంబాలుంటాయని నాకప్పుడే తెలిసింది. పిన్నిగారనే వ్యక్తి రాగానే మా యింట్లో రెండు పార్టీలు పుట్టినాయి. నన్ను కాపాడేదానికి మా నాయనమ్మకు దినమ్మూ మా పిన్నితో పోట్లాడాల్సిన పనిపడింది. సంసారాన్ని పోషించేదానికని మా నాయన పసిరికల మందు రేటును అయిదింతలు పెంచేసినాడు. మా పిన్నికి వరసగా యిద్దురు కొడుకులు పుట్టినారు. నన్ను కాలేజీలో చేర్పించేదానికి మా నాయనమ్మకు యుద్ధం చేసినంత గొడవ చెయ్యాల్సి వొచ్చింది. నేను తిరుపతిలో పద్మావతీ జూనియర్ కాలేజీలో చదవతా వుండేటప్పుడు మా నాయన గుండెపోటొచ్చి పొయినాడు. మా నాయన పోతానే మా పిన్నికి పెన్షనొచ్చింది. అది చాలకపోవటంతో మా నాయనమ్మ మా పెద్ద తమ్ముడికి పసిరికల మందు చేసే విద్య నేర్పించింది. నేను యెంయేలో చేరిన సంవత్సరంలోనే ముసలితనం జబ్బుతో మా నాయనమ్మ పోయింది. మా వార్డెన్ మేడం యిద్దరు ప్రొఫెసర్ల పిల్లలకు ట్యూషన్లు చెప్పే పని చూపించడంతో కష్టపడి యెంయే చదువును పూర్తిచేసినాను. పరీక్ష ప్రాసైనాక అనంతపురం కాలేజీలో వుద్యోగంలోకి చేరేటంతవరకూ ట్యూషన్లే నన్ను కాపాడినాయి.

యీ వివరాల్లోనుంచీ కొన్ని మాత్రమే నాగరాజుకూ, ఆ తర్వాత కొన్నేళ్ళకు సంగీతకూ చెప్పినాక, "మా నాయన ఆయనకుండే పదెకరాల్లో ఆరు దాకా అమ్మేసిపొయినాడు. మిగిలిన నాలుగులో రెండు నాకు రావాల. అట్నే మా తాత మా అమ్మకు రాసిచ్చిన రెండెకరాల నేలను మా నాయన తాకలేకపొయినాడు. అది గూడా నాకే వస్తాది," అని మాత్రం చెప్పినాను. అది వింటానే నాగరాజు ముఖం యెలెక్ట్రిక్ లైటు మాదిరి వెలిగిపొయింది.

3

సంగీతవాళ్ళింట్లో యేసుక్రీస్తు ఫోటోను చూసినాక గానీ వాళ్ళు క్రిస్టియన్లని నాకు

తెలియలేదు. నాలుగేళ్ల యశ్వంత్ చెయ్యి పట్టుకుని నేనూ, రెండేండ్ల శాలినినెత్తుకుని నాగరాజూ రామ్‌నగర్ మూడోస్ట్రీట్‌లో వుండే సంగీతావాళ్ళ యింటికి పోయినప్పుడు యేసుక్రీస్తు ఫోటోను చూసి నాగరాజు కూడా ముఖం ముడుచుకున్నాడు.

"నేను పుట్టేదానికీ నాలుగేండ్ల ముందు మా డాడీ బాప్టిజం తీసుకున్నాడు. సుభాష్ వాళ్ళ ఫాదర్ కూడా ఫార్వార్డ్ క్యాస్టే! బైబులుపైన నమ్మకం పుట్టి మతం మారినాడంట. అయన పాస్టరైనారు. ఆయన సెర్మన్లకు ఫారిన్లో కూడా భలే పాపులారిటీ," అనింది సంగీత. ఆ మాటలు వినినాకే నాగరాజు కొంచెం వూరడిల్లినాడు.

వుమెన్స్ డెవలప్మెంట్ డిపార్టుమెంటులో డైరెక్టరుగా అనంతపురానికి ట్రాన్స్‌ఫరై వచ్చిన సంగీత మా ప్రిన్సుపాల్ని కలిసేదానికని మా కాలేజీకొచ్చినప్పుడు యాక్సిడెంటల్‌గానే నన్ను చూసింది. తిరుపతి యూనివర్సిటీలో చదివేటప్పుడు మాది హలో అంటే హలో అనే పరిచయం మాత్రమే. అనంతపురం మాకిద్దరికీ కొత్తే కావడంతో ఆ పరిచయానికిప్పుడు రెక్కలు మొలిచినాయి.

కాలేజీలో కలిసిన రెండు వారాల తర్వాత సంగీత వాళ్ళింటికి లంచికి రమ్మంటే వెళ్ళినాము.

"మిమ్మల్ని యూనివర్సిటీలో యెప్పుడూ చూసినట్టు లేదు," అనింది సంగీత నాగరాజుతో.

"క్లాసులు యూనివర్సిటీలో గాకుండా కల్యాణీ డ్యాంలో పెట్టుంటే అక్కడైతే కనబడుండేవాడు," అనినాను నవ్వేస్తా.

"మన అనంతపురం వీధులన్నీ కాలవలైపొయ్యి, వెనిస్ నగరంలో తిరిగినట్టుగా పడవల్లో తిరిగినట్టు రాత్రి భలే కలొచ్చింది," అన్నాడు నాగరాజు కలే నిజమైనంత సంతోషంగా.

"నీళ్ల పోరాట సమితిలో చేరి, కాలవలకూ, ప్రాజెక్టులకూ తిరిగి యీయనకు నీళ్ల పిచ్చి పట్టిపోయింది. పగలూ రాత్రీ అదే ధ్యాస," అని నవ్వబోయినాను.

"మన రాయలసీమ వాళ్లకు నీళ్లు కలలోనైనా వస్తున్నాయని సంతోషిద్దాం. కనకదుర్గమ్మ ముక్కెర మునిగిపోతుందనీ, తిరుమల వేంకటేశ్వరుడి పాదాలదాకా నీళ్లొస్తాయనీ వీరబ్రహ్మాస్వామి కాలజ్ఞానాం చెప్పాడంటారు. అది ఆయన కలై వుండాలి," అని సుభాష్ నాగరాజును మెచ్చుకున్నట్టుగా చూసినాడు.

"తిరుపతిలో చదువుకుంటా వుండేటప్పుడు నాకీ నీళ్ల రాజకీయాలు తెలియవు.

రెండు పదున్ల వాన కురస్తానే కొండపైన్నుంచీ కపిలతీర్థమూ, మాలాడిగుండమూ శిగమొచ్చినట్టుగా దూకతావున్నాయి. వాటి దెగ్గిరికి పోయి కుచ్చుంటే నాకు టైమే తెలిసేది గాదు. నంద్యాలకూ, అనంతపురానికీ, కర్నూలుకూ వొచ్చినాకే నీళ్ల ప్రాబ్లమ్ తెలిసింది. మీ పీడబ్ల్యూడీకూ యిరిగేషన్‌కూ దోస్తీ వుంటాదంటారు. మీ అవసరం మాకు చానా పడతాది," అన్నాడు నాగరాజు సుభాష్‌తో.

మూడేళ్ళ కూతుర్ని వొళ్ళో కూర్చోబెట్టుకుంటా, "దీంట్లో మా డిపార్టుమెంట్ చేసేదేముంటుందిలెండి," అని సుభాష్ దాటేయబొయినాడు.

"పెద్ద పొజిషనుల్లో వుండే మీలాంటోళ్ళు రాయలసీమకు జరగతావుండే అన్యాయాన్ని పట్టించుకోవాల సార్! హంద్రీ నీవా కాలవ తవ్వమని కాటన్‌దొర నూట యాభై యేండ్ల ముందు చెప్పేసి పొయినాడు. దాన్ని యిప్పటికైనా ఆరంభం చేస్తే చాలు. యెన్టీయార్ పుణ్యమా అని గాలేరు నగిరి పని మొదులైయ్యింది. క్రిష్ణా నదిలో వాడుకోకుండా సముద్రంలోకి యిడిసిపెట్టే నలభై టీయెమ్సీల నీళ్ళే గదా మనం రాయలసీమకిమ్మని అడగతావుండాం. ముప్పై మూడు లక్షల మందికి తాగేకి నీళ్లు, ఆరు లక్షల యెకరాలకు సాగునీళ్ళూ యిచ్చే పని యిది. మొత్తం అయిదు నూర్లా అరవై అయిదు కిలోమీటర్లు కాలవ తవ్వితే చాలు. అది పారినంత దూరం రైతులంతా బాగుపడిపోతారు. దానికి యెనిమిది తావుల్లో యెత్తిపోతలు కట్టాలని ఆలస్యం చేస్తా కుచ్చున్నారు. రేపు దానికోసరమని రైతు పోరాట సమితి మీటింగుండాది. కాలేజీకి లీవు పారేసినాను," నాగరాజు చెప్పుకోని పోతానే వుండాడు.

నా కూతురు సంగీత వెనక్కు చేరి, "ఆంటీ జడ యెంత పెద్దదో!" అనింది.

సంగీత దాన్ని వొళ్లోకి తీసుకోని, "నాతో వచ్చావంటే యింత జడ నీకూ వొచ్చేలా దువ్వతాను," అని ముద్దుజేసింది.

"వొక బిడ్డతోనే చాలనుకున్నారా మీరు?" అని అడిగినాడు నాగరాజు. సుభాష్, సంగీతా వొకరినొకరు చూసుకున్నారు.

"కనీసం యిద్దురైనా వుంటే ఆడుకుంటారు. మా యశ్వంత్ శాలిని కంటే రెండేండ్లు పెద్ద. కానీ శాలిని వాడ్ని చావగొడితింది. వాడు కిముక్కుమనడు. అదే పక్కింటి పిల్లోల్లెవురైనా దాన్ని గిచ్చినా వాళ్ళను వెయ్యి దెబ్బలు కొట్టేదాకా నిద్రపోదు," అనినాడు నాగరాజు ముదిగారంగా.

అప్పుడు మౌనంగా వుండిపోయింది గానీ, డైనింగ్ టేబులు దెగ్గిర ఆమె డిష్‌లను సర్దుతా వుండేటప్పుడు, నేను వెళ్లి పక్కనే నిలబడినప్పుడు, "దీనికంటే పెద్దవాడు, నా

కొడుకు, మదనపల్లె రిషివాలీ స్కూల్లో చదువుతున్నాడు వసుంధరా!" అని చెప్పింది.

అందరమూ డైనింగ్ టేబులు దగ్గర కూర్చున్నాక, "మీరు పోర్క్ తింటారు గదా?" అని అడిగింది సంగీత.

"అడివిదయితే వోకేనే. మా వూరి రాజులకిప్పుటికీ వేట పిచ్చి పోలేదు. అప్పుడప్పుడూ అడివికి పొయ్యి అడివిపందిని కొట్టుకొచ్చేటోళ్లు. అప్పుడు వూరికంతా విందే!" అన్నాను వుత్సాహంగా.

"పోర్కు నేనెప్పుడూ తినలేదు. యేటమాంసం తప్ప చికెనయినా నాకిష్టముండదు," అంటా నాగరాజు నా పక్కకు అదోమాదిరి చూసినాడు.

"మేము రాజంపేటలో వుండేటప్పుడు యెప్పుడో గానీ పోర్క్ మాకు దొరికేది గాదు. చెన్నయిలో వుండేటప్పుడయితే అది దొరికే చోట్లన్నీ తెలుసుకొని తీసుకొచ్చేవారు మా డాడీ," అనింది సంగీత.

"మా ఫాదర్ వేలూరు చెర్చిలో పాస్టర్. ఆయనకు పోర్క్ అయినా, బీఫ్ అయినా యేది కావాలన్నా తెచ్చిచ్చేవాళ్ళుండేవాళ్లు," అని గుర్తుచేసుకున్నాడు సుభాష్.

ఆ రోజు నాగరాజు సరిగ్గా భోజనం చేయలేదని నేను గమనించినాను. పోర్క్ తినటాన్ని భరించినాడు గానీ, బీఫ్ అయ్యుంటే ఆ రోజు చానా గొడవే చేసుండేటోడు. యెద్దయినా, ఆవయినా రెండూ పూజ చేయాల్సినవే గానీ, వాటి మాంసం తినడం పాపమేగదా!

భోజనాలయ్యాక, "మీరు గూడా యీ వూరికే ట్రాన్స్‌ఫర్ చేసుకోరాదా నాగరాజు గారూ! స్పౌస్ వర్కింగ్ ప్లేస్ అనే రూలుంది గదా?" అని అడిగినాడు సుభాష్.

"ఆయన చేసుకోడు సంగీతా! చేయించుకుంటే నేనే చేయించుకోవాల. కర్నూలు తప్ప యింకే వూరయినా నీళ్ళల్లోనుంచీ బయటపడిన చేపే అయిపోతాడు. యిప్పుడు వుద్యోగం చేసేది యెమ్మిగనూరైనా వుండేదెప్పుడూ కర్నూలులోనే," అనినాను.

"రాయలసీమలో కర్నూలంత మంచి వూరింకొకటి చూపించండి చూద్దాం," అని నాగరాజు ఆనందంగా నవ్వేసినాడు. "అసలు కర్నూలు రాయలసీమలో వుండాల్సింది గాదనిపిస్తాది. వూరికి మొలతాడు మాదిరిగా కేసీ కెనాల్ పారతాది కాటన్ దొర పుణ్యమా అని. అక్కడ్నించీ కిలోమీటరు దూరం పోతే చాలు, హంద్రీ నదొచ్చేస్తాది. వానలొచ్చినప్పుడు దాన్ని పట్టలేం. వుస్మానియా కాలేజీ దెగ్గిర గుమ్మజ్‌ల ముందర నిలబడి నిండా నీళ్లు పారతా వుండేటప్పుడు హంద్రీని చూసినారా యెప్పుడైనా? వెయ్యి కెమెరాలైనా ఆ అందాన్ని పట్టలేవు. యింక వూరికి వుత్తరంగా బార్డర్ మాదిరి పారే

తుంగభద్ర సంగతి చెప్పేదానికలివి లేదు. యెండాకాలంలో గూడా సన్నపాయగానైనా దాంట్లో నీళ్లుంటాయి. ఆత్మకూరు దెగ్గిర సంగమేశ్వరముండాది. అక్కడయితే క్రిష్ణానదిలో యేడు నదులు కలిస్తాయి. అక్కడుండే గుడి వానాకాలంలో నీళ్ళల్లో మునిగేపోతింది. యింకొంచెం పైకి పోతే శ్రీశైలం ప్రాజెక్టు. అక్కడ రెండు కొండల నడమ సముద్రం మాదిరి నిలిచే నీళ్లను చూసేకి రెండు కండ్లూ సాలవు."

"అవునవును. అక్కడింకేమీ కనబడదు. పోలీసులు కూడా," అంటా అడ్డుతగిలినాను.

"పోలీసులా? వాళ్ళెందుకొచ్చారక్కడికి?" అని అడిగింది సంగీత.

"లాస్టియర్ జూలైలో నీటి పోరాట సమితి మెంబర్లమంతా నిప్పులవాగు నించీ నల్లమల అడవుల దాకా పాదయాత్ర చేసొచ్చినాము లెండి. అడవుల దెగ్గిర పోలీసులు మమ్మల్ని అటకాయించినారు. అదంతా రెడ్ కారిడార్. అంటే నగ్జలైట్లు తిరిగే తావు. మేము నగ్జలైట్లు కామనీ నీటి పోరాట సమితోళ్ళమనీ వాళ్లకు చెప్పి వొప్పించే దానికి మా తలప్రాణం తోకకొచ్చింది. అన్నలకు మేమంటే గౌరవమే! నడిమధ్యలో పోలీసులదే జబర్దస్తీ. అప్పటినించీ ఆ పక్కకు పొయ్యేటప్పుడు కేర్‌ఫుల్‌గానే వుంటాము," అన్నాడు నాగరాజు.

సరిగ్గా సంగీతావాళ్ళ యింటికి లంచికి వెళ్లొచ్చిన రెండు వారాల తర్వాత, జీవితంలో మర్చిపోలేని చిత్రమొకటి అనంతపురంలో జరిగింది.

4

నాగరాజు లేనప్పుడు అలా జరిగిందని అప్పుడు నేను చానా బాధపడినాను. అయితే యింకో పదమూడేళ్లయినాక కర్నూలులో అట్లాంటిదే జరిగినప్పుడు నాగరాజంతగా సంతోషపడలేకపోయినాడు.

ఆరోజు ఆదివారం. తెల్లార్తోనే సంగీతనించీ ఫోనొచ్చింది.

"యిది అనంతపురమేనా అని డౌటొస్తావుంది. యిదేం పిచ్చి వాన! మొన్న రాత్రినుంచీ కురస్తానేవుంది వసుంధరా! యింత పెద్ద వాననెప్పుడూ చూళ్ళేదు. వీకెండ్లో నాగరాజు రాలేదా?" అని అడిగింది సంగీత.

"యీ వారం రాలేనన్నాడు. కర్నూలులో యీ వాన పడతా వుండాదో లేదో తెలియదు. ఫోన్ గూడా చెయ్యలేదు," అన్నాను.

"బుక్కరాయసముద్రం చెరువు నిండిపోయిందట. పండమేరు పొంగి రోడ్డుపైకి

అరకిలోమీటరు దాకా వచ్చేసిందట. చెరువుకట్ట తెగిపోతుందేమోనని జనం భయపడుతున్నారట," అనింది సంగీత భయంతో వణకతా.

"అంబేద్కర్‌నగర్‌లో యిండ్లు కొన్ని నాని కూలిపోయినాయంట. రాణినగరయితే చెరువైపొయ్యిందంట. యూనివర్సిటీ నించీ నీళ్లు రోడ్డుపైకొచ్చి పారతా వుండాయంట. వూర్లోకి అన్ని పక్కలనించీ బస్సులు రావటం బందయిపొయ్యిందంట. టీవీ టవర్ నీళ్ళల్లో యీత గొడతా వుండేటట్లుండాదంట. స్టాలిన్ నగరూ, ఫాదర్ ఫెర్రర్ బిల్డింగులూ, అన్నీ నీళ్ళమయమైపొయినాయంట. పండమేరులో స్కూటరోళ్ళిద్దరు మునిగిపోయినారంట. యిది అనంతపురమేనా అని డౌటొస్తా వుండాది. మూడు దినాలయింది కుంభవృష్టి పట్టుకోని. వూరు వూరంతా మునిగిపోయ్యేదాకా యీ వాన తెరపిచ్చేటట్టు లేదు," అని నేను కూడా నాకు తెలిసిన సమాచారమంతా భయపడతానే చెప్పినాను.

"మన రాంనగర్ మిట్టపైనుండాది గాబట్టి తప్పించుకున్నాం. యీ వర్షం యిట్లాగే యింకో మూడు రోజులు కురిస్తే మన యిళ్ళలోకీ నీళ్ళొచ్చేస్తాయి. నిన్నటినుంచీ కరెంటు లేదు. యీ టెలిఫోన్ లైన్లెప్పుడు తెగిపోతాయి చెప్పలేం," అని సంగీత వాపోయింది.

"యీ వూర్లో వానలెక్కడ పడతాయిలే అని బీదోళ్లు చానామంది వొంక గట్టుపైన్నే యిండ్లుగట్టుకున్నారు. కాలవల్లో గూడా యిండ్లేసుకున్నారు. వాననీళ్లు ఆ యిండ్లను ముంచకుండా యెట్లుంటాయి? బుక్కరాయసముద్రం లాకుల్ని తెరిచి యెన్నో సమత్సరాలయిపోయిందంట. చెరువుకు గండిపడితే కాలనీలకు కాలనీలే కొట్టుకొనిపోతాయి. ఆ పక్క వూర్లో వీధులన్నీ కాల్వలైపోయినాయంట. కూలిన యిండ్లకిందే జనం తలదాచుకుని వణకతా వుండారు," అన్నాను నీరసంగా.

వాన పడతానే వుండాది. ఆకాశం మూసుకొనిపొయ్యింది. యిండ్లలోనించీ కాళ్ళు బయటపెట్టే వీలులేకుండా పొయింది. ప్రళయమంటే యిదేనేమో అని బెదిరిపోయినాం.

వానలు నాలుగు దినాలయినాక గానీ తగ్గలేదు. అయిదో దినానికి గానీ తెరపియ్యలేదు. ఆ మరసటి దినం కొంచెంగా యెండ కూడా వొచ్చింది. వారమయినాకే బస్సులు రోడ్డెక్కినాయి. పదిరోజులైనాక గానీ నాగరాజు అనంతపురానికి రాలేకపోయినాడు.

అప్పుటికి బీదోళ్ళ కాలనీల్లో యిండ్లు లెక్కలేనన్ని కూలిపోయినాయన్నారు. ఆరుమంది ముసిలోళ్లు నిగుడుకొని చనిపోయినారన్నారు. పండమేరు నూర్లు నూర్లుగా గొర్రెల్నీ, మేకల్నీ యాభై దాకా బర్రెల్నీ లాక్కొనిపోయిందన్నారు. ముగ్గురు స్కూటర్లతో సహా కొట్టుకొనిపొయినారంట.

నాగరాజొచ్చేటప్పుటికి పండమేరు బుద్ధిమంతురాలి మాదిరిగా బ్రిడ్జీ కింద

ముడుచుకొని పారతావుంది. బుక్కరాయసముద్రం నంగనాచి మాదిరిగా ప్రశాంతంగా వుంది.

"యే కొందురు అదృష్టవంతులకో మహా అంటే బతుకులో వొక తూరి మాత్రమే అనంతపురంలో అంత వాన కురిసేది చూసే అదృష్టం దక్కతాది. నాకా ప్రాప్తం లేకుండా పోయింది," అని నాగరాజు దిగులుగా అంటా వుంటే నిర్ఘాంతపోయి చూస్తా వుండిపోయినాను.

అది జరిగి నెల దినాలయినాక బజారుకొచ్చిన సంగీత అట్నే మా యింటికొచ్చింది.

"నాగరాజు మార్కాపురం పోయినాడు. ఆత్మకూరునించీ వాళ్ళ నాయన రాసిన జాబు యీ పొద్దే వొచ్చింది," అని చెప్పినాను.

"ఆ రెండింటికీ మధ్యలో సంబంధమేమైనా వుందా?" అని అడిగింది సంగీత.

"మొదుటిదేమో కట్టు యీప్పేదానికి. రెండోది కట్టు యిప్పుకున్నందు వల్ల," అన్నాను. "అదంతా నాగరాజు భాష. కట్టుకట్టేదంటే మంత్రమేసేదని అర్థం. యింగ్లీషులో బ్లాక్ మ్యాజిక్ అంటారు చూడు, అట్లాంటిదే యిది. యీ కట్టుకట్టేదాంట్లో మార్కాపురంలో వుండే నాగరాజు పెద్దమామకు రెండు జిల్లాల్లో పెద్ద పేరు. అమావాస్యనాడు ఆయన యింటిముందర జనం క్యూలో నిలబడతారు. ఆరు నెలలుగా తెలుగుగంగ ప్రాజెక్టు మూతబడింది. నీళ్ల పోరాట సమితోళ్లు సెక్రటేరియట్కూ, యిరిగేషన్ మినిష్టర్ దెగ్గిరికీ తిరిగీ తిరిగీ అలిసిపోయినారు. దానికెవురైనా కట్టు గట్టినారేమో అని నాగరాజుకనుమానం. వాళ్ళ మామకు చెప్పి అంజనమేసి తెలుసుకోవాలని పోయినాడు."

"చిన్న చిన్న పనులు చేయాలంటేనే గవర్నమెంటుకు సంవత్సరాలు పడుతూ వుంటుంది. అంత పెద్దదైన తెలుగుగంగ ప్రాజెక్టుకు అడ్డంకులు రాకపోతేనే ఆశ్చర్యపడాలి. అడవులు నరకాలి. సొరంగాలు తవ్వాలి. కూలీలు దొరకాలి. ఫండింగ్ రెగ్యులర్గా రావాలి. బడ్జెట్ సరిపోదు. కావాలని అడ్డమొచ్చేవాళ్ళుంటారు. యివంతా సాధారణంగా వచ్చే అడ్డంకులే, యిబ్బందులే గదా వసుంధరా! యిట్లాంటి వాటికి మంత్రాలూ, తంత్రాలూ అవసరమా? యిట్లాంటి వాటిని నాగరాజు లాంటి చదువుకున్నవాడు నమ్మడమా?" అని సంగీత అదోరకంగా చూసింది.

"నాగరాజుకు యిలాంటి నమ్మకాలు చానానే వుండాయని పెళ్లయినాకే తెలిసింది నాకు. వొకతూరి వొక పెద్దాయన యింటికొచ్చి రేపు ముహూర్తం బాగుండాది రమ్మని నాగరాజుతో చెప్పినాడు. మరసటి దినం తెల్లవారితో యింటికి జీబొచ్చినపుడు వస్తావా అని నన్ను పిలిచినాడు. ముహూర్తమనినాడు గదా, పెండ్లేమోలే అని నేనూ

బయల్దేరినాను. అయితే ఆ జీబు పోయి పోయి పెద్ద బీడులో ఆగింది. దిగతానే నాగరాజు అరచెయ్యి యెడముండే చిన్న రాయిని కడిగి, దానికి కుంకుమబొట్లు పెట్టి, పూలు పెట్టి, ముందరొక టెంకాయ కొట్టినాడు. పక్కన చిన్న యాపచెట్లోనించీ యింగ్లీషు అక్షరం 'వై' ఆకారంలో వుండే చిన్న తమర కొమ్మను యించుకుని, దాన్ని చేత్తో పట్టుకొని బీడంతా తిరిగినాడు. ముఖం పైన పెద్ద బొట్టు పెట్టుకొని, మంత్రాలు గొణగతా బీడులో నడస్తావుండే ఆ నాగరాజు నాకు తెలిసిన మనిషి కాదనిపించింది. తిరిగీ, తిరిగీ, వొకచోట ఆగి, "యిక్కడ... యిక్కడ్నే..." అన్నాడు. వాళ్ళాతావులో గెడ్డపారతో రెండడుగులు తవ్వినారు. జీపెక్కినాక అక్కడేం జరిగిందని నాగరాజును అడిగినాను. 'నీకింకా తెలియలేదా? నీళ్లు పడే పాయింట్ చూపించాను వాళ్లకు,' అన్నాడు. 'నీళ్ళుండే తావులో నా చేతిలో వుండే కొమ్మ తిరగబడితింది. యీ విద్య నాకు మా తాతనించీ వొచ్చింది. మా వంశంలో తరం విడిచి తరంలో పెద్దకొడుక్కిదొస్తావుంది. నేను పాయింట్ పెడితే యింక తిరుగుండదు,' అన్నాడు నాగరాజు. తర్వాత ఆ తావులో నీళ్లు పడినాయో లేదో నాకు తెలియదు గానీ, అప్పుడప్పుడూ కొందురొచ్చి పాయింట్ పెట్టిమ్మని ఆయన్ని తొడుక్కొని పోతానే వుంటారు. దీన్ని బ్లాక్ జియాలజీ అని అనుకోవాల," అని నవ్వేసినాను.

అంతా వినినాక, "కట్టు విప్పేదనే ఆ రెండో సంగతేమిటి?" అని అడిగింది సంగీత.

"మా పెండ్లయినప్పటినించీ నాగరాజుకూ, వాళ్ళ పేరెంట్సుకూ సరైన సంబంధాలు లేవు. యెవురో కట్టుగట్టి వాళ్లకూ, ఆయనకూ కానీయకుండా చేసినారని ఆయన అనుమానం. గడువు దాటినాకే దాని బలం తగ్గితిందంట. అప్పుడు వాళ్ళే వెతుక్కుంటా వస్తారని నాగరాజు అంటానే వుండాడు. యిప్పుడా జాబు వచ్చిందీ అంటే కట్టు విప్పుకునుంటాదని నమ్మతా వుండాడు. ఆ కట్టేదో వాళ్ళ తమ్ముడే కట్టించి వుంటాడనీ, వాళ్ళమ్మ పేరుతో మార్కాపురంలో వుండే రెండెకరాల నేలను ఆయన కొట్టేయాలనుకుంటా వుండాడనీ నాగరాజు అంటాడు," అని చెప్పినాను.

నీటి పోరాట సమితి వాళ్ళ మీటింగుల్ని పేపర్లన్నీ కవర్ జేసినప్పుడు "నాగరాజేమైనా యెలక్షన్లలో నిలబడి యెమ్మెల్యే కావాలనుకుంటా వుండాడా?" అని అడిగింది సంగీత.

"నేనూ అదే ప్రశ్న అడిగినానొకసారి. నేనేమైనా రెడ్డా, నాయుడా, లేకపోతే యెస్సీనా నాకెవురు టికెట్టిస్తారు, అన్నాడు. పవరుపైన యిష్టం లేదంటాడు. రాయలసీమకు న్యాయంగా రావాల్సిన నీళ్ళ కోసరం పోరాటం చేస్తావుండానంటాడు. గాలేరు, నగిరి కాలవ ప్రపోజల్ పేపరుపైన్నే వుందనీ, గండికోట దెగ్గిర పెన్నకు కట్టగట్టి రిజర్వాయర్ యేర్పాటు చేసేపని యెవురికీ కాబట్టడం లేదనీ, పెన్నహోబిలం రిజర్వాయర్ శంఖుస్థాపన ఫలకం యెగతాళి చేస్తావుందనీ, క్రిష్ణనూ పెన్ననూ కలిపి చిత్తూరుకు నీళ్ళు పంపించే ధ్యాసే

యెవురికీ లేదనీ, అన్నం పెట్టే రైతుల్ని అన్యాయం చేస్తావుండారనీ, యిట్లా చెయ్యాల్సిన పనులు చానా వుండాయనీ అంగలారస్తాడు," అని నాకు గుర్తుండేదంతా చెప్పినాను.

"అందరూ వెనకే వుంటే పిల్లి మెడలో గంట గట్టేవాళ్లు యెవరు వసుంధరా! నాగరాజు లాంటివాళ్ళు కొందరైనా వున్నందుకు మనం సంతోషించాలి," అని సంగీత మెచ్చుకునింది.

సంగీతావాళ్ళు అనంతపూర్‌లో వుండేటప్పుడు హర్షా అనే ఆమె కొడుకు వొకసారి మాత్రమే వచ్చినాడు. ఆరో యేడో చదవతావుండే మనవడిని తొడుక్కోని సంగీత పేరంట్సిద్దరూ వచ్చినారప్పుడు. నేను బజారునించీ యింటికొస్తా దోవలో వాళ్ళింటికి పోయినాను.

హర్షా వాళ్ళమ్మ కొంగు పట్టుకొనే తిరగతా వుండాడు. ఆమె కూతురు వాళ్ల అమ్మమ్మ వొళ్ళోనించీ దిగడం లేదు.

"వీడికి నేనూ, దానికి మా అమ్మా యెప్పుడో గానీ దొరకం. వీడు నా దగ్గరొక రెండు రోజులుండడం నాకెప్పుడో అరుదుగా దొరికే లగ్జరీ," అనింది సంగీత బాధతో వొణికే గొంతుతో.

యెర్రగా పసిమిరంగుతో వయసుతో బాటూ బాగా వొంగిపోయినా సంగీతా వాళ్ళమ్మ, "నా కూతురుకీ నీ మాదిరిగా లెక్చరరుద్యోగం వొచ్చివుంటే బాగున్నమ్మా! యీ తీరికలేని వుద్యోగంతో అది యేగలేకపోతా వుండాది," అని వాపోయింది.

చామన ఛాయతో పొడుగ్గా యెదురుకట్టె మాదిరుండే సంగీత ఫాదర్, "మా అల్లుడు కడప క్యాంపునించీ వస్తానే మేము యెల్లిపోవాలమ్మా! మా హర్షాకు స్కూలు తెరిచేస్తారు," అనినాడు.

వంటింట్లో వాళ్ళమ్మకేదో హెల్ప్ చేయబోయిన హర్షా వేలు కోసుకున్నాడు. వాని చేతిలో రక్తం చూస్తానే సంగీత వొణికిపోయింది. వేలికి తడిగుడ్డ చుట్టి ఆస్పత్రికి బయల్దేరేసింది. ఆటోలో వాళ్ళిద్దరితో బాటూ నేనూ, శాలినీ గూడా ఆస్పత్రికి పోయినాము.

డాక్టరొక బ్యాండెయిడ్ చుట్టి, చిన్న యింజెక్షన్ పొడిచి, "పిల్లవాడు గదా! త్వరగా మానిపోతుందిలే," అన్నాడు.

ఆస్పత్రి నించీ నేను మా యింటి వైపుకెళ్లే ఆటో యెక్కినాను. మా ఆటో కదలతా వుండంగా, "థ్యాంక్యూ ఆంటీ," అన్నాడు వాడు. అదే నాతో హర్షా మాట్లాడిన మొదటి మాట.

వాళ్ళమ్మ అలా చెప్పమని వాడితో చెప్పినట్టు లేదు. బహుశా అది రిషివాలీ స్కూలు ట్రెయినింగ్ అయివుంటాదనుకున్నాను. అట్లా నొప్పిని భరిస్తూనే చిరునవ్వు నవ్వుతూ థ్యాంక్యూ చెప్పిన హర్షా రూపం నాకు చానా దినాలపాటూ గుర్తునింది.

5

నాగరాజుకెంతో యిష్టమైన కర్నూలు టౌన్ పేరు వున్నట్టుండి వొకనాడు రాష్ట్రమూ, దేశమంతా మోగిపొయింది. అప్పటికి నేను ట్రాన్స్ఫరుపైన కర్నూలు కేవీఆర్ కాలేజీలో పనిచేస్తా వుండాను. నాగరాజు కర్నూలు జూనియర్ కాలేజీలోకి ట్రాన్స్ఫరైనాడు.

మూడేళ్ళ స్టే అయినాక సంగీతా, సుభాష్ కూడా అప్పుడు చిత్తూరుకు ట్రాన్స్ఫరై వెళ్ళిపోయినారు. అప్పటికి మొబైల్ఫోన్లు వచ్చేసినాయి. సంగీత అప్పుడప్పుడూ పలకరిస్తానే వుంది.

ఆ అక్టోబర్ నెలలో అప్పుడున్న ముఖ్యమంత్రి హెలీకాప్టర్ ప్రమాదంలో కాలమైపోయిన నెల తర్వాత, “యెలా వున్నారు వసుంధరా! కర్నూలులో వరదలని టీవీలో చూసినానిప్పుడే,” అని కంగారుగా ఫోన్ చేసింది సంగీత.

“యేం చేయాల్నో పాలుపోవటం లేదు. వానలు వరదలు తగ్గేదెప్పుడో తెలియటం లేదు. కర్నూలు వీధులు కాల్వలై, పడవల్లో తిరగాలనే నాగరాజు కోరిక మాత్రం యిట్లా తీరింది. పుట్టెక్కి కొండారెడ్డి బురుజుకు పోయి నీళ్ల పోరాట సమితి మెంబర్లతో కూర్చోని మీటింగు పెట్టుకోనుండాడు. కాలవలూ, నీళ్ళూ కావాలని గాదు. వూర్లోనించీ నీళ్లను యెట్లా బయిటికి తోలాలని చర్చలు చేస్తావుండాడు,” అని చెప్పినాను దిగులుగా.

“కర్నూలులో వరదలేమిటి వసుంధరా? యిదేం ఘోరం?” అని సంగీత బాధపడింది.

“సరిగ్గా పద్మూడేండ్ల ముందు అనంతపురంలో పడిన అవస్థ గుర్తుండాదా సంగీతా! వాతావరణంలో పెద్ద పెద్ద మార్పులొచ్చి బలంగా వర్షపాతాలేర్పడే తావుల్లో వున్నట్లుండి ఆ మాదిరిగా పెద్ద యెత్తున యిరవై ముప్పయ్ పదున్ల వాన పడిపోతిందని అప్పుడు పేపర్లలో రాసినారు. యిప్పుడీ కర్నూలులో వొచ్చిన వరదలట్లాంటివి గావు. యీ వూరిగుండా తుంగభద్రా, హంద్రీ, వక్కిలేరూ, పారతాయి. అవి మూడూ కలిసి వూరిని ముంచేసినాయి. కరెంటు పొయింది. మున్సిపాలిటీ వాళ్ళూ, కలెక్టరూ చేతులెత్తేసినారు,” మాట్లాడతా వుండంగానే నా మొబైల్ ఫోన్ చార్జీ అయిపొయింది.

మూడు రోజులట్లా కుంభవృష్టి కురిసినాక, నాలుగో రోజున వాన తగ్గుముఖం పట్టినాక, దిగవతట్టు యిండ్లనించీ నీళ్లు యెనిమిది దినాల తర్వాత బయటికి పొయినాక,

కరెంటు దీపాలు వెలిగిన అరగంటకంతా సంగీతనించీ ఫోన్ వొచ్చింది.

"పది రోజులుగా రోజూ ట్రై చేస్తా వున్నాను. యిప్పటికి పలికింది నీ ఫోన్. పిల్లలెలాగున్నారు? నాగరాజేం చేస్తున్నాడు?" అని అడిగిందామె గాబరాపడతా.

"పెద్ద గండం నించీ బయటపడినాము సంగీతా!" అని పెద్దగా నిట్టూర్చినాను. "నీళ్లు ఫస్టు ఫ్లోరు పై దాకా వొచ్చేసినాయి. హంద్రీ పక్కనుండే కాలవలనంతా ముంచేసింది. తుంగభద్ర సముద్రమైపోయింది. వూర్లో మునగని వీధి లేదు. కొన్ని చోట్లలో రెండంతస్తుల యిండ్లు కూడా మునిగిపొయినాయి. రెండు దినాలముందు బోరింగునెంత కొట్టినా నీళ్లురాని తావులో యిట్లా జరిగితిందని యెవురు కలగంటారు? యిళ్ళల్లో వుండే తిండిగింజలు గూడా మునిగిపొయినాయి. కరెంటు షార్టు అవతాదని లైన్ కట్ చేసినారు. రెండో అంతస్థుపైన రేకుల షెడ్డు కింద బిడ్డలిద్దరునీ పట్టుకోని, ముడుచుకొని కూర్చున్నాను. రెండు దినాలు యిండ్ల కప్పులపైనా, రైల్వేస్టేషన్లో, స్కూళ్ళా, మసీదులో, చెర్చిల్లో చేరినోళ్లు తిండిలేక నకనకలాడినారు. ముసిలోళ్ళూ, బాలింతలూ, కన్నగసాట్లూ పడినారు. పుట్టిల్లో పొయి నాగరాజు రెండుసార్లు అన్నం పాకెట్లూ, నీళ్ళూ తెచ్చినాడు."

యింతలో సంగీత దెగ్గరినించీ ఫోన్ తీసుకోని సుభాష్ "నాగరాజుగారున్నారా యింట్లో?" అని అడిగినాడు.

సుభాష్ పలకరిస్తానే నాగరాజు తుపాను మాదిరిగా జరిగినదంతా కుమ్మరించేసినాడు. "యీ వాన ఆరంభమయ్యేటప్పుటికే శ్రీశైలం ప్రాజెక్టు నిండు కుండ మాదిరుండాది సార్. దాంతో వాన నీళ్లన్నీ బ్యాక్‌వాటర్‌గా కర్నూలు దాకా వచ్చేసినాయి. నీళ్లు శ్రీశైలంలో డ్యాం పైనించీ పారినాయి. బయిటికి పోతావుండే నీళ్లకంటే లోపలికొస్తావుండే నీళ్ళే జాస్తీ అవటంతో డ్యాం నీళ్లమట్టం పైపైకి పోతానే వుండింది. డ్యాం లెవలు 885 అడుగులు. అక్కడికి నీళ్ళమట్టం తగ్గితే గానీ వరదల్ని తట్టుకోలేం. సెప్టెంబర్ 30 తేదీనాడు 1378 మిల్లీమీటర్ల వాన కురిసింది. అక్టోబరొకటో తేదీనాడు 1885 మిల్లీమీటర్లు, రెండో తేదీనాడు 1086 మిల్లీమీటర్లు కురిసింది. రెండో తేదీ నాడయితే మూడు గంటల్లో వొకసారిగా 300 మిల్లీమీటర్లు కురిసేసింది కర్నూల్లో. హంద్రీ కెపాసిటీ 50వేల క్యూసెక్కులైతే దాంట్లోకి రెండు లక్షల క్యూసెక్కుల నీళ్లొచ్చిపడినాయి. తుంగభద్ర కెపాసిటీ నాలుగు లక్షలైతే తొమ్మిది లక్షల క్యూసెక్కులొచ్చేసినాయి. పైనుండే చెరువులు తెగిపొయినాయి. సుంకేసుల డ్యాం పగిలిపొయింది. 250 లక్షల క్యూసెక్కుల్ని బరాయించిందంటే శ్రీశైలం డ్యామును మెచ్చుకోవాల."

వరదలు తీసేసినాక వూరంతా కుళ్లు కంపు గొడతావునింది. యిండ్లూ వీధులూ రొచ్చు రొచ్చుయిపొయినాయి. తడిసి మగ్గిపొయిన బియ్యమూ, బేడలూ, పండ్లూ, కూరగాయలూ,

కుళ్ళిపొయినాయి. చెత్తా, బురదా తీసేసేదానికి సరిపొయినందురు కూలోళ్లు లేరు. లక్షల టన్నుల బురద తీయాలంటే వేలల్లో ట్రాక్టర్లూ, మనుషులూ కావాల. మలేరియా రాకుండా వుండాలంటే అయిదు నూర్ల టన్నుల బ్లీచింగ్ పౌడరు చల్లాలని చెప్తావుండారు. తాగేనీళ్ళు దొరికేది కష్టంగా వుంది. వూరు వూరంతా టాయిలెట్లుగా, కక్కుసులుగా మారిపోతిందేమో అని భయంగా వుంది. యింటికి కొత్తగా సామాన్లూ, ఫర్నీచరూ, అందరికీ బట్టలూ కొనాల్సొచ్చింది.

యింకో రెండేళ్లయినాక రాష్టంలో ప్రత్యేక తెలంగాణా వుద్యమం రగులుకున్నాక, నాగరాజును రాజకీయ తుపాను వూపేసింది. తెలంగాణా బార్డర్‌కు యిరవై కిలోమీటర్ల దూరంలోవుండే కర్నూలుకు తెలంగాణా అలలు పెద్దగా తగిలినాయి. వూర్లో రకరకాల ముఠాలు తయారైనాయి.

"నాగరాజిప్పుడేగ్రూపులో వుండాడు వసుంధరా?" అని అడిగింది సంగీత ఫోన్‌లో.

"అందురు కాలేజీ లెక్చరర్లతో బాటూ విశాలాంధ్రే కావాలని నిరాహారదీక్షలు చేస్తావుండాడు. కానీ కొందురు ప్రత్యేక రాయలసీమ అనీ, యింకొందురు కర్నూలును తెలంగాణలో కలపమనీ చేస్తావుండారు. క్రిష్ణా నీళ్లు తెలంగాణ నించే ఆంధ్రాలోకొస్తాయి. ప్రత్యేక రాష్ట్రం వొచ్చి తెలంగాణా వాళ్ళు పైన డాములు గట్టేస్తే, యింక మన పనయినట్టే. యాభైయేండ్లుగా రాష్ట్రం పెట్టుబడులంతా హైదరాబాదు చేరినాయి. చదువు రాని బీదోళ్లు గూడా హైదరాబాదునొదిలేది లేదని పట్టుబట్టుండారు," అని చెప్పినాను.

అయితే నాగరాజు ఆ గ్రూపులో కొన్ని దినాలే వుంటాడని నాకప్పుడు తెలియదు. పది దినాల తరవాత సంగీత ఫోన్ చేసేటప్పటికి నాగరాజు పార్టీ మార్చేసుండాడు.

"ఆ మధ్యలో యేలూర్లో జరిగిన రైతుల మహాసభకు రాయలసీమ నించీ యెవుర్నీ పిలవలేదని కర్నూలులో పెద్ద ప్రొటెస్టు జరిగింది. ట్రాఫిక్ జామ్మయిపొయ్యేటంత ప్రొసెషన్ జరిగింది. తుంగభద్రా డ్యాం నించీ మనకు రావాల్సిన నీళ్లను వదలాటం లేదు. ప్రాజెక్టుల దెగ్గిర పూడికలు తీయటం లేదు. పైనుండే డ్యాంల యెత్తుల్ని పెంచేస్తా వుండారు. శ్రీశైలం ప్రాజెక్టునించీ మనకు రావాల్సిన వాటా రానీకుండా, కృష్ణా డెల్టాకు లాగేస్తా వుండారు. కొందురేమో రాయలసీమనూ తెలంగాణానూ కలిపి రాయల తెలంగాణా కావాలని అడగతా వుండారు. రాయాలసీమంటే బళ్లారీ, హొస్పెటా కూడా కలపాలని యింకొందురు వాదిస్తావుండారు. నాగరాజీ కడపటి గ్రూపులోకి చేరినాడిప్పుడు," అని చెప్పినాను.

అంతా వుండేది వొకే దేశంలో అయినప్పుడు వొక ప్రాంతాన్ని యెన్ని రాష్ట్రాలుగా డివిజన్ చేసినా ప్రమాదమేముండాది? అందరికీ వొకే సెంట్రల్ గవర్మెంటుడేటప్పుడు,

అది అన్ని రాష్ట్రాల్నీ సమానంగా చూడాల గదా! కాన్‌స్టిట్యూషన్‌లో రాసిందేంది? యిప్పుడు జరగతా వుండేదేంది? నాకయితే యీ పొలిటికల్ అజిటేషన్లు అర్థం గాకుండా అయోమయంగా వుండాయి.

కానీ చివరికి జరగాల్సిందేందో జరిగిపోయింది.

హైదరాబాదుతో బాటూ తెలంగాణా ప్రత్యేక రాష్ట్రమైపోయింది.

తెలంగాణా వచ్చేసినాక నాగరాజుకు కొత్త సమస్యలేవీ వుండవని అనుకున్నాను. అయితే ఆంధ్రప్రదేశ్ రాజధాని అనే పేరుతో కొత్త గొడవ తయారయ్యింది. పుట్టక ముందునించీ నాగరాజుతో ఆడుకుంటా వుండే రాష్ట్రాలూ, జిల్లాలూ అప్పుడు యింకో కొత్త మలుపు తిరిగినాయి.

"హైదరాబాదు పోతే పొయ్యింది. యిప్పుడు మన ఆంధ్రప్రదేశ్ క్యాపిటల్ మా మార్కాపురానికి దెగ్గిర్లో వుండే దొనకొండకొస్తా వుండాది. అక్కడొక పాత యెయిర్‌పోర్టు వుండాది. అది మంచి రైల్వేజంక్షన్. క్యాపిటల్‌కు కావాల్సినంత నేలుండాది. చుట్టూ యెంత దూరమైనా పెరిగే వీలుండాది. సాగర్ నీళ్లు పుష్కలంగా వొస్తాయి. పక్కన్నే వెలిగొండ ప్రాజెక్ట్ వుండాది," అని నాగరాజు సంతోషంతో వుబ్బితబ్బిబ్బయిపోయినాడు.

కానీ కొత్త గవర్మెంటు అట్లూగీ యిట్లూగీ చివరకు విజయవాడకూ, గుంటూరుకూ మధ్యలో అమరావతి పేరుతో కొత్త రాజధాని కడతామని తేల్చేసింది. అంతేగాదు, లోకల్ పాలిటీషియన్ నాగరాజు పైనుండే కోపంతో ట్రాన్స్‌ఫరిచ్చి దూరంగా తరిమేసినాడు.

తంతే అక్కడెక్కడో పడినట్టుగా, నాగరాజును వాళ్ళ తాతముత్తాతల వూరుకు దెగ్గిరగా, పొన్నాడికి పది కిలోమీటర్ల దూరంలో వుండే నగిరికి పంపించినామని వాళ్లకు తెలియదు. అప్పటికి నాగరాజువాళ్ళ నాయన చనిపోయి నాలుగేళ్లయింది. వాళ్ళమ్మ ఆత్మకూరులో వుంది. పొన్నాడిలో వాళ్ళ పెద్దనాయన్ల కొడుకులుండారు. వాళ్లకూ, నాగరాజువాళ్ళ నాయనకూ పొత్తులుబోక వాళ్ళ నేల పదెకరాల దాకా కోర్టుకేసులో పడి నలగతా వుంది. నా కొడుకప్పుడు చెన్నయి సత్యభామా కాలేజీలో యింజినీరింగు చదవతా వుండాడు. గాలేరు, నగిరి కాలవ నగిరిని చేరేదాకా నిద్రపోనని నాగరాజు కేరింతలు గొడతావుండాడు.

అట్లా రెండు మూడు సంవత్సరాలు దొర్లిపోయినాక సంగీతను కలిసేదానికొక అవకాశం దొరికింది.

"వచ్చే ఆదివారం చెన్నయిలో మా యశ్వంత్ పెళ్లి. మీకు తిరుపతి నించీ చానా దెగ్గిర. దివ్య మ్యారేజీకి మేము కోయంబత్తూరు రాలేదని మా పైన కోపం వొద్దు. అప్పుడనంగా నాకు కాలేజీలో మాక్ యిన్‌స్పెక్షన్. నువ్వూ సుభాషూ తప్పకుండా రావాల," అని

పిలిచినాను.

"ఆదివారమంటే రెండు రోజులే వుంది. యింత లేటుగానా పిలవడం," అని సంగీత కోప్పడింది.

"ఫిక్సయ్యి వారమే అయింది. అంతా యశ్వంత్ సెలక్షన్. నాగరాజునొప్పించేసరికి తాతలు దిగొచ్చినారు. వాళ్లది గుజరాత్ సౌరాష్ట్ర రాజుల కులం. పెళ్లిలో నాగరాజేమైనా అడ్డం తిరగతాడేమోనని భయపడతా వుండాను," అని చెప్పినాను. పెళ్లిపత్రికను యీ-మెయిల్లో పంపించినాను.

చెన్నయి పూనమల్లి రోడ్డులో వుండే కళ్యాణమండపాన్ని వెతుక్కుంటా సంగీతా, సుభాషూ రాగానే భలే సంతోషమేసింది.

"నా జడతో ఆడుకునే శాలిని సన్నగా, పొడుగ్గా, అరటిచెట్టు మాదిరి పెరిగిపోయిందే," అంటా సంగీత నా కూతురి చెయ్యి పట్టుకునింది.

"యేం లాభం ఆంటీ! యిప్పుడు కూడా మీ జడే నా జడకంటే పెద్దది," అని శాలిని సిగ్గుపడిపోయింది.

"నాగరాజు గారి కోపం తగ్గిందా?" అని అడిగాడు సుభాష్.

"యింకా ధుమధుమలాడతానే వుండాడు. యిప్పుడింకో ప్రాబ్లమ్ వొచ్చింది. పెళ్లికూతురు మేనమామ బెంగుళూరులో వుంటాడంట. ఆయన కొడుక్కీఅమ్మాయిని చేసుకోవాలనుకున్నాడంట. ఆయనొక పెద్ద గూండా అంట. యెప్పుడొచ్చి అడ్డంపడతాడో అని వాళ్ళు బెదిరిపోతా వుండారు. రెండు గంటలుగా నాగరాజు కనబడ్డం లేదు. అలిగి యెక్కడికెల్లినాడో తెలవాటం లేదు. వెతికి తీసుకొని రమ్మని ఆయన ఫ్రెండ్లను తరిమినాను," అని చెప్పి, వాళ్ళిద్దరినీ గదికి తీసుకెళ్లమని శాలినికి పురమాయించి, నేను అన్యమనస్కంగానే పెళ్లి పనుల్లో పడిపొయినాను. పెళ్లి ముహూర్తం గంటముందుకు తోసుకొచ్చింది. మంగళసూత్రధారణ అయినాకే నేను వూపిరి పీల్చుకోగల్గినాను.

పెళ్లిమండపం దగ్గిర పెళ్లికూతురు తండ్రితో ముచ్చట్లు చెప్తున్న నాగరాజును చూసి, "నాగరాజు అలక తీరినట్టేనా?" అని అడిగింది సంగీత.

"అలక, కోపం, యేదీ కాదనేస్తా వుండాడిప్పుడు," అని నవ్వేసినాను. "వాళ్ళ మార్కాపురం మామ ఫోన్ చేసి పెళ్లికూతురుకు ముహూర్తం చీర కంచి పట్టే అయ్యుండాలని చెప్పినాడంట. నాగరాజు అప్పటికప్పుడు కంచికి పొయ్యి, నిద్రపోతా వుండే షాప్ వోనర్ని లేపి యిరవై ఐదు వేలు పెట్టి పట్టుచీర తెచ్చినాడు. ఆ పొయ్యేదేదో మనకు చెప్పి పొయ్యుంటే

మనం కంగారు పడుండం గదా! ఆ మార్కాపురం మామ మళ్ళా వొంటిగంటప్పుడు ఫోన్ చేసి పెండ్లికూతురూ, పెండ్లికొడుకూ పేరుఫలాలకు మూడు గంటల ముహూర్తమే జరగాలని చెప్పినాడు. పెళ్లికూతురు తండ్రి సరేనని వొప్పుకున్నాడు. అప్పటిదాకా ఆయినా యీయనా వుప్పూ నిప్పూ మాదిరున్నారు. యిప్పుడు జూడు, యెట్లా అతుక్కోని తిరగతా వుండారో! పెళ్ళయ్యి యిన్నేళ్లయినా నాగరాజెప్పటికప్పుడు కొత్తగానే కనబడతా వుంటాడు నాకు."

యింతలో పెద్దగా అరుచుకుంటా బలమైన మనుషులు కొందురు కళ్యాణ మండపం లోపలికి దూరినారు. పెళ్లికూతురు బంధువులందురూ కాసర బీసరమని అర్థంగాని భాషలో అరవసాగినారు. వొక పెద్దామె నా పక్కకొచ్చి, "పిల్ల మేనమామ వచ్చేసినాడు. యేం రగడ జేస్తాడో," అని గొణిగింది. నేను సంగీత వైపుకు బిత్తరచూపులు చూసినాను.

పెళ్లికూతురు రూములో నించీ కేకలూ, అరుపులూ వినబడినాయి. వొకరికంటే మరొకరు గట్టిగా అరస్తా వుండారు. నేనయితే గుండెలరచేతిలో పట్టుకొని కూర్చున్నాను. నిముషాలు గంటల్లాగా సాగిన తర్వాత పెళ్లికూతురు పిన్ని నలిగిన చీరతో, చెదిరిపోయిన జుట్టుతో, తుపానునించీ కొట్టుకోనొచ్చినట్టుగా, రూము బయిటికొచ్చింది.

"మా అన్న ముహూర్తానికి రాలేకపోయినానని యేడస్తావుండాడు. ఆయన కొడుకు అమెరికాలో అక్కడనే వొక తెల్లపిల్లను పెండ్లిచేసుకున్నాడంట. ఆ సంగతి యీ పెండ్లి కుదిరినాకే మా అన్నకు చెప్పినాడు. దాంతో ఆయన మనసిరిగిపొయ్యింది. మీ కొడుకును పట్టుకోని నిన్నే నా కొడుకనుకుంటానని యేడస్తావుండాడు," అని చెప్పిందామె.

వంటిట్లో నించీ వేడిగా కాఫీలొచ్చినాయి. కాఫీ తాగతా, "అశ్విని సతారాలో పుట్టిందని తెలిసినపుడే యింత రంపు జరిగితిందని నాకు తెలుసు," అనినాడు నాగరాజు.

"కొంచెం మాకు అర్థమయ్యేటట్టుగా చెప్పండి," అన్నాడు సుభాష్. అప్పుడు నాగరాజు చెప్పిన సంగతి వినినాక మేమందురూ ఆశ్చర్యంతో నోళ్ళు తెరిచేసినాము.

"క్రిష్ణానది పుట్టింది మహారాష్ట్రలో సతారా పక్కనుండే కొండల్లో. కృష్ణా నీళ్లను తెలుగుగంగ పేరుతో శ్రీశైలం నించీ చెన్నయికి మర్లించాలనుకున్నారు గదా! కడప జిల్లాలో వీరబ్రహ్మం మటం దెగ్గిర అట్లూరు మండలంలో తెలుగుగంగ కాలవను తవ్వేందంతా వొదిలేసి దాని రూటు మార్చాల్సి వొచ్చింది. దానికప్పుడదనంగా అరవై కోట్ల ఖర్చయ్యింది. యెందుకనో తెలుసునా? కలివి కోడి అనే మాట యిన్నారా? పిడికిడంతుండే పిట్ట. దాని కోసరం," అన్నాడు నాగరాజు.

"రామాయణంలో పిడకల వేటంటే యిదే!" అని సంగీత చెవుల్లో గొణిగినాను.

"నూట యాభయ్ యేండ్లకు ముందర యింగిలీషు ఆఫీసరొకడు కడప జిల్లాలో కలివికోడిని చూసినానని చెప్పేసి పొయినాడు. ఆ పైన నూరేండ్ల దాకా అదెప్పుడూ అక్కడ అగుపడిందే లేదు. ముప్పయ్యేండ్లకు ముందు గొర్రెలు తోలుకొని పోయిన మనిషొకనికది బద్వేలు దెగ్గిర అట్లూరు అడివిలో దొరికింది. దొరికిన నెలలోనే చచ్చిపొయింది. దాన్నిప్పుడు బొంబాయి ల్యాబ్‌లో భద్రం చేసుండారు. పన్నెండేండ్ల ముందు తెలుగుగంగ కాలవను అట్లూరు అడివిలో యాభై ఆరు కిలోమీటర్లు తవ్వినాక, కలివికోడి వుండే తావులో తవ్వతా వుండారని యెవుడో కోర్టులో కేసేసినాడు. కోర్టు ఆపేయమని స్టే యిచ్చింది. కాలవ రూటును మార్చక తప్పలేదు. ఆ కలివికోడి వుండాదని అనుకునే చోట అయిదునూర్ల యెకరాల్లో యిప్పుడు రిజర్వు ఫారెస్టు అనే అభయారణ్యాన్ని పెట్టేసినారు. ముప్పయ్యేండ్లుగా అడవుల్లో కెమెరాలు పెట్టి, వాయిస్ రికార్డర్లు పెట్టి, యెతకతానే వుండారు. కలివికోడి దొరకలేదు. తెలుగుగంగ దోవ మాత్రం మారింది. చిట్టచివరికి తెలుగుగంగ చెన్నయి చేరిందనుకోండి, సతారాలో పుట్టిన మా కోడలు చెన్నయికొచ్చినట్టుగా. దోవలో కలివికోడి అడ్డంబడినట్లే యిప్పుడీ రంపులూ, రగడలూ... నాదీ వసుంధరదీ గాలేరూ, నగరీ కాలవైతే, నా కొడుకుదీ కోడలిదీ తెలుగుగంగ కాలవైంది."

నాగరాజు ఆనందంగా నవ్వినాడు. టిఫిన్లయినాక సంగీతకూ, సుభాష్‌కూ కొత్తబట్టలు పెట్టి, కొత్త దంపతులకు ఆశీర్వాదం తీసిచ్చినాను.

"నీ కొడుకుది తెలుగుగంగ కాలవయితే శాలినిదేకాలవ కథవుతుంది వసుంధరా?" అని అడిగింది సంగీత వేళాకోళంగా.

"నాకు కాలవలూ, నదులూ వొద్దు ఆంటీ! నేను కొండల్లోకి పారిపోతాను," అంటా మా శాలిని కూడా నవ్వేసింది.

6

మా శాలిని అంటే సంగీతకు యిష్టమని తెలుసును గానీ ఆమె మనసులో కోడల్ని చేసుకోవాలనే వుద్దేశముందని నేనెప్పుడూ అనుకోలేదు. ఆ విషయం వింటానే నాగరాజయితే కోపంతో వూగిపోయినాడు. "మనల్నామాట అడిగేదానికామెకెంత ధైర్యం? మతం వొదులుకునేటంత చీపుగా కనబడతా వుండామా మనం?" అని విరుచుకొనిపడినాడు.

"నువ్వట్లా కోప్పడేదాంట్లో అర్థం లేదు. మనదీ యింటర్‌కాస్ట్ మ్యారేజీనే. మన

యశ్వంత్ వేరే రాష్ట్రంలో మనకు తెలియని కులంలో చేసుకున్నాడు. యిప్పుడు కూతురికేకులం నించీ భర్తను తేవాలనుకుంటావు?" అని అడిగినాను.

"మనమెవురూ మతం మారలేదు," అని ఆయన గింజుకున్నాడు.

"జీఆర్ఈ టోఫెల్‌లో మంచి మార్కులొచ్చి వుంటే నువ్వా శాలినిని అమెరికాకు పంపుండేటోడివి. అమెరికాకు పోయిన దాని ఫ్రెండులిద్దరిలో వొకపిల్ల బెంగాలీ ముస్లిమును చేసుకునింది. యింకో పిల్ల అమెరికన్నే చేసుకునింది. మన శాలిని అక్కడికి పొయ్యుంటే యెవురిని చేసుకోనుండేదో యెవురికి తెలుసు? కొంచెం నిదానంగా అలోచించి చెప్పు నీ డెసిషనేందో," అన్నాను.

వారమయినాక, "మా మార్కాపురం మామను మళ్ళా వొకసారి శాలిని జాతకం చూడమని ఫోన్ చేసినాను. దాని జాతకంలో అది సముద్రాలు దాటి పోతిందనుందంట. జాతకంలో వుండేదాన్ని తప్పించేదానికి యెవురివల్లయితింది?" అనేసినాడు నాగరాజు.

శాలిని జాతకంలో అట్లా రాసుండాదని నాగరాజు మనస్సు మార్చుకున్నాడో, లేకపోతే సంగీత కొడుక్కుండే వుద్యోగమూ, ఆస్తీ చూసి కాదనలేకపోయినాడో నాకు తెలియదు. పెళ్లిచూపులు మాత్రం ఆయన వుద్యోగం చేస్తావుండే నగరిలోనే జరిపిద్దామనుకున్నాము. లీవుపెట్టి నేనే కర్నూలునించీ నగరికొచ్చినాను.

సంగీతావాళ్ళు పెళ్ళిచూపులకని చెప్పిన సమయానికి రాకపోయినపుడు బాగా కోపంతో రగిలిపోయినవాడు, సాయంత్రానికంతా ప్లేటు మార్చేసినాడు.

"తిరుపతికి దగ్గిర్లో సుభాష్ ఫ్యాక్టరీ యేదో కట్టబోతా వుండాడనీ, అక్కడేదో గొడవలు జరిగినాయనీ పేపర్లో రాసినారు. శాలిని పెండ్లికి ముందు కూడా కొన్ని అడ్డంకులొస్తాయనీ, అయితే అవి యమ్మట్నే తొలిగిపోతాయనే మా మామ చెప్పనే చెప్పినాడు," అన్నాడు నాగరాజు.

మా యిద్దరి మాటల్నీ పట్టించుకోకుండా శాలిని రూంలోనే చదూకుంటా వుంది. యీ సంబంధం యిష్టమో లేదో దాన్నడగలేదని గుర్తుకొచ్చింది. యిప్పుడైనా దాన్నాసంగతి అడగడం మంచిదనిపించింది.

సంగీతైనా కొడుకు అభిప్రాయం తెలుసుకున్నాకే యీ ప్రపోజల్ తెచ్చిందని అనుకోవచ్చా? యేమో, యెవురికి తెలుసు?

యిక్కడికొచ్చేదానికంటే ముఖ్యమైన పనులు అతనికేమున్నాయి?

హర్షా యిప్పుడెక్కడికెళ్లాడో? యెవర్ని కలవబోతున్నాడో?

viii. మునిరత్నం: టీచరు

"నేను యిండియాకొచ్చి పది రోజులయ్యింది సార్! రేపు తిరుపతి నుంచీ మదనపల్లెకు పోతున్నాను. దారిలో ఆగి మిమ్మల్ని కలుస్తాను," అని హర్షా ఫోన్ చేసినాడు. అంతేగాదు, "వెంసూ అనే ఆయనతో మీకు పరిచయముందని తెలిసింది సార్! ఆయన్ని గురించి తెలుసుకోవాలి," అనినాడు.

ఆ మాట యింటానే నా గుండె డబడబా గొట్టుకునింది. "నాకూ వెంసూ అన్నకూ స్నేహముండాదని నీకెట్లా తెలిసింది?" అని అడిగినాను గొంతు పెద్దగా వణకతా వుండంగా.

"అన్నీ కలిసినప్పుడు చెప్తాను సార్," అని చెప్పి హర్షా ఫోన్ కట్ చేసినాడు.

అతనొచ్చే టయానికి బస్టాండులోనే యెదురుచూస్తా కుర్చున్నాను. వెంసూ అన్న జ్ఞాపకాలు నన్ను వుక్కిరిబిక్కిరి చేస్తా వుండాయి. కొన్ని సమత్సరాలముందు యీ హర్షా రిషివాలీ స్కూల్లో కనబడినప్పుడు యిట్నే నన్ను వూపి పారేసినాడు.

యెప్పుడో దగ్గర దగ్గర యిరవై యేండ్లముందు నా దగ్గర రెండేండ్లు చదువుకున్న పిల్లోడు నాకింకా యింత బాగా గుర్తుండాడంటే దానికి వాడు మాత్రమే కారణం గాదు, వాళ్ళమ్మ కూడా! ఆమెనయితే నేను చూసింది మూడుసార్లే. అయితే ఆమెనీ జన్మలో నేను మర్చిపోలేను. ఆమె గుర్తుకొచ్చినప్పుడంతా వెంసూ అన్నా, వెంసూ అన్న

జ్ఞాపకమొచ్చినప్పుడంతా ఆమే గుర్తుకొస్తానే వుంటారు. వాళ్ళిద్దర్నీ గుర్తుకు తెచ్చే హర్షా, చదువుకునేదానికని అమెరికాకు పొయినాక గూడా ప్రతి టీచర్స్‌డేకీ గ్రీటింగ్స్ పంపేటోడు. యిన్నేళ్ల తర్వాత లీవుపైన యిండియాకొచ్చినవాడు, నా మొబైల్ నెంబరెట్లనో సంపాదించి ఫోన్ చేసినాడు.

మనకెంతో ముఖ్యమైన మనుషులనూ, మన జీవితాల్ని మలుపు తిప్పేసిన సంఘటనలనూ యీ బతుకు జ్ఞాపకాలుగా మార్చేస్తుందని నాకు తెలుసు. పాచి కప్పేసిన బాయిలోకి రాయినిసిరేస్తే పాచి కొద్దిగా చిరిగి, లోపల కనబడని నీళ్ళల్లో అలలు చెలరేగినట్టుగా హర్షా ఫోను నా మనస్సునంతా కదిపిపారేసింది.

దాదాపుగా యిరవై యేండ్ల ముందు రిషివాలీ స్కూల్లో ఆర్ట్స్ టీచరుగా చేరిన తరవాత తొమ్మిదో తరగతి క్లాసుకు పోయినప్పుడు అక్కడ నాకో మర్చిపోలేని అనుభవం యెదురైతిందని నేననుకోలేదు.

టీచరుద్యోగంలో మూడు వూర్లల్లో పనిచేసినాక నాలుగో పోస్టింగ్ మదనపల్లెకు పద్మూడు కిలోమీటర్ల దూరంలో వుండే అంగళ్ళు అనే చిన్నవూరి హైస్కూలుకు నన్ను చేర్చింది. అక్కడికి ఐదుకిలోమీటర్ల దూరంలో అడివిలో వుండే రిషివాలీ స్కూలు హెడ్మాస్టర్ మా హెడ్మాస్టర్‌ను ఆర్ట్స్ టీచరొకడు కావాలని అడిగినాడు. క్లాసులో బోర్డుపైన నేనేసే బొమ్మల్నీ, పిల్లోళ్ల దగ్గిర చెయ్యించే బొమ్మల్నీ చూసిన మా హెడ్మాస్టర్ నన్ను రికమెండ్ చేసినాడు. రిషివాలీ హెడ్మాస్టరుతో ఆ వుద్యోగానికి సరిపోయే డిగ్రీలేమీ నాకు లేవని నేను చెప్పేసినాను. అది కేవలం పార్ట్ టైం జాబనీ, వారానికో రెండు క్లాసులు, అదీ శని ఆదివారాల్లో చెప్తే చాలనీ, అవసరమైతే ఆ డిగ్రీని కరెస్పాండెన్సు కోర్సులో నాకు వచ్చేటట్టు చూస్తానని ఆయన బంగపొయినాడు. దాంతో నేనా పనిలోకి దిగక తప్పలేదు.

ఫస్టు ఆదివారం నాడే తొమ్మిదో తరగతి స్టూడెంట్లకు బంకమట్టినిచ్చి మీకు చేతనైన దేవుడిబొమ్మ చెయ్యమని యెక్సర్సైజ్ యిచ్చినాను.

విచిత్రమైన బొమ్మను చేసి తెచ్చి చూపించిన పిల్లోడ్ని యెగాదిగా చూసి, "యిదేం దేవుడు?" అని అడిగినాను.

"తన దేవుడు తనలాగే వుంటాడని మనిషి వూహించుకున్నాడనీ, జంతువులు ఆలోచించగల్గితే వాటి దేవుడ్ని అవి వాటి ఆకారంలోనే తయారుచేసుకుంటాయనీ సైన్సు మేడం చెప్పారు. మనిషీ జంతువే గదా? యిది అన్ని జంతువులూ కలిసి చేసుకున్న బొమ్మ. మనిషి తలా, సింహం నడుమూ, గ్రద్ద రెక్కలూ, చేప తోకా, రాక్షసుడి కోరలూ, అన్నీ కలిసి యీ దేవుడు," అన్నాడా పిల్లోడు.

వాడు తమాషా చెయ్యడం లేదనీ, సీరియస్‌గానే చెప్పాడనీ తెలిసినాక, "అయితే లోకంలో వుండే జీవాలన్నీ యివేనా? కంటికి కనబడనివీ, వుభయచరాలూ, బహుచరాలూ వుంటాయి. వాటి సంగతేమి చేస్తావు?" అని వాడ్ని వుడికించబోయినాను.

యింకో గంటయినాక ఆ పిల్లోడు మట్టితో గుండ్రంగా వుండే గోళం చేసి తెచ్చి, "అన్ని జీవుల్నీ కలిపేసినాను సార్! యిలా తయారైంది," అన్నాడు.

ఆ పిల్లోడి ముఖంలో అలసట కనబడింది. అయినా ఆ మాత్రం తెలివితేటలుండే స్టూడెంటు దొరికితే వాడ్ని అంత బిన్నాగా వొదిలిపెట్టబుద్ధి గాదు. "అన్నీ కలిపితే యిట్లా తీరుగా వుండే గుండ్రామో, గోళమో తయారవుతుందని అనుకునేది గూడా మనిషికుండే అహంకారం వల్లనే గదా?" అన్నాను. ఆ పిల్లోడు అయోమయంగా చూసినాడు.

"వెరీ గుడ్! యింకోసారి ట్రై చెయ్," అన్నాను ఛాలెంజ్‌గా.

కొంచేపయినాక వాడేం చేస్తున్నాడో పొయి చూసినాను. వాడు బంకమట్టిని పుల్లతో చిదమతా కనబడినాడు.

"తెలుసుకోలేనిదాన్ని వూహించి మాత్రం లాభమేముంది సార్! తెలుసుకోగలిగిన దాన్నయినా సక్రమంగా తెలుసుకోవాలి. యీ బంకమట్టిలో యేముందో చూస్తున్నాను. దీన్లో రెండు వానపాములు కనబడినాయి. చిన్న రంగురాళ్ళు రెండు, ఒక చిన్న గవ్వ కూడా దొరికినాయి. కొద్దిగా యెర్రమట్టి కూడా కలిసింది," అన్నాడా పిల్లోడు.

వాని ముఖంలోకి కొంచేపట్లే చూస్తా వుండిపోయినాను. తరవాత భుజం తట్టి, "జిడ్డు క్రిష్ణమూర్తి గారి స్కూల్లో చదవతా వుండావని ప్రూవ్ జేసుకున్నావ్. ఆయన పుస్తకాలేం చదివినావు?" అని అడిగినాను.

"పుస్తకాలేమీ చదవలేదు సార్! జేకే బంగళాలో మాకు కొన్ని వీడియోలు చూపించారు," అన్నాడు వాడు.

వాని పేరు హర్షా అని తెలిసినాక, "యీ పేరెంట్స్‌మీట్‌కు మీ పేరెంట్సొస్తే నాకు చూపించు," అన్నాను. ఆ పేరెంట్సును మెచ్చుకోవాలనేదే అప్పుడు నా వుద్దేశం. అయితే ఆ చిన్నమాట నన్ను ఆ తరవాత అంతగా అలజడి జేసి పారేస్తాదని నేనప్పుడూహించలేక పోయినాను.

పేరెంట్స్ మీట్ జరగతా వుండేటప్పుడు, రంగురంగుల యెలక్ట్రిక్ బల్బుల వెలుతురులో దగాదగా మెరిసిపోతా వుండే వోపనేయిర్ ఆడిటోరియం దగ్గరికొచ్చి, "మా మమ్మీ మాత్రం వచ్చారు సార్!" అన్నాడు హర్షా.

బాగా డబ్బుండేవాళ్ళ పిల్లలు మాత్రమే చేరగలిగే రిషివాలీ స్కూల్లో యే కార్యక్రమమైనా చానా హడావుడిగా జరగతాది. కొంతమంది పేరెంట్స్ బెంగుళూరు దాకా విమానాల్లో వచ్చి అక్కడినుంచీ కార్లల్లో రిషివాలీ చేరినారు. దేశంలో యేయే ఖరీదైన కార్లుండాయో అక్కడికొస్తే తెలిస్తాది.

హర్షా యెనకాలే వచ్చిన వాళ్ళమ్మను చూస్తానే నేను సంతోషంతో వుబ్బి తబ్బిబ్బయిపొయినాను.

"నమస్తే మేడం! నమస్తే! నేను మేడం, మునిరత్నాన్ని. అన్న, వెంసూ అన్న... ఆయన రాలేదా మీతోగూడా..." అని ఆమెను మాటలతోనే వూపిపారేసినాను.

ఆమె గూడా కన్రెప్పలార్పకుండా నన్నట్నే చూస్తా వుండిపోయింది. కొంచెం సేపయినాక, "లేదు. లేదు. రాలేదు. ఆయన బిజీ," అనేసి గబగబా ముందుకు నడిచింది.

వెనకాలనే పరిగెత్తినట్టుగా నడిచి, "యెన్నేండ్లయిపోయింది మేడం అన్నను చూసి. యెన్ని తూర్లు అన్ననెతుక్కుంటా యూనివర్సిటీకి పొయినానో తెలుసునా? ఆయన అడ్రస్సు యిమ్మని ఆయన ఫ్రెండ్సునందర్నీ పట్టుకోని బతిమలాడినాను. ఆయననే మనిషి లేకుంటే నేనేమయ్యేటోడ్ని? ఆయన్న కనబడలేదని నేనెన్నితూర్లు నాలో నేనే యేడ్సుకోనుంటానో తెలుసునా?" అని నేను ఆపకుండా మాట్లాడతా పరిగెత్తినాను.

ఆమె తిరిగి చూడకుండా, "ప్రిన్సిపాల్‌తో పనుంది. తర్వాత కలవండి," అని చెప్పి ప్రిన్సిపాల్ రూంలోకి దూరేసింది.

ఆమె కనబడేదాకా చూస్తా వుండిపొయి, ఆమె కనుమరుగు కాంగానే అక్కడే కుర్చీలో కూలబడిపొయినాను. ఆమె తిరుక్కోనొచ్చే దాకా వెయిట్ చేసేదానికంటే నేను చెయ్యాల్సిన గొప్ప పనులింకేమీ లేవు.

వెంసూ అన్నను యీ జన్మలో నేను మరిచేదానికయితిందా? అట్లా మరిస్తే నాకు పుట్టగతులుంటాయా?

నేను తిరపతి కాలేజీలో డిగ్రీలో చేరిన కొత్తలో నన్ను వెంసూ అన్నకు పరిచయం చేసిన యేఐయెస్‌యఫ్ ఫ్రెండు పురుషోత్తంకు కూడా నేను జన్మంతా రుణపడి వుండాల.

వెల్ఫేర్ హాస్టల్లో సీటు దొరక్కపోవాటంతో మా వూరునుంచీ యెనిమిది కిలోమీటర్లు సైకిల్లోపోయి, పాకాలజంక్షన్లో రైలెక్కి తిరపతి చేరి, మళ్ళా రెండు కిలోమీటర్లు కాలూకాలూ కొట్టుకుంటా కాలేజీకి పోయి, సాయింత్రమిదేరకంగా యెనక్కు యిల్లు జేరేకాడికి నా సావు సదరమైపోతావునింది.

ఫీజులు గట్టాలన్నా, రైలు పాస్ కొనాలన్నా దుడ్డులేదు. యింక కాలేజీకి నిల్చిపొయ్యేది తప్ప యింకో దోవ లేదనుకుంటా వుండేటప్పుడు, పురుషోత్తం నా గోడంతా వెంసూ అన్నకు చెప్పినాడు.

"హాస్టల్లో సీటు దొరకనంత మాత్రాన కాలేజీ మానేస్తారా బాస్! జీ బ్లాక్‌లో రూమ్ నెంబర్ నలభై మూడు నాదే! నువ్వొచ్చేయ్," అన్నాడు వెంసూ అన్న.

అంతే. అప్పటినుంచీ నాలుగేళ్లకు పైగా ఆ రూమే నా అడ్రసయిపొయింది. ఆ రీసెర్చి స్కాలర్ల బ్లాకు నుంచే దినమ్మా డిగ్రీ కాలేజీకి, అదయినాక బియ్యాడీ కాలేజీకి పొయినాను. పండుకునేదీ, స్నానం చేసేదీ, లీవుల్లో రెస్టు తీసుకునేదీ అన్నీ అక్కడ్నే. భోజనాలు ఆకు తోట వీధిలో మెస్‌లో యేర్పాటు చేసినాడు అన్న. నాకొచ్చే సోషల్ వెల్ఫేర్ స్కాలర్షిప్పు బొటాబొటిగా సరిపొయ్యేది. నా దగ్గర డబ్బు లేదని యెట్ల కనిపెడతాడో తెలియదు గానీ అన్న పాకెట్లో యెంతుంటే అంతా తీసిచ్చేటోడు. నేనెప్పుడైనా మొహమాటపడి దుడ్డు వుండాదని అబద్ధం చెప్తే గెట్టిగా వార్నింగిచ్చి తిట్టేటోడు.

అయితే అంత మంచి మనిషి మనస్సుకు నొప్పిగలిగేట్టుగా బతికిన పాడుజన్మం నాది. వొక సమ్మర్ లీవుల్లో నెలకు పైగా నేనన్నకు కనబడలేదు.

"యెక్కడికి పొయినావు బాస్?" అని అడిగినాడు వెంసూ అన్న.

"మా చెల్లిపెండ్లి జరిగిందన్నా! దాంతో పనులు జేస్తా మా వూర్లోనే వుండిపోయినాను," అని చెప్పినాను.

"నాకు యిన్విటేషన్ యివ్వలేదే మరి?" అని అడిగినాడు.

"సారీ అన్నా! యియ్యాలని రూము దాకా గూడా తెచ్చినాను. కానీ యిచ్చి నిన్ను యిబ్బంది పెడతానేమోనని భయపడి..." నా గొంతు వొణికింది.

"యిబ్బందా? నాకా? దేనికి?" అన్న మాట బాణం మాదిరి తగిలింది.

"పెండ్లి మా హరిజన వాడలో మా యింటిముందర్నే పందిరేసి, దాంట్లోనే జరిపించినాము. పెండ్లికొడుకు మా మేనమామ కొడుకే. పెళ్లిపత్రిక తీసుకుంటివే అనుకో నువ్వావూర్లోకి రాలేవు. యిచ్చి యిబ్బంది పెట్టినట్టయితిందని," సగం మాటలు గొంతులోనే నిలిచిపొయినాయి.

"అట్లా అంటావేంది మునిరత్నం? యిన్ని దినాలుగా మనమిద్దరూ యిదే రూమ్‌లో వున్నాము. యెప్పుడైనా యెవర్నయినా నేను క్యాస్టు అడగడం చూసినావా నువ్వు? దాంతో నాకెప్పుడూ పట్టింపు లేదు. యిన్ని దినాలుగా నాతో స్నేహంగా వున్నాక గూడా

నువ్విట్లా సందేహించినావంటే తప్పు నీది గాదు. నాకు తెలియకుండా నాలో యింకా కులాహంకారమేదో తగులుకొనే వుందేమో. నన్ను నేను పరీక్ష చేసి కరెక్టు చేసుకోవాల్సిన అవసరముందని గుర్తు చేసినావు," అన్నాడు వెంసూ అన్న నిర్లిప్తంగా.

"సారీ అన్నా! సారీ," దెబ్బ బలంగా తగలాటంతో నేను విలవిల్లాడిపొయినాను.

"సారీ వోకేనే గానీ, అది నాకెందుకు చెప్పాలో నీకు తెలియదు. దటీజ్ వోకే. పెళ్లికయితే పిలవకపోయావు గానీ నాకు పార్టీ అయినా యిస్తావా లేదా?" అని అన్న నవ్వేసినాడు.

"అంతకంటేనానా్నా! రాత్రికే పార్టీ," అన్నాన్నేను సంతోషంగా.

2

ఆ రోజు రాత్రి అన్న బార్‌కు తొడుక్కోని పొయినాడు. యిద్దురూ తలా రెండు బీర్లు తాగేసినాము. అక్కడినుంచీ యస్వీమెస్‌కు పొయి బిర్యానీలు లాగించినాము. పార్టీయిమ్మని నోరు తెరిచి అడిగిన పెద్దమనిషి నా పాకెట్లోనుంచీ రూపాయి కూడా పైకి తియ్యనియ్యలేదు. యిదేమన్యాయమన్నా అని యేడవబొయినాను. "మీ చెల్లి పెళ్లికి నేనిచ్చే ట్రీట్ యిది," అని మాట మార్చేసినాడు.

ఆ రాత్రి రూముకొచ్చి పండుకన్నాక తొలీసారిగా, "మీరెందురు బిడ్డలు మీ పేరెంట్సుకు, మీ నాయనేం కూలీ పని చేస్తాడు?" అని వెంసూ అన్న అడిగినాడు.

ఆయన పుట్టింది మదనపల్లె దగ్గిరుండే పీటీయంలోనే గానీ ఆయనకు మా పల్లెల గురించి యేమీ తెలియదని నాకప్పుడే తెలిసింది. కొంచెం కైపు తలకెక్కిందేమో, ఆ పొద్దు కొంచెం జాస్తీగానే మాట్లాడినట్టుండాను. వెంసూ అన్నయితే ఆశ్చర్యంతో నోరు తెరుచుకోని యింటా వుండిపొయినాడు.

నాకు యెనిమిదేండ్ల వయసుండేటప్పుడు మా నాయిన కాప్పల్లెకు తొడుక్కొని పొయినప్పుడు, దానికి వలపలవారిపల్లె అనే అసలు పేరు వేరే వుందని గానీ, దానికి కిలోమీటరు దూరంలో వుండే మా వూర్ని హరిజనవాడ అనో మాలపల్లె అనో అంటారు గానీ దానికి ప్రత్యేకంగా వేరే పేరేదీ లేదనీ, మహా అయితే దాన్ని వలపలవారిపల్లె హరిజనవాడ అని మాత్రం పిలస్తారనీ నాకప్పుడు తెలియనే తెలియదు. అప్పటిదాకా గుడిసెల్ని మాత్రమే చూసిన నా కండ్లకావూరి యిండ్లు పెద్ద విచిత్రంగా కనబడినాయి. ఆవంతా మా సొంతమయినంత పరవశంగా నాకు మా నాయినాయిండ్లనంతా విసిదంగా చూపించినాడు.

“యిది కాదాటి మునిరెడ్డి యిల్లురా మునీ! వాళ్ల నాయిన కాదాటి రమణారెడ్డి కట్టించిన సున్నం మిద్దె యిది. పై అంతస్థులో ముందుపక్క సగందాకా కట్టి యెనకాలుండే సగాన్ని లాదకుండా యిడిసేసినారు. దూరంనించీ చూసినప్పుడు పెద్ద లారీ మాదిరిగా జబర్దస్తీగా గనపడతాది. యిది యిసనాకుల రాజారెడ్డి యిల్లు. ముందుండే పెంకులిల్లు అంత పెద్దదే యెనకాలింకొక పెంకులిల్లుండాది. దానెనకాల కనాకష్టం రెండెకరాలుండే తావులో గొడ్లను గట్టేసే కొట్టాలూ, పెద్ద దిబ్బా, పెద్ద చేదబాయీ వుండాయి. అదే తావులో ఆరు టెంకాయచెట్లూ, రెండు మావిడిచెట్లూ, వొక సీమచింతకాయలచెట్టూ గూడా వుండాయి. యిదేమో మునగాల శంకర్రెడ్డి యిల్లు. ఆరంకణాల పెంకులిల్లు. దానెనకాలుండే సుట్టింట్లో వంటావార్పూ జరగతాయి. దానెనకాల గొడ్లకొట్టమూ, చేదబాయి వుండాయి.యీ యిల్లు జూడు, కోటమాదిరుండాది గదా! యిది రొంపిచెర్ల కేశవరెడ్డి మహిడీ. వాళ్ళ తాత గట్టించిపోయింది. యింకా వుక్కు మాదిరి దిట్టంగా వుండాది. ఆ యింట్లో వుండేటంత కంచూ రాగీ సామాను యింకెక్కడా వుండదని వాళ్ళ సేద్దిగాడు రామయ్య చెప్తాడు. యీ నాలుగంకణాల సున్నం లాదుమిద్దె మూలింటి పొన్నెమ్మది. ఆమె మొగుడు అయ్యప్పరెడ్డి నా చిన్నప్పుడెప్పుడో కాలమైపొయినాడు. ఆమె కూతుర్లు ముగ్గురూ అత్తగారిండ్లలో రాణివాసం జేస్తావుండారు. సేద్దిగాల్లిద్దర్ని పెట్టుకోని యీ వొయిసులో గూడా పొన్నెమ్మ సమత్సరానికి రెండు ఫలితాల్ని పండిస్తా వుండాది. యిది మనేగారు పెద్ద నర్సిమ్మారెడ్డి మహీడీ. మట్టిమిద్దె అని పేరేగానీ సున్నం మిద్దెలకేమీ తీసిపోదు. ఆ కంభాలు జూడు. సున్నంలో కోడిగుడ్లు కొట్టిపోసి కట్టినారంట. అందుకే యిప్పుడు గూడా అట్లా మినమినా మెరస్తా వుండాయి. యిదేమో రేపాక సుబ్బారెడ్డి యిల్లు. యిటికలతో గోడలు లేపినాక ఆపేసినారు. సేద్యం పనుల్తో ఆయనకు తీరేదే లేదు. అందుకే గోడలకు సున్నమో సిమెంటో పుయ్యలేదు. ఆ రవ్వంత పనినీ సమత్సర సమత్సరమూ ముందుకు తోస్తావుండాడు.”

రెండతస్తులుండే యింటి దెగ్గిరికొచ్చినాక నిలబడి, “యిదిరా మన పెనుమూరు బాలిరెడ్డన్న యిల్లు. యీ యింటికి నేనేరా సేద్దిగాడు. మనం నేరుగా దారబంధంనించీ లోపలికి పోగూడదు. యెద్దులూ, ఆవులూ యింటెనకాలకు పొయ్యేదానికని ఆ పక్క సన్న సందుండాది జూడు. దాంట్లోనించీ పోవాల మనం. రెడ్డీ, రెడ్డసానీ పెళ్ళోనించీ మనకు పనులు చెప్తారు,” అంటా మా నాయినాసందులో నించీ నన్ను ఆ యింటెనకాలకు తొడుక్కొనిపొయినాడు.

గొడ్లకొట్టంలో దూరి, పెళ్లిని దాటి, యింటెనకాలుండే వంటిల్లు గడప దెగ్గిర నిలబడి, నోటిమీద యేలుపెట్టి మాట్లాడద్దని నాకు సైగ చేసి, గడప లోపలికి కొంగమాదిరిగా మెడనువొంచి, “అక్కా! అక్కా!” అని రెండుతూర్లు పిలిచినాడు. లోపల్నించీ గిన్నెలు దొర్లే

చప్పుడయితే యినబడతా వుంది.

యింతలోపల పైన చొక్కా యేసుకోకుండా పంచ మాత్రం గట్టుకోని, నల్ల యెదరొమ్ముపై నుండే యెంటికలు యింకా నల్లంగా కనబడతావుండంగా, లోపలి గడపలోనించీ బయిటికి అడుగేసిన పెద్దమీసాలాయిన, "యేంరా, దశిగా, యిప్పుడా కలెక్ట్రు మాదిరిగా తీరిగ్గా దిగబడినావు?" అని కోపంగా అరిచినాడు.

మా నాయిన పళ్ళికిలించి చేతులు నలుపుకున్నాడు.

"వాడెవడు?" అని అడగతా ఆయిన అగ్గిపుల్ల టపామని గీసి సిగరెట్టు యెలిగించినాడు.

"నా కొడుకన్నా! వీడ్ని రేపు యిస్కూల్లో యేస్తావుండాను," అంటా మా నాయిన నా చెయ్యిపట్టి ముందుకు లాగినాడు.

"నీకు యిస్కూలుకు అంపించేటంత కొడుకుండాడని అనుకోలేదురా! సదివించు, సదివించు. పెద్ద ఆపీసర్నో కలెక్ట్రునో చెయ్యి. యీ ముండా గోవెర్మెంటు మీ పక్కనే వుండాదిప్పుడు," అన్నాడాయన. యింట్లోనించీ వొచ్చిన పిల్లోడు, "నాయనా! వీడు నిన్న నాకు బొంగరం జెక్కియ్యలేదు," అని అరిచాడు. వాడు నాకంటే కొంచమే పెద్దోడిగా కనబడినాడు.

"నిన్న మడి అండజెక్కేపని సగం గూడా గాలేదు. మామిడితోపులో దున్నకమట్లే పడుండాది. పిల్లోనికి కాసింత బొంగరం జెక్కిచ్చే పనిగూడా చెయ్యలేదు. యింగ నువ్విక్కడ జేసే రాసకార్యాలేముండాయిరా? దున్నపోతు మాదిరి తిని నిద్రపొయ్యేదా? ముందు పిల్లోని పని జూసి, మల్లంకాగొడ్లను తోపులోకి తోలు," ఆయిన కోపంగా అరస్తానే యింట్లోకి పొయినాడు.

మా నాయిన మళ్ళా యింట్లోపలికి తలవొంచి, "అక్కా! అక్కా!" అని పిలిచినాడు.

అట్ల యింకో రెండుతూర్లు పిలిచినాక లోపలినించీ, "వస్తావుండాన్రా," అనే ఆడ గొంతు యినబడింది.

మట్టిరంగుచీరలో, లావుగా, పొడుగ్గా వుండే ఆ ఆడామెను చూస్తానే నాకప్పుడెందుకో మా యింటెనకాల యెర్రపండ్లను కాసే ముండ్ల కలబంద చెట్టే గెవనానికొచ్చింది. మా నాయిన చేతుల్ని నీళ్లతొట్టిలోముంచి కడుక్కోని, దిన్నె ముందు నేలపైన గొంతుక్కూచోని, రెండుచేతుల్నీ అతికించుకోని గిన్నెమాదిరి పెట్టుకున్నాడు. ఆమె సత్తుగిన్నెను బాగా పైకెత్తి పట్టుకోని ఆయిన దోసిలి నిండా కలిపిన సద్దిని పోసి దానిపైన జామకాయంత వూరుబిండి పడేసింది. దోసిలినట్టనే పైకెత్తి పెదాలకు తాకించుకోని మా నాయిన వూరుబిండిని

నంజుకుంటా జుర్రుకుని తినేసినాడు. అయిదు దోసిళ్ళనట్లా తిన్నాక, ఆరోసారి దోసిట్లో సద్దిపోసుకున్నాక, "దీన్ని నా కొడుక్కు తినిపిస్తాన్లేక్కా," అన్నాడు.

"యింకా వుండాదిలే నువ్వు తాగరా. వానికి వేరే కలిపి తెస్తా," అనిందామె.

"వొద్దులేక్కా! నా కడుపు నిండిపోయింది. యిది వానికి సరిపోతింది," అన్నాక ఆయినా చేతుల్నట్నే నా మూతి దెగ్గిరపెట్టినాడు. ఆయన మాదిరి తినేది రాకపోవాటంతో నేను నా చిన్నచేతుల్తో ఆ సద్దినెత్తుకొని తిన్నాను.

ఆమె నడుంపైన చెయ్యిపెట్టుకోని మమ్మల్ని చూస్తా నిలబడిపొయ్యింది.

మా నాయిన యిహిహీ అని నవ్వి, "యిట్లా తినేదంత బిన్నాగా రాదులేక్కా! పోను పోనూ నేర్చుకుంటాడులే," అన్నాడు. ఆమె తిరుక్కొని పోయినాక మా నాయిన పొంత పొయ్యినించీ కోరివెత్తుకొని దాంతో బీడీ గాల్చుకున్నాడు. ఆయన నోట్లోనించీ పొయ్యిలో మాదిరిగా పొగొస్తా వుంటే చూస్తా గుచ్చున్నాను. యింట్లో వుండే పిల్లోడు యెనకాల్నే పిల్లి మాదిరిగా వొచ్చి, మా నాయిన యీపుపైన యీడ్చి తన్ని, "బొంగరంరా," అని గయ్యిమన్నాడు.

బేడీని పండ్లతో పట్టుకొనే ఆయిన పెద్దగా నవ్వి, "అదే పనిపైనుండానన్నా," అన్నాడు. కొట్టంకాపక్కనుండే తుమ్మ తుండును లాక్కొని, సపారులోనించీ కత్తి తెచ్చుకోని బొంగరం చెక్కసాగినాడు.

"రేయ్! బచ్చిన బొంగరం కావాల. లగ్గెత్తుకునేటట్టుండాల," అని వాడు అరిచినాడు.

మా నాయిన చేతల్లో బొంగరం తయారయ్యేదాన్ని యిచిత్రంగా చూస్తా వుండిపోయినాను.

బొంగరాన్ని ఆ పిల్లోడికిచ్చేసినాక మా నాయిన రెండావుల్నీ, రెండెద్దుల్నీ, మూడు యెనుముల్నీ తోలుకొని తోపుకెలబారినాడు.

సిగరెట్టు తాగతానే గడప దెగ్గిరికొచ్చి నిలబడిన బాలిరెడ్డి మళ్ళా వొకతూరి మా నాయన్ను జాడించి పారేసినాడు. "నీ కొడుకు నా కొడుక్కంటే సిన్నోడు గావాటంతో బతికిపోయినాను. లేకుంటే వాడొచ్చి సట్టంగా యిసుకూల్లో మావోని పక్కన్నే చక్కాముక్కాలేసుకోని కుచ్చోనుండేటోడు. మా తరంలో మేము యిసుకూలుకు పొయినప్పుడు మాలోళ్ళూ, మాదిగోళ్ళూ, మా పక్కకు కండ్లెత్తి చూసేదానికే భయపడి చస్తావుండేటోళ్లు. వూర్లోకొస్తే చెప్పులు చేతల్లోకెత్తుకొని నడిచేటోళ్లు. యిప్పుడు జూడు, తోలు చెప్పులేసుకొని నా ముందర్నే రవాటిస్తా నడస్తా వుండావు నువ్వు. యిది యిట్నే

సాగబారిందంటే యింగా యెన్ని కం(డ్రావుల్ని కండ్లతో చూడాల్నో మేము."

3

"ఆ దినమయినాక ఆ వూరికి యింకో రెండుతూర్లు మాత్రమే పొయినానన్నా! బాలిరెడ్డి భయపడినట్టే వూరి రైతుల బిడ్డల పక్కన్నే కుచ్చోని చదివినాను. మా నాయన మాదిరితో దోసిట్లోనించీ పెదాలతో సద్ది జుర్రుకొని తినే విద్యను నేను నేర్చుకోవాల్సిన ఆగిత్యం రాలేదు. మా హరిజనవాడనుంచీ కాప్పల్లెకు సేద్యగాళ్ళుగా పొయ్యే మనుషులంతా ఆ పనెప్పుడో మానేసినారు. మా నాయన్ను యింకా ఆ పనినుంచీ మానిపించలేకపోయినాననేదే నా దిగులు," అని చెప్పినాను.

"కూలీ జనాన్ని యెక్స్‌ప్లాయిట్ చేసి సోమరులుగా బతికేవాళ్లు వ్యవసాయాలేం చేస్తారు? వాళ్ళ వ్యవసాయమంతా కుంటుబడిపోయి వుంటుంది," అన్నాడు వెంసూ అన్న.

"వాళ్ళ సేద్యాలకు సరైన యెదురుదెబ్బ తగిలిందిలేన్నా!" అన్నాను ఆనందంగా. "వొకప్పుడు మా వూరి ముందరుండే చింతలేరు సమత్సరానికి నాలుగు నెలల దాకా నిలుపులేకుండా పారతా వునింది. దానికి రెండుపక్కలావుండే కట్టుకాలవలనుంచీ మా వూరికి రెండుపక్కలావుండే రెండుచెరువుల్లోకి నీళ్లు పారతానే వుండినాయి. సమత్సరానికి ఆరు నెలల దాకా చెరువు మొరవపోతావునింది. నేను ఐదో తరగతిలో వుండేటప్పుడు మా వూరికి పదిమైళ్ళదూరంలో నెరబైలు దగ్గిర చింతలేరుకు చెక్ డ్యాం గట్టేసినారు. దాంతో మా యేట్లోగానీ, కట్టుకాల్వల్లోగానీ నీళ్లు పారేది ఆగిపోయి పది పన్నెండేండ్లయిపొయింది. సెరువులెండిపోయినాయి. గ్రౌండ్ వాటర్ తగ్గిపొయింది. కుంటలూ, కీనేరు బావులూ యెండిపొయినాయి. దాంతో వూరిచుట్లా వుండే నేలలన్నీ పరిగిలిబొయినాయి. వొకప్పుడు మా వూరి చుట్లా వుండిన వరీ, చెరుకూ తోటలిప్పుడు కనబడవు. దున్నాల్సిన పన్లేనప్పుడు యెద్లెందుకు? గడ్డీ, మేతా లేక ఆవుల్నీ, యెనుముల్నీ గూడా రైతులు అమ్మేసినారు. సేద్యము, గొడ్లూ లేకపోతే సేద్యగాళ్ళు మాత్రం యెందుకు? రైతులు చానామంది వాళ్ళ నేలల్లో మామిడిచెట్లు పెట్టేసినారు. నేలల్ని దున్నతా వున్న ట్రాక్టర్లిప్పుడు యిండ్లకు నీళ్ళు తోలే ట్యాంకర్లయిపొయినాయి. మీసాలు తిప్పే అలవాటుండే రెడ్లందురూ రాజకీయాల్లోకి దిగినారు. వూర్లో వుండే రెండు బ్రాందీ షాపులు మాత్రం పగలూ రేత్రీ కిటకిటలాడతావుండాయి."

నేను సంతోషంగా చెప్పినదంతా యిన్నాక, "వ్యవసాయమట్లా పాడయ్యేది

మంచిదిగాదు మునిరత్నం. సైన్సూ, యిండస్ట్రీలూ యెంత పెరిగినా మనిషి కడుపు నిండాలంటే మాత్రం పొలానికే పోవాల. రైతులకూ, వ్యవసాయానికీ మనమేదో చెయ్యాల్సిందుంది," అన్నాడు వెంసూ అన్న.

బియ్యేడీ పరీక్షలు రాసినాక అన్నతో, "యెన్‌బీయెస్ బస్సులో కండక్టరుగా చేరినానన్నా! వొకరాత్రి చిక్‌బల్లాపూర్లో హాల్టయితే యింకో రోజు తిరపతి. యింకపైన దినం మార్చి దినమే రూముకొచ్చేది," అని చెప్పినాను.

"వెరీ గుడ్ బాస్! కష్టపడ్డంలో తప్పు లేదు. డిగ్నిటీ ఆఫ్ లేబర్ నేర్చుకోవాలందరూ," అని అన్న భుజంపైన చరిచినాడు.

వొక దినం అన్ననెతుక్కుంటా క్యాంటీనుకు పోయినాను. అప్పుడే నేను తొలీసారిగా సంగీతా మేడంను చూసినాను. సన్నగా, యెర్రగా, పొడుగ్గా చలాకీగా కనబడిందామె. ఆమె పక్కన కొంచెం బొద్దుగా, తెల్లగా, కంటద్దాలతో చూస్తానే తెలివైనదనిపిస్తా వుండే గాయత్రి అనే ఆమె కూడా వునింది.

"వీళ్ళిద్దరూ పీజీ స్టూడెంట్లు. నాకు ఫ్రెండ్సు," అని నాకు వాళ్ళను పరిచయం చేసినాడు అన్న. నన్ను కూడా "నా ఫ్రెండు," అనే వాళ్లకు పరిచయం చేసినాడు.

"ఆర్‌యెస్‌యూతో సంబంధముండే లెక్చరరెవరితోనో మీరు కలుస్తున్నారని మీ యేఐయెస్సెఫ్ ఫ్రెండొకరు చెప్పారు," అనింది సంగీతా మేడం అన్నతో.

నేను టీ తాగేదవతానే అన్న పైకి లేచి, "అన్ని లెఫ్ట్ వింగులతోనూ కలుస్తా వుంటాను. వొకే ఐడియాలజీ వుండేవాళ్లంతా కలిసేదాంట్లో తప్పులేదు," అన్నాడు అన్న. తర్వాత, "మనం పోదామా బాస్!" అన్నాడు నాతో.

అన్న మోటర్ బైక్ కదలతానే, "నేను బస్టాండుకు పోవాలన్నా! డ్యూటీ యెక్కే టయమయ్యింది," అన్నాను.

పాత సత్రాల వెనకుండే క్వార్టర్సు దెగ్గిర బండాపి, "యిక్కడ్నించీ బస్టాండు దగ్గరేగదా! నువ్వు పో మునిరత్నం. నాకిక్కడ పనుండాది," అన్నాడు అన్న. ఆయన బండి స్టాండేసి లోపలికి పోయినాక, ఆ యింటి ముందుండే నేమ్‌బోర్డు చూసినాను. యెవురో లెక్చరర్ పేరుండాది.

రెండు దినాలయినాక, రూముకు పొయినప్పుడు, "ఆ రోజు నువ్వు పొయిందా ఆర్యెస్యూ లెక్చరరింటికేనాన్నా?" అని అడిగినాను.

వెంసూ అన్న పెద్దగా నవ్వేసి, "అవును గానీ యీ సంగతి ఆ యిద్దరూ పొరబాటున

నీకెదురుపడి అడిగితే నీకు తెలియదనే చెప్పు. ప్రతి మనిషికీ పర్సనల్ లైఫ్ వొకటీ, సోషల్ లైఫ్ యింకొకటీ వుంటాయి. వాటికి క్లాష్ రాకుండా చూసుకోవాలి. క్లాష్ వొస్తే అప్పుడు మన ప్రయారిటీ యేదో అదే చెయ్యాలి," అన్నాడు.

నేను కొంచేపు అలోచించి, "నువ్వు చెప్పిందేందో సరిగ్గా అర్థంగాలేదు గానీ పోయింతడవ మా యింటికి పొయినప్పుడు మా అమ్మ యేదవందొకటే తక్కవ. బాలిరెడ్డిగారింట్లో లిబ్బి యేందో దాంచి పెట్టుకోనుండేటట్టుగా మా నాయిన ఆ యింటికి సేద్దిగాడి పనినాపకుండా పోతానే వుండాడంట. బాలిరెడ్డి చచ్చిపొయినాక ఢిల్లీరెడ్డి చెయ్యొదిలిపెట్టి వొచ్చేది పాపమనీ, అన్నిటినీ వొరుమానంతో కొలవగూడదనీ, ఆ లోకానికి పొయినాక జబాబు చెప్పుకోవాల్సి వుంటాదనీ మా నాయిన గెట్టిగా చెప్పినాడంట. మా నాయన డెసిషన్ పర్సనలా, సోషలా, నువ్వే చెప్పాలన్నా?" అని అడిగినాను.

వెంసూ అన్న మాట్లాడకుండా ఆలోచిస్తా వుండిపొయినాడు.

మా అమ్మ మాటిని, యెట్లయినా మానాయిన్ని ఆ యింటినుంచీ లాక్కొనొద్దామని నేను కాపుల్లెకు పోయినప్పుడేం జరిగిందో అన్నకు చెప్పాలనుకున్నాను గానీ చెప్పలేకపొయినాను.

కాపుల్లెకు పొయి, రెడ్డేరి వీధిలోకి తిరిగి, బాలిరెడ్డి యింటిపక్కన గొడ్లుపొయ్యే సందులో దూరి, పెళ్ళోకి పొయినప్పుడు వంటిల్లు గడపకెనకాల దిన్నె పక్కన గొంతుక్కూచోని జావా మోటర్ బైకును తుడస్తా కనబడినాడు మా నాయిన.

"గంటగా తుడస్తా వుండావు. బిన్నాగా కానీరా. యిట్లయితే నేనీపొద్దు పేటకు పొయినట్టే," యింట్లోపలినుంచీ ఢిల్లీరెడ్డి అరుపు యినబడతానే నేను అక్కడుండే పాత జీపులోకి యెక్కేసినాను.

"యిప్పుడు పేటలో అంత అర్జెంటు పన్లేముండాయి? తోపులో మావిడికాయల్ని వూరోళ్లందురూ దొంగతనంగా కోసుకోని పోతావుండారు. బిన్నాగా కాతనంతా కోసి మండీలకు తోలకపోతే మనకేం మిగల్దు. ముందాపని జూడు," అని లోపలినుంచీ అపరంజమ్మ గొంతు టంగుమనింది.

"యిదేనారా నువ్వు చేస్తావుండే నిర్వాకం?" అని అరస్తా ఢిల్లీరెడ్డి పెళ్ళోకొచ్చినాడు. నాకు వాళ్ళ నాయన బాలిరెడ్డి గెవనానికొచ్చినాడు.

"పిందయినా బీరుపోనిస్తానాన్నా? పక్కతోట కావిలోడు మునిగోడు మన చెట్లులోనించీ కాయగోస్తా కనబడితే నాలుగు వాయించినాను. ఆ అక్కసుతో వాడు అక్కదెగ్గిరికొచ్చి జల్లికూతలు కూసిపోయినాడు," అన్నాడు మా నాయిన బండిని తుడస్తా.

"నేనొద్దని మొత్తుకుంటా వుంటే యినకుండా మీ నాయనావూరి పక్కనుండే మడిచెక్కలో యిండ్ల ప్లాటులేసి అమ్మేసినాడు. మిగిలిందాన్ని నువ్వు అమ్మేస్తా వుండావు. యిట్లా వుండే నేలనంతా పోంగొట్టుకుంటే రేపు నీకు పుట్టబోయ్యే బిడ్డలకేమిస్తావు?" అపరంజమ్మ పెద్దగా గీపెట్టింది.

"నీళ్ళ యెరువులేని నేలనమ్మేస్తే నీదేం పోయింది? ఆ వొచ్చేదానితో యింకో రెండు కాంట్రాక్టులు తెచ్చుకోవచ్చు. నీళ్ల డ్యాములుండే తావులో భూమి బేరం చేసుకోవచ్చు. మొగోళ్ళకెన్నో రాజకీయాలుంటాయి. యింట్లో వుండే ఆడోల్లకీ సంగతులంతా కావాల్నా?" ఢిల్లీరెడ్డి వాళ్ళమ్మను యిదిలించి పారేసినాడు.

యింట్లోనుంచీ పొడుగ్గా, యెత్తుగా, నల్లజుట్టుతో యెలుంగొడ్డు మాదిరుండే కుక్కొకటి పెళ్ళోకొచ్చింది. చుట్టూ తిరిగి, దిన్నె పక్కకుపోయి నిలబడి, కాలెత్తి, దాని పని అది చేసేసింది.

సిగరెట్టు కాలస్తా అదంతా పట్టనట్టుగా చూస్తావుండిన ఢిల్లీరెడ్డి, "తెల్లార్తో సీజర్ని బయటతిప్పి తొడుక్కొని రమ్మని నీకెన్నిసార్లు చెప్పాలరా ముట్టాల్. యిప్పుడది యిక్కడ్నే చేసేసింది. వొకసారి చెప్తే నీ మూలకెక్కదా?" అని విసుక్కొని లోపలికెళ్ళిపోయినాడు.

"అయ్యో! యీ పొద్దు తోపుకాడ్నే పనెక్కువై, ఆలిస్యం అయిపోయిందన్నా," అని చెప్పినాక మా నాయిన పైకి లేచి, గొలుసు పట్టుకొని కుక్కను నీళ్లతొట్టి దెగ్గిరికి లాక్కొనిపోయినాడు. దాని ముడ్డిపైన బక్కెట్టు నీళ్లు దిమ్మరించి, చేత్తోనే కడిగినాడు. తర్వాత సీజర్ని యింట్లోకి తోసి, ముందుకు వొంగి బయటినుంచే తలుపుల్ని ముందుకు లాగినాడు. పాతరేకు చాటలోకి టెంకాయ యీనెల పొరకతో గలీజునంతా తోసుకొని, దాన్ని దూరంగా వుండే దిబ్బలోకి పోసేసొచ్చినాడు. రెండు బకెట్ల నీళ్లతో దిన్నె పక్కనంతా కడిగి శుభ్రం చేసినాక, గోడపక్కన తడిసిన పిల్లి మాదిరిగా ముడుక్కొని గొంతుక్కొచున్నాడు.

"రేయ్, దాసిగా," లోపలినుంచీ అరుపు యినబడింది.

మా నాయిన గోదురుకప్ప మాదిరిగా యెగిరి దూకి, "యీడనే వుండానన్నా," అన్నాడు.

తెల్ల ఖద్దరు చొక్కాయి, ప్యాంటూ గరగరమంటా వుండంగా గడప దెగ్గిరికొచ్చి నిలబడిన ఢిల్లీరెడ్డి, "బిన్నా అంగిడికి పొయి నా లెక్కలో గోల్డ్‌ఫ్లాక్ ప్యాకెట్టొకటి తేపో. అక్కడ అరట్లుగొట్టకుండా యిక్కడున్నట్టుగా రావాల. పరిగెత్తు," అన్నాడు.

ఆయన మాటలు పూర్తిగాకముందే మా నాయిన పెద్ద అంగలేసుకుంటా సందులోకి

దూరి వీధిలోకెళ్ళిపొయినాడు.

“సేద్దిమే చాలించినాక యీ సేద్దిగాడెందుకు మోతబరువు గాకపోతే. వాన్ని నిలిపెయ్యి,” అపరంజమ్మ అంటా వుంది.

“యింటికి పెద్దోల్లొచ్చిపోతా వుంటారు. పనులుచేసే మనుషులు లేకపోతే యెంత నామర్దా. వాన్ని తినేసి నిద్రపోనీకుండా యింటి చుట్లా చెత్త తీయించు. తోటలో కావిలుండమను,” అన్నాడు ఢిల్లీరెడ్డి వాళ్ళమ్మకంటే పెద్ద గొంతుతో.

నేను జీపులోనుంచీ కిందికి దూకి పరిగెత్తి వచ్చేసినాను. మా యిల్లు జేరేదాకా తిరిగ్గూడా చూడ్లేదు. ఆ సాయింత్రం మా నాయిన యింటికొచ్చినప్పుడు, “వాళ్లు తిట్టి యీసడిస్తా వుంటే నీకు సగించినట్టుగా వుండాదా? యిదేం బతుకు?” అని దులిపి పారేసినాను.

“బయిటికి గనబడేదంతా నిజిం గాదురా. తరతరాలుగా వొస్తావుండే బంధం అంత బిన్నాగా తెగదు,” అంటా మా నాయిన పరవశంగా యింకో బీడీ రగిలించినాడు.

“సువ్వా యింటికి పొయ్యేది ఆపేసినాకే నేనీ యింట్లో అడుగుపెడతాను,” అని తెగేసి చెప్పేసి బయటికొచ్చేసినాను.

నాకు టీచరుద్యోగం రాంగానే వెంసూ అన్ననెతుక్కుంటా పోయినాను. ఆయన క్యాంటీన్లో కనబడినాడు. పక్కనే సంగీతారెడ్డి మేడం కూడా వునింది. ఆర్డరు కాగితాన్ని ఆయనకు చూపించినాను.

“చాలా సంతోషం మునిరత్నం. నువ్వు పార్టీ యివ్వాల్సిందే,” అన్నాడు అన్న.

“నాకు లేదా పార్టీ?” సంగీతారెడ్డి మేడం అడిగింది.

“మీరూ రాండి మేడం. మీరొస్తానంటే దానికంటే యేం కావాల?” అన్నాను.

“అది జరిగే పని కాదులే బాస్! ఆమెగారేమిటి? మనతో పార్టీకి హోటలుకు రావటమేమిటి? సూర్యుడు పడమటలో పుట్టినట్టే,” అని అన్న యెగతాళి చేసినాడు.

“నువ్వెళ్ళగా లేంది నేను రాలేనా? నువ్వు చేసే పనులేవైనా నేనూ చెయ్యగలను,” ఆమె యెనక్కు తగ్గలేదు.

కాఫీలు తాగినాక, “రాత్రుల్లో హోటలుకు రావటానికామెకు కష్టమవతాది. మనం పొయ్యే హోటళ్లకు ఆడోల్లు రారు. వెస్టులో మా ఫ్రెండు యిల్లుండాది. హోటలునుంచీ అన్నీ తెచ్చుకుందాం,” అన్నాడు అన్న.

"నాకోసమని మెన్యూ మార్చాల్సిన పన్లేదు. నేనెక్కడికైనా రాగల్ను," ఆమె రోషంతో గసలుబోసింది.

"అదీ చూద్దాంలే రాత్రికి," అంటా అన్న పెద్దగా నవ్వినాడు.

4

తిరపతి వెస్ట్ రైల్వే స్టేషనుకు ఫర్లాంగ్ దూరంలో, సన్నగా పొడుగ్గా వుండే వీధి చివర్లో, పలచగా వుండే యిండ్ల పక్కన, వొంటిగా వుండే యింటిమిద్దెపైన వరండాలో, ఆరోజు రాత్రి జరిగిన పార్టీని నేను జన్మంలో మరిచిపోలేను.

యేడున్నరయినాక బిర్యానీ పొట్లాల్నీ, మందు బాటిళ్లనూ చాపపైన సర్దతా, "మేడం చూస్తే బాగుండదేమోన్నా?" అని గొణిగినాను.

"నాతో యెక్కడికైనా రాగలనని సవాలు చేసింది గదా! అదీ చూద్దాముండు," అని బీరు బాటలు మూత తీసి గాజు గ్లాసులోకి పోస్తా, "అంతా రెడీ మేడం. నీదే లేటు," అన్నాడు అన్న యింట్లోకి చూస్తా.

మధ్యానం చీరలో మందారం పువ్వు మాదిరుండిన సంగీతామేడం యిప్పుడు కుర్తా పైజామాల్లో మానుమల్లె పువ్వు మాదిరుండాది. గుడ్డిబల్బు వెలుతురులోకి పెట్రోమాక్సు లైటు మాదిరిగా నడిచొచ్చి గోడకానుకుని కూర్చునింది. అన్న గ్లాసునామె ముందుకు జరిపినాడు. మసక వెలుతుర్లో ఆమె కొంచేపు నన్ను కనులార్పకుండా చూసిందనుకున్నాను.

గ్లాసులోనుంచీ వొక గుక్క తాగి, పొరబోవటంతో తలపైన అరచేత్తో కొట్టుకునిందామె.

"చూసావా, యిది నువ్వనుకున్నంత సులభమైన పనిగాదు. మేమెంత కష్టపడి తాగతామో తెలుసుకో," అంటా అన్న పెద్దగా నవ్వేసినాడు. "అన్నమంతా పట్టి చూడాల్సిన పని లేదు. వొక మెతుకు పట్టి చూస్తే చాలు. యెవరైనా యెప్పుడైనా, యెంత చిన్న పని చేసినా దాంట్లోనుంచీ వాళ్ళ బ్యాక్‌గ్రౌండేదో, వాళ్ళెట్లాటోళ్లో, ఫ్యూచర్లో వాళ్లెలా వుండబోతారో అన్నీ తెలుసుకోవచ్చు," అనినాడు అన్న సిగరెట్టు పొగను గుప్పు గుప్పుమని యిడిచిపెడతా.

"అలవాటు లేకుంటే అట్నే అవుతాది మేడం. మీరు యిబ్బంది పడద్దండి," అని నేనామెను వోదార్చబోయినాను. మేడం గ్లాసును చేతిలోకెత్తుకునింది గానీ తాగలేదు. అన్నా నేనూ కొంచెం కొంచెంగా గ్లాసుల్ని ఖాళీ జేసినాము.

"అన్న లేకుంటే నేనింత దాకా యెక్కొచ్చివుండను మేడం. నా చెర్మంతో చెప్పులు గుట్టిచ్చినా అన్న రుణం తీర్చుకోలేను," అన్నాను మాటలు తడబడతా వుండంగా.

"రుణాలూ, త్యాగాలూ అని పెద్ద పెద్ద మాటలెందుకు బాస్! కృతజ్ఞత అనేది మంచి గుణమే గానీ, యెవరు యెవరికి యెందుకు రుణపడి వుండాలో అది తెలుసుకో. నిన్నా మొన్న జరిగింది గాదు చూడాల్సింది. వేల సంవత్సరాలుగా యేం జరిగిందో చూడు," అని అన్న చివాలున అడ్డు తగిలినాడు.

నేనింకో గుక్క తాగి, అన్న ధోరణి మార్చేదానికని, "నేను దేంజరులో పడతానేమో అని మావోళ్లు భయపడి జస్తావుండారన్నా! నేనింటర్మీడియట్ చదివినప్పుడే ఆ దేంజరునుంచీ తప్పించుకున్నానని వాళ్లకు తెలవదు," అన్నాను.

"దేంజరా? అదేంది మునిరత్నం?" అని అడిగినాడు అన్న.

"జూనియర్ కాలేజీలో చేరినప్పుడు నెల తిరక్కముందే మా ఫ్రెండ్సు కొందురు చెర్చికి పోదాం రమ్మని పిల్చినారు. ఆదివారమయితే యిస్త్రీ గుడ్డలేసుకోని, సెంటుగొట్టుకోని, బైబులెత్తుకోని రింగురంగా అని బయల్దేరేవాళ్ళను జూసి నేనూ బయల్దేరినాను. పేరుకైతే బైబిలూ, ప్రేయారూ అంటారు గానీ, అక్కడ జరిగేది భలే బాగుంటాది. చర్చి లోపలా బయటా వయిసులో వుండే ఆడోల్లు చిలకల మాదిరిగా తిరగతా వుంటారు. కొంచెం మెత్తబడినామంటే కొందురు పార్టీలనీ, ఫెస్టివల్లనీ వాళ్ళిండ్లకు ప్రేమగా పిలస్తారు. ఆ పక్కకు మొగ్గినామే అనుకో, ముంతపొగ పెట్టేస్తారు. యెవురో వొక అమ్మాయి కొంగుపట్టుకోని తిరిగినామే అనుకో, ముందు బాప్టిజం, ఆపైన పెండ్లీ అంటారు. మావోళ్ళే చానామంది అట్లా దోవదప్పోయినారు. నేనెట్టనో తప్పించుకున్నాను," అన్నాను ధీమాగా.

యింకో గుక్క తాగినాక, "వాయల్పాడు స్కూల్లో జాయినవతానే ఆ వూర్లో వుద్యోగాల్లో వుండే మావోళ్లందురూ నన్ను గెట్టిగా పట్టేసుకున్నారు. ఆ వూళ్ళో గూడా చెర్చి కట్టుకోనుండారు. నా చెవుల్లో జోరీగల మాదిరిగా గుయ్యిమన్నారు. మా మేనత్త కూతుర్ని చేసుకోవాల్సిందే అని మా నాయిన పట్టుబట్టేసుండాడు. బాడిగిల్లు దొరికేదాకా పెళ్ళి మాటెత్తద్దని చెప్పేసినాను," అన్నాను మాటలు ముద్ద ముద్దగా వొస్తావుండంగా.

"రెంటెడ్ హౌస్ దొరికేదంత కష్టమా ఆ వూర్లో?" అని అడిగినాడన్న.

"నీకు తెలవందేముండాదన్నా? యెస్సీలకు బాడుగకు యిండ్లు యిచ్చేవాళ్లే కనబడాటం లేదు. ఆ పక్కనుండే హరిజనవాడలో యెతకతా వుండాను," అన్నాను దీనంగా.

"మొక్కితే వరమియ్యని దేవుడ్ని వదిలేయమన్నారు. నువ్వు క్రిస్టియానిటీ తీసుకోని

జాన్ మునిరత్నమో, పాల్ మునిరత్నమో అయినావే అనుకో, అన్ని వూర్లలోనూ నీకు యిల్లు దొరుకుతుంది," అని అన్న విసుక్కున్నాడు.

"అట్లాంటావేందన్నా!" అని నేను గింజుకున్నాను. "మా నాయనెట్లా బతికినాడు? మా తాతెట్లా బతికినాడు? మా యింటిపేరు దాసరి. ప్రతియేడూ తిరుమలకొండకు యిలుదీర్థం పొయ్యి గుండు గొట్టించుకోనొస్తాము. ప్రతి వుగాదికీ, సంక్రాంతికీ బాటగంగమ్మకు పొంగళ్లు పెట్టకపోతే మా అమ్మ వొప్పుకోదు. మా యీధిలో వుండే మాతమ్మగుడిలో దండం బెట్టుకోకుండా మా నాయినేపొద్దూ పనికిపోలేదు. దోవదప్పోయిన గొర్రెల్ని మందలోకి మర్లేయాల గానీ మనమే దోవదప్పోయ్యేదేంది, తూ, తూ, బొగిసానం గాదా?"

మాట్లాడకుండా యింకో గ్లాసు తాగిన తర్వాత "గొర్రెలూ, దోవ దప్పోవడాలూ, అంతా బైబుల్ భాషే. చెర్చికి చానాసార్లే పొయినట్టుండావు," అన్నాడు అన్న. ఆమె పక్కకు తిరిగి, "అంత కష్టపడతా అదేమీ తాగద్దులే! తమాషాకని ఛాలెంజ్ చేసినాను గానీ సీరియస్‌గా తీసుకోవద్దు. యింకాస్త బిర్యానీ తిని, నిద్రొస్తూంటే వెళ్లి పడుకో. మాకు యింకా కొంచెం టైం పడుతుంది," అన్నాడు.

మేడమ్ కొంచెం బిర్యాని తిని లోపలికెళ్ళిపొయింది.

ఆమె అట్లా పోతానే, "ఆమె గూడా క్రిస్టియనే తెలుసా?" అన్నాడు అన్న మెల్లిగా.

నేను వులిక్కిపడి, "అవునా? ఆ మాట నాకు ముందుగా చెప్పుంటే యేమన్నా? నేను నోటికొచ్చినట్టు లొడలొడా వాగేసినాను," అని నాలిక్కరుచుకున్నాను.

"యేం పరవాలేదులే! కన్వర్టయినా ఆమె పేరులోనుంచీ కులం పేరు తీసేయలేదు. మారేది మతమే గానీ బుద్ధులు గావు. వీలయితే మనుషులు రెండు పడవల్లో ప్రయాణం చేస్తారు. నిజమేదో తెలుసుకోవాలనుకునేవాళ్ళకు పడవే పన్లేదు. వాళ్ళు వొంటిగా యీదుకుని పోతారు. సమ్మతం గాని మతమేదైనా దాన్ని వొదిలిపెట్టేదే సమంజసం."

అప్పుటికే నాకు కొంచెం యెక్కినట్టుంది.

"వొచ్చే సోమవారం యేఐయెస్‌యఫ్ మీటింగుకు రాలేనన్నా," అన్నాను.

"నేనూ పోవడం లేదు బాస్! వాళ్ళు కమ్యూనిజాన్ని గూడా మతంగా మార్చేస్తా వుండారు. దాన్ని వోపెన్ ఫిలాసఫీగా, సందర్భాన్ని బట్టీ, అవసరాన్ని బట్టీ మారేదిగా చూసే అసోషియేషన్ కోసం చాలా రోజులుగా వెతుకుతూనే వున్నాను. యెక్కడికి చేరాల్నో తెలస్తా వుంది గానీ అక్కడికెళ్ళే దారిలో అనుకోని మార్పులడ్డం తగులుతున్నాయి. వెతుకుతున్నానని తెలుసు గానీ దేనికోసమనేదే తేలడం లేదు చాలాసార్లు."

అన్నేం చెప్తా వుండాడో నాకు మళ్ళా అర్థం గాలేదు.

"బాగా లేటయిపోయింది. నువ్వు తినేసి పడుకో మునిరత్నం. నేనూ పడుకుంటాను," అనేసినాక అన్న యింట్లోపలికెళ్ళిపోయినాడు.

యెప్పుడూ సందులో దూరి పెళ్ళల్లోకి పోయినోడ్నే గానీ యిండ్లలోకి పోయినోడ్ని గాదు. యిప్పుడీ యింట్లోపల అన్న గాకుండా యింకా యెవురుండారో తెలుసుకోవాలని నాకెందుకనిపిస్తా వుండాదో నాకే తెలియలేదు. చాపపైన పడిందొకటే తెలుసు నాకు. యెప్పుడు నిద్రపోయినానో నాకే తెలియదు.

తెల్లారుజామున్నే లేచి, తలుపుపైన చిన్నగా కొట్టినాను. కొంచేపయినాక వెంసూ అన్న బయటికొచ్చినాడు.

"స్కూలుకు పోవాలన్నా! ఫస్టు బస్సు పట్టుకుంటేనే టయానికి చేరుకుంటాను," అన్నాను.

"వెరీ గుడ్ బాస్! వెళ్ళిరా!" అన్న నా భుజం తట్టినాడు.

మెట్లు దిగి యీధిలో పదడుగులేసినాక తిరిగి చూసినాను. యింకా చీకిటిగానే వుండే మిద్దెపైన అన్న పక్కన మేడమ్ నిలబడి చూస్తావున్నట్టుగా అనిపించింది.

అన్నతో వారంలో మళ్ళా వస్తానని చెప్పినాను గానీ నెలకు పైగా మళ్ళా తిరపతికి పోలేకపోయినాను. ఆ నెలదినాల్లో నా బతుకు అల్లకల్లోలమయిపోయింది. ఆ సంగతులు యింటే అన్నక్కూడా తల దిమ్మదిరిగిపోతింది.

5

మా నాయిన సేద్దిగాని పని మానేసేదాంకా ఆ యింట్లోకి అడుగుబెట్టనని ప్రమాణం చేసొచ్చినోడ్ని, నా మాటపైన నన్ను మా నాయిన నిలబడనియ్యలేదు. ఆయన్ని ఆస్పత్రిలో చేర్చినారనే విషయం తెలస్తానే ఆగమేఘాలపైన పేటలో వుండే ఆస్పత్రికి పరిగెత్తినాను. బెడ్ పక్కన్నే కూలబడి మా అమ్మ కంటికి కడివెడుగా యేడస్తా వుండాది.

"వాళ్ల మావిడితోపులో వుండే కారుగాయల్ని అమ్ముకోని తినేసినాడని ఢిల్లీరెడ్డి చిన్నా పెద్దా అని గూడా యెంచకుండా మీ నాయన్ని చావదంచేసినాడు. అయినా కోపం తీరకుండా పోలీసులకు పట్టిచ్చినాడు. వాళ్ళూ వాణ్ని నలగ్గుద్దేసినారు. నొప్పులకు తట్టుకోలేక వీడు దరాములు దరాములుగా తాగినాడు. నడిరోడ్లో పడి చేతులించుకున్నాడు," అని మా పక్కింటి చిన్నాయన తప్పంతా మా నాయినదే అని తేల్చేసినాడు.

"కారుగాయలంటే యెన్నొస్తాయిరా? మగా అయితే బండో, అరబండో. సొంతగల్లోళ్లే అమ్ముకోమని కావిలోల్లకు అవిట్ని యిడిసిపెడతా వుండేటోళ్లు వొకప్పుడు. యిప్పుడు వాళ్ళు పూతా పిందెను గూడా యిడిసిపెట్టకుండా జవురుకుంటా వుండారు. మీ నాయినింకా ఆ పాత కాలంలోనే వుండిపొయినాడు," అని మా మామొకాయన అందుకున్నాడు.

అయిదు దినాలయినాక యింటికొచ్చిన మా నాయిన కుక్కిమంచానికతక్కపొయినాడు. మాత్రలూ, టానిక్కులూ లోపలికి పోతానే వుండాయి గానీ, మనిషి మాత్రం బండమాదిరి వులుకూ పలుకూ లేకండా పడిపొయినాడు. రెండు పిడసల అన్నమైనా, అరగలాసు పాలైనా గొంతు దిగలేదు. రాత్రంతా జొరం పెట్లగాసింది. తెల్లారేకుందికి చెమటతో గుడ్డలు తడిసిపోతా వున్నాయి. అప్పుడప్పుడూ సగం కండ్లు తెరిసి అర్థం గాని గొణుగుడేదో గొణిగేటోడు. పిచ్చి నవ్వేదో నవ్వేటోడు. అంతలోనే బుడి బుడి యేడ్పులేడ్చేటోడు. కండ్లనుంచీ నీళ్లు ధారాపాతంగా కారిపొయ్యేవి. పది దినాల్లో బ్రెమకలు బయిట పడినాయి. కండ్లు గుంతలుబడినాయి. అస్థిపంజరానికి చర్మం అతికించినట్టుగా మూతి యికారంగా మారిపొయింది.

వొకనాడు అర్ధరాత్రప్పుడు యింట్లోపల గడబిడమంటానే బయిట పందిరి కింద పండుకోనుండే నేను పైకిలేసి లోపలికి పరిగెత్తినాను. నులక మంచంపైన గోడకానుకుని కూర్చుని మా నాయిన బీడీ పైన బీడీ కాల్చిపారేస్తా వుండాడు. అర్థంగాని మాటలేవో పెద్దగా అరస్తా వుండాడు. నేను భయపడిపోయి పేటనుంచీ ఆరెంపీ డాక్టర్ని తొడుక్కోనొచ్చినాను. ఆయన రెండు యింజెక్షన్లు పొడిచేసి పోయినాడు. దాంతో మా నాయిన తుమ్మ మొద్దు మాదిరిగా పడి నిద్రబొయినాడు. గంటవతానే మళ్ళా ఆయిన గొంతు యినబడింది. లోపలికి పొయినాను. ఆయన లేసికుచ్చునేదానికి తనకలాడతా వుండాడు. నేను పొయ్యి ఆయన్ని పట్టుకున్నాను.

ఆయన అదోరకంగా చూసి, "బాలిరెడ్డి రాలేదారా? పొయ్యి బిన్నాగా తొడక్కరాపో," అని మూల్గినాడు.

"బాలిరెడ్డి చచ్చిపొయ్యి పదేండ్లవతా వుండాది. నువ్వు గొమ్మునా కండ్లు మూసుకోని పండుకో నాయినా," అని కసిరినాను.

ఆయిన టెంకాయపీక పగిలినట్టుండే నవ్వొకటి నవ్వి, "నువ్వారా కేశవా! రారా, యెన్ని దినాలయిందిరా నువ్వొచ్చి పలకరించి. వచ్చిట్లా కుచ్చో," అనినాడు. నేను మంచం కట్టెపైన కుచ్చోని ఆయన చెయ్యి గెట్టిగా పట్టుకున్నాను.

"రేయ్! ఢిల్లీరెడ్డిని మాత్రం కొట్టద్దురా! యెంతయినా వాడు నా కన్నకొడుకే గదరా?"

అంటా ఆయన బోరుమని యేడ్చేసినాడు.

"యేం పిచ్చిమాటలు నాయినా! గొమ్మునా పండుకో," నాక్కూడా యేడుపొచ్చేసింది.

"అవునురా! ఢిల్లీరెడ్డి నా కొడుకే! కావాలంటే అక్కని అడుగుపో," ఆయిన చూపులు గాల్లో తేలతా వుండాయి. కండ్లనుంచీ నీళ్లు కొళాయిల్లోనుంచీ దూకినట్టుగా కారతా వుండాయి.

రెండు మాత్రల్ని బలవంతంగా మింగించినాక గానీ, ఆయిన కంటిపైన రెప్పబడలేదు. యెదరొమ్ము కప్పకడుపు మాదిరిగా యెగిరెగిరి పడతా వుండంగా గురకలు పెద్దగా పెట్టినాడు.

తెల్లారబోతా వుండంగా యింట్లోనుంచీ వొచ్చిన యేడ్పులు నన్ను నిద్రలేపినాయి. యింట్లోపలికి పోతానే అంతా అయిపోయిందని తెలిసింది. బాలిరెడ్డియింటికి పోనీకుండా చేసినందుకు ప్రతీకారం తీర్చుకున్నట్టుగా, మా నాయిన ప్రాణాల్నే యిడిసేసినాడు. అంత సులభమైన చావు పుణ్యాత్ములకే వస్తాదని మా వూరంతా చెప్పుకున్నారు.

"అందురూ ఆ తావు జేరేటోళ్ళమే తల్లా! కొంచెం ముందూ యెనకా అంతే. యిక్కడుండేటోళ్ళకంటే అక్కడికి పోయినోళ్లే చానామంది," అని మా ముసిలవ్వ మా అమ్మను వోదార్చింది.

చచ్చిపోయినోళ్ల లెక్కకు యింకొకటి హెచ్చు జేసిన మా నాయిన్ను మళ్ళా లెయ్యనియ్యకుండా మా వూరి సుడిగాట్లో ఆరడుగుల లోతు గుంతదవ్వి పూడ్చేసినారు.

నాలుగు దినాలయినాక మిట్టమధ్యానం, వూరు వూరంతా శోషొచ్చి పడిపోయినట్టుండేటప్పుడు, రచ్చబండపైన వొంటిగా బీడీలు గాల్చుకుంటా కుచ్చోనుండే మా పక్కింటి పెదనాయిన దెగ్గిరికి పొయి, "పెద్నాయనా! నిన్నొకమాట అడగాల. నీకయితేనే నిజం తెలిస్తాదని అడగతా వుండాను," అన్నాను.

"చెప్పే యిషయమే అయితే అడిగే దానికంత జంకేలరా మునీ, అడుగు," అన్నాడాయన.

వుడుగ్గా గాలి యిసరకపొయ్యేటట్లుగా తోలతావుండే ఆ యేళలో ఆయిన గొంతు నేలపైన నడిచే మనిషిది మాదిరిగా కాకుండా, గాల్లో యెగిరే బొంత గెద్దది మాదిరిగా అదోరకంగా పలికింది. ఆయిన చూపులు ఆకాశంలో దేన్నో యెతకతా వుండేటట్టుగా కనబడినాయి.

"చావుకు ముందు రేత్రి, అర్ధరేత్రి దాటినాక పెద్ద జొరంలో, కలవరంలో మా

నాయిన యేందేందో మాట్లాడినాడు. వొక మాట మాత్రం గెంటగొట్టినట్టుగా రెండుతూర్లు చెప్పినాడు. నన్ను కేశవా అని పిలిచినాడు. ఆ కేశవుడెవుడో నాకు తెలవదు... ఆ కేశవుడనే మనిషితో చెప్పినట్టుగా... ఆ మాట చెప్పినాడు. అదేందంటే... పెద్నాయనా... మా నాయనేమన్నాడంటే... 'ఢిల్లీరెడ్డి నా కన్నకొడుకే గదరా, కావాలంటే అక్కనడుగుపో' అన్నాడు."

రాగిచెట్టుకింద మేమిద్దరూ చానాసేపు రాళ్ళ మాదిరిగా గొమ్మునా కుచ్చోనుండిపోయినాము.

"వొరే అయిలూ! కాపు గుట్టు గడప దాటదంటారు," పెదనాయిన గొంతు యిచిత్రంగా వొణికింది. "ఆ మాట మీ నాయినకూ తెలుసు. నాకూ తెలుసు. యీ వూరినించీ ఆ వూరికి పొయిన సేద్దిగాళ్లకందురికీ తెలుసు. బయింగా వొళ్ళు దెగ్గిర బెట్టుకొన్నోళ్లే బతికి బట్టగట్టినారు. వూపిరుంటే వుప్పమ్ముకొని బతకచ్చుననే సంగతిని తల్లి చనుబాలు తాగినప్పుడే వాళ్ళు తెలుసుకున్నారు. వయిస్సులో వుండే రైతులది అతికారం. వొయిసులో వుండే మనూరి ఆడోళ్లది అవసరం. అది తిరగబడిందే అనుకో, అప్పుడు కూడా ఆవూరి ఆడోళ్లది అతికారం, మనూరి మొగోల్లది అవసరం. యెందురు రెడ్లపిల్లోళ్ల తల్లులకు రొమ్ముల్లో పాలు బడకపోతే వాళ్ళు మనూరి ఆడోళ్ళ పాలు తాగి బతికినారో యెవురు గుర్తుపెట్టుకోనుండారు? ఆ సంగతి వాళ్ళు చెప్పరు. వీళ్ళు చెప్పలేరు."

"..."

"బాలిరెడ్డి ప్రాయంలో వుండేటప్పుడెంత మిడిమాలంగా బతికినాడో వూర్లో అందురికీ తెలుసు. పెండ్లికి ముందరే ఆడాల్సిన ఆటలన్నీ ఆడేసినాడు. కూలికి పొయిన యే ఆడదాన్నీ యిడవలేదని చెప్పేటోళ్లు. వీళ్లూ తీరికుచ్చునోళ్లే! పెండ్లికి ముందరే అన్ని తిరుగుళ్ళూ, పెళ్లయినాక మారు మనువులూ. పైగా దుడ్డు అక్కర. బాలిరెడ్డొకడే యిట్లనుకోవద్దు. మొనుషులందురూ అంతే. కుదిరినప్పుడందురూ సబ్బంగ నీతులు చెప్తారు. కుదర్లేదంటే దేన్నీ యిడిసిపెట్టరు."

"..."

"బాలిరెడ్డికి పెండ్లయినాంక ఆరేండ్లదాకా బిడ్డలు కలగలేదు. అందురు వైద్దిగులూ, అందురు దేవుళ్ళూ అయిపోయినారు. లాభం లేకపొయింది. వాళ్ళమ్మ నోటికి బెదరనోడు లేడు. కొడుక్కు రెండో పెండ్లి చేస్తానని ఆమె గుండం దొక్కింది. సమందాలు చూసేది గూడా ఆరంభం జేసింది. అదాపక్క జరగతా వుండంగా చాన్నాళ్లకు బాలిరెడ్డి భార్యకు గర్భం నిలిచిందని పొంగళ్ళు పెట్టినారు. రెడ్డెమ్మ కొండకు పోయొచ్చినాకే అది జరిగిందని

కొందురూ, షోలింగరంలో మండలం సేవ జేసినాకే అది జరిగిందని యింకొందురూ చెప్పుకున్నారు. యీ నడమలో యేం జరిగిందో యెవురికి తెలిస్తింది? యిప్పుడు నువ్వు చెప్పింది యిన్నంక నాకూ అనుమానమొస్తా వుండాది. వాడు జరంలో స్మారకం లేనప్పుడు వాగిన వాగుడది. వొంటిమింద తెలివునుంటే నిజమైనా ఆ మాదిరి నోరు జారుండడు. స్మారకం లేనోడి మాటల్నెవురు నమ్మతారు?"

"..."

"యే పుట్టలో యే పాముండాదో యెవురికి తెలిస్తాదిరా అయిలూ. తల్లి నిజెం. తండ్రి నమ్మకం. అన్ని దోవలూ మూసకపోయినప్పుడు దొంగ దోవను దొక్కని మొనిషినొకడ్ని చూపించు నాకు!" పెద్దగా నిట్టూర్చినాక, చెయ్యిని ఆకాశంకల్లా పైకెత్తి, "నిజమేందో ఆ పైనుండేటోడికొకనికే తెలుసు. వాడివన్నీ చూసి కుశాలగా నవ్వుకుంటా వుంటాడేమో! వాడు గాని నా చేతికి దొరికితే రెండు చెంపల్నీ వాయగొట్టాలనుండాది," అనినాడాయిన.

మా నాయిన కాలమై నలభై దినాలయిపోయినాక వెంసూ అన్నను కలిసేదానికి యూనివర్సిటీకి పోయినాను. ఆయన రూముకొచ్చి నెల దాటిందని తెలిసింది. ఆయన ఫ్రెండ్సు ఢిల్లీకి పోయినాడని చెప్పినారు. నెల దాటినాక మళ్ళా యెతుక్కుంటా పోయినాను. మూడోసారి పోయినప్పుడు సంగీతా మేడంకైతే అన్న సంగతి తెలిసుంటాదని ఆమెనెతుక్కుంటా పోయినాను. ఆమె లేదని తెలిసినాక గాయత్రీ మేడం కోసం యెతికినాను. హాస్టలులో ఆమె కనబడింది.

"ఆయనెక్కడికెళ్లాడో నాకెలా తెలుస్తుంది?" అని ఆమె నన్ను కసిరేసింది. అప్పటినుంచీ చానా తూర్లు తిరుపతికి పోయినప్పుడంతా యూనివర్సిటీకి పోయి అన్న కోసరం విచారించినాను. కొన్నేండ్లయినాక ఆశలొదిలేసినాను.

6

ప్రిన్సిపాల్ రూంలోకి కొడుకుతో బాటూ పోయిన సంగీతా మేడమ్ యెంతసేపయినా తిరిగి బయిటికి రానేలేదు. వెయిట్ చేసి విసుగొచ్చినాక, లేచి ఆ రూమ్‌లోకి పోయినాను. లోపలెవురూ లేరు. ఆ రూమ్‌కు వెనకనుంచీ యింకో గేటుండాదని నాకప్పుడు గుర్తొచ్చింది. ఆడిటోరియం దెగ్గిరా, మెస్ దెగ్గిరా అంతా యెతికినాను. ఆమెక్కడా కనబడలేదు.

మరసటి క్లాసుకు పోయినప్పుడు హర్షానడిగి తెలుసుకోవాల్సిందేననుకున్నాను. అయితే ఆ నెలంతా రిషివాలీ స్కూలుకు పోలేకపోయినాను. అంతే గాదు, మళ్లా వొకసారి కాప్పల్లెకు పోవాల్సొచ్చింది నాకు. అప్పుడు జరిగినది నన్ను చానా దినాలు యెంటాడింది.

ఆ పొద్దు నేనూరికి పోతానే ఢిల్లీరెడ్డి తల్లి కాలమైపోయిందనీ, మధ్యానం రెండు గంటలకు దానం జేస్తారనీ చెప్పినారు. ఆ మహాతల్లిని కడసారి చూపు చూడాలని నాకెందుకనిపించిందో తెలియదు. దెగ్గిర దెగ్గిర పదారేండ్లయినాక కాప్పల్లెలో రెడ్డేరీదిలోకి పొయినాను. దూరంనుంచే ఢిల్లీరెడ్డి యింటిముందర షామియానా కనబడింది. నా చిన్నప్పుడు ఆ యీదిలో వుండే యిండ్లనంతా యిలావిరిగా, ఆనందంగా నాకు వరసగా చూపించిన మా నాయిన గుర్తుకొచ్చినాడు.

మిద్దెపైన ముందుపక్క మాత్రమే సగం దాకా యిల్లు గట్టడంతో లారీ మాదిరిగా కనబడతా వుండే యిల్లును అన్నదమ్ములిద్దురు పంచుకోవటంతో దాని ముందుపక్క రెండు దారబంధాలొచ్చినాయి. పెచ్చులూడిపోయి, గచ్చు లేసిపోయి, రంగులు మాసిపోయి, యిప్పుడది షెడ్డులోకొచ్చిన లారీ మాదిరుండాది.

దానిపక్కనే వొకదాని వెనకాల వొకిటిగా కట్టిన పెంకులిండ్లపైన పెంకులు రాలిపోయి, కప్పుపైనా, గోడలపైనా రాగిచెట్లు బలస్తావుండాయి.

దాన్ని దాటతానే వుండే పెంకులిళ్లు మాసికల చొక్కాయి మాదిరిగా, దానెనకాలుండే పూరిళ్లు బిచ్చగత్తె మాసిన తల మాదిరిగా వికారంగా వుండాయి. పెంకులింటి ముందు నిలబడిన నడివయిసు జంటా, పూరింటి ముందు కుచ్చోనుండే ముసిలి జంటా, యిరిగిపోయిన కిటికీ కమ్ములమాదిరుండారు.

ఆ పక్కనుండే సున్నపు మెహిడీ గుణాతాలతో సహా మాయమైపోయుండాది. ఆ యింట్లో వుండే పెద్దరెడ్డి వాస్తు సరిగ్గా లేదని పాత యింటిని పడగొట్టినప్పుడు కూలిన రాళ్ళనూ, సున్నం ముద్దల్నీ, చెరువులోకి తోలేదానికి ట్రాక్టరు నూరు సార్లయినా తిరిగుంటాదని మా వూరోళ్లు చెప్పుకున్నారు.

మొగుడు చచ్చిపోయినాక గూడా అయిదు మడకల సేద్యం జంపుగా జేయించిన పెద్దామె యింటికి తుప్పుపట్టిన బీగం గోంద్రుకప్ప మాదిరిగా యేలాడతా వుండాది. ఆమె చచ్చిపొయినాక ఆస్తిని పంచుకునేదానిలో తగరార్లొచ్చి ఆమె ముగ్గురు అల్లుళ్ళూ కోర్టుకెక్కినారనే విషయం నా చెవులకూ చేరింది.

వొకప్పుడు దివిటీ మాదిరి వెలిగిన మనేగారి మహిడీ చెత్తలు తోసే మనుషులైనా లేకపోవాటంతో కొరివికట్టె మాదిరిగా మిగిలిపొయింది. దానిపక్కన యెప్పుడు పడిపోతిందో తెల్వకుండా బెదరగొడతా వుండే పెంకులిళ్లు ముందర, కడగాళ్లతో ఆగిపోయిన తావులో జిల్లేడుచెట్లు బలిసిపొయినాయి.

ఢిల్లీరెడ్డి యిల్లు గూడా రంగులు మాసిపొయుండాది. తుప్పుబట్టిన యినప కమ్ముల

వరండాలో మాసిన చెక్క బెంచీపైన, గాజుపెట్టెలో ముసిలామెను పండబెట్టుండారు. దానిపక్కన చిన్న గుట్టంత యెత్తున పడుండే పూలమాలలు ఢిల్లీరెడ్డి పరపతెంతో చాటేస్తావుండాయి.

షామియానా కింద ప్లాస్టిక్ కుర్చీల్లో కుచ్చోని, పొడుగ్గా వుండే సిగరెట్లు వూదిపారేస్తా వుండే ఖద్దరు చొక్కాయిల మనుషులు, చింపిరి చీర కట్టుకోనుండే బక్కపిల్ల కాగితం కప్పుల్లో తెచ్చిన టీని జుర్రేస్తావుండారు.

పంచె పైన తెల్ల బనీనేసుకోనుండే ఢిల్లీరెడ్డి వరాండా నుంచీ యింట్లోకి, యింట్లోనుంచీ వరండాలోకి నిలుకులేకుండా తిరగతావుండాడు. యీధిలో దిన్నె పక్కన యెదురు చీల్చి పాడెగడతావుండే మనిషి, "సరింగా టయానికొచ్చినావురా మునిరత్నం. పారకాల్వ నారాయుడు రాకుండా జారిపొయినాడు. ఆ గెడ్డితో తాడు పేడు," అని పిలిచినాడు. నేను గొమ్మునా కుచ్చోని గెడ్డిని ముందుకు లాక్కున్నాను.

కొంచేపయినాక వోటుబెంచీని యీదిలోకేసి, దానిపైకి పీనిగను చేరేసినారు. బెంచీ చుట్టూ వూరోళ్ళూ, బంధువులూ మూగిపొయినారు. పీనిగను బెంచీ పైనించీ పాడె పైకి దించినప్పుడు మాత్రమే నేను చూసేదానికయింది.

ఆ పీనిగలో నేనొకసారి మాత్రమే చూసిన అపరంజమ్మ పోలికలను యెతకతా వుండిపొయినాను. వొకప్పుడు మా నాయిన దోసిట్లోకి సద్దిని పైకెత్తి పోసిన మనిషి పోలికలు యెంత యెతికినా దొరకలేదు.

చెవులు గుయ్యిమనేటట్టుగా పలకలు మోగినాయి.

"హరోంహరా! హరోంహరా!" అని అరస్తా వుండే మనుషులు పాడెను భుజాలకెత్తుకున్నారు. తలకొరివి పట్టుకోని యెడమ కాలును కొంచెం లాగతా, కుడి భుజాన్ని కొంచెం ముందుకు తోస్తా, నడిచే ఢిల్లీరెడ్డి నడకను చూస్తానే నాకు బాగా పరిచయముండే నడకేదో గుర్తుకొచ్చి, కండ్లు నులుముకోని చూసినాను.

ఆ మధ్యానం మూడు గంటలకంతా బాలిరెడ్డి గారి మావిడితోపులో అపరంజమ్మ బూడిదైపోయింది.

ఆ సాయింత్రం చానా సమత్సరాలయినాక మా వూరి సుడిగాట్లోకి పొయి, మా నాయన్ను పూడ్చిన తావును యెతికిపట్టుకోని, అక్కడనే కొంచేపు కూర్చున్నాను. చుట్లా వుండే సమాధులన్నీ, మూసిపెట్టిన రహస్యాల మాదిరిగా, నిలదీసే నిశబ్దపు ప్రశ్నల మాదిరిగా కనబడినాయి.

మా వూరినించీ మా స్కూలుకు పొయినాక, రిషివాలీ స్కూలుకు పొయినప్పుడు, హర్షాను పిలిచి, "మీ మమ్మీ ఆ రోజు నాకు మళ్ళా కనబడలేదు. మీ నాన్న అడ్రస్సు కావాలి నాకు," అని అడిగినాను. వాడిచ్చిన కాగితాన్ని చూసినాక, "మీ ఫాదర్ యింజినీరా?" అనడిగినాను.

"ఔన్సార్! మమ్మీ కూడా జాబ్ చేస్తారు," అన్నాడు వాడు.

అక్కడ కూడా వెంసూ అన్న అడ్రస్సు గల్లంతయిపొయినట్టు అప్పుడు నాకర్థమయింది. ఆయన బతికుంటే యెప్పుడో వొకప్పుడు నన్నాయన తలుచుకొనే వుండేటోడనీ, జరగరానిదేదో జరిగిపోయి వుంటాదని నాకు నమ్మకమొచ్చేసింది.

దెగ్గిర దెగ్గిర ముప్పయ్యేండ్లకు పైగా అయినాక పేపర్లలో ఆయిన పేరు చూసినప్పుడు నాకు కండ్లు తిరిగిపొయినాయి. తిరపతికి పొయి ఆ పేరుండే మనిషి మా అన్నేనో కాదో తేల్చుకొని రావాలని అనుకున్నాను. అయితే యెంత అకస్మాత్తుగా వొచ్చినాడో, అంతే బిన్నాగా ఆయిన కాలమైపోయినాడనే వార్త కూడా పేపర్లలో వొచ్చింది. చానా సంవత్సరాల ముందు రిషివాలీలో నా దెగ్గిర చదుకున్న పిల్లోడు ఫోన్ చేసి, "వెంసూతో మీకు పరిచయముందట గదా సార్! వోసారి మిమ్మల్ని కలవాలి," అంటానే ఆ చనిపోయిన మనిషి అన్నేనని తెలిసిపొయింది.

హర్షా వస్తానని చెప్పిన టయానికి మా వూరిముందు రోడ్డు షెల్టరు కింద కూర్చోని యెదురుచూస్తావుండాను.

"యిక్కడుండావేంది డాడీ!" అని నా పెద్దకొడుకు గొంతు యినబడగానే తిరిగి చూసినాను. వానికీ నా మాదిరే టీచరుద్యోగం వొచ్చింది. బొమ్మసముద్రం స్కూల్లో పనిచేస్తా వుండాడు. వాళ్ళమ్మను చూసే దానికని యీ ఆదివారం వొచ్చినట్టుండాడు.

వానితో బాటూ రిజర్వేషన్ల కింద మా వూరికి ప్రెసిడెంటయిన నారాయణసామి గూడా వుండాడు. "మన భాస్కరుడు పొద్దన్నే ఢిల్లీరెడ్డి యింటికాడికొచ్చినాడు చిన్నాయనా! ఆడ్నించీ యిద్దరుమూ కలిసే వస్తావుండాము," అనినాడు నారాయణసామి.

"ఆ వూరికెందుకు పోయినావురా? ఆ మనిషితో నేకేం పని?" నాకు కోపం మండిపొయింది.

"వొచ్చే నెల్లో టీచర్ల కౌన్సిలింగుండాది డాడీ! యెవురైనా పొలిటీషన్లు రికమెండ్ చెయ్యకపోతే దూరంగా యిసిరి పారేస్తారు," అని భాస్కరుడు నాంచినాడు.

"దానికింకెవురూ దొరకలేదా?" గెట్టిగా అరిచినాను.

"ఆర్నెల్ల ముందు చిత్తూరు జిల్లా పరిషత్తు హాల్లో యెలక్షన్ల ప్రిసయిడింగ్ ఆఫీసర్ల మీటింగు జరిగింది. అప్పుడక్కడికెందుకో వొచ్చిన ఢిల్లీరెడ్డికి మా ప్రెసిడెంటు నన్ను పరిచయం చేసినాడు. నేను దసరామయ్య మనవడని తెలస్తానే ఆయిన మెచ్చుకున్నాడు. యేదయినా పనుంటే రమ్మని ఆయనే చెప్పినాడు," అనినాడు భాస్కరుడు.

"వీడొచ్చే టయానికి నేనక్కడ్నే వున్నాను గాబట్టి సరిపోయింది చిన్నాయనా! అప్పుటికే అన్నకోసరం చానామంది వొరండాలో కాపెట్టుకోనుండారు. అన్న బయిటికొస్తానే నన్ను జూసి, ముందుగా మా పంచాయితీ పెసిడెంటుతో మాట్లాడాలబ్బా, లేకపోతే వాడు రేపు నా మాటినడు, అన్నాడు. అప్పుడందురూ భలే నవ్వినారనుకో. నేను ముందుగా మన భాస్కరుడి పనేందో చూడన్నా, అన్నాను. ఢిల్లీరెడ్డి మాటంటే జిల్లాలో యెవురూ కాదనలేరు. మనోడికి బొమ్మసంద్రం దగ్గిర్లోనే ట్రాన్స్‌ఫర్ రావాలని నేను గూడా గెట్టిగా చెప్పినాను," అన్నాడు నారాయణసామి ప్రతాపమంతా వానిదే అయినట్టుగా.

"అయినా ఆ రెడ్ల దర్బారుకెందుకు పోయినావురా? వేపంజేరి యెమ్మెల్యే మనోడు. నా స్టూడెంటు. నేను ఫోన్ జేసినా పని జరగతాది," అన్నాను దిగులుగా.

నా మాటలు చెవులో యేసుకోకుండా, "నేనూ, నారాయణన్నా చర్చికి పోతావుండాం డాడీ! ప్రేయరయినాక యింటికొస్తాను," అనేసి భాస్కరుడు మా వూరికాచివర్లో కొత్తగా కట్టుండే చర్చి పక్కకు నడిచినాడు.

వాడు యెడమకాలిని కొంచెం ముందుకు లాక్కుంటా, కుడిభుజాన్ని కొంచెం యెనక్కు తోస్తా నడస్తావున్నట్టుగా అనిపించగానే కండ్లు నులుముకొని మళ్ళా చూసినాను. దూరంగా రోడ్డుపైన హారను మోగింది. నల్లరంగు కారొకటి రోడ్డు టర్ను తిరిగి మా వూరి దెగ్గిరికి వస్తావుంది.

వెంసూ అన్న గురించి నాకంటే బాగా తెలిసినోళ్లు యిద్దురుండారని అనుకునేటోడ్ని. సంగీతా మేడమూ, గాయత్రీ మేడమూ. సంగీతా మేడమ్ నోరిప్పదని తెలిసిపొయింది.

గాయత్రీ మేడమ్ యిప్పుడెక్కడుందో యెవురికి తెలుసు?

ix. గాయత్రి: మమ్మీ రహస్య స్నేహితురాలు

వెంసూ, సంగీత అనే వాళ్లిద్దరు నాతో చెలగాటమాడింది చాలదన్నట్టుగా యిప్పుడు హర్షా అనే కుర్రాడొకడు తయారైనాడు.

"ఆ ఫ్యాక్టరీ వోనరు కొడుకు హర్షా అనే మనిషి అమెరికా నుంచీ పెళ్ళిచేసుకుని పోటానికే యిండియాకు వారం పది రోజులముందు లీవుపైన వచ్చాడటక్కా! అతనే యిప్పుడు పోలీసుస్టేషన్లకు తిరుగుతూ యేదో కూపీ లాగుతున్నాడట. అతని దగ్గర వున్న ఫోన్ నెంబర్లలో నీదీ వుందని తెలిసింది. అతను ఫోన్ చేసినా, డైరెక్టుగా వచ్చి కలిసినా కేర్ఫుల్‌గా డీల్ చెయ్యి," అని మా తమ్ముడు బదరీ నారాయణ మరీ మరీ హెచ్చరించాడు. అప్పుడే వాడు, "వెంసూ యూనివర్సిటీలో రిసెర్చి చేసినప్పుడు అక్కడే సంగీతారెడ్డి అనే ఆమె కూడా యెమ్మే చదివిందని పేపర్లో రాశారు. ఆమె ఆ ఫ్యాక్టరీ వోనరు భార్యట. ఆమె నీకేమైనా తెలుసా?" అని అడుగుతూ పెద్ద బాంబొకటి నాపైన పేల్చాడు.

"నాకా? ఆమెవరు? నాకు తెలియదు," అని నేను నట్లుగొట్టి అప్పటికేమో తప్పించుకున్నాను.

సంగీత, నేను, వెంసూ అనే యీ ముక్కోణపు కథ మా ముగ్గురికీ తప్ప యింకెవరికీ తెలియదని నేనింతవరకూ అనుకుంటూ వుండేదాన్ని. అయితే యేనుగును చేతుల్తో పట్టిచూసి యెవరికి వాళ్ళు వేరే రకంగా అర్థం చేసుకున్న గుడ్డివాళ్ళలా మా ముగ్గురికీ కూడా మా గురించి తెలిసింది వొకే రకంగా లేదనే అనుమానం వస్తోందిప్పుడు నాకు.

సినిమాల్లో, నవలల్లో, సాధారణంగా యిలాంటి ముక్కోణపు కథలు ప్రేమకథలే అయి వుంటాయి. మా కథలో ప్రేమ యెవరిదో, అదెంతవరకూ సాగిందో తెలియదు. యెవరి ప్రేమ పెళ్లిగా మారి, యెవరెంతవరకూ సక్సెస్ అయ్యారని అడిగినా సరైన సమాధానం చెప్పలేను. వొకప్పుడు సంగీతనెలాగైనా వెతికి పట్టుకుని, "చూశావా, నీ చేత గాని పనిని నేనెంత యీజీగా చేసానో," అని గర్వంగా చెప్పాలని యెదురుచూశాను. తీరా యిప్పుడామె అడ్రస్ దొరికాక ఆమె పొరబాటున యెదురైతే యెలా తప్పుకుపోవాలా అని ఆలోచిస్తున్నాను.

యెప్పుడోవొకప్పుడు నా కొడుకు నన్ను నిలదీసి అడుగుతాడని అనుకుంటూనే వున్నాను. అప్పుడు యెప్పుడెక్కడ యెలా మొదలుపెట్టాలో రిహార్సల్స్ చేసుకుని సిద్ధం గావడానికి ప్రయత్నిస్తూనే వున్నాను. యీలోగా సంగీత కొడుకొకడొచ్చి నా పైన విరుచుకపడతాడని నేనూహించనేలేదు. యిప్పుడు యీ కుర్రాడికి చెప్పడానికి నేను తయారవకతప్పదు.

ముప్పయి నాలుగేండ్ల క్రితం, తిరుపతిలో వెంకటేశ్వరా యూనివర్సిటీలో, యెమ్మేలో చేరిన రోజునే నా రూములోకి మూడో రూమ్మేటుగా వచ్చిన అమ్మాయి తనను తాను, "సంగీతా రెడ్డి," అని పరిచయం చేసుకున్నప్పుడు, ఆమె నా జీవితాన్ని పెద్ద మలుపు తిప్పబోతుందనే సంగతి నాకు తెలియదు. ఆమెను నేను క్యాంటీనుకు రమ్మని పిలిచినప్పుడు, నా అంతట నేనుగా నాకో రైవల్రీని తయారుచేసుకోబోతున్నానని కూడా తెలియదు.

"అయ్యో, క్యాంటీనుకా గాయత్రీ! సీనియర్లు రాగింగ్ చేస్తారేమో?" అని సంగీత భయపడింది.

"యిప్పటి జూనియర్లే రేపటి సీనియర్లు. పోదాం పద," అని ఆమె చెయ్యిపెట్టి లాగాను.

ఆ రోజేదో స్ట్రయికు. పైగా వుదయం పదకొండు గంటల సమయం. క్యాంటీనులో జనం పలచగా వున్నారు.

ఆలివ్‌గ్రీన్ షర్టూ, నీలిరంగు జీన్సుప్యాంటూ తొడుక్కున్న గడ్డం యువకుడు నిర్లక్ష్యంగా సిగరెట్ తగలేస్తూ దూరం నుంచే నన్ను, "హలో!" అని పలకరించాడు.

"యెవరే అతను? యెక్కడో చూసినట్టుంది," అని అడిగింది సంగీత నా చెవిదగ్గర ముఖంపెట్టి.

"మన హాస్టలు గోడలపైన అలాంటి డ్రస్సే వేసుకున్న గడ్డం మనిషి బొమ్మలు చాలానే వున్నాయి. చేగువేరా. యీ వెంసూ ఆ చేగువేరా ఫాలోయర్నని చెప్పుకుంటాడని

తెలిసింది," అన్నాను.

"చేగువేరా! అదేం పేరు? వెంసూ అంటే అతనిది మన రాష్ట్రం గాదా?" అని సంగీత అయోమయపడింది.

"చేగువేరా గురించే తెలియదా నీకు? క్యూబా అనే దేశంలో వుండే కమ్యూనిస్టు లీడరతను. గన్ను పట్టుకుని గొరిల్లా యుద్ధాలు చేసినవాడు. యుద్ధంలో అతడ్ని చంపేశారట. ఆయన్ని కాపీ గొట్టడం యిప్పుడొక ఫ్యాషనట. మదనపల్లె దగ్గర్లో పెద్దతిప్పసముద్రం అని వొక వూరుంది. అందరూ దాన్ని పీటీయెం అని పిలుస్తారు. యితని పూర్తి పేరు వెంకటసుబ్రమణ్యం అట. వెంసు అనేది దాని అబ్రివేషన్. వూరు లాగే మనిషీ," అని నవ్వేశాను.

ఆలివ్‌రంగు షర్టు వెంసూ క్యాంటీను నుంచీ బయటికెళ్తూ, మా టేబుల్ దగ్గర కాస్త ఆగి, "లైబ్రరీకి రావడం లేదా గాయత్రీ?" అని అడిగాడు.

"లేదు. మాకు లైబ్రరీ కార్డులిష్యు చేశారు. పుస్తకాలు బారో చేసుకుని రూంలోనే చదూకుంటూ వుండిపోయాను," అన్నాను. అతనదోలా తల యెగరేసి, వెళ్ళిపోయాడు.

"నీకెప్పటినుంచీ తెలుసీయన్ను?" అని అడిగింది సంగీత.

"నా అడ్మిషనప్పుడో గొడవయ్యింది. ముందుగా నాకు సీటివ్వకుండా నాకంటే తక్కువ ర్యాంకొచ్చిన అమ్మాయికి సీటిచ్చేసినారు. నాకేం చేయాలో తెలియలేదు. యీ సంగతి అసోషియేషను తెలుసుకుంది. దాని లీడరీ వెంసూనే! హుటాహుటిగా వచ్చేసాడు. అడ్మిషన్స్ డైరెక్టర్ని జాడించి పారేశాడు. దెబ్బతో దెయ్యం దిగిపోయింది. నా సీటు నాకొచ్చింది. అప్పటినుంచీ నేనెక్కడ కనబడ్డా పలకరిస్తాడు," అని చెప్పాను.

రెండు రోజుల తర్వాత, "వెంసూ డిగ్రీలో వున్నప్పుడే యూనివర్సిటీ రాజకీయాల్లో తలదూర్చినాడంట గాయత్రీ," అంది సంగీత. నేను ఆమెకేసి అదోలా చూసాను. "మెస్‌లో మ్యాథ్స్ సెకండియర్ కరుణ చెప్తా వుంటే విన్నాను. అప్పుడొకసారి, వెంసూ డిగ్రీ కాలేజీలో సెకండ్ యియర్లో వుండేటప్పుడేం జరిగిందంటే," అంటూ సంగీత చెప్పిన సంగతులు విన్నాక పువ్వు పుట్టగానే పరిమళం గదా అనుకున్నాను.

మా యూనివర్సిటీకీ తిరుపతి దేవస్థానం వాళ్ళ డిగ్రీ కాలేజీకీ మధ్య చిన్న కాంపౌండు గోడ మాత్రమే అడ్డు. ప్రహరీకీ పక్కనే రీసెర్చి స్కాలర్ల బ్లాకుంది. కాంపౌండుకు వొక మనిషి మాత్రమే వెళ్లగలిగే చిన్న గేటుంది.

ఆరోజు అర్ధరాత్రి దాటాక యూనివర్సిటీ నుంచీ అయిదారు మంది స్టూడెంట్లు పెద్దగా

అరుస్తూ గేటు దాటి డిగ్రీ కాలేజీ హాస్టలు వైపుకు పరిగెత్తుకొచ్చారు. వాళ్ళ బారినపడకుండా తప్పించుకోవడం కోసం ముందుగా పరిగెత్తుకొచ్చినవాడు హాస్టలు ముందున్న అశోకచెట్టునొకదాన్నెక్కి మొదటి అంతస్థుపైకి దూకి, మెట్లపైన్నుంచీ యివతలికి దిగి, తలుపులు తెరుచుకుని నిద్రపోతున్నవాళ్ళుండే వొక రూములోకి దూరి, మంచం కిందికి పాకిపోయాడు. యూనివర్సిటీ నుంచీ వచ్చిన గుంపు హాస్టల్ గ్రిల్ గేటులకు బీగాలేసుకుని పడుకున్న వాచ్‌మ్యాన్‌తో గొడవపడసాగారు. గ్రిల్ తలుపుల్ని వూపుతూ అల్లరి చేశారు. యింతలో యూనివర్సిటి నుంచీ యింకో గుంపొచ్చి గేటు దగ్గరున్న గుంపుపైన పడింది. కర్రలూ, హాకీస్టిక్కులూ, గొలుసులతో యుద్ధం జరిగింది. కొంతసేపక్కడ హాహాకారాలు జరిగాక కొందరు యూనివర్సిటీ వైపుకు పరిగెత్తారు. వాళ్ళను తరుముకుంటూ మిగినవాళ్ళూ వెళ్లారు. దాదాపొక అరగంట తర్వాత హాస్టలు గేటుకవతల భయంకరమైన ప్రశాంతత యేర్పడింది. గేటుకవతలొకుర్రాడు మాత్రం గాయాలతో రొప్పుతున్నాడు. వెంసూ వాచ్‌మ్యాన్‌తో బలవంతంగా తలుపులు తీయించి, గాయాల కుర్రాడ్ని మోసుకొచ్చి తన గదిలో తన మంచంపైన పడుకోబెట్టాడు. తర్వాత, "యింక బయటికొచ్చి పడుకోన్నా. తెల్లారేదాకా యింకెవురూ రారు," అని మంచం కిందున్న వాడ్ని పిలిచాడు.

మంచం కిందుండేవాడు తక్కుతూ తారుతూ బయటికొచ్చి, లైటు ఆన్ చేసి, మంచం పైనుండే గాయాలవాడ్ని తేరిపార జూసి, "వీడ్నెందుకు రానిచ్చినావు? వీడు మనోడు గాడు," అని కోపంగా అరిచాడు. వెంసూ బదులు పలక్కపోయేసరికి, "నువ్వు రెడ్డా? నాయుడా?" అని అడిగాడు.

"నాకు కేష్టు లేదన్నా!" అన్నాడు వెంసూ.

"వాడ్ని బయిటికి పారెయ్యకపోయినావంటే నీకే పూజ జరగతాది," అని గొంతు చించుకున్నాక వాడు మిద్దెక్కి అశోకచెట్టు మీదుగా అవతలికెళ్ళిపోయాడు.

తెల్లవారేసరికల్లా పోలీసులొచ్చి, మంచంపైన మూల్గుతున్న వాడ్ని హాస్పిటల్‌కూ, వెంసూను పోలీస్‌స్టేషన్‌కూ చేర్చారు. వెంసూ ఆ రెండు వర్గాలకూ చెందినవాడు కాడని తెలిశాక పోలీసులు వార్నింగిచ్చి పంపేశారు.

వెంసూ హీరోయిజం గురించి యింత విపులంగా నాకు చెప్పాక, "యిదంతా జరిగింది యెనభైకి ముందంటలే! మన యూనివర్సిటీలో రెడ్డీ నాయుడూ కొట్లాటలు యమర్జెన్సీ కంటే చానా ముందునించీ వున్నాయంట! యమర్జెన్సీ యెత్తేసినాక జరిగిన యెలక్షన్లలో వాళ్లలో వొక లీడరు యేకంగా యెమ్మెల్యే గూడా అయినాడంట," అని ముగించింది సంగీత.

యూనివర్సిటీల్లో స్టూడెంట్ అసోషియేషన్లను గవర్మెంట్ బ్యాన్ చేసింది. అయినా యిప్పుడు యెలెక్షన్ పెట్టినా వెంసూనే చేర్మెన్ అవుతాడు.

వారం పది దినాల తర్వాతొకనాడు లైబ్రరీ క్విక్ రెఫరెన్సు సెక్షన్‌లో వెంసూ కనిపించాడు. అతడి చేతుల్లో వున్నది కోశాంబీ చరిత్ర పుస్తకమని తెలుస్తోంది.

"అయ్యేయెస్‌కు ప్రిపేరవుతున్నాడటలే. పలకరిద్దాం పద. స్టూడెంటు లీడరు గదా! యెప్పుడైనా పనికొస్తాడు," అని నేను సంగీతనటులాక్కెళ్ళాను. అప్పుడు నేను చేయబోతున్న పరిచయం నాకే యిబ్బందిగా తయారవబోతుందని నేనప్పుడు వూహించలేకపోయాను.

హోంసైన్సులో చేరిందని సంగీతను పరిచయం చేస్తూనే, "యే వూరు?" అని అడిగాడు వెంసూ.

"మా సొంతూరు రాజంపేటకు దెగ్గిర. మేము మదనపల్లెకొచ్చి సెటిలైపోయి చానా యేండ్లయిపోయిందన్నా!" అంది సంగీత.

మేమిద్దరమూ దూరంగా యింకో టేబుల్ దగ్గర కూర్చున్నాక, "అదేమిటే, అట్లా అన్నా అని పిలిచేసినావు?" అని అడిగాను.

"పెద్దోళ్ళయిన మొగోళ్ళనంతా అట్లా పిలిచేదే నేర్పించినారు నాకింట్లో," అంది సంగీత.

గంట తర్వాత మేము క్విక్ రెఫరెన్సు నుంచీ తిరిగొస్తున్నప్పుడు వెంసూ లేడు. టేబుల్‌పైన నోటుబుక్ మరిచిపోయి వెళ్ళాడు. మరునాడు దాన్ని తీసుకెళ్ళి అదే చోట వెంసూకిస్తున్నప్పుడు, "మీరు బొమ్మలు బాగా గీస్తారు. అలా మా రికార్డుల్లో గీస్తే మాకు మంచి మార్కులొచ్చేవి," అంది సంగీత.

"రేపు తెచ్చివ్వు. నీ రికార్డు పుస్తకాల్ని కాపీగొట్టాల్సిన వొరిజినల్సుతో బాటూ," అన్నాడు వెంసూ.

తమాషాకన్నాడనుకున్నాం. అయితే యెదురైనప్పుడల్లా, "రికార్డులు తెచ్చావా?" అని అడగసాగాడు.

తప్పించుకోలేక, మొహమాటంగా, యిబ్బంది పడుతూనే, సంగీత రికార్డులు తీసుకొచ్చి యిచ్చింది.

బొమ్మలు గీసిచ్చాక, "కనీసం క్యాంటీన్‌లో కాఫీ అయినా లేదా?" అని అడిగాడు వెంసూ. క్యాంటీన్లో సమోసాలు తిని కాఫీలు తాగాం మేముగ్గురమూ. వెంసూ సిగరెట్ వెలిగించాడు. అలా ప్రతిరోజూ మేము క్యాంటీనుకెళ్ళడం ప్రారంభమయింది.

వొకరోజు సంగీత చేతుల్లోని పుస్తకాల్లో బైబిల్ని చూసి, "బైబుల్ చదువుతున్నావెందుకు?" అని అడిగాడు వెంసూ.

"మేం క్రిస్టియన్స్," అంది సంగీత.

"అయితే నీ పేరులో ఆ రెడ్డి యెందుకు?" అన్నాడతను చివాలున.

సంగీత ముఖం ముడుచుకుంది.

"మతం మత్తు మందు అన్నాడు మార్క్స్. మనదేశంలో కొందరు వొక మత్తులోంచీ యింకో మత్తులోకి జారిపోతారు," అన్నాడతను కటువుగా.

"మీకు మతం లేదా," సంగీత నీరసంగా అడిగింది.

"మా ఫాదర్ బ్రామిన్. మా మదర్ క్రిస్టియన్. పెళ్లయినాక గూడా వాళ్ళిద్దరిలో యెవరూ కన్వర్ట్ గాలేదు. కొడుక్కు తండ్రి కులమూ, మతమూ వస్తాయనే పేట్రియార్కీ మాట నేనొప్పుకోను," అన్నాడతను.

వెంసూ చీకాకును తగ్గించే ప్రయత్నం చేస్తూ, "యింకాస్త డీటెయిల్ చెప్పొచ్చు గదా!" అని అడిగాను. అప్పుడు వెంసూ వాళ్ళ అమ్మానాన్నల కథ చెప్పాడు. అదే నిజంగా అసలైన ప్రేమకథ.

2

వెంసూ వాళ్ళమ్మ కమల కోయంబత్తూర్ నుంచీ నలభై కిలోమీటర్ల దూరంలో కేరళరాష్ట్రంలో సరిహద్దునానుకుని వుండే పడవాయిల్ అనే వూర్లో పుట్టింది. ఆ వూర్లో అప్పుడు అందిరి మాతృభాష తెలుగే! తమిళ మలయాళ యాసలు రెండూ కలగలిసిన ఆ ముతక తెలుగు భలే మ్యూజికల్‌గా వుంటుందన్నాడు వెంసూ. ఆ వూళ్ళో వుండే అన్ని కులాలనుంచీ చాలామంది బ్రిటీషు కాలంలో యేవేవో కారణాల వల్ల క్రిస్టియానిటీ తీసుకున్నారు.

వెంసూ వాళ్ళ నాన్న రామేశ్వరశర్మ మదనపల్లెకు వాయువ్యంలో నలభై రెండు కిలోమీటర్ల దూరంలో వుండే పెద్దతిప్పసముద్రంలో పుట్టాడు. యింట్లో పుట్టే జేష్ఠ సంతానానికి కరిణీకం వంశానుగతంగా వచ్చేది. అందుకని వెంసూ వాళ్ళ తాత రెండో కొడుకైన రామేశ్వరశర్మను డిగ్రీ చదువుకు మదనపల్లె తియోసాఫికల్ కాలేజీకి పంపాడు. మదరాసు ప్రెసిడెన్స్ కాలేజీలో యింగ్లీషు యెమ్యేలో చేర్పించాడు.

అప్పుడాక్లాసులో వుండే పజ్జెన్మిది మంది స్టూడెంట్లలో తెలుగులో మాట్లాడుకోగలిగింది

రామేశ్వరశర్మ కమలలు మాత్రమే. అలా వాళ్ళిద్దరికీ స్నేహం కుదిరింది. రామేశ్వరశర్మకు టైఫాయిడ్ వచ్చినప్పుడు మదరాసులోనే హాస్పిటల్లో చేర్పించాల్సి వచ్చింది. హాస్పిటల్లో చేరిన రామేశ్వరశర్మకు కమలే సపర్యలు చేసింది. అప్పుడే వాళ్ళ స్నేహం ప్రేమగా మారింది.

యెమ్మే డిగ్రీ చేతికొస్తూనే రామేశ్వరశర్మ కమలను పెళ్లిచేసుకుంటానని యింట్లో డిక్లేర్ చేసాడు. క్రిస్టియన్ను చేసుకుంటే ఆస్తి కొద్దిగా కూడా యివ్వనని తండ్రి బెదిరించాడు. కంచి డిగ్రీ కాలేజీలో లెక్చరర్ వుద్యోగం రాగానే రామేశ్వరశర్మ కమలను రిజిస్టరు మ్యారేజీ చేసుకున్నాడు. తర్వాత ఆమెకు గూడా అదే కాలేజీలో లెక్చరరుద్యోగం వచ్చింది.

రామేశ్వరశర్మకు యిద్దరు కొడుకులు పుట్టారు. వెంసూ రెండోవాడు. అతను తొమ్మిదో తరగతిలో వున్నప్పుడు రామేశ్వరశర్మ హఠాత్తుగా రోడ్డు ఆక్సిడెంటులో పోయాడు. కొడుకు చనిపోయినప్పుడు వెంసూ అవ్వాతాత కంచి కొచ్చి కోడల్ని పట్టుకుని బోరున యేడ్చేశారు. కోడల్ని తమ వూరికి రమ్మని ప్రాధేయపడ్డారు. భర్త లేకుండా తానావూర్లోకడుగుపెట్టనని ఆమె తేల్చి చెప్పేసింది. పిల్లల్ని చూడ్డానికొచ్చే ముసలాళ్లకు అన్ని గౌరవ మర్యాదలూ చేసేది.

"మా తాత యిప్పటికీ మా అమ్మకు తెలియకుండా నాకూ, మా అన్నకూ డబ్బు పంపుతూనే వుంటాడు. మా అన్నను డాక్టర్ని చేయాలనీ, నేను అయ్యేయెస్ కావాలనీ మా నాన్న ఆంబిషన్. మా అన్నిప్పుడు కోయంబత్తూర్ మెడికల్ కాలేజీలో హౌస్ సర్జన్ చేస్తున్నాడు. మా అమ్మకింకా ఐదేండ్ల సర్వీసుంది. మా నాన్న పోయినాక ఆమె యింతవరకూ కంచిని వదలి కాలు బయటపెట్టలేదు," అన్నాడు వెంసూ.

మేము హాస్టలుకెళ్ళాక సంగీత నాతో రహస్యంగా, "వెంసూకు వాళ్ళ నాయన రంగూ, వాళ్ళమ్మ పోలికలూ వచ్చినట్టున్నాయి," అంది.

ఆ మాటను నేను వెంసూ వొంటరిగా వున్నప్పుడు మోసేసాను. అతను నవ్వేసి, "అది కులాహంకారంతో చెప్పే మాట. మా అమ్మ తెల్లటి తెలుపు. మా నాన్న నలుపు. నాకు మా అమ్మ రంగూ, మా నాన్న పోలికలూ వచ్చినాయి," అన్నాడు.

వొకరోజు వుదయాన్నే వెంసూను పోలీసులు పట్టుకెళ్లారనే విషయం తెలిసింది. హాస్టల్లో వుండే అమ్మాయిలంతా మూకుమ్మడిగా వీసీ దగ్గరికి బయల్దేరారు. అందరికంటే ముందుగా సంగీతే కదిలింది. యింతకూ యేం జరిగిందన్నది అక్కడికెళ్లాకే తెలిసింది.

సోషియాలజీలో రిసెర్చి చేసే గోవిందరెడ్డి పేరు యూనివర్సిటీలో అందరికీ తెలుసు. అతనెప్పుడు చేరాడో, యెప్పటికతడి రీసెర్చి ముగుస్తుందో, యెప్పుడతను హాస్టల్

రూమును వెకేట్ చేస్తాడో చెప్పగలిగేవాళ్ళు లేరు. అతనెన్ని సంవత్సరాలుగా మెస్సు బిల్లు కట్టలేదో యెవరికీ తెలియదు. కడప జిల్లాలో వుండే యెవరో యెమ్మెల్యే గారికి అతను దగ్గరి బంధువని చెప్పుకుంటారు.

ఆ ముందు రోజు గోవిందరెడ్డి పార్టీ చేసుకుని రాత్రి పది గంటలకు ఆలస్యంగా ఫ్రెండ్సును గుంపేసుకుని మెస్‌కెళ్ళి అందరికీ భోజనం పెట్టమని అడిగాడు. గిన్నెల్ని కూడా కడిగేసామని సర్వర్లు మొత్తుకున్నారు. అప్పటికప్పుడు వండాలన్నా స్టోర్‌కీపర్ లేడు. స్టోర్‌రూమ్ తాళం పగలగొడతానని గోవిందరెడ్డి రాయెత్తుకున్నాడు. రాత్రి పడుకునేముందు వాక్‌కి వెళ్లిన వెంసూకు మెస్ దగ్గర గోల వినబడింది. అతనటువెళ్లి గోవిందరెడ్డికి చీవాట్లేసాడు. వాళ్ళు వెంసూను కొట్టబోయారు. యీలోగా వెంసూ ఫ్రెండ్సూ అక్కడికి చేరారు. చిలికి చిలికి గాలివానయ్యింది. రెండు జట్లూ కొట్టుకున్నాయి. క్రమంగా అవతలి జట్టు పెరుగుతోందని తెలుస్తూనే గోవిందరెడ్డి ఫ్రెండ్సుతో సహా పారిపోయాడు. రాత్రి మూడు గంటలప్పుడు పోలీసు జీపొచ్చి వెంసూనూ, అతడి ఫ్రెండ్సునూ తీసుకెళ్ళిపోయింది.

వీసీ బంగ్లా ముందు స్టూడెంట్లు, "యేఐయెస్‌యఫ్ జిందాబాద్!" అని అరుస్తున్నప్పుడు వెంసూ ఆ యూనియన్ లీడరని తెలిసింది మాకు. వీసీ గారు పోలీస్‌స్టేషనుకు ఫోన్ చేసి మాట్లాడారు. యఫ్‌ఐఆర్ రాయద్దని చెప్పారు. మరో అరగంటలో వెంసూవాళ్ళు హాస్టలుకొచ్చేశారు.

ఆ సాయంత్రం లైబ్రరీ నుంచీ క్యాంటీనుకెళ్తున్నప్పుడు, "యిట్లా పోలీసుస్టేషన్లకెళ్తే, వాళ్ళ రికార్డుల్లోకెక్కితే ఆయ్యేయెస్‌లో సెలెక్టవడం కష్టం," అంది సంగీత. వెంసూ నవ్వేసి మౌనంగా వుండిపోయాడు.

వారం తర్వాత వుమెన్స్ హాస్టలు ముందు అమ్మాయిలను టీజ్ చేస్తున్న రీసెర్చి స్కాలర్లతో గొడవపడ్డాడు. మరో మూడు రోజుల తర్వాత యెస్సీ స్టూడెంట్లనటకాయించిన వేరే యూనియన్‌వాళ్ళతో కొట్లాటకు దిగాడు.

సాయంత్రం కలిసినప్పుడు, "దారినబోయే కొట్లాటల్లో తల దూర్చేదేనా స్టూడెంటు లీడరు గావడమంటే?" అని సంగీత కసిరింది. అతడినలా మందలించేటంత చనువు ఆమెకెప్పుడొచ్చిందా అని ఆశ్చర్యపడ్డాను. అయితే ఆ రోజు సంగీతకు వెంసూ చెప్పిన జవాబు నాకు చాలా రోజులపాటూ చెవుల్లో రింగుమంటూనే వుంది.

"యీ అయ్యేయెస్‌కు ప్రిపేర్ గాకుండా బుద్ధిగా రీసెర్చి చేసుకుంటే బాగుండేది. జెనరల్ నాలెడ్జి పేరుతో యీ దేశం చరిత్రనూ, యిప్పుడు దేశంలో జరిగే సంగతులనూ,

రాజకీయాలనూ, డేట్లూ, యీవెంటులూ, మనుషుల పేర్లూ మెకానికల్‌గా గుర్తుపెట్టుకుని ఆన్సర్లు రాయమంటాదీ పరీక్ష. అయితే నాకెందుకో దానివెనకాలుండే తతంగాలే కనబడతాయి. ఫలానా టయంలో ఫలానా రాష్ట్రానికి ముఖ్యమంత్రి యెవరో తెలుసుకుంటే చాలంటుంది యెగ్జామ్. అయితే నెల రోజులముందు పాత సీయంను కుర్చీలోనుంచీ లాగి కొత్తవాడెట్లా వచ్చి కూర్చున్నాడో తెలుసుకోకుంటే నాకు నిద్రపట్టదు. అప్పుడెప్పుడో జరిగిన యెలక్షన్‌లో లోకసభకెంతమంది ఫలానా పార్టీవాళ్ళు గెలిచారో నెంబరు మాత్రం చెప్పరా అంటుంది పరీక్ష. అయితే ప్రజల కోసం, ప్రజల వలన, ప్రజలే యెన్నుకునే యెలక్షన్లో ఢిల్లీలో అదేదో పార్టీ నిలబెట్టిన ముక్కూ ముగుమూ తెలియని మనిషి, ప్రజలు వోట్లేసినా వెయ్యకపోయినా యెట్లా గెలిచినాడో నాకు తెలుసుకోవాలనుంటాది. అంతెందుకు? గాంధీని బిర్లాహౌస్‌లో ప్రేయరప్పుడు చంపారని ఆన్సర్ చెప్తే చాలంటారు వాళ్ళు. అయితే గాంధీ యెప్పుడూ టాటాబిర్లాల గెస్ట్‌హౌసుల్లో యెందుకు వుండేవాడో గమనించు అంటుంది నా బుద్ధి. దీన్నే రంధ్రాన్వేషణ అంటారేమో! పనిచేసేవాళ్ళు నలిగిపోతూనే వుంటారు. సోమరులూ, స్వార్థపరులూ రాత్రికి రాత్రే కోట్లు దోచేస్తారు. యీ అన్యాయాల్ని పట్టించుకోకుండా, యిదంతా కండ్లు తెరిచి చూడకుండా యెట్లా చదవాల్నో నాకు తెలియడం లేదు. యీ పరీక్ష రాసి, పాసై, కలెక్టర్నై నేను కాపాడబోయేదెవర్నో, శిక్షించబోయేదెవర్నో యిప్పుడే తెలిసిపోతా వుంది. అసలు యిబ్బందంతా నాతోనే! అసలు ప్రశ్న యేదంటే, యేది గెలుపు? యేది పరాజయం? యేది దారి? యేది పెడదారి? జవాబు కోసం వెతుకుతున్నాను.”

వెంసూ మాట్లాడుతున్నంతసేపూ నేను ఆశ్చర్యపడుతూనే వున్నాను. సంగీత కళ్ళు మిలమిల మెరుస్తూనే వున్నాయి.

అది డిసెంబరు నెలని జ్ఞాపకం. ఆరు గంటలకంతా చీకటి పడింది. క్యాంటీనుకెళ్తున్నప్పుడు, “రేపు గుంటూరుకెళ్తున్నా. యేఐయెస్‌యఫ్ స్టేట్ కాన్ఫరెన్స్,” అన్నాడు వెంసూ.

“యెన్ని రోజులు?” సంగీత గొంతులో వణుకుడు విని విస్తుపోయాను.

“టూ డేస్. మళ్ళీ మండే మార్నింగ్‌కంతా యిక్కడుంటాను,” అన్నాడతను.

మరునాటి సాయంకాలం యేడు గంటల ప్రాంతంలో వున్నట్టుండి, “తాను కాన్ఫరెన్సులో బిజీ వుండుంటాడు గదా!” అంది సంగీత. ఆమె యెవరిని గురించి చెబుతోందో తెలుసు. నేను ముఖం చిట్లించుకున్నాను.

క్యాంటీనుకెళ్దామంది. తీరా వెళ్ళాక కాఫీ తాగకుండానే హాస్టలుకెళ్ళిపోదామంది. ఆ

రాత్రి ఆమె సరిగ్గా తినలేదని నాకు తెలిసిపోయింది. మరునాడంతా జ్వరమొచ్చినదానిలా గదిలోనే పడుండిపోయింది.

సోమవారం సాయంత్రం వెంసూ లైబ్రరీకి రాలేదు. మంగళవారం యెంతకూ పడక పైన్నుంచీ లేవని సంగీత చెయ్యిపట్టి చూసి, "హెల్త్ సెంటర్‌కెళదాం పద," అన్నాను.

"నాకేం రోగం? గుండు మాదిరుండాను," అని కసిరింది సంగీత.

ఆ మరునాడు కూడా కాలేజీకి రాకుండా గదిలోనే పడకపైన పొర్లుతూ వుండిపోయింది. బుధవారం నాడు, "క్లాసుకు రావా?" అని అడిగాను.

"నేను రాకపోతే క్లాసులు జరగవా?" అని ఆమె వురిమి చూసింది.

శుక్రవారం సాయంత్రం నాలుగు గంటలప్పుడు క్లాసులోంచీ బయటకు రాగానే వెంసూ వరండాలో యెదురుచూస్తూ కనిపించాడు. అతడి కళ్ళు లోతుకు పోయి వున్నాయి. ముఖం పీక్కుపోయి వుంది.

"మిమ్మల్ని గుంటూరు చివరకు వొదిలిపెట్టిందన్నమాట!" అన్నాను యెకసెక్కంగా.

అతను నీరసంగా నవ్వి "సాయంత్రం... లైబ్రరీలో... సంగీత కూడా..." అన్నాడు.

"ఆమె సంగతి చెప్పలేను. రెండు రోజులుగా కాలేజీకి యెగనామం పెట్టింది," అన్నాను.

"ఆమె క్లాసులో లేదని తెలుసు. రమ్మన్నానని చెప్పు," అంటూ అతనెళ్ళిపోయాడు.

నేను కావాలని ఆ రోజు సంగీతకు చెప్పకుండా లైబ్రరీకి వొంటరిగా వెళ్లాను. క్విక్ రిఫరెన్సులో వెంసూ యెదురుచూస్తూ కనిపించాడు. అతను అతికీ అతకనట్టు మాట్లాడాడు. నేనూ ముక్తసరిగా మాట్లాడాను. కాస్సేపయ్యాక అతను, "జర్నల్స్ సెక్షన్‌కెళ్ళాలి," అని చెప్పి వెళ్ళిపోయాడు.

నేను యేడు దాకా లైబ్రరీలో బలవంతంగా కాలహరణం చేసి బయటికొచ్చాను. కాంపౌండు గేటుకివతల సిమెంటు బెంచీపైన చీకట్లో నీడల్లా కనిపించిన మనుషుల్ని చూసి వులిక్కిపడ్డాను. వెళ్లి వాళ్ళ పక్కన కూర్చున్నాను.

"లైబ్రరీ బయటికొచ్చేసరికి సంగీత కనిపించింది. నీకోసం చూస్తున్నామిద్దరమూ," అన్నాడు వెంసూ. గొంతుకేదో అడ్డంపడ్డట్టు అతడి మాటలు అదోరకంగా వున్నాయి.

"రూమ్‌లో బోర్‌కొట్టి వస్తే, యిక్కడ..." సంగీత గొంతులో వణుకుడు స్పష్టంగా వినబడుతోంది.

ముగ్గురమూ క్యాంటీనుకెళ్లాం నిశ్శబ్దంగా. దీపం వెలుతురులో చూసినప్పుడు సంగీత కళ్ళు తడితడిగా, చూపులు లేత యెండలా కనిపించాయి. వెంసూ కళ్ళలో యింద్రధనస్సులాంటి నవ్వొకటి మెరిసినట్టు కనబడగానే కంగారుపడ్డాను.

"వచ్చేవారం మదనపల్లె వెళ్తున్నా వెం," అంది సంగీత.

"తిరిగెప్పుడొస్తున్నావు సం?" అని అడిగాడతను. ఆమె అతడ్ని అన్నా అని పిలవడం మానేసి 'వెం' అని యెప్పటినుంచీ పిలుస్తోందో, అతనెప్పటినుంచీ ఆమెను 'సం' అని పిలుస్తున్నాడో నాకు తెలియదు. అయితే వాళ్ళు నాకు తెలియకుండా యెప్పుడో కలుస్తున్నారనే అనుమానం మాత్రం బలపడింది.

"నేను యేఐయెస్‌యఫ్‌కు రిజైన్ చేసినాను. ఫ్రీడమ్, పీస్ అండ్ ప్రోగ్రెస్ అనే మాటో దగ్గర్నుంచీ ఆరంభమై స్టడీ అండ్ స్ట్రగుల్ దాకా వచ్చిందది. అయితే స్ట్రగుల్ యెవరితో? చదువుతూనే యుద్ధం చెయ్యాలంట. అయితే చెడ్డా, దుర్మార్గమూ పుట్టింది యూనివర్సిటీలో గాదు. వాటి వేర్లు యెంత లోతుగా వెళ్ళాయో అక్కడికి పోయి వాటిని తెగనరకాల. దానికి యేఐయెస్‌యఫ్ సరిపోదు," అన్నాడు వెంసూ వొకనాడు.

"అందుకని?" సంగీత కుతూహలంగానే అడిగింది.

"జార్జిరెడ్డి పెట్టిన ప్రోగ్రెసివ్ డెమొక్రటిక్ యూనియన్ యిప్పుడు బలంగా యెక్కడా లేదు. స్టూడెంట్ ఫెడరేషన్ ఆఫ్ యిండియాలో జాయినవదామనుకుంటా వుండాను," అన్నాడతను.

రూముకు తిరిగొచ్చాక, "వెంసూ డేంజర్ జోన్‌లోకెళ్తున్నాడు. బ్రేకులేసేవాళ్ళెవరూ లేరు," అన్నాను సంగీతతో.

ఆమెకు నా మాటలు అర్థమయినట్టులేవు.

"గుంటూరు నుంచీ వచ్చినప్పటినుంచీ అదోలా వున్నాడని నీకూ తెలుసు. అక్కడేమి జరిగిందో తెలియదు గానీ కొంచెం సాఫ్ట్‌గా వుండే యేఐయెస్‌యఫ్‌తో తెగతెంపులు చేసుకున్నాడు. పీడీయఫ్‌లో చేరతానని మనతో చెప్పాడు. యిలాగే వదిలిపెడితే ఆర్‌యెస్‌యూ అనే రెవల్యూషనరీ స్టూడెంట్ ఫెడరేషన్లోకి దూకేస్తాడు," అని చెప్పాను.

"అయితే యేమిటి?" అంది సంగీత విసుగ్గా.

"యీ మధ్యలో వెంసూ యెస్‌జీయెస్ కాలేజీలో వుండే లెక్చరరొకాయన్ని తరచుగా కలుస్తున్నాడట. ఆయనకూ ఆర్‌యెస్‌యూకూ దగ్గరి సంబంధాలున్నాయని తెలిసింది. యెందుకైనా మంచిదని మన క్లాస్మేట్‌ను యేఐయెస్‌యఫ్ వాడ్ని కదిపి చూసాను.

యిదంతా తెలిసింది," అన్నాను.

సంగీత అప్పుడు మౌనంగానే వుంది గానీ లోపల భయపడే వుంటుంది. తరచుగా జ్వరమనీ, తలనొప్పనీ క్లాసులెగ్గొట్టి సంగీత యెక్కడికో వెళ్తోందని కనిపెట్టాను.

యింతలో సమ్మర్ హాలిడేస్ వచ్చాయి. రీసెర్చి స్కాలర్ల బ్లాకులు తప్ప మిగిలినవన్నీ మూసేశారు.

మొత్తం యాభై అయిదు రోజుల సెలవు తర్వాత హాస్టలుకు తిరిగొచ్చాను. సంగీత వారం ముందే హాస్టలుకొచ్చిందనీ, మ్యాథ్స్ రిసెర్చి స్కాలర్ల గదిలో వుందనీ తెలిసింది. నాకేదో డవుటొచ్చింది. స్టీవార్డ్ ముఖానో రెండు నోట్లు పడేస్తే నిజమంతా తెలిసింది. హాలిడేస్ మధ్యలో గూడా సంగీత వచ్చి వారం దాకా రంజని రూమ్‌లో వుండి వెళ్ళిందట. రంజని వెంసూ యేం చెప్తే అది చేస్తుందట!

లీవుల తర్వాత మా షెడ్యూల్ మారిపోయింది. నేను లైబ్రరీకెళ్ళడం మానేశాను. సంగీత కూడా లైబ్రరీకెళ్ళడం లేదు. మరెక్కడికో వెళ్తోంది. వొకే కప్పు కింద రెండు ద్వీపాల్లా గడుపుతున్నాము. అది యిబ్బందిగా వుండడంతో నేను వీలయినంత సేపు వేరే స్టూడెంట్ల గదుల్లో గడిపి రూముకు లేటుగా వెళ్ళి పడుకోసాగాను.

అలా నెల రోజులు గడిచాక, వొకనాటి రాత్రి, ఆలస్యంగా నేను పడకపైకి వాలినప్పుడు, "తను ఢిల్లీ వెళ్ళాడు. అయ్యేయెస్ కోచింగ్. త్రీ మంత్స్," అంది సంగీత గోడకు చెప్తున్నట్టుగా.

నేను మౌనంగా వుండిపోయాను.

మరునాటి నుంచీ సంగీత బుద్ధిగా క్లాసులకెళ్ళసాగింది. మిగిలిన సమయాల్లో రూమ్‌లోనే కూర్చుని చదువుకోసాగింది. అప్పుడప్పుడూ హాస్టల్ గార్డెన్లో పచార్లు చేసేది. వొక్కోసారి సిమెంటు బెంచీపైన కూర్చుని పరధ్యానంలో మునిగిపోయేది. యితరులతో మాట్లాడడం తగ్గించిందనీ, రాత్రుల్లో సరిగ్గా నిద్రపోవడం లేదనీ తెలిసినప్పుడు యెందుకో నాకు కసి తీరినట్టుగా సంతోషంగా వుండేది.

వారాలూ, నెలలూ గడిచాయి. వెంసూ ఢిల్లీ వెళ్ళి నాలుగు నెలలు దొర్లిపోయాయి.

సంక్రాంతి సెలవులొచ్చాయి. లీవులయిపోయాక సంగీత తిరిగి కాలేజీకి రాలేదు. నెల గడిచాక డిస్కంటిన్యూ చేసిందనుకున్నాను. కోచింగుకని వెళ్ళిన వెంసూ కూడా మళ్ళీ కనబడనేలేదు. వాళ్ళిద్దరూ అలా దాదాపొకసారిగా మాయమైపోయేసరికి కొందరు స్టూడెంట్లు కొన్ని రకాల వూహాగానాలు చేశారు. తర్వాత వాళ్ళూ ఆ సంగతి

మరచిపోయారు.

యెంయే డిగ్రీ వచ్చాక యేడాది పాటూ రాయచోటిలో వూరికే తిని కూర్చున్నాను. అప్పుడే సర్వీసు కమీషన్ పరీక్ష జరిగింది. జూనియర్ లెక్చరరుగా వుద్యోగం వచ్చింది. అది నన్ను మూడు వందల కిలోమీటర్లకవతలున్న శ్రీశైలానికి విసిరి పారేసింది. అక్కడి జూనియర్ కాలేజీలో లెక్చరరుగా చేరినప్పుడు, వెంసూ మరచిపోయిన కలలా తిరిగొచ్చి నన్ను సుడిగాలిలా వూపి పారేస్తాడని నాకు తెలియదు.

3

క్లాసులో పాఠం చెప్పి బయటికొస్తూనే, "హౌ ఆర్యూ గాయత్రీ?" అని పలకరించిన మనిషిని చూసి నివ్వెరపోయాను. గుర్తుపట్టటానికి కాస్సేపు పట్టింది.

కాస్త నలిగి, బాగా మాసిపోయిన తెల్ల ప్యాంటూ షర్టుల్లో, కళ్లజోడుతో, అతను కొత్తగా కనిపించాడు. నాలుగైదు రోజుల గడ్డమున్న ముఖంలోని నవ్వు మాత్రం పరిచితంగా కనిపించింది.

"వరండాలో పోతా వుంటే పాఠం చెప్తా కనిపించావు. వెంటనే గుర్తుపట్టేసినాను," అన్నాడు వెంసూ.

"గుడికొచ్చారా?" అని అడిగాను.

అతను నవ్వేసి, "నల్లమల గిరిజనులతో యిప్పుడే ములాఖత్ జరిగింది. మీ కాలేజీలోనే. ఆ వైపు లాస్ట్ రూమ్‌లో," అన్నాడు.

స్టాఫ్‌రూమ్‌కు తీసుకెళ్లి కాఫీలు తెప్పించాను. "సంగీత బాగుందా?" అని అడిగాను వీలయినంత క్యాజువల్‌గా.

వెంసూ నుదురు చిట్లించుకుని, కాస్సేపు నన్ను కళ్ళార్పకుండా చూసి, "యేమో! నాకెట్లా తెలుస్తుంది? రీసెర్చి చెయ్యాలంటూ వుండేది గదా? యిప్పుడెక్కడుంది?" అని యెదురు ప్రశ్న వేశాడు.

నేను విసుగ్గా, "మీ ఆయ్యేయెస్ యెందాకా వచ్చింది?" అని అడిగాను.

"అదెప్పుడో పూర్వజన్మలో జరిగిన సంగతి," అని నవ్వేశాడు.

"మీరిద్దరూ వొకేసారి మాయమైపోయారు. అప్పుడు ఫ్రెండ్సంతా యేమనుకున్నారంటే.."

“నేనప్పుడు ఢిల్లీలో యిరవై దినాలే వున్నాను. ఆర్‌యెస్‌యూ లీడర్లు వెంటనే హైదరాబాదు రమ్మన్నారు. వస్తూనే వెల్ఫేర్ హాస్టళ్లను సర్వే చెయ్యమని చెప్పారు. ఆ పని ఆరు నెలలు పట్టింది. తర్వాత యింకో పని అలాంటిదే. అప్పటినించీ చేతి నిండా పనే.”

కాఫీ తాగాక, “యింత దూరంలో పోస్టింగెందుకేయించుకున్నావ్?” అని అడిగాడు.

“మన జోన్లో అప్పుడున్న వెకెన్సీలే తర్టీ టూ. యెగ్జామ్ రాసింది మున్నూరుకు పైగా. యింటర్వ్యూకు వన్ యీస్టు టూ పిలిచారు. వోసీ కేటగిరీ వాళ్లకు జాబొచ్చేదే గొప్ప. పోస్టింగ్ ఆర్డరు చేతికొస్తూనే పరిగెత్తుకొచ్చి జాయినైపోయాను,” అన్నాను.

“నువ్వు వోసీనా?” అన్నాడతను అదోలా తలూపుతూ.

“నేను బ్రాహ్మిన్ అని మీకు నిజంగా తెలియదా?” చివాలున కోపంగా అరిచాను.

ఆతను పైకి లేచి, “వెళ్తాను. వచ్చేవారం మళ్ళా ములాఖత్ వుంది. కలుస్తాను,” అని చెప్పి వెళ్ళిపోయాడు.

సరిగ్గా వారం తర్వాత వెంసూ మళ్ళీ కాలేజీకొచ్చాడు. పోయిన సారి తాను నాకు కోపం తెప్పించానని తెలుసుకున్నట్టున్నాడు. నా గురించి చాలా విషయాలు అక్కరగా అడిగి తెలుసుకున్నాడు. యిన్నాళ్ళకు నన్ను గురించి తెలుసుకోవాలనుకునే మనిషొకడు దొరికినందుకు నాకు భలే సంతోషం కలిగింది.

“మీ ముత్తాత తూర్పు గోదావరి జిల్లా నించీ కడప జిల్లాకు వలసొచ్చినాడా? గోదావరి నొదిలిపెట్టి రాళ్ళసీమకు? యెందుకు?” అని విస్తుపోయాడు వెంసూ.

రాజమండ్రి దగ్గర 1845లో గోదావరిపైన సర్ ఆర్థర్ కాటన్ బ్యారేజీ కట్టించకముందు, అంటే 1838లో గోదావరి జిల్లాల్లో పేద్ద కరువొచ్చిందట. 1831లో అతివృష్టి వల్ల పంటలన్నీ కొట్టుకుపోయాయట. 1833లో వర్షాలు కురవక కరువొచ్చింది. మళ్ళీ రెండేళ్లకు అకాలవర్షాలొచ్చి అంతా అతలాకుతలమైపోయింది. కడియం అగ్రహారం నుంచీ మా ముత్తాత వాసుదేవరావు భార్యాబిడ్డలతో కట్టుబట్టలతో కడపకు నలభై మైళ్ళ దూరంలో వుండే రాయచోటికి వలసొచ్చారు. చిన్న యిల్లు అద్దెకు తీసుకుని ఆలోపతీ, హోమియో, ఆయుర్వేదం అన్నీ కలిపిన వైద్యం ప్రారంభించాడు. ఆయన చేతివాసి గొప్పది. కొన్ని సంవత్సరాల్లోనే డాక్టర్‌రావుగా ఆ ప్రాంతంలో ఫేమస్సయిపోయాడు.

1852లో కాటన్ దొర ధవళేశ్వరం ఆనకట్ట కట్టించడం పూర్తయ్యాక గోదావరి జిల్లాలు రెండూ సస్యశ్యామలమైపోయాయి. చిన్న రైతులు కూడా ధనవంతులైపోయారు. అప్పుడు డాక్టర్‌రావు రాయచోటిలో పెద్ద బంగ్లా కట్టుకుని, వూపిరి తిప్పుకోలేంత బిజీ ప్రాక్టీస్‌లో

వున్నాడు. కాబట్టి కడియానికి తిరిగెళ్లాలన్న ఆలోచనైనా రాలేదు. కూతురునయితే అమలాపురం అబ్బాయికిచ్చి పెళ్లిచేశాడు గానీ, కొడుక్కు మాత్రం చిత్తూరునుంచీ అమ్మాయిని తీసుకొచ్చి పెళ్ళిచేసాడు.

డాక్టర్‌రావుకు అయిదో తరంలో నేను పుట్టేసరికి పరిస్థితులు మారిపోయాయి. ఆయన కొడుకూ, మనవడూ మంచి డాక్టర్లనే పేరు తెచ్చుకున్నారు. ఆ తరువాతి వంశోద్ధారకుడు పెరిగి పెద్దవాడయ్యేసరికి వూర్లోకి యెంబీబీయెస్ డిగ్రీలుండే డాక్టర్లు దిగేసారు. ఆయన తర్వాతివాడైన మా నాన్న యెంపెహెచ్‌బీయెస్ అనే డిప్లొమా వొకటి తెచ్చుకుని సర్దుకోజూసుకున్నాడు. అప్పటికి ప్రాక్టీస్ బాగా తగ్గిపోయింది. పాతకాలపు సున్నపు బంగళా పడిపోకుండా త్రావులకు తన్ను కర్రలు ఆనించాల్సి వచ్చింది. పెద్దవాళ్లు సంపాదించిన భూస్థితి అంతా కరిగిపోయింది. మా అమ్మ తూర్పుగోదావరి జిల్లా యేలేశ్వరం నుంచీ వచ్చింది. వాళ్ళది పేదకుటుంబం కావడం వల్ల యింత దూరపు సంబంధం చేసి పంపేశారు.

“డాక్టరుగా పెద్ద ప్రాక్టీసు లేకపోయినా మా నాన్న నోట్లో నాలుకలేని మనిషని పేరు తెచ్చుకున్నారు. యాభై యేళ్ళకే గుండెపోటొచ్చి పోయారు. యిద్దరు అమ్మాయిలూ, ముగ్గురు అబ్బాయిల్ని మా అమ్మ టైలరింగ్ చేసి పెంచింది. మా అక్క చదువుకోకుండా మా అమ్మకు సహాయం చేసింది. అయిదేళ్ళముందు మా అమ్మ పోయింది. సంతోషించాల్సిన విషయమేమిటంటే, ఆమె బతికున్నప్పుడే మా అక్క పెళ్లి జరిగిపోయింది. మా వూర్లోనే పౌరోహిత్యం చేసే నరసింహశర్మ గారితో జరిగిందా పెళ్లి. ఆయనకది రెండో పెళ్లి. మొదటి భార్య కానుపులో పోయింది. ఆయనకు ఆడ దిక్కు కావాలి. మా అక్కకు పెళ్లి కావాలి. అలా కుదిరిందది. మా పెద్ద తమ్ముడికి అక్కడే టీచరుద్యోగం వచ్చింది. రెండోవాడు తిరుపతిలో యింజనీరింగు చేస్తున్నాడు. వాడినీ, చిన్న తమ్ముడినీ నేనే చదివిస్తున్నాను,” అని చెప్పాను.

నా గురించి అంత అక్కరగా అడిగి తెలుసుకున్నవాళ్ళెవరూ యింతవరకూ లేరు. పైగా మా అమ్మనూ, నాన్ననూ తలుచుకున్నానేమో, నా కళ్ళల్లో నీళ్లు తిరిగాయి. తల పైకెత్తకుండా, యేడుపునాపుకునే ప్రయత్నం చేస్తూ, “మీరు అయ్యేయెస్ సంగతి వదిలేసినట్టేనా?” అని అడిగాను.

“ప్రజల కోసం యేదైనా చేయాలన్నదే చిన్నప్పటినుంచీ నా ఆంబిషను. అందుకనే సివిల్ సర్వీసులోకి పోవాలనుకున్నాను. అది మార్గం కాదని తెలిసింది. అలా చాలా మార్గాలు మారుతూ యిప్పుడు సివిల్ రైట్స్‌లోకొచ్చాను. హైదరాబాదులో హైకోర్టులో అబ్దుల్‌హక్ అని పెద్ద సివిల్ రైట్స్ లాయరున్నాడు. ఆయన దగ్గర అసిస్టెంటుగా చేరి

రెండేళ్లయింది. లా డిగ్రీ కోసరం లా కాలేజీలో చేరాను. యింకో సంవత్సరమైతే డిగ్రీ చేతికొస్తుంది. అప్పుడు కోటేసుకుని నేనూ కోర్టుకెళ్ళచ్చు," అన్నాడు వెంసూ.

ఆయన రెండుమూడుసార్లు కాలేజీకలా వచ్చి వెళ్ళాక యింటికి రమ్మని పిలిచాను. మా చిన్నతమ్ముడు బదరీనారాయణ అప్పుడు నా దగ్గరే వుండి చదువుకుంటున్నాడు. టిఫెన్ తిన్నాక వెంసూ బయల్దేరాడు. ఆ వేళప్పుడు హైదరాబాదుకు బస్సులుండవేమోనని మా తమ్ముడి గదిలో పడుకోమన్నాను.

"సంగీతా మీరూ అప్పుడు చాలా క్లోజ్ గదా! మిమ్మల్ని చూసి యేమేమో అనుకునేవాళ్లు," అని మళ్ళీ వోసారి ఆయన్ను పట్టిచూసాను.

"స్టూడెంట్ అసోసియేషన్లలో యింట్రెస్ట్ చూపించిందని నేనే కొన్ని మీటింగులకు తీసుకొనిపోయినాను. లీవుల్లో కూడా వచ్చి లేడీ స్టూడెంట్ వింగ్‌తో కలిసి కొన్ని అజిటేషన్లలో పార్టిసిపేట్ చేసింది. అయితే బేసిగ్గా ఆమెది ఫ్యూడల్ స్వభావం. దాంతో అన్నిచోట్లా యిబ్బంది అయ్యేది. యెంత నాచురల్‌గా అసోసియేషన్లోకి వచ్చిందో అంతే నాచురల్‌గా వెళ్ళిపోయింది. యెమోషనల్ మనుషులంతే!" అన్నాడు వెంసూ.

అతనెంత నిజం చెప్తున్నాడో తెలియదు. సంగీతను మరచిపోయినవాడు నన్ను వెతుక్కుంటూ వస్తోంటే నాకెంతో వూరడింపుగా వుంది.

"హైదరాబాదు రారాదా? యెప్పుడూ యిక్కడే వుండడం బోర్‌గా లేదా?" అని పిలిచాడోసారి.

"వెళ్దామా అక్కా! నేనింతవరకూ హైదరాబాదు చూళ్లేదు ," అన్నాడు బదరీనారాయణ.

ఆయనింకో రెండుసార్లు పిలిచాక బయల్దేరాం. బస్సు దిగేసరికి వెయిట్ చేస్తూ కనిపించాడు. మాసాబ్‌ట్యాంక్ దగ్గర విజయనగర్ కాలనీలో మూడో అంతస్థులో రెండు గదుల యింట్లో రెంటుకున్నాడు. చూడగానే బ్రహ్మచారి యిల్లని తెలిసిపోతోంది.

స్నానాలవీ అయ్యాక ఆటోలో చార్మినార్‌కెళ్ళాం. మద్యానం అక్కడే హోటల్లో తిని, అటే సాలార్జంగ్ మ్యూజియంకెళ్ళాం. రాత్రి భోజనాలయ్యాక ఆలస్యంగా యిల్లు చేరాం. రెండో రోజున గోల్కొండ. సాయంకాలం తిరిగొస్తున్నప్పుడు, "యిలా రెండు రోజులు ఆఫీసుకెళ్లకపోతే యిబ్బంది లేదా?" అని అడిగాను.

"పౌరహక్కుల లాయర్లంటే అందరిలా ఆస్తులూ, కొట్లాటల కేసులు వాదించేవాళ్ళుగారు గాయత్రీ! మా పనులు మామూలు లాయర్ల పనుల్లా వుండవు. మా కేసులన్నీ దాదాపుగా గవర్మెంటు పైన్నే వుంటాయి. మూమెంట్లలో పనిచేసేవాళ్లను గవర్మెంటు అరెస్టు చేస్తాది.

కొన్నిసార్లు యెంక్వయరీలు గూడా చెయ్యకుండా యెన్‌కౌంటర్ల పేరుతో చంపేస్తాది. రీజన్ లేకపోయినా అరెస్టులు జరగతాయి. లాకప్పుల్లో టార్చర్లు చేస్తారు. యివంతా పౌరుల హక్కుల్ని కాలరాచే పనులు. రాజ్యాంగం చెప్పేదొకటీ, యిక్కడ జరిగేదింకొకటీ. అందుకని కాన్‌స్టిట్యూషన్‌కు లోబడతానే, లా ప్రకారం గవర్మెంటుతో పోరాడతాం. యేపీసీయెల్‌సీ అనే మా పౌర హక్కుల సంఘమొకటుండడం వల్ల, కోర్టుల్లో కేసులేసి అడ్డుకోవడం వల్ల, ప్రజా వుద్యమాలు యీ మాత్రమైనా బతికి బట్టకడతా వుండాయి," అన్నాడు వెంసూ.

వెంసూ వాళ్ళ అమ్మ పోయి రెండేళ్ళయిందట. వాళ్ళన్న యెమ్మెస్ చేసి బెంగుళూరులోనే ప్రాక్టీస్ పెట్టుకున్నాడట. పీటీఎంలో వుండే పెదనాన్న పిల్లలతో సంబంధాలేవీ లేవట. పట్టించుకునేవాళ్లెవరూ లేక వొంటరిగా బతుకుతున్న వెంసూను చూస్తే జాలేసింది.

మేము శ్రీశైలం తిరిగొచ్చాక, వారం తర్వాత వెంసూ సూటుకేసుతో బాటూ నేరుగా యింటికే వచ్చాడు. మా తమ్ముడ్ని తీసుకుని గుడి చుట్టూ తిరిగొచ్చాడు.

"దసరా హాలిడేస్‌లో రాయచోటికి పోతున్నారా?" అని అడిగాడు.

"యింకా యేమీ అనుకోలేదు. యీసారి లీవుల్లో మా రెండో తమ్ముడే యిక్కడికొస్తానన్నాడు," అని చెప్పాను. కాస్సేపాగి, "సంగీత యెక్కడుందో తెలుసుకోవాలనిపించలేదా మీకు?" అని అడిగాను.

చాలాసేపు మౌనంగా వుండిపోయాక, "నేను తిరుపతి వైపుకు పొయ్యి యేడేళ్లయిపోయింది. ఢిల్లీనించీ వచ్చినాక ఆర్‌యెస్‌యూ పనుల్లోకిదిగాక, యూనివర్సిటీని, రీసెర్చీనీ, అయ్యేయెస్‌నూ, అన్నీ మరిచేపోయినాను. అప్పట్లో యిప్పుడున్నట్టుగా శాంతంగా లేను. యెప్పుడూ అజిటేటివ్‌గా వుండేవాణ్ణి. యేదో చేసెయ్యాలనీ, అదేదో చేస్తే వెంటనే విప్లవం వచ్చేస్తాదనీ, సోషలిజం అనేది గడప దాకా వచ్చేసిందనీ పెద్ద నమ్మకముండేది. నమ్మిన దారిలో బాగా దూరం వచ్చేసినాక తిరిగి చూస్తే ప్రయాణంలోనే తెలియని పెద్ద మార్పులు చానా జరిగిపోయినాయని తెలిసింది. గమ్యమనేది మాత్రం కనుచూపు మేరలో కనబడలేదు. అట్లని వొదిలిపెట్టి వచ్చేయాలని కూడా లేదు. గమ్యం ఎంతో దూరమని తెలిసినా, నడస్తా వుండే దారిలో అనుకోని చీలికలొచ్చి నడక మలుపులు తిరిగినా, ముందుకే పోవాలనే పట్టుదల మాత్రం పోలేదు. యేపీసీయెల్‌సి లాయరనేది యిప్పుడు నాకు నచ్చిన పని," అన్నాడు వెంసూ తనతో తానూ మాట్లాడుకుంటున్నట్టుగా.

కాస్సేపాగి, "వెనక్కు తిరిగి యింట్రాస్పెక్టు చేసుకునేదంటే అయిష్టం నాకు. ప్రయాణం

ముందుకే సాగాలంటే జరిగిపోయిన వాటిని పట్టుకుని కూర్చోకూడదు. మన ప్రయాణంలో కలసిరాని వాళ్లను మరచిపోవడం అవసరం... అయితే యిటీవల యెందుకో లోన్లీగా ఫీలవుతావున్నాను. వీలయినంత యెక్కువ పనిమ్మని హాక్ గార్ని అడగతానే వుండాను. ఆయన నాకింకా యెక్స్పీరియన్స్ రావాలంటాడు. పని లేకపోతే విసుగైపోతాది. ఆకలి కాదు. నిద్రపట్టదు," అన్నాడు.

నేను నవ్వేసి, "యివంతా బ్రహ్మచారులకొచ్చే జబ్బులని వొక మహా రచయిత చెప్పేసి వెళ్ళాడులెండి," అన్నాను.

"నీకూ పెండ్లి కాలేదు గదా? నీకూ యిలాంటి ప్రాబ్లమ్స్ ఉన్నాయా?" అని అడిగాడు వెంసూ. నన్ను యెగతాళి చేస్తున్నట్టు లేదు ఆయన ధోరణి. సీరియస్‌గానే అడుగుతున్నాడు.

నేనప్పుడు వెంసూకేమీ సమాధానం చెప్పలేదు. కానీ ఆ ప్రశ్న మాత్రం నన్ను చాలా రోజులపాటు వెంటాడింది. నేనీ వొంటరితనానికి బాగా అలవాటుపడిపోయినట్టున్నాను. గానుగెద్దులా చేసిన పనే చేస్తూ బతుకుతున్నాను. దేనిపైనా ఆసక్తి లేదు. యే పనిలోనూ పెద్ద యిష్టమూ లేదు.

రెండు వారాలు గడిచాయి. వెంసూ రాలేదు. నాకు తెలియకుండానే నేనాయన కోసం యెదురుచూస్తున్నానని అప్పుడు తెలిసింది. మరువారం కూడా ఆయన రాలేదు. కానీ వొక వుత్తరం మాత్రం వచ్చింది. అందులో వొకే వొక వాక్యం వుంది, "మనం పెళ్లిచేసుకోవచ్చు గదా?"

నా మనసులో లోలోపల యెక్కడో ఆ కోరిక దాక్కొని వుందని తెలుసు. అది అసాధ్యమనే నమ్మకమొకటి దాన్ని పైకి రానివ్వలేదు. అయితే అంత స్పష్టంగా వెంసూ అలా అడుగుతాడనుకోలేదు. నాకేం చెయ్యాలో తోచక వుక్కిరిబిక్కిరైపోయాను.

అప్పుడు నా వయసు ముప్పయ్యయిదు. నాకు పెళ్ళి చేయాలనుకున్న వాళ్ళెవరూ లేరు. నా అంతట నేనైనా పెళ్లి చేసుకోవాలనుకున్నదీ లేదు. నన్నో యెలిజిబుల్ వధువుగా గుర్తించినవాళ్ళే లేరు. మగవాళ్ళని ఆకర్షించేటంత అందం నాలో లేదనే యిన్ఫీరియారిటీ కాంప్లెక్సొకటి నాలో చిన్నగా ప్రారంభమై బాగా పెరిగిపోయింది. కాలేజీలో మాకంతా హీరోలా కనిపించిన మనిషి యిలా ప్రపోజ్ చేసేసరికి దిగ్భ్రమలో పడిపోయాను.

వెంసూ గడచిన పదేళ్లలో యెక్కడెక్కడ తిరిగాడో తెలియదు. యిప్పుడు లాయరుగా స్థిరపడ్డట్టేవున్నాడు. వాళ్ళమ్మ క్రిస్టియనయితే గావచ్చు. వాళ్ళ నాన్న మాత్రం నిక్కమైన బ్రాహ్మణుడు. అనుకోకుండా వెతుక్కుంటూ వచ్చిన అదృష్టాన్ని కాదనడానికి కారణాలేవీ కనిపించడం లేదు. నిర్ణయమేదో నేనే తీసుకోవాలి. కాదనేవాళ్లు గానీ, సలహాలిచ్చేవాళ్ళు

గానీ నాకు లేరు.

మా పెళ్ళి యింకెవరి పెళ్ళీ జరగనంత వింతగా కొత్తగా జరిగింది.

4

కన్యాదానం తీసుకోడానికి పెళ్లికొడుకు తరఫున కూర్చునేవాళ్లెవరు? అదీ ప్రశ్న. రాయచోటి నుంచీ వచ్చిన మా అక్కాబావా కన్యాదానం యివ్వటానికి పీటలపైన కూచోబోతున్నారు. పెళ్లికొడుకు తరఫున వచ్చినవాళ్లలో అబ్దుల్‌హక్ గారొక్కరే భార్యతో వచ్చారు. బెంగుళూరులో వుంటున్న వెంసూ అన్నగారు రావచ్చునని చివరిదాకా యెదురుచూసారు. ముహూర్తం తరుముకొస్తోంది. పురోహితుడొచ్చి కళ్యాణమండపంలో కూర్చుని పెళ్ళి సరంజామానంతా సర్దుకుంటున్నాడు.

వెంసూనెవరో అడిగితే, "యిప్పుడా దానాలూ అవీ అవసరమా?" అని నవ్వేశాడన్నారు. కానీ మా బావగారు వూరుకోలేదు. కళ్యాణమండపంలోని పురోహితుడితో మంతనాలు చేసాడు. శ్రీశైలానికి చెందిన ఆ పురోహితుడు అప్పటికప్పుడు వూర్లో నుంచీ వొక పురోహితుడిని భార్యతో సహా పిలిపించాడు. అలా అరగంట క్రితమే పెళ్ళికొడుకుని చూసిన ఆ బ్రాహ్మణ దంపతులు దర్జాగా పెళ్లిపీటలపైన కూర్చుని, ఠీవిగా కన్యాదానం తీసుకుని, పెళ్లయ్యాక భారీగా దక్షిణ గూడా పుచ్చుకుని వెళ్లారు.

"ఆ బ్రాహ్మణుడి పేరు డైరీలో రాసుకున్నాను. రేపు వేరే యెవరైనా వచ్చి మేము దానంగా తీసుకున్న అమ్మాయిని మాకిచ్చేయమంటే డేంజర్ గదా?" అని వెంసూ నన్ను వుడికించబోయాడు.

"వాళ్లొచ్చి యింట్లో కూర్చుని అత్తామామల్లా దర్బారు చేస్తే అప్పుడు నా గతేమిటి?" అని నేనూ సరైన సమాధానమే చెప్పాను.

వెంసూ ప్రతి శుక్రవారం సాయంత్రమూ హైదరాబాదులో బస్సెక్కి అర్ధరాత్రికి శ్రీశైలం చేరేవాడు. సోమవారం తెల్లవారుజామున ఫస్టు బస్సెక్కి హైదరాబాదుకెళ్ళేవాడు.

ఆరు నెలల తర్వాత వెంసూ దగ్గరినుంచీ మొదటి షాక్ తగిలింది నాకు. ఆ శుక్రవారం ఆయన రాలేదు. శని ఆదివారాల్లోనూ రాలేదు. ఫోనైనా లేదు. బుధవారం దాకా చూసి అలసిపోయాక ఆదరా బాదరా బదరీని తీసుకుని హైదరాబాదుకెళ్ళాను.

అబ్దుల్‌హక్‌గారి ఆఫీసులో వుండే లాయర్లు, "యింటికి రాలేదా? పోలీస్‌స్టేషనుకేమైనా వెళ్ళాడేమో! తెలుసుకోనొస్తాముండండి," అని వెళ్లారు. మద్యానానికి తాపీగా తిరిగొచ్చి,

"అక్కడే వున్నాడు. రెండ్రోజుల్లో వచ్చేస్తాడు లెండి," అన్నారు అదేమీ పెద్ద విషయం గాదన్నట్టుగా.

"అక్కడ ఆయనకేం పని?" అని కంగారుగా అడిగాను.

"మా సివిల్ రైట్స్ లాయర్లకిది మామూలేనమ్మా! అప్పుడప్పుడూ మమ్మల్నిలా రెండు మూడు రోజులు అట్టిపెట్టుకుని పంపుతూ వుంటారు. మీరేమీ భయపడాల్సిన పనిలేదు. మీరింటికెళ్ళండి. అతనొచ్చేస్తాడు," అని వాళ్ళు వుదారంగా వెంసూ యింటి తాళంచెవులిచ్చారు.

వాళ్ళన్నట్టే వెంసూ రెండు రోజుల తర్వాత వచ్చాడు. "సివిల్ లిబర్టీస్ మూమెంట్ యిప్పుడు కొత్తగా పుట్టిందేమీ గాదు. యిండిపెండెన్సు ముందు నెహ్రూ గూడా దీన్లో యాక్టివ్‌గా పనిచేసినాడు. యెమర్జెన్సీ అప్పుడు జయప్రకాష్ నారాయణ్ పనిచేసింది దీన్లోనే. అధికారంలో వుండే గవర్మెంట్ యెప్పుడూ దుర్మార్గాలూ, దౌర్జన్యాలూ చేస్తాది. అమాయకుల్నీ, బీదోళ్లనూ తొక్కేస్తాది. గవర్మెంటును అదుపులో పెట్టాలంటే మా సివిల్ లిబర్టీస్ వుండాల. మా బలం తక్కువే గావచ్చు. మేము నక్సలైట్ల కోసరం పనిచేసేవాళ్లమని గవర్మెంటు టాం టాం గొడితింది. తప్పుడు కేసులు పెట్టి జైళ్లలోకి తోస్తుంది. ధనవంతులకూ, కరెప్ట్ పాలిటీషియన్లకూ ప్రొటెక్షనిచ్చి సేవలు చేస్తాది. మేమనేవాళ్లే లేకుంటే సాదా సీదా జనం యెన్ని కష్టాలు పడాల్సొస్తాదో," అన్నాడు వెంసూ.

"పోలీస్‌స్టేషన్లకూ, జైళ్లకూ వెళ్లి రావడమంటే తమాషా అనుకుంటున్నారా? అంత రిస్కుండే పనులు చేయటమెందుకు? యిప్పుడు మీకోసం సారమూ, పెళ్ళామూ వున్నాయని మరవద్దు," అన్నాను బాధగానూ, కోపంగానూ.

వెంసూ నవ్వేసి, "అదెట్లా మరుస్తాను? సివిల్ లిబర్టీస్ వాళ్లంటే గవర్మెంటుకూ భయమే. పేపర్లూ, మీడియా, జనమూ మా పక్కే వుంటారు. లేకపోతే యింత సులభంగా నన్నొదిలిపెట్టి వుండేవారా చెప్పు. మాది న్యాయం కోసం చేసే పోరాటం. మోరల్ కరేజ్ మాది. యింటెలిజెన్సియా మాతోనే వుంటుంది. యిది జరగాల్సిన, జరుగుతున్న పోరాటం," అన్నాడు.

అప్పటినుంచీ యే శుక్రవారమైనా వెంసూ శ్రీశైలం రాకపోతే గుండెలవిసిపోయేవి. లీవులొస్తే మా తమ్ముడ్ని తీసుకుని హైదరాబాదుకెళ్ళిపోయేదాన్ని. నేనింట్లో వుంటే ఆయన త్వరగా యిల్లు చేరేవాడు. ఆయనెప్పుడు ఆలస్యం చేసినా, భయపడుతూ, "పోలీసులా?" అని అడగడం అలవాటైపోయింది. మొదట్లో కాదులే అనేవాడు. తర్వాత, "అవును. వాళ్ళకెప్పుడూ మాపైన అనుమానమే! తప్పుచేసేవాళ్ళే గదా భుజాలు తడుముకుంటారు,"

అనేవాడు.

మా పెళ్లయిన సంవత్సరం తర్వాతోనాడు, "వచ్చే మండే ఢిల్లీకి పోతున్నాను," అన్నాడు వెంసూ.

"ఢిల్లీకా?" పైన బాంబుపడ్డట్టుగా అరిచాను. నేనెందుకలా కేకేసానో వెంసూకు అర్థమయ్యే వుండాలి.

"వారం పని. వచ్చే సండేకంతా వచ్చేస్తాను."

"నిజంగా ఢిల్లీకేనా? లేకపోతో...?" నేనేడవబోయాను.

"అప్పుడైనా నేనబద్ధం చెప్పలేదు. అప్పుడు చెప్పి వెళ్ళాల్సిన వాళ్లెవరూ లేరు. యిప్పుడట్లా కాదు. నీకు చెప్పకుండా యేదీ చెయ్యను," అన్నాడాయన.

అయినా ఆయన ఢిల్లీ వెళ్లినప్పటి నుంచీ నన్నేదో అనుమానం వెంటాడుతూనే వుంది. యెందుకో తరచుగా సంగీత గుర్తొస్తోంది. ఆయన ఢిల్లీ వెళ్లినప్పుడు ఆమె చాలా డిస్టర్బ్ అయిందని గుర్తు. అయితే అప్పుడు చెప్పి వెళ్ళాల్సినంత దగ్గరివాళ్ళు తనకు లేరని ఆయనిప్పుడు చెప్పాడు. అప్పుడూ, యిప్పుడూ అనుమానమే! అనుమానపడడం నా స్వభావమా? వెంసూ చెప్పిన గడువు దగ్గరికి రాగానే నాలో భయమూ పెరగసాగింది. నిద్ర పట్టేది గాదు. నిద్రపట్టినా మధ్యలో దిగ్గున లేచి కూర్చునేదాన్ని.

అయితే చెప్పినట్టే ఆదివారానికంతా వెంసూ వచ్చేశాడు. ఆయన్ను పట్టుకుని బోరున యేడ్చేశాను. నన్నలా చూసేసరికి ఆయన బాగా కదలిపోయాడు. "యింకెప్పుడు దూరప్రయాణాలు చేసినా నిన్ను తీసుకునే పోతాను," అన్నాడు.

మా తమ్ముడు యింటర్ పరీక్ష రాయటమూ, నాకు ఐదో నెల రావటమూ వొక్కసారే జరిగాయి. మెటర్నిటీ లీవుపైన హైదరాబాదుకెళ్ళాం. నెలలు నిండాక నాకు కొడుకు పుట్టాడు. నార్మల్ డెలివరీ. పన్నెండో రోజున వూయల్లో వేశాము. రెండు నెలలయ్యాక ముహూర్తం చూసి నామకరణం చేయించాను. ఆయన ఫ్రెండ్సే అయిదారు మంది గెస్టులు. పురోహితుడిని పిలిపించి నేనూ ఆయనా పీటలపైన కూర్చున్నాము. వెంసూ చేత బియ్యపు తట్టలో నా కొడుక్కు వెంకటేశ్వరప్రసాద్ అని పేరు రాయించాను, మా యింటి దేవుడిపేరూ, మా నాన్న పేరూ కలిపి. నా జీవితంలోని అద్భుతమైన రోజుల్లో అదొకటి.

బదరీనారాయణను హైదరాబాదులోనే యింజినీరింగులో చేర్పించి, వెంసూతో బాటూ అక్కడే వదలిపెట్టి, చంటిబిడ్డతో నేను శ్రీశైలమొచ్చి డ్యూటీలో చేరాను.

నా కొడుక్కు యేడాది నిండాక, వొకరోజు, మా తమ్ముడు హైదరాబాదు నుంచీ

హడావుడిగా వచ్చి, "బావ చాలా రోజులుగా యింటికిరాలేదు. వాళ్ళ ఆఫీసు వాళ్ళనడిగితే యేమీ చెప్పడం లేదు," అన్నాడు. నాకు పెద్దగా యేడుపొచ్చింది. వెంటనే హైదరాబాదు చేరాము.

"అంతగా భయపడాల్సిన పని లేదమ్మా! మేము వాళ్ళతో టచ్‌లోనే వున్నాం," అన్నాడు అబ్దుల్‌హక్.

ఆయనేం చెప్పాడో అర్థం గాలేదు. ఆయన జూనియరొకాయన నాకు వివరంగా చెప్పాడు.

సరిగ్గా పన్నెండు రోజులముందు యేదో పనిపైన ఖమ్మం వెళ్లిన వెంసూను ప్రజాబంధు అనే సంఘం వాళ్ళు కిడ్నాప్ చేశారు. నక్జలైట్లు యిద్దరు పోలీసుల్ని పట్టుకెళ్ళారట. ఆ పోలీసుల్ని వదిలిపెడితే గానీ వెంసూను వదలమని వాళ్ళు ప్రకటించారు. అప్పటినుంచీ పోలీసాఫీసర్లు పౌరహక్కుల లీడర్ల ద్వారా మంతనాలు చేస్తున్నారు. యెప్పటికప్పుడు ముడి విడిపోయినట్టే కనిపిస్తోంది గానీ అంతలోనే బిగుసుకుపోతోంది. పత్రికలీ వార్తను సీరియల్‌గా వేస్తున్నాయి.

"మీరింటికెళ్లండమ్మా! మేమంతా యిదే పనిలో వున్నాము. రేపో యెల్లుండో వెంసూను వాళ్ళు వదిలిపెట్టక తప్పదు," అన్నాడాయన.

వెంసూ చెప్తున్నదానికీ, చేస్తున్నదానికీ చాలా తేడా వుందనే అనుమానం రోజురోజుకూ పెరిగిపోతోంది. పేపర్లను జాగ్రత్తగా చదవసాగాను. వొకరోజు ప్రజాబంధు వాళ్ళ ప్రకటన వస్తే, యింకోరోజు పౌరహక్కుల వాళ్ళ స్పందన వస్తోంది. మధ్యలో పోలీసువాళ్ళ స్టేట్మెంట్లూ వున్నాయి. పగలంతా బింకంగా వున్నా రాత్రుల్లో తలగడ తడిసిపోయేది.

పదమూడు రోజులలా వెయిట్ చేశాక, పద్నాలుగవ రోజు తెల్లవారుజామున నాలుగు గంటలప్పుడు యింటి తలుపులు మోగాయి. గుబురుగా పెరిగిన గడ్డంతో మాసిన దుస్తుల్లో, వెంసూ కాందిశీకుడిలా యింటి లోపలికొచ్చాడు.

"వాళ్లు నన్ను గౌరవంగా గెస్టుగానే చూసుకున్నారు. నిన్న సాయంకాలం పోలీసుల్ని నక్జలైట్లు వదిలేశారు. ప్రజాబంధు వాళ్ళు నన్ను జీపులో తీసుకొచ్చి భువనగిరి దెగ్గిర వొదిలిపెట్టి పోయినారు. ఆటోలో యిల్లు చేరినాను," అన్నాడు.

"యీ వకీలు పనీ, సివిల్ లిబర్టీస్ యేవీ వొద్దు. శ్రీశైలం వెళ్ళిపోదాం పదండి," అని వెంసూను వాటేసుకుని బోరుమన్నాను.

"అలాగే! నీ యిష్టమొచ్చినట్టే చేద్దాం. వూరుకో," అంటూ ఆయన నన్ను

సముదాయించాడు.

కానీ మర్నాడే ఆఫీసుకు బయల్దేరుతూ, "హక్ సార్ రమ్మని చెప్పినాడు. పేపరోళ్ళు వెయిట్ చేస్తావుండారు. మెల్లగా వదిలించుకొవాల. సడెన్‌గా ఆపేదానికి కుదరదు," అన్నాడు వెంసూ.

అయిదు రోజుల తర్వాత శ్రీశైలం వచ్చాము. మూడు రోజులు గడిపాక, "హక్ సార్ ఫోన్ చేశారు. నా జాగ్రత్తల్లో నేనుంటానులే," అని చెప్పి హైదరాబాదుకెళ్ళిపోయాడు.

మా తమ్ముడు బదరీ యింజినీరింగు లాస్టియర్లో వున్నప్పుడు, మా రెండో తమ్ముడు పెళ్ళికి ఆహ్వానం పంపాడు. వాడప్పుడు హోస్పేటలో యెలక్ట్రికల్ యింజినీరుగా వుద్యోగం చేస్తున్నాడు. ఆ వూర్లోనే బ్యాంకు మేనేజర్ కూతురి సంబంధం వచ్చింది. రాయచోటిలో వుండే మా బావా, అక్కా పెళ్లిపెద్దలు.

చాలా రోజుల తర్వాత మేమిద్దరు తోబుట్టువులూ, ముగ్గురు తమ్ముళ్లూ వొకచోట మూడు రోజులు సంతోషంగా గడిపాము. వెంసూ కూడా మాతో వుండడం మరింతగా ఆనందాన్నిచ్చింది.

మా చిన్నతమ్ముడు బదరీకి బీటెక్ డిగ్రీ వస్తూనే బీయెస్‌యెన్‌యెల్‌లో వుద్యోగం వచ్చింది.

ఆఫీసు పని తగ్గించుకుని సివిల్ లిబర్టీస్ నుంచీ బయటికొచ్చేస్తానని చెప్పిన వెంసూ ఆ మాటెప్పుడో మరచిపోయాడు. కానీ నా కొడుక్కు ఐదేళ్లు నిండిన తర్వాత, వొకనాడు పేపర్లో నన్నెప్పటినుంచో భయపెడుతున్న వార్త రానే వచ్చింది.

వెంసూను నాగ్‌పూర్‌లో అరెస్టు చేశారట. అప్పుడతను వెళ్తున్న జీపులో తుపాకులూ, బాంబులూ దొరికాయట.

మళ్ళీ అబ్దుల్‌హక్‌కు మొరబెట్టుకోక తప్పలేదు. "మరేం పర్వాలేదమ్మా! నువ్వింటికెళ్ళు. వెంసూను వీలయినంత త్వరగా పోలీసుల దగ్గరినుంచీ తీసుకొస్తాము," అన్నాడాయన నమ్మకంగా.

యెప్పుడొస్తాడో తెలియని మనిషి కోసం, యిరుగుపొరుగు వాళ్ళయినా పలకరించని అద్దె కొంపలో చిన్న బిడ్డతో బాటూ నేనఘోరిస్తూ కూర్చున్నాను. రెండురోజుల తర్వాత హక్‌గారి జూనియరొచ్చి, "వెంసూను హైదరాబాదు తీసుకొచ్చారు. తొందరలో బెయిలొస్తుంది. యిక్కడిలా వెయిట్ చేయటం వల్ల లాభం లేదు. శ్రీశైలం వెళ్లి జాబ్‌కు అటెండ్ కండి," అన్నాడు. నేను మరునాడు మళ్ళీ హక్‌గారి ఆఫీసుకెళ్ళాను.

"నువ్వు రావడమే మంచిదయ్యిందమ్మా! వెంసూకు నిన్న సాయంత్రమే బెయిలొచ్చింది. కానీ కోర్టునుంచీ బయటికి రాగానే యెవరో వచ్చి జీపులో యెక్కించుకెళ్ళిపోయారు. వాళ్ళు నక్జలైట్లు అయి వుంటారని మావాళ్లు అనుమానపడుతున్నారు. నువ్వు యిప్పుడీ వూర్లో, ఆ యింట్లో వుండడం డేంజర్. పోలీసులు మా యిళ్ళనూ, ఆఫీసుల్నీ సోదాలు చేస్తున్నారు. యిమ్మీడియట్‌గా శ్రీశైలం వెళ్ళిపో. యెవరైనా వచ్చి నిన్ను వాకబు చేస్తే వెంసూను చూసి ఆరునెలలైపోయిందని చెప్పు. లేకపోతే వాళ్ళు నిన్నూ స్టేషనుకు పిలస్తారు," అన్నాడాయన నెమ్మదిగా.

నా తల దిమ్మదిరిగిపోయింది. మెదడు మొద్దుబారిపోయింది. కానీ వొక కన్నీటి బొట్టయినా రాలలేదు. కొడుకునెత్తుకుని యెలా శ్రీశైలం వచ్చిపడ్డానో కూడా తెలియదు. భయపడుతూనే కాలేజీకెళ్లాను. యెప్పుడేకొత్తవ్యక్తి యెదురైనా, యింటి కాలింగ్ బెల్ యెప్పుడు మోగినా హడలి చచ్చాను. పాఠాలేం చెప్తున్నానో తెలియదు. యిరుగుపొరుగు వాళ్ళతో, కొలీగ్సుతో, స్టూడెంట్లతో యేం మాట్లాడుతున్నానో అదీ తెలియదు.

పది రోజుల తర్వాత, మా తమ్ముడు బదరీ ఫోన్ చేసినప్పుడు, యెవరి సంగతో చెప్తున్నట్టు వాడి చెవిన వేసాను.

"యిలా జరుగుతుందని నేనెప్పటినుంచో భయపడుతున్నానక్కా! హైదరాబాదులో ఆ యింట్లో నేనున్నప్పుడే యిలా జరుగుతుందని ప్రతిరోజూ హడిలిపోయేవాడ్ని. యెందుకన్ని రోజుల పాటూ యింటికి రాడో తెలిసేది గాదు. ఆ సంగతి నీకు చెప్పొద్దని గట్టిగా వార్నింగిచ్చేవాడు. వివరాలడిగితే ఆయన చెప్పే సమాధానాలు నిజాలు గావని అనిపించేది."

వాడి గొంతు బాధతో పూడుకుపోయింది. కాస్త తమాయించుకున్నాక, "నువ్వు ధైర్యంగా వుండు. రెండురోజుల్లో నేనొస్తాను. క్యాజువల్ లీవో, మెడికలో యేదో వొకటి పారేసి నాతో వచ్చేయి. వీలయినంత త్వరగా ట్రాన్స్‌ఫరుకు ట్రై చేద్దాం. మనం గిల్టీగాదు. యికపైన నువ్వా శ్రీశైలం పోనేవద్దు," అన్నాడు బదరీ.

5

ఆరు బదిలీల తర్వాత, శ్రీశైలంను వదిలిపెట్టి పదహారేళ్ళయిపోయిన తర్వాత, చిత్తూరుకు యిరవై అయిదు కిలోమీటర్ల దూరంలో పాకాల జూనియర్ కాలేజీ ప్రిన్సిపాల్‌గా పనిచేస్తున్నప్పుడు, వొకరోజు వున్నట్టుండి తిరుపతిలో వున్న మా తమ్ముడు బదరీ నుంచీ ఫోన్ వచ్చింది.

"రెండు నెలలుగా యిక్కడ ఫ్యాక్టరీ కట్టబోతున్న చోటులో, ఆ ఫ్యాక్టరీ వోనర్లకూ, అక్కడుండే యానాదులకూ మధ్య పెద్ద గొడవ జరుగుతోంది. దాన్ని గురించి రోజూ పేపర్లలో న్యూస్ వస్తోంది. నిన్నటి న్యూస్‌లో ఫోటోను చూసి, అనుమానమొచ్చి వెళ్లి నేరుగా చూశాను. అక్కడ ఆ అజిటేషన్ను లీడ్ చేస్తున్న మనిషి యెవరో గాదు. ఆయనే!" అన్నాడు వాడు. నాకు వాడేం చెప్తున్నాడో అర్థంగాలేదు.

"ఆయనంటే యెవర్రా?" అని విసుగ్గా అడిగాను.

"బా... బావ... వెంసూ..."

నాపైన పెద్ద గుండొకటి పడ్డట్టయింది.

"యేమిటి? యేమిట్రా?"

"అవునక్కా! పేపర్లో పేరూ, ఫోటో చూసి అనుమానపడ్డాను. యివ్వాళ వెళ్లి చూసాను. గుంపుగా కూర్చున్న వాళ్ళకేదో లెక్చరిస్తున్నాడు. మనిషి బాగా పెద్దవాడైపోయాడు. బట్టతల వచ్చింది. గెడ్డం గూడా పూర్తిగా తెల్లబడిపోయి వుంది. గొంతు మాత్రం టంగుమని అప్పట్లాగే మోగుతోంది."

నేనలాగే కుర్చీలో కూలిపోయాను. నా గుండె రైలింజెనులా కొట్టుకుంటోంది. చెమటతో వళ్ళు తడిసిపోయింది. వణుకుతున్న చేతుల్లోంచీ మొబైల్ ఫోన్ పడిపోయింది.

వెంసూ... గడచిన పదహారేళ్లుగా కలల్లో కూడా వెంటాడిన పేరు. నక్జలైట్లు తీసుకెళ్లారో, లేక అతనే వెళ్ళి వాళ్ళతో కలిశాడో తెలియదు. పెళ్ళాన్నీ, కన్నబిడ్డనూ అంత సులభంగా వదలిపెట్టి వెళ్ళిపోయిన మనిషి. పేపర్లలో యెన్కౌంటర్ల గురించి చదివినప్పుడల్లా, ఆ చనిపోయినవాడు అతనేనేమో అని తల్లడిల్లిపోయిన సందర్భాలెన్నో! వున్నాడని అనుకోవడంలోనూ, లేడని తాలజెప్పుకోవడంలోనూ వేదనే వుండేది. క్రమంగా లేడనే నమ్మకం బలపడసాగింది. సర్టిఫికెట్లలో రాయక తప్పనప్పుడు "డెడ్" అని రాయడానికి మొదట్లో చేతులు వణికేవి. తర్వాత అలవాటైపోయింది. "మీ భర్త?" అని యెవరైనా అడిగినప్పుడు, "యెక్స్‌పైర్డ్," అని చెప్పటమూ అలవాటైపోయింది.

కానీ, యిప్పుడిలా... పాత సమాధిని పగలగొట్టుకుని బయటికొచ్చిన మమ్మీలా... దేవుడా! మళ్ళీ యిదేం పరీక్ష నాకు? పడ్డ పాట్లూ, జరిగిన అనుభవాలూ చాలవా యీ జన్మకు?

మరునాడు బదరీ మళ్ళీ ఫోన్ చేసాడు. "సారీ అక్కా! నిన్ను బాధపెట్టాను. కానీ తెలిసీ చెప్పకపోతే తప్పు గదా! ఆయన్ని చూసినప్పుడు నేనెంత షాకయ్యానో చెప్పలేను.

నేను చెప్పింది విని నువ్వెలాగైయుంటావో తెలుసుకోగలను. ఆయన మనల్ని విడిచిపెట్టి వెళ్ళిపోయాడు. కానీ ఆయన నీడ మనల్ని వెంటాడడం మానదు. ఆయన్నించీ పూర్తిగా తప్పించుకోడం కూడా కుదరదేమో మనకు...”

“...”

“యెస్సయి ఫ్రెండొకతను ఆఫీసర్స్ క్లబ్బుకొస్తాడు. అతడినడిగితే కొన్ని సంగతులు తెలిసాయి. యీయన అండరుగ్రౌండు నుంచీ బయటికొచ్చి జనజీవనస్రవంతిలోకి కలిసి రెండేళ్ళయిందట. అంతకుముందు రెండుసార్లు నల్లమల యెన్కౌంటర్లలో తప్పించుకున్నాడట. మూడు నాలుగు కుట్ర కేసుల్లో, హత్యల్లో ముద్దాయి కూడానట. తనకు తానుగా వచ్చి లొంగిపోయాడనీ, ఆరోగ్య పరిస్థితులేవీ బాగాలేవనీ, మానవతా దృక్పథంతో పోలీసులు కేసులన్నీ రద్దు చేశారట! రెండేండ్లుగా ఆయన మానవ హక్కుల వుద్యమంలో వున్నాడట!”

“...”

“మానవహక్కుల వుద్యమం వాళ్ళు అన్ని రకాల వయిలెన్సులనూ వ్యతిరేకిస్తారట. అంటే నక్జలైట్లు పోలీసుల్ని హింసించడాన్నీ, చంపడాన్నీ కూడా వాళ్ళు ఖండిస్తారట. పొలిటికల్ మర్డర్లూ, కోర్టులిచ్చే లైఫ్‌సెంటెన్సులూ, వుద్యోగుల్ని టార్చర్ చేసే కంపెనీలూ, ఫ్యాక్టరీవోనర్లు చేసే కుట్రలూ, యిలాంటి వాటినంతా అడ్డుకుంటారట. అందుకే పోలీసులు కూడా వీళ్ళను గౌరవంగా చూస్తారట.”

“...”

“ఆయనీవూరికొచ్చి రెండు నెలలయ్యిందట. ఆయనకంటే ముందుగా వేరా అనే యువకుడొచ్చి ఆ ప్రొటెస్టును ఆరంభించాడట. వేరా అనే పేరు చేగువేరా నుంచీ తీసుకున్నదేనట. అసలు విషయమేమిటటంటే... అక్కా... చెప్పాలంటే నాకే కష్టంగా వుంది.”

“యేం జరిగినా తట్టుకునే శక్తి నాకుందని తెలుసుకుని చాలా రోజులైపోయింది. చెప్పు. నువ్వేం చెప్పినా విని తట్టుకోగలను.”

“ఆ వేరా అనే వాడు వెంసూ కొడుకేనట. వాని పైన కూడా పెద్ద పోలీసు ఫైలు బిల్డప్ అయిందట. వాడు తాను యెస్టీ అనీ, వాళ్ళమ్మ గిరిజన జాతిదనీ చెప్పుకుంటూ వుంటాడట. వాడెక్కడో గిరిజన స్కూల్లో కొన్నేండ్లు చదివి, మళ్ళీ అడివికి పారిపోయాడట. పౌర హక్కుల సంఘం వాడొకాయన వాడ్ని బలవంతంగా యింటర్లో చేర్పించాడట. అయితే వాడది వదిలేసి కమ్యూనిస్టు పార్టీ మార్క్సిస్టు అనే సీపీయెంలో చేరాడట.

గోదావరి పుష్కరాల్లో రద్దీలో చచ్చిపోయిన యాత్రికుల కోసం, తెలంగాణా మూమెంటులో అరెస్టయిన స్టూడెంట్ల కోసం, రెడ్ సాండర్స్ దాడుల్లో ప్రాణాలు పోగొట్టుకున్న కూలీల కోసం, యిలా యెక్కడ గొడవ జరిగితే అక్కడికొచ్చి వాలిపోయేవాడట. తపోవనంమిట్ట దగ్గర యానాదుల పోరు గురించి వింటూనే పరిగెత్తుకొచ్చేసినాడు. వాడొచ్చిన మూడు నెలలకు యీయనొచ్చాడు. ఆయనకూ, ఆ కొడుక్కూ రోజూ తగవులేనట. ఆయనముందే వాడు కావాలని తాగడం, సిగరెట్లు కాల్చడం, పచ్చి బూతులు మాట్లాడడం, అన్నీ చేసేవాడట. ఆయనేం చెప్తే దానికి కావాలని విరుద్ధంగా చేసేవాడట. చూసేదానికి బక్కగా, నల్లగా, గిడసబారి, గాలొస్తే యెగిరిపొయ్యేటట్టు వుండేవాడు గానీ వానికి పిచ్చి కోపమట. యెప్పుడూ వున్మాదం వచ్చిన వాడిలా వూగిపోయేవాడట."

యెర్రగా, పొడుగ్గా, తండ్రి పోలికలతో హుందాగా తిరిగే నా కొడుకు ప్రసాద్ నా కళ్ళముందు మెదిలాడు.

"వీటన్నింటికంటే విడ్డూరమైన విషయమేమిటంటే, అక్కా..."

"చెప్పు."

"ఆ వేరా అనే మనిషికి దగ్గర దగ్గర ముప్పయ్యేళ్లు వుంటాయని రికార్డుల్లో వుంది. మరయితే వెంసూ ఆ వేరా తల్లిని యెప్పుడు పెళ్ళిచేసుకుని వుండాలి? నాకైతే ఆలోచించే కొద్దీ బుర్రబద్ధలైపోతోంది."

నా చేతిలోని మొబైల్ మళ్ళీ పడిపోయింది. విరిగిన కొమ్మలా పడిపోయాన్నేను.

శూలమేదో పొడుస్తున్నట్టు తలలో మంటలు మండుతున్నాయి. యెంత మోసం జరిగిపోయింది? బ్రీచ్ ఆఫ్ ట్రస్ట్ అనే మాట కత్తిలా నరుకుతోంది. యింత మోసం యెవరైనా చేస్తారా? యిన్ని అబద్ధాలు చెప్పి వేరొకరి జీవితాన్నిలా నాశనం చేయడమేనా అభ్యుదయం?

పక్కనున్న మొబైల్ మళ్ళీ గొంతు చించుకుంది. దాన్ని చూస్తే, దాని పిలుపు వినబడితే యిప్పుడు భయమేయడం లేదు. యింతకంటే ఘోరాలింకేమున్నాయి విని భయపడ్డానికి. యిప్పుడది మోగితే విసుగ్గా, చీకాకుగా మాత్రమే వుంది.

"అక్కా, నేనే," అన్నాడు బదరీ. "చెప్పరా," అన్నాను.

"ఆయన తిరుపతి యూనివర్సిటీలో రిసెర్చి చేస్తున్నప్పుడు, ఆ ఫ్యాక్టరీ వోనరు సుభాష్ భార్య సంగీతారెడ్డి అనే ఆమె అక్కడే హోమ్ సైన్సు చదివిందట. విలేకర్లు వెళ్లి అడిగితే ఆమెవరో నాకు తెలియదు అన్నాడట ఆయన. ఆమె నీకేమైనా పరిచయముందా?"

యేమని జవాబు చెప్పాలి నేను? అంత త్వరగా అంత దగ్గరి స్నేహితురాలైపోయి, అంతే త్వరగా మాయమైపోయిన మనిషితో నాకు నిజంగా పరిచయమున్నట్టా, లేనట్టా? యెంతో సులువుగా మనల్ని కమ్మేసి, అంతే సులభంగా వేర్లతో సహా తెంపుకు వెళ్లగలిగిన మనుషులున్నారీ లోకంలో అని యెందరికి తెలుసు?

"యేమో! సైన్సు స్టూడెంట్లతో నాకంత యింటిమసీ లేదు," అన్నాను. నా గొంతు నాకే కొత్తగా వినబడింది.

"వేరా అనే ఆ కొడుకు తనది ఆత్మహత్య అని సూయిసైడ్ నోట్ రాసిపెట్టిపోయాడు. వెంసూ షుగుర్‌తో పోయాడని డాక్టర్లు తేల్చేశారు. దాంతో కేసు క్లోజయినట్టేనని పోలీసులంటున్నారు. సంగీతారెడ్డి కొడుకు హర్షా అనే యంగ్‌మ్యాన్ మూడు వారాల లీవు పైన పెళ్ళిచేసుకుని వెళ్ళడానికి అమెరికా నుంచీ వచ్చాడు. కానీ యిప్పుడతగాడు పాత ఫైళ్లు వెతుకుతూ బయల్దేరాడు. వాడికీ బుద్ధెందుకు పుట్టిందో, అవి తవ్వితే వాడికేం వొరుగుతుందో తెలియదు."

"నువ్వు చూసావా ఆ పిల్లోడ్ని? యెట్లా కనబడ్డాడు?" నేనెందుకా ప్రశ్నల్ని అడిగానో నాకే తెలియదు.

"లేదక్కా! మా యస్సయి ఫ్రెండుతో ఆ హర్షా ఫోన్ నెంబరు సంపాదించి యివ్వమని అడిగాను. దొరికితే వొకసారి జాడించి పారేస్తాను," అన్నాడు బదరీ. తర్వాత, "అతను పోలీస్‌స్టేషన్లకెళ్లి వెంసూ అండర్‌గ్రౌండ్ లైఫ్ గురించి ఆరాలు తీస్తున్నాడట. ఆయన లాంటి నొటోరియస్ లీడరు పైన పెద్ద ఫైల్ బిల్డప్ అయి వుంటుంది. పోలీసులు డేటా అంతా కలెక్ట్ చేసేవుంటారు. అందులో ఆయన పెళ్ళాల గురించీ వుండే వుంటుంది. ఆయనతో నాలుగేళ్లు రూమ్మేటుగా వున్నాన్నేను. నా పైన కూడా వాళ్లకు అనుమానమొస్తుందేమో అని హడలిపోతున్నాను. గవర్మెంట్ వుద్యోగాల్లో వుండే మనకిలాంటి బ్లాక్ మార్కులుంటే కష్టం. ఆ కుర్రాడు నీ ఫోన్ నెంబర్ కనిపెట్టి నీకు ఫోన్ చెయ్యచ్చు. లేకపోతే డైరెక్టుగానే రావచ్చు. బీ కేర్ఫుల్. జాగ్రత్తగా డీల్ చెయ్యి," అన్నాడు.

యిప్పుడు ఫోనెప్పుడు మోగినా మళ్ళీ కంగారుగానే వుంది. యే కొత్త వ్యక్తి యెదురైనా బెంబేలు పడిపోతున్నాను.

యింతకూ హర్షా అనే సంగీత కొడుకు దేనికోసం వెతుకుతున్నాడు?

రెండవ భాగం

వాళ్ళతో అతను

"పచ్చి పాణం సా! బిన్నాగా ఆస్పత్రికెత్తుకోని పోకపోతే పాణం పోతింది," చిట్టెమ్మ మాటలే నా చెవుల్లో గింగురుమంటున్నాయి.

"జాన్ సుభాష్‌కు 1989లో సంగీతారెడ్డితో వివాహమయింది. 1986లో వెంసూ తిరుపతి యూనివర్శిటీలో రీసెర్చి చేస్తున్నప్పుడు అక్కడే సంగీత యెమ్మెస్ చేస్తోంది."

యీ వార్తలో వుండే రెండు వాక్యాలకూ మధ్య సంబంధమేమయినా వుందా? యీ వార్తను రాసినవాడి మనస్సులోనూ, ఆ వార్త వున్న కటింగ్‌ను నాకు పోస్టులో పంపినవాడి చేతలోనూ వున్న ఆంతర్యమేమిటి?

మేడపైని కిటికీలోంచీ పాలిపోయిన సాయంకాలపు యెండ గుబులుగా గదిలోపలికి రావడానికి ప్రయత్నిస్తోంది.

నేను చూస్తూండగానే యెండ కరిగిపోయింది.

చీకటి పలచగా ప్రారంభమై దట్టంగా కమ్మేసింది.

దూరంగా చీకట్లో కలిసిపోయిన కొండపైని ఘాట్‌రోడ్డులో మిణుగురుల్లా మెరుస్తూ ఆరిపోతున్న బస్సుల దీపాలు నాకు అర్థమయ్యీ కాని నిజాల్లా కవ్విస్తున్నాయి.

యిలాంటి అసురసంధ్యలో నేనలా పడుకున్నదెప్పుడూ లేదు. యివ్వాళ వుదయం

నుంచీ నాకు యిప్పుడిప్పుడే తన నిజస్వరూపాన్ని చూపిస్తున్న ప్రపంచంలాగే నేనూ గతి తప్పే వున్నాను.

ఆరిపోయే దీపంలా వూగిపోతున్న అతడి ప్రాణాన్ని నిర్దాక్షిణ్యంగా సుడిగాలికొదిలేసి వచ్చేశాను. నేను తలుచుకోనుంటే అతడ్ని కాపాడి వుండొచ్చు. నేనోమాట చెప్పి వుంటే సంజీవీ, చిన్నబ్బా అతడ్ని హాస్పిటలుకు పరుగునా తీసుకెళ్ళి వుండేవాళ్ళు.

అతనలా చనిపోయినప్పుడు వాళ్ళు కాపాడలేకపోయామే అని గొల్లుమన్నారు. అయితే వాళ్ళు కాపాడలేకపోవడానికి నేనే కారణమని వాళ్ళు అనరు, అనుకోలేరు. అది వాళ్ళ బలహీనతయితే గావచ్చు. కానీ లోకానికి తెలియనంత మాత్రాన అతడి మరణంలో నా పాత్ర లేదని యెలా అనుకోగలను? అది సహజ మరణమని వైద్యులూ, ప్రపంచమూ నిర్ధారిస్తుంది. అయితే హత్య అని నాకు మాత్రం అనిపిస్తోంది. యీ లోకం యిలా యెన్ని నిజాల్ని యితరులకు తెలియనివ్వకుండా దాచుకుంది?

ఆ వార్తలూ, పేపరులో యెర్రరంగును తగిలించుకున్న ఆ మాటలూ, నా మనస్సనే చీకటి అడవిలోకి బ్యాటరీ లైటులోంచీ వచ్చే పొగల కాంతిపుంజాల్లా కాస్త దూరం సాగి, అంతలో నిస్సహాయంగా ఆవిరైపోయి, వొకదానికొకటి అడ్డు తగిలినప్పుడు చీకట్లను మరింత అయోమయంగా రేపుతూ గందరగోళం సృష్టిస్తున్నాయి. చిన్నప్పటినుంచీ గుండె లోతుల్లో నక్కివున్న అనుమాన బీజమేదో వున్నట్టుండి యిప్పుడు మొలకెత్తి, నిముషాల్లోనే వృక్షమై సాధిస్తోంది. అంతలో చలిగాలులేవో చెలరేగి ఆ వృక్షాన్ని వేళ్లతో సహా పెరికి పారేస్తున్నాయి. పెరిగే అనుమానవృక్షాలూ... అంతలోనే వాటిని పడగొట్టే మంచు తుఫానులూ... యిసుక తుఫానులో తగులుకున్న గుడ్డివాడిలా వణికిపోతున్నాను.

యిల్లంతా నిశ్శబ్దంగా వుంది.

శవాలున్న తపోవనమిట్టకెళ్ళినప్పుడా స్థలం జనాల ఘోషతో తత్తలించిపోతోంది.

యింటికి తిరిగొచ్చాక యీ స్థలం శవాల్ని తీసుకెళ్ళిపోయిన యిల్లులా భయంకరమైన నిశ్శబ్దంలో వేగుతోంది.

అనవసరంగా తొందరపడి తపోవనమిట్టకు వెళ్ళకుండా వుండి వుంటే నేనెంతో ప్రశాంతతలో వుండేవాణ్ణి. అనుకోకుండా, యాదృచ్ఛికంగా యీ గొడవకు నేనే కారణమయిపోయాను. యీ గొడవలోకి నన్నిలా లాగిన శక్తులేవి? వాటి మూలాలెక్కడున్నాయి?

యీ లోకంలో వున్నదాన్ని దేన్నయినా తెలుసుకోగలననే అహమొకటి నిన్నటివరకూ నాకుండేదని అనిపిస్తోంది. అంతేగాదు, దేన్నయినా అర్థం చేసుకోగలననే

ఆత్మవిశ్వాసమొకటి బలంగా వుండేది. మా మమ్మీ నమ్మిన బైబులు "సైతాను ఆది నుంచీ నరహంతకుడై వుండి సత్యమందు నిలచినవాడు కాదు. వానియందు సత్యమే లేదు," అని చెప్తోంది. అయితే సైతాను అంశగా మారినప్పుడు గానీ సత్యం తెలియడం లేదెందుకు నాకు?

మేడ కింద, డాడీ ఆఫీసు గదిలోంచీ పాస్టరు గొంతు పెద్దగా వినబడుతోంది, "నడిపించు నా నావ, నడి సంద్రమున వో దేవా!". మమ్మీ డాడీ యిద్దరూ పాస్టరుతో కలిసి పెద్ద గొంతుతో పాడుతున్నారు. వాళ్ళిద్దరి గొంతుల్లోనూ అర్థంకాని యాతనేదో గొల్లుగొల్లుమని వినబడడంలో ఆశ్చర్యం లేదు గానీ పాస్టరు గొంతులోని ఆ అలజడి యెందుకు? అది ఆయనలోని అలజడా, లేకపోతే నాకలా వినబడుతోందా? చీకటి అడవిలో దూసుకుపోతున్న మిణుగురులా వాళ్ళ పాట నా లోపలికి మెరుస్తూ, ఆరిపోతూ, చీల్చుకుపోతోంది.

ఆ చనిపోయిన వ్యక్తే నా ఆలోచనల్లో నిండిపోతున్నాడు. అతడి గతమూ, వర్తమానమూ యేదయినా కావచ్చు. కానీ అతడి భవిష్యత్తులో మాత్రం నాకు పెద్ద పాత్ర వుందని యెవరికీ తెలియదు. యెవరికీ తెలియకపోయినంత మాత్రాన సత్యం అసత్యమైపోదు. అపరాధ భావన వున్నవాళ్ళను కన్ఫెస్ చేసుకోమంటారు కొందరు. కన్ఫెస్ చేసుకోలేనివాళ్ళూ, కన్ఫెస్ చేసుకోడానికెవరూ దొరకనివాళ్ళూ వుంటారు.

పాస్టరు ప్రార్థన ముగిసినట్టుంది.

కిందినుంచీ భోజనానికి పిలుపొచ్చింది.

డైనింగ్ టేబులు ముందు పాస్టరు గారు కూడా వున్నారు. పొడవాటి తెల్లకోటు తొడుక్కున్న పాస్టరు గారు భోంచేస్తూ కూడా వుపన్యాసం దంచుతున్నాడు. నా గురించి ఆయనకేదో సమాచారం అందినట్టుంది.

"నువ్వెందుకా చోటికెళ్ళావు? వెళ్ళి మనశ్శాంతిని కోల్పోయావు. యిప్పుడు యీ దేశంలో ప్రభువుపైన భక్తి తగ్గిపోయింది. పాలిటిక్సు పెరిగిపోయింది. కులం, మతం అని యెవరికి వాళ్లు భక్తికి దూరమైపోయారు. పదిమందికి వుద్యోగాలివ్వచ్చు గదా అని మీ డాడీగారు ఫ్యాక్టరీ కట్టాలనుకున్నారు. మీ మమ్మీకి బంధువులు అధికారంలో వుండే పార్టీలో వుంటే తప్పేముంది? యిదంతా పొలిటికల్ గేమ్ అయిపోయింది. నువ్వు వీటిని పట్టించుకోకుండా ప్రభువును నమ్ము," పాస్టరు గారి బోధ ఆధ్యాత్మికంగా నాకు తోచలేదు.

"దీవించబడిన వ్యక్తి విచారణలో స్థిరంగా వుంటాడు. యెందుకంటే అతను పరీక్షలో నిలబడినప్పుడు అతను జీవిత కిరీటాన్ని అందుకుంటాడు," అంది మమ్మీ.

మమ్మీ మాటలు లౌకికంగా లేవు.

భోజనాలయ్యాక పాస్టరుగారు అట్టహాసంగా వీడ్కోలు తీసుకుని వెళ్ళిపోయారు.

"శాలినిని యీసరికి చూసుండేవాడివి. వాట్సప్‌లో వీడియో కాల్ చేసి మాట్లాడతారా?" మమ్మీ అడిగింది.

అమెరికా నుంచీ వాట్సప్‌లో మాట్లాడతానని అడిగినప్పుడు అలా చేయడం డాడీకిష్టంలేదంది. యిప్పుడు అమ్మ మాటల్ని వింటున్న డాడీ అన్యమనస్కంగా కనబడుతున్నాడు. నేను అమెరికా నుంచీ యిండియాకొచ్చేసరికి వీళ్ళ అభిప్రాయాలూ, విలువలూ మారిపోతాయా? సందర్భాలూ, సమయాలూ మారేసరికి నమ్మకాలూ, అభిప్రాయాలూ మారిపోతున్నాయి.

యేదో ఆలోచించుకుంటూనే డాడీ తన గదికి వెళ్లిపోయాడు.

"పడుకునే ముందు బైబులు చదవడం మరవద్దు. యివన్నీ పాసింగ్ క్లౌడ్స్. రెండు రోజుల్లో అన్నీ కుదురుకుంటాయి."

మమ్మీ వెనకే వచ్చి సోఫా వెనక నిలబడి నా తలను తనకేసి హత్తుకుంది. చిన్నప్పుడు సెలవుల్లో వచ్చినప్పుడు మమ్మీని పట్టుకుని పడుకునేవాడ్ని. మా అమ్మకింకోవైపున మా చెల్లెలు పడుకునేది. వొకసారి ఆ రోజులు మళ్లీ వచ్చి, మళ్లీ అంత అమాయకంగా మమ్మీని హత్తుకుని పడుకుంటే యెంత బావుండును? యీ లోకం అర్థమయ్యీ కాకుండా, అయోమయంగా వుండే విషయాలు పూర్తిగా అయోమయంగానే వుండిపోతేనే బావుంటుందనిపిస్తోంది. అమ్మ స్పర్శ తగలగానే యిప్పుడెందుకో పెద్దగా యేడవాలనిపిస్తోంది.

"పడుకో మరి. గుడ్‌నైట్."

మమ్మీ తన గదికెళ్ళిపోయింది.

మేడపైకొచ్చేసరికి నా గది మళ్లీ నన్ను యేకాంతంతో ముట్టడించింది.

టూరిస్టర్ ట్రాలీ వుత్తరాన్ని మరవనివ్వడంలేదు.

మా అమ్మ దగ్గర నేనున్న రోజులు చాలా తక్కువ. నాకు బుద్ధి తెలిసేసరికి అమ్మ యెక్కడో వుద్యోగం చేస్తోంది. అమ్మమ్మ దగ్గరున్నానప్పుడు. రిషివాలీ బడిలో చేరాక సెలవుల్లో మాత్రమే అమ్మ దొరికేది. ఆ సెలవుల కోసం పడిగాపులు పడేవాడ్ని. నాకోసం అమ్మ రిషివాలీకొచ్చినప్పుడు మరోరోజు నా దగ్గరే వుండమని గొడవ చేసేవాడ్ని. అంటే అమ్మ దగ్గరుంటే నాకు కావలసిందేదో దొరికేదని యిప్పుడు తెలుస్తోంది. కానీ

కావాలనుకున్నన్ని రోజులు నేనామె దగ్గరుండలేకపోయాను.

కానీ డాడీ మమ్మీలా కాదు. ఆయన నాతో పట్టుమని అయిదు మాటలు మాట్లాడింది లేదు. కనిపించినప్పుడు ముక్తసరిగా రెండు మాటలేవో మాట్లాడేవాడు. 'ఆయన బిజీ' అన్నది మమ్మీ వూతపదం. కానీ ఆయన ఆ తీరికలేనితనం మా చెల్లెలు దివ్యకు తెలియదు. ఆ పిల్ల చిన్నప్పుడెప్పుడూ డాడీ వొళ్ళొంచీ దిగేది గాదు. ఆ పిల్ల నాలా గాకుండా మమ్మీడాడీల దగ్గరే పెరిగింది. 'ఆడపిల్లకు నీలా పెద్ద బడుల్లో చదవాల్సిన పనిలేదు,' అనేవాళ్ళు మా తాతా, అవ్వా. అందరి నాన్నల్లా డాడీ నాతో దగ్గరగా యెందుకుండడనే ప్రశ్నొకటి నన్ను చిన్నతనం నుంచీ వెంటాడుతోంది.

అనుమానాలు ప్రశ్నలై దహిస్తున్నాయి. ప్రశ్నలు నన్ను దేన్నో వెతకమని తరుముతున్నాయి.

యేమిటి వెతకాలన్న స్పష్టత యేర్పరచుకోవడానికి ధైర్యం చాలడం లేదు.

మాటలూ, సమాచారాలూ చీకటిలో కొట్టుకుంటున్న శత్రుసైన్యాల్లా తయారయ్యాయి. చీకట్లో యెవరు శత్రువో, యెవరు మిత్రుడో తెలియనప్పుడు, తాను బతకాలంటే యెదురైన వాడ్ని చంపడం తప్పనిసరయినప్పుడు, యే మాటల్ని, యే సమాచారాల్ని నమ్మడం? మనుషుల శబ్దవ్యక్తీకరణలకతీతమైన సత్యాల్ని యెలా తెలుసుకోవడం?

రాత్రంతా ప్రశ్నలతో వేగాక, తెల్లవారుజామున వులిక్కిపడి లేచి కూర్చున్నాను.

"పద. కదులు. వెతుకు. తెలుసుకో," నా లోపలినుంచీ యెవరో కుదుపుతున్నట్టయింది. యేమి చేస్తున్నానో నాకే తెలియలేదు. 'త్వరలో వస్తానని చెప్పు' అని యింటి కాపలా మనిషికి చెప్పి, కారు తీసుకుని బయల్దేరాను.

నా మనసులా ముసురుకున్న చీకటిని కారు దీపాలు రెండూ యెంతకూ కలవని రెండు వైరుధ్యాల్లా ముందుకు కోసుకెళ్ళసాగాయి.

కారు తపోవనమిట్ట మామిడితోట ముందు ఆగింది. తీరా అక్కడ కారు ఆగాకే అక్కడికెందుకొచ్చానన్న ప్రశ్న నన్ను సంధించింది.

నా అన్వేషణ చిట్టెమ్మతో ప్రారంభమవుతోంది. నా పుట్టుక గురించి చెప్పటానికి చిట్టెమ్మను మించిన దగ్గరి వ్యక్తి యెవరున్నారు?

2

తూర్పువైపున మునీశ్వరుడెవడో వందల సంవత్సరాలుగా తపస్సు చేసుకుంటున్న

గుహ వుందని చిన్నబ్బ చెప్పిన కొండపైన వృత్తలేఖినితో గీసినట్టుగా గుండ్రంగా కనిపిస్తున్న సూర్యుడు దేనికీ పద్ధతి లేని మనుషుల్ని వెక్కిరిస్తున్నట్టున్నాడు.

కారును మామిడితోట వైపుకు తిప్పుతుండగా ప్రశ్నలు ముట్టడించిన చోటునుంచే సమాధానాల్ని వెదకడం ప్రారంభించే మనుషుల సహజ స్వభావమే నన్ను అక్కడికి తీసుకొచ్చిందని స్ఫురించింది. నాకు తెలియకుండానే యింత స్వభావసిద్ధంగా పనిచేస్తున్న నేను, తెలుసుకోగలిగే రహస్యాలు మాత్రం కొత్తగా యెలాగుంటాయి?

యెవరూ మార్చలేని నేల స్వభావంలా మామిడితోట లేత వెలుతురుల్ని జుర్రుకుంటోంది. ఫాంహౌసు ముందు కూర్చున్న సంజీవి నన్ను చూడగానే బీడీని దూరంగా పారేసి పైకిలేచి, "దండాలుసా..." అని చేతులు జోడించాడు.

"చిట్టెమ్మ..." అంటూ చుట్టూ కలయజూశాను.

సంజీవి కుర్చీ తీసుకొచ్చి వరండాలో వేసి "అదెప్పుడో మదనపల్లె చేరిపోయింది గదసా... నిన్న రేత్రి మునిరాజు గాడు సార్‌కు చెప్తానని నన్ను బెదిరించిపోయినాడు. వాడి మాటలిన్నాక మద్దిస్తానికొచ్చినావేమో ననుకున్నానే..." అన్నాడు సంజీవి వరండా గోడ దగ్గర గొంతుక్కూచుంటూ.

"మదనపల్లెకెవరెళ్ళమన్నారు? నాకు చెప్పకుండా?" నా ప్రశ్న అసంగతంగా అనిపించగానే ఆగిపోయాను. కొన్ని విషయాల్ని చిట్టెమ్మనడగడం కంటే సంజీవినడగడమే మేలేమో!

చిట్టెమ్మతో ప్రారంభించాలనుకున్న అన్వేషణ సంజీవితో మొదలెట్టాల్సి వస్తోంది. యీ సంజీవిని నేను చూసి రెండు రోజులైనా కాలేదు. వెనకనుంచీ మొదలుపెట్టే అవసరం వస్తుందని నేననుకోనేలేదు.

"ఆ దొంగలం... అదే, చిట్టెమ్మెంత పనిచేసిందో చూడుసా... నాతో చెప్పకుండా మదనపల్లెకు పొయ్యి దాని కొడుకును నాపైకి లగాయించింది. నేనేనా అప్పుటికి చేతులకు గాజులేసుకోనుండేది. సార్‌మాట తీసుకోనొస్తే గానీ తోట్లోకి జేర్చనని తరిమి పారేసినాను," వినయంగా చేతులు నలుపుకుంటున్న సంజీవికీ అతను చెప్తున్న విషయంలో వుండాల్సిన కోపానికీ సంబంధం కుదరడం లేదు.

"చిట్టెమ్మ కొడుకు నీకూ కొడుకే గదా!" అన్నాను విసుగ్గా.

"అదెట్లవతాదుసా... వాడు దాని రెండో మొగుడి కొడుకు. రమణ నా కొడుకు. వాళ్ళిద్దరుగా సమానమంటే నేనెట్లొప్పుకుంటాను? వొకే కడుపులో పుడితే మాత్రం

వాళ్లిద్దురూ అన్నదమ్ములెట్లవతారు? అయితే గియితే దాయాదులవతారు గానీ..” సంజీవి మాటలు నా కాళ్ళకడ్డంపడ్డాయి.

“యేమిటి యేమిటి నువ్వనేది?” అని అడిగాను.

చిట్టెమ్మ పెళ్లిగాకముందే సంజీవికి బిడ్డను గనిందట! మిలటరీలో చేరాలని చిట్టెమ్మను వదిలేసివెళ్ళిపోయిన సంజీవి యెక్కడెక్కడో తిరిగి ముప్పయి సంవత్సరాల తర్వాత వచ్చాడట! అప్పటికి చిట్టెమ్మ యిద్దరు కొడుకులతో వూరేగుతోందట! “మా యానాదోళ్లలో ఆడోళ్లు గూడా మారుమనువు జేసుకుంటారుసా! దాని రెండో మొగడు దాన్ని దొంగల్లోలేసి యింకోదానితో పొయినాడు. యిప్పుడు నేనే దానికి దిక్కయినాను,” అన్నాడు సంజీవి.

సోఫియా చెప్పిన హాఫ్ బ్రదర్స్, హాఫ్ సిస్టర్స్ సంగతి గుర్తుకొచ్చింది. యెవరు భర్త? యెవరు భార్య? యేమిటీ సంసారాలు? యెవరీ సంతానం? యేవి ఆచారాలు? యేవి అనాచారాలు? యేదో వెదుక్కుంటూ బయల్దేరిన నా కాళ్ళకు యిలాంటి తీగలు చుట్టుకోవడం కేవలం యాదృచ్ఛికమేనా? యేమిటీ మానవ సంబంధాలు?

తోట గేటు దగ్గర మనుషుల గొంతులు వినబడ్డాయి. నల్లగా పొడుగ్గా వున్న యువకుడూ, పొట్టిగా సన్నగా వున్న యువతీ లోపలికొచ్చారు. నాలుగేళ్ళ కుర్రాడొకడు ఆమె చేయి పట్టుకుని వున్నాడు.

“వీడేసా మునిరాజుగాడు. అది వాని పెండ్లాం. వాడు వాళ్ళ కొడుకు. వీళ్ళనెవురీ తోపులోకి పొమ్మని ఆర్డరేసినారో, వీళ్లెందుకొచ్చినారో నువ్వే అడుగు. ఆపైన వీళ్ళనిక్కడ వుండమని నువ్వు చెప్పినావే అనుకో, నాకేమీ అబ్బెంతరం లేదు,” అంటూ సంజీవి నాకు మరో పని పురమాయించాడు. తరువాత వాళ్ళకేసి తిరిగి, “చిన్నసారే వచ్చినాడు జూడు. నన్నెగరేసి మాట్లాడినట్టు గాదు. నిన్న మాట్లాడిందేందో యిప్పుడు జెప్పు,” అని హుంకరిస్తూ మీసం మెలేశాడు.

యీ మునిరాజును నేను చిన్నప్పుడెప్పుడో చూశాను. నా కాళ్లకు తగులుకున్న గొడవల్ని వదిలించుకోడం కోసం వచ్చిన నాకు, వీళ్ల గొడవల్ని తీర్చవలసి రావడమే విచిత్రం. నా గురించే యేం చేయాలో తెలియని నేను వీళ్ళకేం చెప్పగలను?

“మదనపల్లెలో తోటకు కావిలున్నోడ్ని సా నేను. శీనివాసరెడ్డిసారు యీ దాయాదుల తోటకు యెమ్మటన్నే పొమ్మని చెప్పంపించినాడు. నేనొస్తే యీ మనిషి ఆగడం జేసి నిన్న రాత్రి తరిమేసినాడు. అంత రాత్రిలో మేము ముగ్గురూ యాడ్నించీ తెల్లగుండ్లపల్లెకు పోయి, రాత్రక్కడ్నే తల దాంచుకోని, తెల్లారితో లేచి వస్తావుండాము,” మునిరాజు అనే యువకుడు నాతో బాగా పరిచయమున్నవాడిలా మాట్లాడుతున్నాడు.

యిక్కడిలాంటి తోటొకటుందని నాకు మూడురోజుల ముందు వరకూ తెలియదు. పదహైదేళ్లుగా అమెరికాలోనే వుంటున్న నేను మళ్లీ యిండియాకొస్తానో రానో నాకే తెలియదు. యిక్కడ మా మమ్మీడాడీ యీ ఆస్తుల్ని యెవరికోసం పెంచుతున్నారో కూడా నాకు తెలియదు. నాకు తెలియని, నాది అని నేననుకోని యీ మామిడితోటకు నేనే యజమానినైనట్టు సంజీవీ, మునిరాజూ యిద్దరూ అనుకోవడమే నాకాశ్చర్యంగా వుంది.

"రాత్రిపూట చిన్న బిడ్డతోబాటూ వచ్చిన వాళ్లని తరిమేయడమేమి న్యాయం సంజీవీ! అంత చీకట్లో తెలియనివాళ్ళనైనా అలా అడవిలోకి తోసేయచ్చా?" అని కోప్పడ్డాను.

"వీడిప్పుడిట్లా పిల్లి మాదిరుండాడని నమ్మొద్దు సా... నేను కొత్తంగా యీ వూరికొచ్చినప్పుడు వీడు నడిరేత్రిలో నన్నెట్ల ఆ యింటినించీ తరిమేసినాడో నీకు తెలవదు," సంజీవి సమాధానం వెంటనే దూసుకొచ్చింది.

"అంతవరకూ ముక్కుమొగం జూడని యీ మనిషొచ్చి నేను మీ అమ్మ మొగడ్ని అని నిలబడితే యెట్లుంటాదో జెప్పు సా. అప్పుడు నాకు కోపమొచ్చి బయటికి తోసింది నిజమే!" మునిరాజు కోపంతో పెదవి కొరుక్కుంటున్నట్టున్నాడు.

"అదేమీ సొంతంగా సంపాయించిన యిల్లుగాదుసా... పెద్దసారు దయదల్చి గాంధీకాలనీలో పదంకణాలు దీసిచ్చి స్లాబేయించిచ్చినాడు. దానికే యింత పొగరు వీనికి?" సంజీవి మరో ఆర్గుమెంటు లాగాడు.

యిలాంటి గొడవలు వినడానికేనా నేనొచ్చింది?

విసుగ్గా పైకి లేచి నడవసాగాను.

సంజీవి నా వెనకే వస్తూ "వాన్నేం చెయ్యమంటావో చెప్పలేదు సా," అన్నాడు.

అంతలో నాకో సంగతి గుర్తొచ్చి, "అవును, ముప్పయ్యేండ్లు చిట్టెమ్మకు చెప్పకుండా యెక్కడెక్కడ తిరిగావు? యేమేం చేశావు?" అని అడిగాను.

"మిలట్రీలో జేరదామని పోతే చదువుకున్న సర్టిఫికెట్లు గావాలన్నారు సా... నేనెక్కడ చదివినాను? లారీల్లో క్లీనరుగా దేశాలన్నీ దిరిగేసినాను. మదరాసూ, పూనా, బెంగళూరు, నాగ్‌పూరూ..." సంజీవి గొంతులో సంతోషం పొంగుతోంది.

పెళ్లి చేసుకోకుండానే చిట్టెమ్మను తల్లిని చేసేసి వెళ్ళాడు. చేరాలనుకున్న మిలట్రీలో చేరలేకపోయాడు. లారీ డ్రైవరుగా వూళ్లు తిరిగానని సంతోషపడిపోతున్నాడు. వదిలేసుకున్న వాటిపైన మమకారం లేదు. కావాలనుకున్నది దొరకనందుకు దుఃఖం లేదు. అనుకోకుండా దొరికినదేదో గొప్పదయినట్టుగా పొంగిపోతున్నాడు. యితనేం

మనిషి?

"వొక్కడివే... మళ్లీ మీ వూరికి తిరిగి రాకుండా యెలా వున్నావు?" మరింత విసుగ్గా అడిగాను.

"వొంటిగా అంటే... పెండ్లిగూడా జేసుకున్నాన్లే. బెంగళూర్లో నా పెండ్లామూ, కొడుకూ, కూతురూ, కోడలూ, అల్లుడూ అంతా వుండారు. అక్కడ్నే పనులు జేసుకోని జమ్మనుండారు. నేనే పుట్టిన వూరుమింది ప్రేమతో తిరుక్కోనొచ్చినాను. వచ్చేకాడికిక్కడేముండాది? యిది దొంగ... యిది... నా కొడుకు రమణను నా అంగీకారం లేకుండా చర్చికంపిస్తా వుండాది. నాకో మాటైనా చెప్పకుండా... చూడు దాని అతికారం."

సంజీవికి తాను చేసిన పనులేవీ తప్పులై వుంటాయనే అనుమానమైనా వున్నట్టులేదు. యెదుటివాళ్ళందరూ ధర్మాన్ని తప్పుతున్నారని కోప్పడుతున్నాడు.

నేను కారును స్టార్టు చేశాక "యెంతయినా వాడు చిట్టెమ్మ కొడుకు. వానికెక్కడిష్టముంటే అక్కడుంటాడు. నువ్వు వాడ్నేమన్నా అన్నావంటే నేనూరుకోను. జాగ్రత్త!" అని హెచ్చరించాను విసుగ్గా.

కారులో కాస్త దూరం వెళ్ళాక సంజీవిని నేను తోట యజమానినైపోయినట్టుగానే మందలించానని స్ఫురించింది. యెంత త్వరగా నేలనూ, ఆస్తినీ మనిషి తన స్వంతమనుకుంటాడో తలచుకోగానే ఆశ్చర్యమేసింది.

ఆ భూమి తనది గాదని గుహలోకెళ్లి తపస్సు చేసుకున్న మునీశ్వరుడు జ్ఞాపకమొచ్చాడు. చిట్టెమ్మకు రమణ అనే పెద్దకొడుకింకొడున్నాడని తెలుసు నాకు. యీ మునిరాజుకు బదులుగా రమణనే యిక్కడి తోటలోకి పంపితే యేం పోయేది? యేది జరిగితే తుఫానులొస్తాయో అవే యెందుకు జరుగుతున్నాయిక్కడ?

నాకు పోస్టులో వచ్చిన వుత్తరమే గుర్తుకొస్తోంది.

చిట్టెమ్మ మదనపల్లెను చేరింది.

నాకు దొరికిన ఫోను నెంబర్లలో మా తాత నెంబరూ వుంది.

నా వెతుకులాటకు యిప్పుడు మదనపల్లె భూమికగా మారబోతోంది.

తపోవనమిట్ట దగ్గర శవాలు కనబడిన చోటు వరకూ వెళ్ళాను. చీకటి అప్పుడే పలచబడుతోంది.

చెట్టుకు చేరగిలబడి చనిపోయిన మనిషి ముఖాన్ని నేను సరిగ్గా చూడనైనా లేదు.

కదిలే నది అలల పైన పడి బెదిరిపోయిన ప్రతిబింబంలా అస్పష్టంగా మాత్రమే గుర్తున్న ఆ ముఖం నన్ను నిలదీసి ప్రశ్నిస్తున్నట్లనిపించింది.

యెవరో తరుముతున్నట్టుగా కారు పరిగెత్తసాగింది.

దూరంగా కనబడుతున్న కొండల వరకూ వ్యాపించిన అడవిలో, అనుమానాల్లా, ప్రశ్నల్లా, రహస్యాల్లా కకావికలుగా పెరుగుతున్న పొదలనూ, చెట్లనూ, వృక్షాల్నీ, పలకరిస్తున్న వుదయపు గాలి నన్నూ కమ్మేసింది.

3

కారు వాయల్పాడు దాటి మదనపల్లె వైపుకు పరిగెత్తుతోంది.

రోడ్డుపక్కన యేనుగులూ, తిమింగలాలంత పెద్దవైన రాళ్ళతో నిండిన కొండలు కుప్పబోసిన సవాళ్ళ లాగున్నాయి. కొండపైన పెద్దబండ అంచుపైన చిటికెనవేలు మాత్రం మోపి నిలబడిన మరో పెద్ద బండ యెన్ని యుగాలుగా పడిపోకుండా అలా సర్కసు చేస్తూందో యెవరు చెప్పగలరు?

మా అమ్మ రాజంపేటలో పుట్టిందన్నారు. నేను చెన్నయిలో పుట్టానన్నారు. పదహైదేళ్ళుగా యీ భూగోళానికవతలి వైపున వున్నాను. యిప్పుడు మళ్లీ నేను యెనిమిదేళ్ళు గడిపిన రిషివాలీ దగ్గరికెళ్తున్నాను, కొత్తగా యెదురైన పాత ప్రశ్నలకు మళ్లీ ప్రాణం పోస్తూ.

బ్యాంకు కాలనీలో మా తాత యిల్లు పదేళ్లముందు యిండియాకొచ్చినప్పుడెలాగుందో అలాగే వుంది. యింటి ముందున్న డాబర్‌మేన్ కుక్క నన్ను చూస్తూనే మొరిగింది. నాకు తెలిసిన, నన్ను తెలిసిన యిదే రకపు డాబర్‌మేన్ కుక్క యెప్పుడో పంచభూతాల్లో కలిసిపోయి వుంటుంది. యిప్పుడున్న యీ కుక్క పాతదాని చోటునెప్పుడు సొంతం చేసుకుందో నాకు తెలియదు. అది మొరుగుతూనే బయటికొచ్చిన వంటామె, "దేవిడ్డూ! మన చిన్నసార్ ను గుర్తుపట్టలేవా? గొమ్మునుండు," అని దాన్ని కసిరింది. తాను లేని సమయాల్లో యిక్కడేమేమి జరిగాయో దానికెలా తెలుస్తుంది పాపం, అనుకున్నాను. నేను కూడా నేను పుట్టక మునుపు జరిగిన సంగతుల్ని వెతుక్కుంటూ వచ్చానని స్ఫురించగానే, దానిపైనుండే జాలి నాపైకి మళ్ళించుకోడానికి ప్రయత్నించాను.

యింటిలోపల మా తాత మునుపటిలాగే ముసలితనానికి పెద్ద ఆలంబనగా కనిపించాడు. మా అవ్వ ఆయన ముసలితనానికి కూడా సహధర్మచారిణిగా బతుకుతోంది.

"అంత సన్నగా తయారైనావేందిరా? తింటావుండావా లేదా? బాలింత ముఖమేసుకోనుండావేంది?" మా అవ్వ కంగారుపడుతూ అడిగింది. నేను ముఖమిలా వేలాడేసుకోడానికి కారణం మరేదో వుందని ఆమెకు తెలియడం లేదు.

"చిట్టెమ్మ యెక్కడ?" అని అడిగాను ఆదుర్దాగా.

"నిన్ననే కడపకు పోయింది. దాని పెద్దకొడుకు రమణ అర్జంటుగా రమ్మన్నాడని యెట్టునింది అట్నే యెల్లిపోయింది," మా అవ్వ ఫిర్యాదులా చెప్పింది. చిట్టెమ్మ నిజంగా పనులుండే వెళ్తోందో లేకపోతే కావాలని నా కళ్లబడకుండా తప్పించుకుంటోందో తెలియడం లేదు. యిప్పుడు మా అవ్వాతాతల్ని కదిలించడం తప్ప చేయగలిగిందేమీ లేదు.

యెవరాయనను అప్రమత్తుడ్ని చేశారో తెలియదు గానీ మా తాత కూడా సిద్ధంగానే వున్నాడు.

ప్రతిధ్వనులు రాని పాత యింటిలో మా తాత పాత గొంతుకు మాత్రం ప్రతిధ్వనులొస్తున్నాయి. నా మాటలూ ఆయనకలాగే వినిపిస్తున్నాయేమోనని నాకనుమానం రాసాగింది.

"మా మమ్మీ యెమ్మెస్సీ చదువుతున్నప్పుడు డిస్‌కంటిన్యూ చేసిందట! తర్వాతా యెమ్మే డిస్టెన్సు కోర్సుగా మార్చుకుని పూర్తిచేసిందట!" అని నేను నా యింటరాగేషను ప్రారంభించాను.

"అంతా ప్రభువు ఆశీర్వాదం. బలపరాయి గని పనిపైన నేను మదరాసులో మూడేళ్ళుండినాను. అక్కడికి పొయినందుకే సుభాష్ దొరికినాడు. ప్రభువు మార్గంలోకి రాకముందు నేనెట్లున్నానో నీకు తెలవదు. మా వూరి ఫ్యాక్షన్ రాజకీయాలంతా వొక చేత్తో తిప్పేసినాను. ఫ్యాక్షనంటే నీకు తెలవదు. దొమ్మీలూ, ఖూనీలూ దినమ్మూ జరిగేటివి. వొకప్పుడు గుళ్ళూ గోపురాలు తిరిగినోడ్ని. భక్తులతో చేరి వుత్తరదేశంలో వుండే పుణ్యక్షేత్రాలన్నీ తిరిగొచ్చినోడ్ని. అయితే ప్రభువు మార్గంలోకి వస్తానే మీ అవ్వ భాగానికొచ్చిన నేలలో బలపరాయి పడింది. మీ అవ్వ కడుపులో మీ అమ్మ పడింది. 'ప్రతి సంవత్సరమున నీ విత్తనముల పంటలో దశమ భాగమును అవశ్యముగా వేరుపరచవలెను,' అని ద్వితియోపదేశ కాండములో ప్రభువు చెప్పిన మాటను యిప్పుటికీ మరవలేదు. నువ్వూ ప్రభువునే నమ్ముకో... యింకే ఆపదా వుండదు..." నా ప్రశ్నకు మా తాత యింత పెద్ద సమాధానమిస్తాడనుకోలేదు.

"అయితే నువ్వు ఫ్యాక్షన్లలో హింసా మార్గంలో వుండటానికి హిందువుగా వుండడమే

కారణమా తాతా? తర్వాత నువ్వింత సాధువవడానికి క్రైస్తవుడవడమే కారణమా?" అని విస్మయంగా అడిగాను.

"అంతే గదా! నేనేమీ తప్పు జెప్పాటం లేదు. కావాలంటే మీ అవ్వనడుగు... నేను బైబులుమీద చెయ్యిపెట్టి చెప్తావుండాను చూడు. అబద్ధమిప్పుడు నన్ను చూసి సైతాను మాదిరిగా పారిపోతింది," మా తాత గొంతు వణకుతున్నా మాటలు మాత్రం యీసారి గంటమోగినట్టుగా పలికాయి.

"నాకు అమెరికాలో డేవిడ్ అనే ఫ్రెండున్నాడు తాతయ్యా! నాకంటే కొంచెం పెద్దవాడు. మా ఆఫీసులోనే పనిచేస్తాడు. పదేండ్లముందు కాసినోలకెళ్ళి జూదమాడేవాడు. డ్రగ్ అడిక్ట్. రెండు మూడుసార్లు పెటీ క్రైమ్స్‌తో అరెస్టయి ఫైను గట్టి వచ్చాడు. వుద్యోగం కూడా వూడిపోయింది. అల్సర్‌తో ప్రారంభమైన జబ్బును డాక్టర్ చివరకు కేన్సర్ అని తేల్చేశాడు. యింకేమీ చేయలేక అప్పుడాయన పిచ్చిబట్టినట్టుగా తిరిగాడు. అప్పుడే న్యూయార్క్‌లో వుండే యిస్కాన్‌కెళ్లాడు. హరేరామహరేకృష్ణ భక్తులతో కలిసి పూజలు చేశాడు. ఆ ఆరు నెలల్లో యేం జరిగిందో తెలియదు. డాక్టర్లు ముందు జరిగింది రాంగ్ డయోగ్నోసిస్ అన్నారు. అంతే! డేవిడ్ యిప్పుడు కూడా రోజూ యిస్కాన్ గుడికి పోతాడు. వెజిటేరియన్ అయిపోయాడు. పిలక గూడా పెట్టుకున్నాడు. అబద్ధం చెప్పడు. చేతిలో యెప్పుడూ భగవద్గీత వుంటుంది," మా తాత కోపంతో బుసగొట్టడం వినబడగానే ఆగిపోయాను.

"అదంతా తప్పు. నేను చెప్పేదే నిజం," ఆయన కోపంతో వూగిపోతున్నాడు.

నాకు కావలస్సిన సమాధానమేదో నాకు దొరికేసింది. "సారీ తాతయ్యా! నాకు అదంతా తెలియదు. నువ్వు నన్ను రిషివాలీలో చేర్పించావు. తెలుసుకోలేని దాన్ని గురించి ఆలోచించి లాభం లేదని నాకు జేకే నేర్పించాడు. నేను అక్కడే ఆగిపోయాను," అన్నాను.

"అందుకే యీ మాదిరిగా ఆలగోలంగా వుండావు. బైబులు చదువు. పెండ్లి అనేది సాక్రమెంటు. యెంతకాలమిట్లా వొంటిగా వుండి మమ్మల్ని బాధపెడతావు?" యీసారి మా తాతయ్య దిగులుగా మాట్లాడాడు.

"మా మమ్మీడాడీల దగ్గరికి సెలవుల్లోనే గదా తాతయ్యా పంపేవాడివి నువ్వు? అంత చిన్న వయస్సులో అండర్‌గ్రాడ్యుయేషన్‌కే నాలా అమెరికా వెళ్ళేవాళ్ళు చాలా తక్కువ. యిక్కడే యూజీ చేసి పీజీకి అమెరికాకెళ్ళుంటే బావుండేది," నేనాయనను మెత్తపరిచే ప్రయత్నం చేశాను.

"మీ మమ్మీ వినలేదు నా మాట! మీ డాడీ కూడా హైయర్ స్టడీస్‌కు అమెరికాకు పంపాల్సిందే అన్నాడు. మీ అమ్మమ్మ గనుల్లోంచీ వచ్చిన డబ్బు. నా డబ్బుతో నా

మనవడ్ని నేనంపిస్తానంటే నీకేం బాధ అని అది కూడా గట్టిగా గూర్చునుంది," మా తాత తప్పు తనది గాదని చేతులెత్తేశాడు.

"మా మమ్మీడాడీ నన్నెప్పుడూ దూరంగా తరిమేయాలనే చూసినారు. అప్పుడు మీ దగ్గరికి. తర్వాత రిషివాలీకి. యిప్పుడు అమెరికాకు," నేను ముఖం ముడుచుకుని కస్సుమన్నాను.

ఆయన చాలాసేపు మౌనంగా వుండిపోయాడు. తరువాత నిట్టూర్చి "యిప్పుడు మాత్రం మించిపొయ్యిందేముండాది? సుభాష్ ఫ్యాక్టరీ గడతావుండాడు. దివ్యా దాని మొగుడూ యీపక్కకు రమ్మన్నా రారు. యీ ఆస్తినంతా అణవరించేదెవురు? పెండ్లి చేసుకోని యిక్కడ్నే వుండిపో, యెవురు కాదన్నారు?" అనేశాడు. తర్వాత "మనకు వుద్దేశించిన ప్రణాళికలు యెహోవాకు తెలుసు. అవి భవిష్యత్తునూ, నిరీక్షణనూ కలిగించేవే గానీ హాని కలిగించేవి గావు," అన్నాడు. ఆ తర్వాత "రాజంపేట నుంచీ మదనపల్లెకు నన్ను రప్పించిందెవురు? యెహోవానే!" అన్నాడు.

"చెన్నయిలో పుట్టిన డాడీ, మమ్మీతో పెళ్లికి ముందు కూడా మీకు బంధువేనా తాతయ్యా?" మా తాతయ్యను మళ్ళీ వెనక్కి తీసుకెళ్ళే ప్రయత్నం చేశాను.

"సుభాష్ చెన్నయిలో పుట్టినోడు గాదు. వేలూరులో పుట్టినాడు. వాళ్ళ నాయిన పాస్టరు. పాస్టరు కొడుకనే ఆ సంబంధానికి పోయినాం. పాస్టరు కొడుకయినందుకే మీ డాడీ అంత పద్ధతిగా వుంటాడు. సాదాసీదా మనిషయితే మీ మమ్మీకుండే భక్తికి తట్టుకోనుండడు. నీకు మీ మమ్మీ తెలివితేటలొచ్చినాయి. దివ్యాకు మీ డాడీ మాదిరి కష్టపడే బుద్ధొచ్చింది. పోలికలెక్కడ పోతాయి?" మా తాతకు మా మమ్మీ అంటే యెంత యిష్టమో డాడీ అన్నా అంతే యిష్టమని అనిపిస్తోంది.

"నువ్వు క్రిస్టియానిటీకి మారినప్పుడు పేరెందుకు మార్చుకోలేదు తాతా! నీ పేరులో వుండే రెడ్డిని జూసినోళ్లు నువ్వు చర్చికెళ్ళడం జూసినప్పుడంతా ఆశ్చర్యపోతూనే వున్నారు!" అని నేను ఆయన్ను అటకాయించాను.

"ఆ తోక లేకపోతే మనల్ని కూడా మాలోళ్లల్లో మాదిగోళ్లల్లో కలిపేసుందురు. వొకే చర్చికి పొయినంత మాత్రాన పెద్దా చిన్నా మంచీ చెడ్డా యెంచకపోతే యెట్లజెప్పు?"

నేనొక్కసారిగా వులిక్కిపడి విస్తుపోయాను.

వొక తరంతో మార్పులు రావనీ, మార్పులు రావడానికి చాలా తరాలు గడవాలనీ నాకు తెలుసు. ప్రభువే గమ్యమని ప్రయాణిస్తున్న మా తాత గమనంలోనూ అనుకోని మార్పులు జరిగిపోతున్నాయి. మూలాల్లో మార్పులు రాకుండా పైపైన యెన్ని మార్పులొచ్చినా

లాభమేముంది? ముసలాడయ్యాక మా తాత పిచ్చిపిచ్చిగా మాట్లాడుతున్నాడని మా అవ్వ చెప్తోంది. అది నిజంగాదు. ఆయన జాగ్రత్తగానే మాట్లాడుతున్నాడు.

యిన్ని వైరుధ్యాలతో దాదాపు శతాబ్దకాలం బతికిన మా తాత లోపల ఆయనకే తెలియని చీకటి వెలుగులెన్నో వున్నాయని నాకప్పుడు తోచింది. అన్ని వైరుధ్యాలుండడం వల్లనే మా తాత అంత సజీవంగా, సహజంగా వుండగలుగుతున్నాడేమోననిపించడంతో నేను అప్రతిభుడినైపోయాను.

ఆయన్ని అడిగి లాభం లేదనీ, ఆయన దగ్గరినుంచీ నాక్కావాల్సిన నిజం రాబట్టుకోలేననీ అర్థమైపోయింది.

4

నాకేదయినా కావల్సినప్పుడు ముందుగా మా అవ్వనడగడమే అలవాటు. మా తాతతో పోలిస్తే ఆమె చాలా అమాయకురాలని నా నమ్మకం. ఆమె ముదిగారం జేయడం వల్లనే నేను చిన్నప్పుడు ఆడింది ఆట పాడింది పాటగా పెరిగాను. చిన్నప్పుడు నేను యేడిస్తే ఆమె భరించగలిగేది గాదు. నా చిన్నప్పుడు, రెండో తరగతో, మూడో తరగతో చదివేటప్పుడు, యీ వీధిలోనే అటువైపునో చిన్న అంగడుండేది. దాంట్లో దొరికే చాక్లెట్లంటే నాకప్పుడు భలే యిష్టంగా వుండేది. అయితే రోజుకు రెండు మాత్రమే అని మా తాత నాకు రేషను పెట్టేశాడు. కానీ నేను మా అమ్మమ్మ దగ్గరికొచ్చి బోరుమని యేడ్చేవాడ్ని. అంతే! ఆమె రహస్యంగా నాకు డబ్బులిచ్చేసేది. కొన్ని రోజులయ్యాక నేను యేడుపు నటించడం నేర్చుకున్నాను. పాపం మా అమ్మమ్మకాసంగతి తెలిసేది గాదు. అందుకని ఆమె దగ్గరేదైనా పనికావాలనుకున్నప్పుడు దొంగ యేడుపులు యేడవడం నాకలా అలవాటైపోయిందప్పుడు.

ఆవిడ దగ్గరినుంచీ నాకు కావల్సిన నిజాన్ని రాబట్టుకోడానికి నేనిప్పుడు యేడుపునో, విషాదాన్నో నటించాల్సిన అవసరం లేదు. యెంతగా సర్దుకో జూస్తున్నా, తమాయించుకోవడానికి ప్రయత్నిస్తున్నా, నన్ను చూసిన వాళ్ళందరూ నేనేదో పెద్ద సమస్యలో పడి నలుగుతున్నాననే నిజాన్ని తెలుసుకుంటున్నారని నాకూ తెలిసిపోతోంది. మదనపల్లెకు నేనిలా వురుమూ మెరుపూ లేని పిడుగులా వూడిపడినప్పటి నుంచీ మా అవ్వ నన్ను చూసి కళ్ళనిండా కన్నీళ్ళు పెట్టుకుంటోంది. నేను నిజంగా బాధపడుతున్నప్పుడు నా దొంగ యేడుపుల సంగతి గుర్తుకురావడం నాకే యిబ్బందిగా వుంది.

మా అవ్వలో నా చిన్నప్పటికీ యిప్పటికీ చాలా మార్పు వచ్చినట్టు నాకు

తెలిసిపోతోంది. నా చిన్నప్పుడామె గుబురుగా ఆకులున్న రావిచెట్టు లాగుండేది. యిప్పుడు వూడలు వదిలిన మఱ్ఱిచెట్టులాగుంది. మా అవ్వతో మాట్లాడాల్సి వచ్చినప్పుడు జాగ్రత్తగా, అప్రమత్తంగా వుండాల్సిన అవసరం లేదు. ఆమె వొంటరిగా వుండే అవకాశం కోసం కూడా యెదురుచూడాల్సిన పనిలేదు. మా తాత పగల్లో కూడా చాలాసేపు సోఫాలో కూర్చుని నిద్రపోతున్నాడు. అప్పుడాయన ముందు దొమ్మీలు జరిగినా ఆయన తెలుసుకోలేడు. అయినా యెందుకైనా మంచిదని మా అవ్వ తన గదిలో వొంటరిగా పడుకుని వున్నప్పుడు, కుర్చీని మంచం పక్కకు లాక్కుని, "యీసారి కొన్ని సంగతులు నిన్నడిగి తెలుసుకుందామనే అమెరికా నుంచీ వచ్చాను అమ్మమ్మా! మా అమ్మ పెళ్లి రాజంపేటలో గాకుండా చెన్నయిలో యెందుకు జరిగింది?" అని అడిగాను.

"అక్కడ చెయ్యాలనే ప్రాప్తమునింది. అక్కడ జరిగింది. అప్పటికే మీ తాత రాజంపేటలో వుండే యిల్లూ, చేన్లూ, తోట అంతా బేరానికి చెప్పేసినాడు. పైగా అక్కడుండే బంధువులంతా మేము మతం మార్చుకున్నామని దూరంగా బొయినారు," అంది మా అమ్మమ్మ.

"మతం మారకపోయి వుంటే మా అమ్మకు మా డాడీనిచ్చి పెళ్ళి చేసి వుండేవాళ్ళు కాదు గదా?" అని నేను ఆమెను మరో ప్రశ్నతో సంధించాను.

"మారకపొయ్యుంటే యేం జరిగుండునని నాగ్గూడా చానాసార్లు ఆలోచనొచ్చిందిరా చిన్నా! తలచుకుంటేనే గుండెలవిసిపోతాయి. మారకుండా పొయ్యుంటే నేనిన్ని దినాలు బతికే వుండను. మీ తాత పులో సింహమో అయి నన్ను తినేసుంటాడు. ప్రభువు దయవల్ల మారినాడు. నేనేగాదు, ఆ దినాల్లో మా అత్త, అంటే మీ జేజెవ్వ కూడా యీయన ధాటికి జడుసుకోని జచ్చింది. యిప్పుడిట్లా వుండామంటే అదంతా ప్రభువు దయే!" ఆమె పడుకునే చేతులు జోడించి కళ్ళు మూసుకుంది. వొకే ప్రశ్నకు వేర్వేరు మనుషుల్లో వేర్వేరు సమాధానాలుంటాయని నాకప్పుడు స్ఫురించింది.

"నీకు వొక అన్నా, వొక అక్కా కూడా వున్నారని చెప్పావు కదా అమ్మమ్మా! వాళ్ళని కూడా మా అమ్మ పెళ్లికి పిలవలేదా?" నా ప్రశ్నలన్నీ మా అమ్మ పెళ్లిచుట్టే తిరుగుతున్నాయి.

"లేదు. పిలిచినా వాళ్ళొస్తారని నమ్మకం లేదు. వాళ్ళ మాటినకుండా మతం మారినామని మాతో వాళ్ళు తెగతెంపులు జేసేసుకున్నారు. అంతా కర్మ! వాళ్ళతో నాకు రాసిపెట్టునిందింతే!" ఆ సంగతి యిప్పుడే జరిగినట్టుగా ఆమె కళ్లల్లో నీళ్లు తిరుగుతున్నాయి.

'వయస్సులో వుండేటప్పుడు మీ తాత నన్నా పొయ్యిలో పెట్టి యీ పొయ్యిలో

లాగినాడు! యేడ్చీ యేడ్చీ నా కండ్లల్లో నీళ్లే యిగిరిపొయినాయి' అనేది ఆమె. కానీ యెంత చిన్న యిబ్బందొచ్చినా తలపైన నీళ్ల కుండున్నట్టుగా ఆమె బొటబొటా ద్రాక్షపళ్లంత కన్నీటిబొట్లు యిప్పటికీ రాలుస్తూనే వుంది. తన గురించి తనకు బాగా తక్కువ తెలిసిన మనుషుల్లో ఆమె పేరు మొదటిదై వుంటుందని నేననుకుంటూ వుంటాను.

ఆమె ధోరణి మార్చడం కోసం "ప్రాప్తం, కర్మ, రాసిపెట్టి వుండడం యివన్నీ హిందువుల నమ్మకాలు గదా అమ్మమ్మా! నువ్వేం మతం మారినావు చెప్పు!" అన్నాను విసుగ్గా.

ఆమె కాస్సేపాలోచించి, "నిజమే చిన్నా! పుట్టకతో వచ్చినవి పొమ్మన్నా పోవు. యీ మాదిరి బైబుల్లో లేని మాటలు మాట్లాడేదంతా సాతాను వల్లనే అంటాడు మీ తాత. కానీ ఆయినకూ రావుకాలాలూ, దిష్టి తీయడాలు అంటే యిప్పటికీ నమ్మకమే! యే పని చెయ్యాలన్నా యీ వూర్లో వుండే రామశర్మ అయివోరిని అడిగి మంచి ముహూర్తం తెలుసుకోని గానీ ముందుకు పోడు," అంటూ ఆమె పెద్దగా వస్తున్న నవ్వును నొక్కుకుంటూ గుమ్మంలోంచీ హాలు సోఫాలో కునుకుతున్న మా తాతనోసారి వంగి చూసింది.

నేను న్యూజెర్సీలో పీజీ చేస్తున్నప్పుడు ఆండ్యూ మెక్‌స్టాన్ అని మాకో ప్రొఫెసరుండేవాడు. అకాస్టిక్స్‌లో ఆయన రీసెర్చి థీసిస్‌కున్నన్ని సైటేషన్లు యింకెవరికీ లేవనేవాళ్ళు. దేన్నయినా శాస్త్రీయంగా తప్ప మరో విధంగా చూస్తే ఆయనకు వొళ్ళు మండుకొచ్చేది. యిండియా నుంచీ వచ్చిన వాళ్ళంతా హిందూసేనని ఆయననుకునేవాడు. హిందూయిజమంటే బండిల్ ఆఫ్ సూపర్‌స్టీషన్స్ అని క్లాసులో పెద్దగానే చెప్పేవాడు. కానీ నేనంటే మాత్రం ఆయనకదో రకమైన యిష్టముండేది. క్లాసయిపోయాక నన్ను క్యాంటీనుకు లాక్కెళ్లి స్నాక్సూ, కాఫీలు తెప్పించి, కావాలని హిందూయిజం గురించి యేవేవో అనుమానాలు అడిగేవాడు. నా సమాధానాలు ఆయనకింకా చాలా తమాషాగా వుండేవి. పెద్దగా నవ్వేవాడు. నేను రెండో సెమిస్టర్లో వుండగా ఆయన వున్నట్టుండి మొరోజ్‌గా అయిపోయాడు. లెక్చరు కూడా మెకానికల్‌గా వుండేది. నన్ను పలకరించడం మానేశాడు. మూడో సెమిస్టర్ చివర్లో వొకరోజు లెక్చర్ అయ్యాక నన్ను క్యాంటీనుకు రమ్మని పిలిచాడు. ఆయనేదో బాధలో వున్నాడని నాకు తెలిసిపోయింది. క్యాంటీనులో కూర్చున్నాక, "మీ దేశంలో పూనా దగ్గర బాబా వొకాయనున్నాడని యింటర్నెట్‌లో చదివాను. ఆయనెన్నో మిరకిల్స్ చేశాడట! ఆయనిచ్చేదేదో తింటే యెంత పెద్ద జబ్బయినా నయమైపోతుందట! ఆయన వివరాలు అందులో కొన్నే దొరికాయి. మీ స్నేహితులెవరైనా వుంటే వాళ్లనడిగి అడ్రస్సూ ఫోను నెంబర్లూ తెలుసుకుని చెప్పు," అని అడిగాడు. మెక్‌స్టాన్ గారికి పదేళ్ల కూతురుందనీ, ఆ పిల్లకేదో పెద్దపేరున్న జబ్బొచ్చిందనీ, డాక్టర్లందరూ

చేతులెత్తేశారనీ తెలిసింది. ప్రవాహంలో కొట్టుకుపోతున్నవాడు చేతికి దొరికినదాన్ని పట్టుకోడం కోసం ప్రాకులాడుతాడు. అలాగే మెక్‌స్టాన్ గారిప్పుడు పూనా బాబా కోసం వెతుకుతున్నాడు. నేనప్పుడు కొన్ని వివరాలు సేకరించి యిచ్చాను. తరువాతేమైందో తెలుసుకునే ధైర్యం లేక ఆయనకు దొరకకుండా తిరిగాను.

శాస్త్రీయంగా తెలుసుకోలేమనుకున్నదాన్ని మార్మికమనుకునే అంతుపట్టని దారిలో తెలుసుకున్నామని నమ్మే మతాన్ని పట్టించుకోగూడదని అనుకునేవాడ్ని. మా అమ్మమ్మతో అటువంటి మతనమ్మకాల గురించి శాస్త్రీయమనే ఫోజుతో మాట్లాడుతున్న నాకు సరిగ్గా అప్పుడే మెక్‌స్టాన్ గుర్తుకు రావడం కంటే విచిత్రమూ, మార్మికమూ మరేముంటుంది? యింటి ముందున్న డాబర్‌మేన్ కుక్క మొరుగుతోంది. కారణం లేకుండా అది మొరగదని తెలుసు. అది మొరగడానికి కారణమైన విషయం మనకవసరమైనది కాకపోవచ్చునని గూడా తెలుసు. మా అమ్మమ్మ నా చేయి తన చేతుల్లోకి తీసుకుని, “వొరే చిన్నా! వొక మాటడగతాను. నిజం చెప్పతావా?” అని అడిగింది.

నేనామెకు దగ్గరగా జరిగి, “నీతో యెప్పుడైనా నేనబద్ధం జెప్పానా అమ్మమ్మా! అడుగు,” అన్నాను.

“యిప్పుడు నేనడగబోయేదానికి నిజం చెప్తావనే నమ్మకం లేదు,” మా అమ్మమ్మ అమాయకురాలనుకున్నాను గానీ, యిలా ముందుకాళ్ళకు బంధం తగిలిస్తుందని తెలియదు.

యిప్పుడు నేను అప్రమత్తంగా వుండాలని తెలిసింది. నా ఆలోచనల్ని ఆమెకు తెలియనివ్వకుండా, “నువ్వు అడిగితే గదా నేను నిజం చెప్తానో లేదో తెలిసేది,” అన్నాను.

“యిప్పుడు చూసేదానికిట్లుండాడు గానీ నీ అంత ప్రాయంలో మీ తాత చెయ్యని తప్పులేదు. యెందురాడోళ్లతో తిరిగినాడో అందురికీ తెలుసు. మా ముత్తాత మీ తాతకంటే రెండు మూడాకులు చానా చదివినోడని చెప్తారు. అయిదారేండ్లుగా పెండ్లి చేసుకోమని వోరకలాడతా వుండాం మేము. నువ్వు తాచ్చారం జేస్తానే వుండావు. పోలికలూ, గుణాలూ వంశాచారంగా వచ్చే తీరతాయి. నిజం చెప్పు. మాకు తెలియకుండా నువ్వా అమెరికాలో యేమైనా... నాతో చెప్పు. నేను కావాలంటే మీ అమ్మకూ, మీ తాతకూ సర్దిజెప్పతాను,” దయగా వున్న ఆమె చూపులు నాపైకి వాలినప్పుడు నిజంగా నా వొళ్ళు ఝల్లుమనింది.

అంతలోనే నేనక్కడికొచ్చిన కార్యం గుర్తుకొచ్చి, “పోలికలు తండ్రుల నుంచీ కొడుకులకే వస్తాయా అమ్మమ్మా! తండ్రి నుంచీ కూతురుకీ, తల్లి నుంచీ కొడుక్కూ రాగూడదా?” అని అడిగాను.

మా అమ్మమ్మ తడిగా వున్న కళ్లను పయిటతో తుడుచుకుంటూ, "రావచ్చునురా చిన్నా రావచ్చు! కానీ మీ అమ్మకు మీ తాత గుణం రాలేదని మాత్రం నాకు తెలుసు. అది బంగారం. తెలియనప్పుడు తప్పులందురూ చేస్తారు. తెలిసీ తప్పులు చేసేవాళ్ళల్లో మీ తాత ముందుంటాడు... అయితే అదంతా వొకప్పటి కథ... ప్రభువు దయపడినాక ఆయన మారిపొయినాడు," అంది.

"ఆయన సంగతి సరే! డాడీ గురించి చెప్పు! ఆయనెలాంటివాడు?" మరోసారి ఆమెను కదిలించడానికి ప్రయత్నించాను.

"సుభాష్ బంగారంరా చిన్నా! అన్నమంతా పట్టి చూడాల్సిన పనిలేదు. పెళ్లికి ముందు కూడా సుభాష్ తప్పులు చేసుండడు. అట్లాంటి భర్తగానీ, అల్లుడుగానీ పుణ్యం చేసినోళ్లకే దొరకతాడు," అంటూ మా అమ్మమ్మ ప్రసన్నంగా నవ్వింది.

గుట్టగా పోసిన రాళ్ళ కిందనుంచీ పుట్టి, వీలయిన సందుల్లోంచీ రకరకాలుగా పాకి, పైకి రావడానికి ప్రయత్నించే కొండ వూటలా నాక్కావలసిన విషయమేమిటో మా అమ్మమ్మ దగ్గరినుంచీ నా దాకా వస్తున్నట్టుగా వూరిస్తోంది గానీ చేతికి దొరకటం లేదు.

తానడిగిన ప్రశ్నకు నేను సమాధానం చెప్పలేదని మా అమ్మమ్మకు తెలిసేలోగా నేనక్కడినుంచీ పారిపోయి వచ్చేశాను.

అడగాలనుకున్నా అడగలేకపోతున్న ప్రశ్నలా పడగ్గదిలో మా అమ్మమ్మా, చెప్పడం యిష్టం లేక దాక్కున్న రహస్యంలా హాల్లో మా తాతా అలాగే వుండిపోయారు. నేను పెద్ద తుఫానులో తగులుకుని అల్లకల్లోలంగా వున్నానని వాళ్లకు తెలిసినట్టులేదు.

వున్నట్టుండి నా చూపులు కిటికీలోంచీ పక్కింటిపైకి పడగానే, ఆ యింట్లో వొకప్పుడుండిన విద్యావతి గుర్తుకొచ్చింది. గడచిన నాలుగు రోజులుగా యీ గొడవలో యిరుక్కుని నేనామెను తలచుకోనే లేదని గుర్తుకొచ్చింది. యెందుకో తెలియదు గానీ, నేను దాదాపు ప్రతిరోజూ ఆమెను తలచుకుంటూనే వుంటాను. ఆమె జ్ఞాపకమే నాకో పెద్ద వూరటని యిప్పుడర్థమవుతోంది. యిప్పుడు నేనున్న యీ అలజడిలో ఆమెను కలవడం వల్ల నాక్కొంచెం సాంత్వన దొరికి, నా దారేదో నాకు తెలియచ్చుననిపిస్తోంది.

యిప్పుడామె యెక్కడుందో నాకు తెలుసు.

5

యెక్కడికెళ్తున్నానో తెలియని నాకు దారి చూపిస్తూ, తానే నాకు సహాయపడుతున్నంత

ధీమాగా కూర్చుని వుంది విద్యావతి.

యెంత దూరం వెళ్ళాలో తెలియని విద్యావతిని యెంత కష్టపడి అయినా తీసుకెళ్ళాలనే పట్టుదలతో వినయంగా కారు నడుపుతున్నాను.

కారు వేలూరు వూరి శివార్లలో వెళ్తోందని మాత్రం నాకు తెలుసు. యిప్పుడు నేనున్న స్థితిలో యిలా అయోమయమైన ప్రయాణమే నన్ను సముదాయిస్తున్నట్టుంది.

అయితే క్రూరంగా వేటాడుతున్న ప్రశ్నలనుంచీ పారిపోయి వచ్చానన్న నిజం నన్ను వేధిస్తూనే వుంది. కానీ అప్పుడామె నాపైన చూపిస్తున్న దాక్షిణ్యం గాయం పైన ఆయింట్మెంటులా పరుచుకుని నాకెంతో ఆనందాన్ని కలిగిస్తోంది.

కారెక్కేముందు ఫోనులో తండ్రితో, "హర్షా కారుందిలే నాయనా! దాంట్లో వచ్చేస్తాన్లే!" అంది విద్యావతి. "మదనపల్లెలో మన పక్కింట్లో వుండిన పిల్లోడు హర్షా గెవనం లేదా నాయనా! మనమప్పుడు తిరుచ్చికి పోయినప్పుడు కూడా తొడుక్కోని పొయినామే, ఆ పిల్లోడే! యిప్పుడు అమెరికాలో వుండాడు. పెండ్లి జేసుకోని పొయ్యేదానికోసరం మూడు వారాల లీవుపైన యిండియాకొచ్చుండాడు. మా కాలేజీలో యెవురో మంచి అమ్మాయి వుండాదని చెప్పినారంట! వెతుక్కుంటా వచ్చుండాడు."

నేను వులిక్కిపడ్డాను. యెంత సునాయాసంగా అబద్ధం చెప్పేస్తోంది! కాసేపయ్యాక ఆమె నిజమే చెప్తోందేమోనని కూడా అనిపించింది. ఆ ఆలోచన రాగానే నాకు కాస్సేపు ఆమె పైనా, మరికాస్సేపు నాపైనా అనుమానం వచ్చింది. యింతకూ యిక్కడ మేము వొకరితో వొకరు దాగుడు మూతలాడుతున్నామా? లేకపోతే యెవరితో వాళ్ళే తమకే తెలియని తనంతో దాగుడుమూతలాడుకుంటున్నామా?

తీరిక బాగా తక్కువైన అమెరికా జీవితంలోనూ నేను విద్యావతిని తరచుగా గుర్తుచేసుకుంటూ వుండేవాణ్ణి. యెప్పుడైనా యేదయినా ఆందోళన కలిగినప్పుడో, యిండియాలో వుండే ఆత్మీయులు గుర్తుకొచ్చినప్పుడో, ఆమెకు వెంటనే ఫోన్ చేసేవాణ్ణి. ఆమెతో కాస్సేపు మాట్లాడితే వూరటగా వుండేది.

తీరా యిక్కడికొచ్చి కలిశాక, యీవిడా, ఫోన్‌లో నేను మాట్లాడుతూ వుండిన వ్యక్తీ, వొకరు కాదేమోననే అనుమానం వస్తోంది.

దూరాల్ని కలిపే మాటల్లో వున్న మార్దవ్యాన్ని సన్నిహితమైన చూపుల్లోకి రాకుండా చేస్తున్న వెలుతురు వెగటుగా వుంది.

విద్యావతి అనే వూహలో వున్న సమ్మోహనం విద్యావతి అనే వ్యక్తిలో బాగా తక్కువగా

వున్నట్టు తోచడంతో చికాకుగా కూడా వుంది నాకు.

అనంతంలో పుట్టి అనంతం దాకా సాగుతున్నట్టున్న రోడ్డుపైన, యితరుల్ని పట్టించుకోకుండా యెవరి పరుగుల్లో వాళ్ళున్న మోటరు వాహనాల మధ్య, గొర్రెల మందలోంచీ దూరి పారిపోతున్న కుక్కపిల్లలా మా కారు పరిగెత్తుతోంది. "యిక్కడేననుకుంటా... స్పీడు తగ్గించు... అదిగో, ఆ బోర్డే... ఆ గేటులోపలికి పద," అంది విద్యావతి.

బాగా పాతబడిన ప్రహరీ గోడల యినప తలుపులకు తోరణంలా బిగించిన యినప రేకుపైన, సరళరేఖలకు వృత్తశకలాల్ని తగిలించినట్టున్న తమిళ అక్షరాలు దేన్ని కొలుస్తున్నాయో తెలియడం లేదు. నిలువుపాటి వెదుర్లతో చేసిన నిచ్చెనల్లాగున్న యింగ్లీషు అక్షరాలు "ముత్తుమండపం" అని పదాన్ని కూడబలుకుతున్నాయి.

గేటులోంచీ ముత్తుమండపం ప్రాంగణంలోకి రాగానే ప్రస్తుతం లోంచీ చరిత్రలోకొచ్చామో, చరిత్రలోంచీ ప్రస్తుతంలోకొచ్చామో అర్థంగాలేదు.

పిచ్చిమొక్కల్ని తొక్కుతూ కారు ఆగింది.

"మా నాయిన కాలేజీకి వస్తానన్నాడు. లేటయిపోయింది. అందుకని నేరుగా యిక్కడికే వచ్చేయమన్నాడు," విద్యావతి తారుమారు చేస్తున్న సమాచారాన్ని సరిదిద్దుకునే వోపిక లేక మౌనంగా వుండిపోయాను. కారు అద్దాల్ని కిందికి దించి, బద్దకంగా వొళ్ళు విరుచుకున్నాను.

ముత్తుమండపం ప్రాంగణంలో జనమెవరూ లేరు.

కాస్త దూరంలోని నీలిరంగు మిద్దె, ముఖంద్వారం ముందు మరో నీలిరంగు ప్రహరీతో పాతచీర ముఖానికి కప్పుకున్న ముసలావిడలా దీనంగా వుంది. దానికవతలినుంచీ సుదూరంగా కనబడుతున్న పాలేరులో అవతల వొడ్డువరకూ పరచుకున్న యిసుక పొరలు మార్మిక తెరల్లా స్పష్టాస్పష్టంగా కనబడుతున్నాయి.

ప్రహరీ ముందు బోర్డుపైనున్న యింగ్లీషు రాతల్ని చదివాక విస్తుపోయి "శ్రీలంక చివరి రాజుల సమాధులట యివి. యీ వూర్లో యింత గొప్ప హిస్టారికల్ ప్లేసుందని నాకు తెలియదు," అన్నాను.

"యీ వూర్లో రెండేళ్ళుగా పాఠాలు చెప్తావుండాను. నాకూ తెలియదిది యిక్కడుందని," అంటూ విద్యావతి నవ్వేసింది, తెలియకపోవడం పెద్ద విషయం గాదని చెప్తున్నట్టుగా.

ఆమె కారు దిగి, "మా నాయినకెప్పుడు దేనిపైకి మనసు మర్లితిందో ఆయనకే

తెలియదు. ఆయన ముందుగా వచ్చి లోపలే వుండినా ఆశ్చర్యం లేదు. యెందుకైనా మంచిది, లోపలోసారి చూసేసి వస్తానుండు," అంది నీలిరంగు మిద్దెవైపుకు నడుస్తూ.

నీలిరంగు మిద్దెకవతల పాలేరు నీళ్లంటే యేమిటో మరచిపోయిన విస్మృతరోగిలా పడివుంది. యివతల రోడ్డుపైన తమ అస్తిత్వాల్ని ప్రకటించుకోడం కోసం పెద్దగా హారన్లను మోగిస్తున్న మోటరు వాహనాల్ని యెవరూ పట్టించుకోవడంలేదు.

యెవరో వెనకనుంచీ తరుముతున్నట్టుగా నీలిమిద్దెలోంచీ బయటికి పరిగెత్తుకొచ్చేసింది విద్యావతి. గసబోసుకుంటూ పరిగెత్తి వచ్చి, కారు తలుపులు గబాలున లాగి, లోపల కూలబడింది. ఆమె నిలువునా వణికిపోతోంది. ఆమె ముఖమూ, మెడా చెమటతో తడిసిపోయి వున్నాయి. యెద యెగిరిపడుతూండగా, గుండెలపైన చేయి వేసుకుని, "లోపలన్నీ సమాధులే! మనషులెవరూ లేరు. అదిరి బెదిరిపోయినాను," అంది యేడుపు తన్నుకొస్తున్న గొంతుతో.

"బయట బోర్డుపైన క్లియర్‌గానే రాసినారు గదా, లోపల సమాధులున్నాయని," అన్నాను.

"నిజమే! నాకే బుద్ధిలేదు. ఆ బోర్డు చదివినాను గదా! అయినా లోపలికి పొయ్యేవరకూ ఆ మాదిరి వరసగా అన్ని సమాధులుంటాయనుకోలేదు," ఆమె యింకా వణుకుతూనే వుంది.

నాకు డ్రాకులా సినిమాలూ, వాటిలో చూసిన చీకటి శ్మశానాలూ, నక్కల అరుపులూ, వేలాడే గబ్బిలాలూ గుర్తుకొచ్చాయి. అనుభవాలకూ, ఆలోచనలకూ లొంగని శ్మశానాలంటే మనుషులకెంత భయమో అంత వుత్కంఠ కూడా వుంటుంది. దెయ్యాల సినిమాలంటే మనుషులకెంతో యిష్టమని నాకూ తెలుసు.

అడవుల్లో తిరిగే వేటగాళ్ళు గుహలు కనబడితే వెంటనే లోపలికి దూరిపోరు. ముందుగా లోపలికి రాళ్ళు విసిరి, వెలిగే దివిటీల్ని విసిరి, లోపల ప్రమాదకరమైన జంతువులేవీ లేవనే ధైర్యం వచ్చాకే అప్రమత్తంగా ఆయుధాల్ని పట్టుకుని లోపలికెళ్తారట! నగరాల్లోనూ లోపలేముందో తెలియనివ్వని గుహలుంటాయని యిప్పుడే తెలిసింది నాకు.

కూతుర్ని కలవడానికి యీ సమాధుల చోటు తప్ప యింకో చోటేదీ దొరకలేదా రాఘవరెడ్డికి? ఆయన చెప్పితే మాత్రం యిలా ఆయనెక్కడికి రమ్మంటే అక్కడికీవిడ రావడమేనా? వస్తూ వస్తూ నన్నూ యీవిడిలా లాక్కురావడమేం సబబు? యింతలో విద్యావతి నన్ను లాక్కురాలేదనీ, నేనే యిష్టంగా ఆమెతో యిక్కడికొచ్చాననీ స్ఫురించింది.

లోపల సమాధులున్నాయని తెలిసీ, లోపలికెళ్లి సమాధుల్ని చూసి బెదిరిపోయింది

విద్యావతి.

నా అంతట నేనుగా ఆమె వెంట యిష్టపడి వచ్చి, ఆవిడ బలవంతంగా లాక్కొచ్చిందనుకుంటున్నాన్నేను.

గుహలోకి అజాగ్రత్తగా అడుగుపెట్టింది విద్యావతి మాత్రమే గాదు, నేను గూడా!

అమెరికాకెళ్ళిన కొత్తలో స్నేహితులతో బాటూ లాంగ్‌డ్రైవుకెళ్ళాను. రోడ్డుపక్కన అందమైన విశాలమైన పచ్చిక మైదానం కనబడింది. దాంట్లో పెద్ద సినిమా తెర అంత పెద్ద ఫ్లెక్సీ బోర్డుపైన, "వుయ్ మేక్ యువర్ మెమరీస్ బ్యూటిఫుల్," అని రాసి వుంది. దాన్ని నేను కళ్ళార్పకుండా చూస్తుంటే, "శ్మశానాన్నెందుకలా తినేసేలా చూస్తున్నావు?" అని అడిగాడో ఫ్రెండు. అది శ్మశానమని నేననుకోలేదు. కొన్ని శ్మశానాలంత అందంగా వుంటాయని నాకప్పటివరకూ తెలియదు.

సమాధులున్న యింటికి ముత్యాల మండపమని పేరు పెట్టడం కూడా అంతే విడ్డూరంగా వుంది.

యెక్కడి నుంచో తెలియదు గానీ, నీలిరంగు మిద్దె ముందుకో వూరకుక్క తోకూపుకుంటూ వస్తోంది. దాని వెనక అయిదారు బుల్లి కుక్కపిల్లలు గుణగుణమని నడుస్తున్నాయి. "మీరు లోపలికెళ్ళినప్పుడు ఆ కుక్క పిల్లలతో బాటూ లోపలే వున్నట్టుంది," అన్నాను ఆమెను వోదార్చాలని.

"అవునా? అవి లోపల నాకు కనబడి వుంటే నేనంత భయపడి వుండేదాన్ని గాదు," అందామె. తర్వాత, "యెంత ముద్దుగా వున్నాయి గదా కుక్కపిల్లలు," అంది. సమాధుల్ని చూసి భయపడ్డాక కుక్కపిల్లలు మరింత యెక్కువ అందంగా కనబడతాయిలెమ్మనుకున్నాను.

యింతలో జీబొకటి పెద్దగా శబ్దం చేసుకుంటూ ప్రహరీ లోపలికొచ్చింది. తెల్ల పంచ, పొడుగు చేతుల చొక్కాతో అచ్చమైన తొండనాడు మనిషిలా కనబడుతున్న రాఘవరెడ్డి జీబు దిగకముందే, "చానాసేపయిందా బుజ్జీ మీరొచ్చి?" అని అడిగాడు.

6

చూస్తూ వుండగానే చంచలమైన చీకటితెరలు నేలపైకి జారాయి.

లేత నలుపులోకి ముత్తుమండపపు నీలిరంగు కరిగిపోతోంది.

గాఢమైన సాయంత్రంతో పలచటి రాత్రి సంధి చేసుకుంటోంది.

జీబులోంచీ కిందికి దిగిన రాఘవరెడ్డి, "యెంత బిన్నాగా చీకటయిపొయిందో చూడు," అన్నాడు. ఆయన వచ్చిన జీబు కూడా హెడ్‌లైట్లు వేసుకునే వచ్చిందని ఆయన గమనించినట్టులేదు.

"యెవురక్కడ? లోపలికి పోవద్దండ. టయిమయిపొయ్యి వుండాది. బీగాలేసేద్సాల," గొంతు వినబడిన వైపుకు తిరిగి చూశాను.

వెలసిన తెలుపురంగు చీర కట్టుకున్న బక్కపలచటి శరీరంతో, వెండిపోచల్లా తెల్లబడిన వెంట్రుకలతో, వో ముసలావిడ చీకటిలోంచీ పుట్టుకొచ్చినట్టుగా ప్రహరీ దాటి లోపలికొస్తోంది.

"లేక లేక మేమొస్తే యిప్పుడు తలుపులు మూసేస్తానంటావేందమ్మా నువ్వు? మేము చానా దూరం నించీ వస్తాండాము. అయినా దీని బీగాలేసేదానికి నువ్వెవురు?" రాఘవరెడ్డి ఆమెను కసిరాడు.

"నేనుదా యిక్కడ కేర్‌టేకరు. అయిదుకే మూసుండాల. యిప్పటికే గంట లేటయి వుండాది," ఆవిడ గబగబా నీలిమిద్దె దగ్గరికెళ్లింది. వయస్సులో ముత్తుమండపం కంటే పెద్దదిలా కనబడుతున్న ఆ ముసలావిడ గొంతు గుహలోంచీ ప్రతిధ్వనులిస్తున్న జంతువు అరుపులా చిత్రంగా వెలువడుతోంది.

రాఘవరెడ్డిని తీసుకొచ్చిన జీబు డ్రయివరు ముందుకు పరిగెత్తి ఆమె దగ్గరికెళ్ళి రహస్యంలా యేదో గొణగసాగాడు. ఆ వ్యక్తి జీబు యజమానే అనీ, అతగాడు కూడా రాఘవరెడ్డిలాగే తెలుగువాణి వుద్యమకారుడనీ తరువాత తెలిసింది.

"కేర్‌టేకరంటే తెలుగులో సంరక్షకుడు అని అర్థం. యీ సమాధులిక్కడుండంగానే గదా ఆ బాసాలికిక్కడ వుద్యోగం వచ్చుండాది. ఆ రకంగా ఆ సమాధులే యీామెకు కేర్‌టేకర్‌గా వుండాయనేదే నిజం," అన్నాడు రాఘవరెడ్డి విసుగ్గా. తర్వాత "అయినా పరవాలేదులే! మావోడు నక్షత్రకుడు. పట్టుకుంటే పని జరిగేదాకా యిడిసిపెట్టడు..." అని తన సహచరుడ్ని మెచ్చుకున్నాడు.

చీకట్లో ముసలావిడా, జీబు నక్షత్రకుడూ క్రీనీడల్లా కనబడుతున్నారు. అక్కడ గబాలున వో అగ్గిపుల్ల వెలిగింది. దాని చిన్న వెలుతురు ముత్తుమండపం ద్వారంలోంచీ దూరి అవతలికెళ్లాక చీకట్లో కలిసిపోయింది.

మా దగ్గరికొచ్చిన జీబు నక్షత్రకుడు, "యాభై రూపాయలు మనవి గాదంటే సమాధుల్లోపలుండే రాజుల్ని కూడా తెచ్చి మన ముందు నిలబెట్టేస్తిందా ముసిల్ది. ఆమె దగ్గిర అగ్గిపెట్టె కూడా లేదు. నేను బీడీలు దాగేదిందుకు పనికొచ్చింది," అన్నాడు

పరవశంగా. నిముషాల్లో బాగా దట్టమైన చీకట్లో మిద్దెకవతలి పాలేరు కలిసిపోయింది. యేటిచీకటిలో మునిగిపోతున్నట్టున్న ముత్తుమండపంలోంచీ బలహీనపు కొరివి లాంటి వెలుతురు బయటికొచ్చింది.

పాత లాంతరును పైకెత్తి తన ముడతల ముఖానికి దగ్గరగా పట్టుకున్న ముసలావిడ "రండ... రండ... బిన్నాగా రండ," అని తెలుగూ, తమిళమూ కలగలిసిన భాషలో మమ్మల్ని చీకట్లోకి ఆహ్వానించింది.

గుడ్డిలాంతరుతో ముసలావిడా, ఆవిడ అడుగుల్లో అడుగులేస్తూ జీబు నక్షత్రకుడూ, అతడి చేయి పట్టుకుని రాఘవరెడ్డీ, తండ్రి వెంట నక్కుతూ విద్యావతీ, ఆమెను అనుసరిస్తూ నేనూ, చీకటి మిద్దెలోకి నడిచాం.

లోపలికెళ్లాక గానీ అది నలు చదరపు హాలు గాదనీ అర్ధవృత్తాకారపు మండపమనీ తెలియలేదు. గోడకు అయిదడుగుల యెత్తులో వరసగా వున్న యినప వలల వెంటిలేటర్లలోంచీ అవతలి యేటి చీకటి పొంగి పొర్లి వస్తున్నట్టుగా కనిపిస్తోంది.

లాంతరు పలచటి పసుపు వెలుతురుల్ని ప్రసరిస్తోంది. మండపం మధ్యలో సింహాసనం లాగున్న పసుపురంగు సమాధి మిగిలిన ఆరు చిన్న తెలుపు సమాధులతో బాటూ దర్బారు చేస్తోంది. పెద్దసమాధి ముందు యీజిప్టు రాజుల బంగారు కిరీటం లాంటిది నెత్తిపైన పెట్టుకున్న గుబురుగడ్డపు మనిషి ఫోటో వొకటీ, పట్టుచీరపైన దళసరి బంగారు నగలు దిగేసుకున్న స్త్రీ ఫోటో వొకటీ లామినేషన్‌ల లోపల వెలవెలబోతున్నాయి. కాలమనే సముద్రంలోపడి మునిగిపోయిన వాళ్ళ జ్ఞాపకాలకేమీ విలువ మిగలదు. ఆ ఆలోచన నాకెంతో వూరడింపుగా వుంది.

"యీ ఫోటోలో వుండే విక్రమసింగరాజసింగ అనే రాజు లంకకు కడారాజు. కడావన్నీ ఆయిన పెండ్లాలవి. ఆ పక్కన గోడపైన పలకాల్లో వీళ్ల డేట్లూ, పేర్లూ అన్నీ రాసుండారు. పగుల్లో అయితే అంతా మీరే సదుముకోనుంటారు. యీ మొబ్బులో అవి గనబడవు," ముసలావిడ యెవరిని తప్పుబడుతోందో తెలియడంలేదు.

తపోవనమిట్ట దగ్గర చనిపోయిన ఆ యిద్దరు మనుషుల శరీరాలనూ పోలీసులు పోస్టుమార్టం చేయించాక యెక్కడో దిక్కుమాలిన చోటులో పూడ్చి పారేసుంటారు. రాజ్యాలనేలిన రాజుల జ్ఞాపకాలే యిక్కడ వెలవెలబోతున్నాయి.

"సదేలే! బోర్డులో రాసుండేది చదివి చెప్పేదానికి కేర్‌టేకర్‌గా వుండే నువ్వే గావాల్నా? ఆ మాత్రం మేం కూడా చదువుకోవచ్చు," అని ఆవిడను కసిరాక, రాఘవరెడ్డి తన మొబైల్‌లోని టార్చిని వెలిగించి శిలాఫలకాల దగ్గరికెళ్లాడు. "చూసినారా, యీ

సమాధుల్లోపలుండే రాజులేమో తెలుగోళ్లు. యిక్కడ రాసుండేది మాత్రం అరవంలో, యింగిలిపీసులో! అట్లుండాది మన తెలుగోళ్ల బొగిసి. యీ రాయవేలూరు కూడా మన తెలుగోళ్లదే వొగప్పుడు," అన్నాడాయన విచారంగా.

"ఆ కాలమైపోయిన రాజు మనవడు అరపై డబ్బయి యేండ్ల ముందరెప్పుడో యివుట్ని అరువు జెయ్యించినాడు. అయినా యివి వానకు తడస్తా, యెండకు యెండతా పడున్నాయి. మా మొదల్ తలైవరు వొచ్చి చూసి, యీ మండపం గట్టించినాడు. లేకుంటే యిప్పుటికివి అడియాలం లేకుండా పొయుండు," అని ముసలావిడ కస్సుమంది.

ఆమె మాటల్ని పట్టించుకోకుండా, "మా విజయనగరం కృష్ణదేవరాయలకు సైనికులుగా వున్న నాయకులు మధురైకి పొయి రాజులైనారు. వాళ్ళే కొందరు లంకలో వుండే కాండీకి పొయి దాన్నేలినారు. వింధ్య కొండలకాన్నించీ కన్యాకుమారి వానమామలై కొండలదాంకా అంతా మన తెలుగోళ్లదే! మన తెలుగును తరిమేసినట్లే, యీ అరవోళ్లు మన తెలుగు రాజుల్నీ యీ మాదిరి యేట్లోకి తోలేసినారు," అని రాఘవరెడ్డి వాపోయాడు.

"సడేలే చూసింది చాలు గానీ యెలబారండ," ముసలావిడ దిగ్గున వెనుదిరిగి కోపంతో జాడించి పారేసింది. "దీంటిలో తమిళమోళ్లు చేసిందేముండాది? కాండీలో ఆ పాతరాజు కొలువులో చానా ఖూనీలూ, కుట్రలూ జరిగిపొయినాయి. యీ రాజును రాజును జేసిన మంత్రే యీయనను చంపేయాలని చూసినాడు. అసలుకు ఆ రాజు ఆ మంత్రికొడుకేనంటారు. ఆ మంత్రికీ, ఆ ముందున్న రాణికీ సంబంధమునిందంట. అధికారముండే మనుషుల బుద్ధులంతా వక్రమేనప్పా! యీ ముండమోపి మహారాజు యెతికీ యెతికీ ఆరుమంది యింకో యెంగిలి తగలని కన్నెపిల్లల్నే పెండ్లాడుండాడు. చేసిన కర్మం పండి యింగిలీషోళ్లతో పెట్టుకున్నాడు. వాళ్ళామనిషిని పెండ్లాలతో సహా యీ వూరికిసిరి పారేసినారు."

కొడిగట్టిన లాంతరును హాల్లోనే పెట్టేసి, హాలు బయటికొచ్చిందామె. ఆవిడ బీగాలేస్తున్న తీరును చూసినప్పుడు చీకట్లోనే ఆవిడ చురుకుగా వుంటోందనిపిస్తోంది.

"అని నువ్వంటే సరిపోతిందా తల్లీ! ఆ రాజు పెండ్లి జేసుకుంటానని చెప్పినప్పుడు యీ ఆరు మంది రాణులూ, వాళ్ళ అమ్మా అబ్బా అంతా సొర్గం దొరికినట్టుగా పండగ జేసుకోనే వుంటారు," జీబు యజమాని నవ్వు బెలూను పేలినట్టుగా విచిత్రంగా వినబడింది.

చీకట్లో యేది ముత్తుమండపమో, యెక్కడ పాలేరో, దాని అవతలి గట్టెక్కడుందో యేమీ తెలియడం లేదు. ముసలావిడ చకచకా ప్రహరీవైపుకు నడుస్తూ, "కాండీలో యీ రాణులుండిన రాణివాసంలోనే లంక గవర్మెంటిప్పుడు మ్యూజియం బెట్టుండాది. అయితే

యీ రాణులు అక్కడున్నప్పటికంటే యీ వూర్లో వున్నప్పుడే సుఖంగా వుండామని చెప్పేటోళ్ళంట. రాజునేమో జైల్లోకి దోసేసినారు. రాణుల్నంతా యీ వూర్లోనే యెక్కడ్నో వుండిపొమ్మన్నారు. నెలపెడితే లంకనించీ వాళ్ళకు నూర్లు నూర్లుగా భరణం వస్తా వునిందంట!" అంది. తర్వాత "యీ కాంపౌండుకు బీగంలేదు. మీ జీబు బయటికి పొయినాక ఆ తలుపుల్ని దగ్గరగా మూసేసిపోండ... లేకపోతే కుక్కలూ, పందులూ దూరి చిర్లాడతాయి," అందావిడ. తర్వాత తాఫీగా ముందుకెళ్ళి, నీళ్ళల్లో నీళ్లు కలిసినంత సహజంగా చీకట్లో కలిసిపోయింది.

రాఘవరెడ్డి కిసుక్కుమని నవ్వి, "ముసలిదెంతయినా గెట్టిదే! సమాచారం బాగానే తెలుసుకోనుండాది. యీ రాణుల్లో నలుగురే రాణులు. మిగిలిన యిద్దురూ వుంపుడుగత్తెలు. యీ రాజు లంకలో వున్నప్పుడు వీళ్ళకు యింకో మగపురుగు గనబడకుండా కొజ్జాల్ని కాపలా బెట్టినాడంట!" అన్నాడు.

జీబు యజమాని జీబునెక్కి కూర్చుని, హెడ్‌లైట్లను ఆన్‌చేసి, జీబును ప్రాకారంలోపలే ప్రదక్షిణం చేస్తున్నట్టుగా వెనక్కు తిప్పాడు. వెలుతురు ముత్తుమండపాన్ని మరోసారి చూపించి అంతలో మాయం చేసేసింది.

"సరే బుజ్జీ! నాకు వూర్లో యింకా కొంచెం పనుండాది. నువ్వు చిత్తూరుకుపో... నేను రేపొస్తా," అన్నాడు రాఘవరెడ్డి జీబెక్కుతూ. "బిన్నాగా పెండ్లి చేసేసుకో హర్షా! యిప్పటికే ముదిరిపోయినావు," రాఘవరెడ్డి గొంతు కూడా జీబుతో బాటూ వెళ్ళిపోయింది.

"అదీ హర్షా మా నాయన సంగతి. మా అమ్మను గురించి అడగకపోతే పోనీ, కనీసం నా కొడుకును గురించయినా వొక మాట అడిగినాడా చూడు. యింత రాత్రిలో కూతురు చిత్తూరెట్లా చేరుతుందనయినా ఆయనకాలోచన రాదు. నా హజ్బెండు యీ మాదిరి గాదు. యెంత బిజీ పనుండినా వచ్చి నన్ను యింట్లో దించేటోడు. ఆయిన రాలేకపోతే వచ్చి బస్సయినా యెక్కించేటోడు. అదీ కుదరకపోతే ఆయిన దగ్గిర పనిచేసే మనిషికయినా ఆ పని అప్పగించేటోడు," అంది విద్యావతి నిర్లిప్తంగా. బతికుండే వాళ్ళ నాన్నను చచ్చిపోయిన మొగుడితో ఆమె పోల్చడమెందుకో నాకు నచ్చలేదు. వొంటరిగా సమాధుల్ని చూసి బెదిరిపోయిన విద్యావతికీ, మా అందరితోబాటూ అవే సమాధుల్ని వుత్కంఠతో చూసిన విద్యావతికీ మధ్య తేడా యేదో వుంది. ఆ తేడా నాకు వెగటుగా అనిపిస్తోంది.

మా కారును వెనక్కు తిప్పి ప్రహరీకవతలికొచ్చాను.

"వొక్క నిముషం కారాపు హర్షా!" అంది విద్యావతి.

కార్లోంచీ దిగి రోడ్డుపైనున్న కుక్కని పిల్లలతో సహా ప్రహరీ లోపలికి తరిమి, యినప

తలుపుల్ని ముందుకు లాగింది.

కార్లోకెక్కాక, “అవి బయట తిరగతా కనబడినాయి. కేర్‌టేకర్ తలుపుల్ని వేయమని చెప్పిన మాట గుర్తుకొచ్చింది,” అందామె సంబరంగా.

చిన్నతనంలో మదనపల్లెలో వున్నప్పుడు విద్యావతి యిలాగే ఆనందపడిన విషయం గుర్తుకొచ్చింది.

అప్పుడు నేను రిషివాలీ బడిలో అయిదో, ఆరో చదువుతున్నాను. సెలవుల్లో మదనపల్లెకొచ్చినప్పుడు వొకసారి మా తాతతో బాటూ సంతకెళ్ళాను. అక్కడ వొక సుగాలీవాడు వొక చిలకను కమ్ములపంజరంతో బాటూ అమ్ముతున్నాడు. మా తాతనడిగి నేనా పంజరాన్నీ చిలకనూ కొనుక్కున్నాను. దానికి బిస్కెట్లూ, పండ్లూ పెట్టేవాడ్ని. పక్కింటినుంచీ విద్యాసాగరూ, విద్యావతి కూడా వచ్చి దానితో ఆడుకునేవాళ్ళు. దానికి మాటలు నేర్పించాలని మేము ముగ్గురూ చాలా ప్రయత్నం చేశాము. మా యింట్లో పని చేస్తూండిన చిట్టెమ్మ పెద్దకొడుకు వొకరోజు ఆ పంజరం తలుపులు తెరిచేశాడు. చిలక యెగిరిపోయింది. నేనాసంగతి మా తాతకు చెప్పి యేడ్చేశాను. మా తాత చిట్టెమ్మ కొడుకు చెంపలు రెండూ వాయించాడు. రెండు రోజుల తర్వాత ఆ చిలక తనంతట తానే వచ్చి పంజరంలో వాలింది. విద్యావతి గబుక్కున పంజరం తలుపులు మూసేసింది. పంజరంలో చిలకను మళ్లీ చూడగానే నేనూ, విద్యాసాగరూ సంతోషంతో గెంతులేశాము.

కుక్కనూ, దాని పిల్లల్నీ ముత్తుమండపం లోపలికి తరిమి తలుపులు మూసేసిన విద్యావతిని చూశాక ఆమెలో చిన్నప్పటికీ యిప్పటికీ మార్పేమీ రాలేదని అనుకోసాగాను. అయితే చిన్నప్పటిలా ఆమె పని యిప్పుడు నాకు సంతోషాన్ని కలిగించలేదు.

“నువ్వు తిరుపతికి గదా వెళ్తున్నావు. నన్ను చిత్తూరులో మా యింట్లో దిగబెట్టివెళ్ళు,” అంది విద్యావతి. యింత చీకటిలో చిత్తూరులో వుండే యింటికి తన కూతురెలా చేరుకుంటుందన్న ఆలోచనయినా రాని రాఘవరెడ్డికీ, తాను చెప్పిన చోట్లో తనను దింపడం తప్ప నాకు మరో పనేదీ వుండదనుకుంటున్న విద్యావతికీ పెద్ద తేడా లేదనిపించడంతో నేను వులిక్కిపడ్డాను. కానీ అంతవరకూ అయోమయంగా డ్రైవు చేస్తున్న నాకు అప్పుడే నా ప్రయాణమెటువైపుకు సాగాలో బోధపడిందని తోచగానే అంతలోనే సర్దుకున్నాను.

మా కారు చిత్తూరు రోడ్డెక్కిన తర్వాత, విద్యావతి వాళ్ళనాన్న తెలుగు వుద్యమం గురించే మాట్లాడసాగింది. యెన్ని పనులున్నా తనని యింటికి భద్రంగా చేర్చే భర్తను ఆమె వేలూరులోనే మరచిపోయినట్టుంది.

చిత్తూరు సమీపిస్తుండగా ఆమె మాట్లాడడం కాస్సేపాపింది. తర్వాత యేదో జ్ఞాపకం

వచ్చినట్టుగా, "మీ తాత మతం మారకపోయి వుంటే నీకు అమ్మాయి దొరికేదింత కష్టమై వుండదు హర్షా! రెడ్లల్లో వుండేంత అందమైన ఆడపిల్లలు క్రిస్టియన్లలో దొరకరు," అంది.

ఆమె మాటలు వోదార్పో, ఫిర్యాదో నాకర్థంగాలేదు. అయినా నేను నాకు నచ్చిన అమ్మాయి దొరకలేదని ఆమెతో యెప్పుడు వాపోయాను?

కారు వూరిలోకి వస్తూ వుండగా, "నువ్వు నన్నేదో అడగాలనుకుంటున్నావనీ, అడగడానికి మొహమాటపడుతున్నావనీ అనుమానంగా వుంది," అందామె.

నేను వులిక్కిపడి, "నేనా? అడగడమా? అదేమీ లేదే!" అని కంగారుపడ్డాను. "యేమీ లేదా?" ఆమె గొంతులో నిరాశే వున్నట్టు నాకనిపించింది. "నీకింకా జెట్ ల్యాగ్ తగ్గినట్టులేదు. నీ ముఖమంతా యెండుకొనిపొయ్యుంది. కొంచెం రెస్టు తీసుకున్నాక మళ్లా రా హర్షా. నీకు వుత్సాహం తిరిగొచ్చినాక మళ్ళా నాకు తెలిసిన ఆ పాత హర్షాతో మాట్లాడాలనుంది," అంది ఆమె. నేనిలా తుఫానులోనుంచీ కొట్టుకొచ్చినవాడిలా వుండడానికి కారణమేదో వుండొచ్చుననే అనుమానమైనా ఆమెకున్నట్టులేదు.

నేను అడగాలనుకున్నదేదో ఆమెను అడగనందుకు ఆమె నిరాశపడుతోందో, లేకపోతే, నేను అడిగాక తాను కాదని చెప్పే అవకాశం దొరకనందుకు బాధపడుతూందో నాకప్పుడర్థం కాలేదు.

గత వారం రోజులుగా నన్ను వూపిపారేస్తున్న అయోమయపు అన్వేషణలో వుదయం నుంచీ విద్యావతితో నేను చేస్తున్న యీ ప్రయాణం పెద్ద పిడకల వేటగా తయారయ్యిందో, లేకపోతే చిన్న రిలీఫ్‌గా మిగిలిపోతోందో నాకప్పుడు అర్థంగాలేదు. సరిగ్గా అప్పుడే నాకు పంజరాల్ని ప్రేమించే పక్షులూ వుంటాయని అర్థమయింది. ఆ జాబితాలో నేనూ వున్నానేమో అనుకోగానే కలవరపాటుతో కదిలిపోయాను.

"మళ్లీ యెప్పుడు కలుస్తావు హర్షా?" ఆమె గొంతు నీరసంగా పలుకుతోంది. బాధ్యతలనుంచీ పారిపోవాలనే మనుషుల దౌర్బల్యమే నన్నిలా యిక్కడికి లాక్కొచ్చిందని అనుకోగానే నేను మరింతగా విచలితుడ్నయిపోయాను.

"ఫోన్ చేస్తాను. రేపు వేరే మిత్రుడ్ని కలవాలి," అన్నాను. వెంటనే 'నా స్కూల్‌మేటు' అని సర్దుకున్నాను.

అయితే షాజహాన్‌ను కలవడం కేవలం రిలీఫ్ కోసం మాత్రమే గాదు, నాక్కావలసిన సమాచారమేదో షాజహాన్ తప్పకుండా సేకరించే వుంటాడు, అనుకోగానే నాలో మళ్ళీ వుత్తేజంతో బాటూ పాత అలజడీ ముప్పిరిగొంది.

7

నిరంతరాయంగా మారుతున్న దారిని జ్ఞాపకాలతో కొలుస్తూ బయల్దేరాను. ప్రస్తుతపు ఆలోచనలేవైనా, వాటి లోలోపల పూలమాలలో దారాల్లాగా ఆ ముసలాయన చావూ, ఆ వుత్తరంలోని ఆ రెండు వాక్యాలూ సాగివస్తూనే వున్నాయి. చెరువు కట్టల్ని దాటి, యేటి వంతెనల పైన్నుంచీ వచ్చి, చివరకు వూరి బజారు వీధిలో ఆగింది కారు.

బజారు వీధిలోంచీ షాజహాన్ వాళ్ల యిల్లుండే మకాను వీధిలోకి చీలే మలుపు కోసం వెతుక్కోసాగాను.

పొడవాటి తెల్లజుబ్బా, తలపైన నూలుతో అల్లిన తెల్లటోపీ, ముఖంలో పొడుగ్గా వేలాడుతున్న గడ్డమూ, గడ్డపు నల్లదనాన్ని పెంచడం కోసమన్నట్టుగా తెల్లటి పట్టుదారాల్లా జారిన నాలుగైదు తెల్లవెంట్రుకలూ, ముక్కుకింద వుందో లేదో తెలియని మీసమూ... అతడి నవ్వుతున్న పెదవుల్ని అనుమానంగా చూశాక గానీ నేనతడ్ని గుర్తుపట్టలేకపోయాను.

"యిప్పుడే యింట్లోనించీ వస్తా వుండాను. బజారు వీధిలోకి తిరగంగానే రోడ్డుపైన కారొస్తా కనబడింది. నువ్వేనేమో అనుకుంటా వచ్చిచూసినానా, నిజంగా నువ్వే! వారంగా నువ్వొస్తావని యెదురుచూస్తానే వుండాను," అన్నాడు షాజహాన్.

"నిన్ను గుర్తుపట్టలేకపోయే రోజొస్తుందని యెప్పుడూ అనుకోలేదు. నీ మాటలు విన్నాకే గుర్తుపట్టినాను, నిజంగా నువ్వే అని," అన్నాను కళ్లార్పకుండా చూస్తూ.

"హజ్‌కు పొయ్యొచ్చినాంక పాకీగా వుండాల. దినానికైదు సార్లు నమాజుకు పోవాల. యీ పైజమా జుబ్బాలయితే నమాజుకు సుఖంగా వుంటాయి. యిప్పుడు దినమ్మా యివ్వే తొడగతా వుండాను," అన్నాడతను.

తూర్పునుంచీ వాలుతున్న యెండ బజారువీధి నిండా నీడల్ని నిలుపుతోంది. మంద్రంగా వీస్తున్న గాలిలో మెల్లగా వూగుతున్న షాజహాన్ గడ్డం కొత్త రహస్యంలా బెరుకును కలిగిస్తోంది.

"యిప్పుడు కూడా మసీదుకేనా?" అని అడిగాను, నాకు బాగా తెలిసిన పాత షాజహాన్‌ను యెదుట నిల్చున్న కొత్త వ్యక్తిలో వెతుక్కుంటూ. రిషివాలీలో వున్న ఆశ్చర్యకరమైన ప్రదేశాలన్నీ నాకు షాజహానే చూపెట్టాడు. యిప్పుడు కూడా యేదైనా వింతగా కనబడితే షాజహానయితే దాన్నెలా చూపించేవాడనే ఆలోచిస్తూ వుంటాను.

"మసీదుకు గాదు గానీ అట్లాటి తావుకే. ఆడికి మల్లంక పోవచ్చులే గానీ ముందు

యింటికి పోదాం పద. టీ తాగదాం," అన్నాడు షాజహాన్.

"యిది టీ టైం గాదు. నువ్వెక్కడికి బయల్దేరావో ఆ చోటుకే పోదాం పద... అదయ్యాకే పోదాం యింటికి," అన్నాను.

అతను కాస్సేపు మౌనంగా వుండిపోయాడు.

తర్వాత, పెదవుల్ని నాలుకతో తడుపుకుని, "నేను బయల్దేరింది ఖబరస్తాన్‌కు. నా బీవీ గోరీ దగ్గరికి పొయ్యి, సూరాలు చదువుకోని రావాలని యెలబారినాను. యీ పొద్దు శుక్రవారం," అన్నాడు.

నేనతడికేసి బాధగానూ, జాలిగానూ చూశాను.

రిషివాలీలో కొండపైన మిత్తవను చూశానని చెప్పిన పిల్లవాడూ, నుదుటిపైన నమాజు మచ్చ కనబడుతున్న యీ యువకుడూ, వొకరేనని నమ్మడం కష్టంగా వుంది.

"అదీ మంచిదే! పోదాం పద హర్షా! నువ్వు కూడా రజియా గోరీని చూసినట్లవుతుంది. ఆ లోకం నించీ ఆమె గూడా సంతోషపడితింది," అన్నాడు షాజహాన్. అతను చూపెడుతున్న దారిలో మా కారు కదిలింది.

మొబైల్ తీసుకుని యెవరితోనో వుర్దూలో రెండు మాటలు మాట్లాడాడు షాజహాన్. కారు అద్దంలోంచీ యెక్కడో ఆకాశంలో తగులుకుపోయినట్టున్న చూపులతో, అతను వేరే యేదో లోకంలో వున్నవాళ్లతో మాట్లాడుతున్నట్టుగా కనిపించాడు.

"మా అమ్మకు ఫోన్. నువ్వొచ్చినావని చెప్పినాను," అన్నాడు.

వొకేసారి రెండు లోకాల్లో బతికే మనుషులుంటారేమోననిపిస్తోంది నాకు.

వూరు దాటాక కారు ప్రపంచపు సరిహద్దులా కనబడుతున్న గుట్టవైపుకు తిరిగింది. యెండిపోయి తనలోపలున్న రాళ్ళూరప్పలనంతా బట్టబయలు చేస్తున్న చెరువునొకదాన్ని దాటాక షాజహాన్ కారునాపమన్నాడు. దారిపక్కన నాలుగయిదు అడుగుల పొడవుండే బండరాళ్ళతో నాటిన ప్రహరీ వుంది. దానికోచోట తుప్పుపట్టిన యినప కమ్ముల గేటుంది.

గేటులోంచీ లోపలికెళ్లగానే యెదురుగా వో బావి కనిపించింది. అది మనుషులు తవ్వినదిగా గాక సృష్టాది నుంచీ వుందేమోననిపిస్తోంది. దాని గిలకల చక్రానికి వేలాడుతున్న తాడు బావికంటే పాతదిగా వుంది. తాడుకు కట్టిన బక్కెట్టుపైనున్న నల్లటి చారికలు నీళ్లల్లో పడిపోవడానికి ఆత్రుతపడుతున్నట్టున్నాయి.

బావికి పడమటి వైపున్న యీద్గా గోడ తెల్లగా శిలువేసిన మేఘం లాగుంది. యీద్గా ముందో చిన్న మైదానం బోసిపోతోంది. మైదానాన్ని ఆనుకుని పెరుగుతున్న వూడల

మర్రిచెట్టు నుంచీ రాళ్ళగుట్ట వరకూ పక్కపక్కనే సర్దుకుపోయిన వందల వేల సమాధులు అక్కడేదో కార్నివాల్ చేసుకుంటున్నట్టున్నాయి. యే యిద్దరూ వొకలా వుండని మనుషుల్లా యే రెండు గోరీలూ వొకలా లేవు.

గోరీల మధ్య దారిని వెతుక్కుని నడుస్తూ షాజహాన్ నన్నూ తన వెనకే రమ్మని పిలిచాడు. మట్టికుప్పల్లా కొన్ని, రాళ్ళను కప్పుకున్నవి కొన్ని, సిమెంటు గోడలతో యింకొన్ని, యిటీవలివని తెలిసేలా చమ్కీ దండలతో, యెండిపోయిన మల్లెమాలలతో మరికొన్ని...

యీ దేశానికి రాగానే వొక శవాన్ని చూడాల్సి వచ్చింది. రెండు రోజుల క్రితం వేలూరులో రాజుల సమాధుల్ని సందర్శించాల్సి వచ్చింది. యిప్పుడిక్కడీ సమాధుల తిరణాలకే వస్తున్నాను. యెందుకిలా జరుగుతోంది? యీ సమాధుల లోపల మానవ శరీరాలున్నాయని తలచుకుంటే వణుకుపుడుతోంది. పడుకున్న మనుషుల్ని దాటుకు వెళ్తున్నంత సహజంగా షాజహాన్ ముందుకెళ్తున్నాడు.

ప్రహరీకానుకుని వున్న తెల్ల సమాధి దగ్గరికెళ్ళాక షాజహాన్ ఆగిపోయాడు. పక్కనున్న కానగచెట్టులోంచీ కొమ్మనొకదాన్ని విరుచుకుని దానితో సమాధిపైన రాలిన చెత్తనంతా చిమ్ముతూ, "యిదే నా బీవీ గోరీ! కట్టించి మూడు నెలలైంది. మొత్తమంతా పాలరాయి. నా బీవికంటే మంచి గోరీ యిక్కడింకొకటుండగూడదని, చానా ఖర్చుబెట్టి కట్టించినాను," అన్నాడు షాజహాన్. అతడి మాటల్లోనూ, ముఖంలోనూ గొప్ప సంతృప్తి తొంగిచూస్తోంది.

సమాధి పాదాల దగ్గర నిలబడి రెండు చేతులనూ దోసిలిగా పట్టుకున్నాడు షాజహాన్. పెదవులు కదులుతుండగా శబ్దం రాకుండా అతను సూరాలు చదువుతూంటే, అతని చూపులు సమాధి లోపలికి దూరుతున్నట్టుగా, అతను సమాధి లోపలున్న భార్యతో నేరుగా మాట్లాడుతున్నట్టుగా అనిపిస్తోంది. షాజహాన్‌కు కాస్త దూరంలో సమాధుల మధ్య నిలబడిపోయాను.

వెంసూ అనే ఆ ముసలాయన్నెక్కడ సమాధి చేశారో తెలియదు. ఆ సమాధి దగ్గర గుర్తుగా చిన్న రాయినైనా పెట్టుండరు. భార్య మరణాన్ని, సమాధి కట్టించడంతో షాజహాన్ వోదార్పుగా మార్చుకోగలిగాడు. నాకేమాత్రమూ పరిచయం లేని ఆ ముసలాయన చావు నన్నెందుకిలా వేధిస్తోంది? నాకెక్కడుంది వోదార్పు?

మర్రిచెట్టుపైన్నుంచీ కాకులు అరుస్తున్నాయి.

ప్రహరీ పక్కన ముళ్లచెట్లపైన మిడతలు యెగురుతున్నాయి.

మట్టి సమాధులపైన వొకదాన్నొకటి తరుముకుంటున్న వుడతలు భార్యాభర్తలై

వుంటాయేమోననిపిస్తోంది.

అందమైన సీతాకోకచిలకొకటి సమాధిపైన మొలిచిన పిచ్చి చెట్ల పూలపైన బృందావనంలో తిరుగుతున్నంత హొయలుతో వాలుతోంది.

కంచెలో పెరుగుతున్న వూదా పూలు భలే అందంగా ఉన్నాయి. పూతాపిందెలతో కానగచెట్టు నిండు బాలింతలాగుంది. పెద్దగా శబ్దం రాగానే తిరిగి చూశాను.

రెండు చేతుల్నీ పెదవులకు తాకించి షాజహాన్ గట్టిగా ముద్దుపెట్టుకుంటున్నాడు.

పక్కకు తిరిగి నాకేసి చూసి, ప్రసన్నంగా నవ్వి, పక్కనున్న సమాధుల్ని చూపిస్తూ "యిది మా పాచ్చాది. యిది మా నానీది," అని జీవించిన మనుషుల్ని పరిచయం చేస్తున్నంత సాఫీగా చూపెట్టాడు.

తన భార్య గోరీనింకోసారి తాకి చూశాక, వెనుదిరిగి నడుస్తూ "ఆ పొద్దు మొత్తం వూరంతా యిక్కడికొచ్చేసింది. హజ్‌కు బయిల్దేరిన మనిషి గదా! దాంతో చుట్టుపక్కలుండే వూర్లలో వుండే హజరత్తులూ, మౌలాలూ అందురూ పరిగెత్తుకోనొచ్చేసినారు. దోహానించీ మా తమ్ముడు కూడా పెండ్లాన్నీ, కూతుర్నీ తొడుక్కోని ఫ్లయిటెక్కి వచ్చేసినాడు," అన్నాడు షాజహాన్.

"మీ తమ్ముడు యిండియాకొచ్చినాడా? ఫ్యాక్షన్‌వాళ్ళేమీ చేయలేదా?" సమాధుల మధ్య నడుస్తూ, బతికిన మనుషులు పెట్టే భయాల్ని గురించి మాట్లాడుతున్నానని నాకప్పుడు తోచలేదు.

"మా మరదలు, అదే, మా తమ్ముడి పెండ్లాం, వాళ్ళ అన్న, ఆ సుదర్శనరెడ్డిని రెండేండ్ల ముందు నంద్యాల్లో బాంబులేసి లేపేసినారు. ఆయన ఆస్తులనంతా గవర్మెంటు సీజ్ చేసేసింది. ఆయన తల్లి, అదే, నా మరదలు వాళ్ళమ్మ, వొంటిగా మిగిలిపోయింది. యిప్పుడామె కూడా దోహాలో కూతురి దగ్గరే వుండాది. నా మరదలు కూడా బీటెక్ చదివింది. యిప్పుడిద్దురూ అక్కడ్నే వుద్యోగాలు చేసుకుంటా వుండారు."

షాజహాన్ బావి దగ్గరికొచ్చాక వొకసారి వెనక్కు తిరిగి చూశాడు.

దూరంగా షాజహాన్ భార్య పాలరాతి సమాధి మిగిలిన అన్నింటికంటే నిజంగానే వైభవంగా వెలిగిపోతోంది. తన భార్య సమాధి అంత గొప్పగా కనబడడం కోసమే షాజహాన్ తన తండ్రి, అవ్వల సమాధుల్ని పట్టించుకోకుండా వదిలేశాడనిపిస్తోంది.

రజియా సమాధిని చూస్తూండగా నాకెందుకో రాజ్యలక్ష్మి జ్ఞాపకం వచ్చింది.

"రాజ్యలక్ష్మి యెలాగుంది?" అని అడిగాను.

భార్య సమాధి నుంచీ చూపులు తిప్పకుండా "యిప్పుడు గూడూర్లో వుంది. కొడుకూ, కూతురూ యిద్దరూ హైస్కూల్లో చదువుకుంటా వుండారు," అన్నాడు షాజహాన్.

చనిపోయాక మనిషి అస్తిత్వమేమైపోతోంది?

చనిపోయినవాళ్ళకు బతికిన మనుషుల మనస్సుల్లోని రహస్యాలు తెలుస్తున్నాయా?

తెలిశాక వాళ్ళు బతికినవాళ్ళను మన్నించగలరా? ప్రేమించగలరా?

చనిపోయినవాళ్ళను బతికిన మనుషుల మానసిక బంధనాల కొలమానాలతో కొలవడం పిచ్చికాదా? మనస్సనే ఖబరస్థాన్‌లో కొన్ని చనిపోయిన ఆలోచనలకు అస్తిత్వాలు పుట్టుకొస్తున్నాయి. బతికిన ఆలోచనలు కొన్ని అస్తిత్వాన్ని కోల్పోతున్నాయి. ఖబరస్థాన్ నుంచీ తిరిగొస్తున్నప్పుడు నా మనస్సు అక్కడికెళ్ళినప్పుడున్న మనస్సులా మాత్రం లేదు.

పూర్తిగా ఖాళీ అయిపోయిన నా మనస్సనే మైదానంలో చింతా, నైరాశ్యమూ రెండు సీతాకోకచిలుకల్లా యెగురుతున్నట్టున్నాయి.

8

కారులో నా పక్కనే కూర్చున్న షాజహాన్‌లో కూడా శ్మశానంలోకెళ్ళొచ్చాక మార్పేదో జరిగినట్టే వుంది. అయితే అతడికి ఖురానులోనూ, మసీదులోనూ వున్న భక్తీ, నమ్మకమూ అతడిలో చింతనూ, వైరాగ్యాన్నీ రగిలించడం లేదని మాత్రం నాకు తెలిసిపోతోంది. వూరి శివారుల్లోని 'మ్యాంగోనగర్'లోకొస్తూనే, "యీ సందులోకి తిప్పు. మన మండీని చూసుకోని పోదాం," అన్నాడు షాజహాన్.

పద్మూడేళ్ల క్రితం నేను చూసినట్టుగా ఆ ప్రాంతం యిప్పుడు లేదు. అప్పుడున్న కొన్ని మండీలకు యీ మధ్యకాలంలో చాలా పిల్లలు పుట్టుకొచ్చినట్టున్నాయి. అలాగే ఆ మండీల పూర్వీకులు కూడా వానప్రస్థాన్ని వదిలిపెట్టి సంసారాల్లోకొచ్చేసినట్టున్నారు.

కొన్ని మండీలు బోదలు కప్పుకుని అడవి మనుషుల తలల్లా దుబ్బుదుబ్బుగా వున్నాయి. మరికొన్ని ప్లాస్టిక్ రేకుల్ని కప్పుకుని మాడ్రన్ యువకుల కొత్త ఫ్యాషన్ క్రాపుల్లా చిత్రంగా కనబడుతున్నాయి.

మామిడిపండ్ల సీజన్ గాకపోవడంతో వెదురు తడికల తలుపుల్ని మూసేసుకున్న మండీలు దొంగ ధ్యానం చేసుకుంటున్న కొంగలబారులాగున్నాయి. పైన సగం రేకులూ, సగం బోదా కప్పుకుని, ముందు కొంత గోడా, కొంత భాగం తడికలూ వున్న

అదోరకపు హైబ్రిడ్ మండీ తడిక తలుపు బీగం తీస్తూ, "యిదే మన మండీ! దీంట్లో నీకూ భాగముండాది. చూసుకో వొకసారి," అన్నాడు షాజహాన్.

ఖాళీతనాన్ని యెబ్బెట్టుగా మోస్తున్న మండీనంతా కళ్ళార్పకుండా చూస్తూ, "నాదా? భాగమా?" అని ఆశ్చర్యపోయాను.

"నువ్విచ్చిన పది లక్షల్ని వ్యాపారంలో పెట్టేసినాను. పెట్టుబడి మాత్రమే పెట్టి యింకే పనీ చేయని పార్ట్‌నరును స్లీపింగ్ పార్ట్‌నర్ అంటార్లే! నువ్వు నాకు స్లీపింగ్ పార్ట్‌నర్," అంటూ షాజహాన్ మండీకటు చివర్లోని సిమెంటు వేదిక దగ్గరికెళ్ళాడు.

తపోవనమిట్ట దగ్గరున్న మామిడితోటకు నేనే యజమానినని అక్కడి కాపలావాళ్ళు నమ్ముతున్నారు. యిప్పుడే మొదటిసారిగా చూస్తున్న యీ మండీలో నాకు భాగముందని షాజహాన్ చెప్తున్నాడు. నాకే తెలియని యీ ఆస్తులకు నేనే సొంతదారుడ్నెలాగవుతున్నాను? సిమెంటు వేదికపైనున్న ఆఫీసు గది ద్వారం పైనుండే ఫోటోల్లో వొకటి షాజహాన్ తండ్రిదని తెలుసు. ఆ పక్కనున్న ఫోటో షాజహాన్‌వాళ్ళ తాతదై వుండాలి.

ఖబరస్థాన్‌లో షాజహాన్ వాళ్ళ నాన్న గోరీని చూపెట్టాడు గానీ వాళ్ళ తాత గోరీని చూపెట్టలేదు. చూపెట్టడం మరచిపోయాడో, లేకపోతే ఆయన గోరీ కాలగర్భంలో కలిసిపోయిందో తెలియదు. మరికొన్ని సంవత్సరాల తర్వాత గోడపైనుండే ఆ తాతగారి ఫోటో కూడా తప్పుకోవచ్చునని స్ఫురించింది. ఆయన బతికున్నప్పుడు తన మనవడిలా వొక మండీకి యజమాని అవుతాడనీ, దానిలో తన ఫోటో వుంటుందనీ అనుకుని వుండడు.

గోరీల్లో సమాధుల్ని చూసినప్పటిలాగే ఖాళీ మండీని చూస్తున్నప్పుడూ షాజహాన్‌లో అదే సంతృప్తి కనబడడంతో ఆశ్చర్యపోసాగాను. మండీలోంచీ బయటికి రాగానే నిర్మానుష్యంగా వున్న వీధిలో యెండ కాకి బంగారంలా మిలమిలలాడుతూ కనిపించింది.

కారు యేరు దాటి వూర్లోకొస్తూండగా, "రాజ్యలక్ష్మి వాళ్ళ యిల్లు చూద్దామా?" అని అడిగాడు షాజహాన్.

"ఆమె వుందా యిక్కడ?" ఆమె ప్రసక్తి రాగానే మళ్ళీ నేను వుత్కంఠనాపుకోలేకపోయాను.

"ఆమె యిక్కడెందుకుంటింది? ఆమె మొగుడుద్యోగం చేసేది గూడూర్లో," అన్నాడు షాజహాన్.

బజారువీధిలో కారాపి, వుమ్మడి గోడలపైన వరసగా కట్టిన యిండ్ల మధ్యలోని వొక యెత్తరుగుల యింటి మెట్లెక్కుతూ "వాళ్ళ తమ్ముడుంటాడు. పలకరించి పోదాం," అన్నాడు షాజహాన్.

రాజ్యలక్ష్మిని నేనింతవరకూ చూడలేదు. యీ యింటిని యిప్పుడే మొదటిసారిగా చూస్తున్నాను. అయినా యీ యిల్లు చూడ్డంవల్ల నాకేదో వొరుగుతుందని షాజహాన్ అనుకుంటున్నాడు.

నాలుగడుగుల వెడల్పుతో యింటిలోపలికెళ్తున్న సందు, కొండగుహ ద్వారంలా నిర్లక్ష్యంగా నిర్లిప్తంగా వుంది. దానినానుకునివున్న బట్టల కొట్టు రకరకాల రంగుల బట్టల బీరువాలన్నీ బయటికే కనిపివ్వనిస్తూ క్యాబరే డ్యాన్సరులా ఆకర్షించే ప్రయత్నాలన్నీ చేస్తోంది.

"మురళీ! హర్షా అని అమెరికాలో మా ఫ్రెండుండాడని చెప్పినాను చూడు, వచ్చినాడు," అని షాజహాన్ పెద్దగా అరిచాడు.

చామనఛాయతో, పొడుగ్గా, లావుగా వున్న యువకుడొకడు బట్టలంగడి లోంచీ బయటికొచ్చాడు. తెల్ల బుష్‌షర్టూ, తెల్ల పంచెల్లో యిమడలేకపోతున్న శరీరంతో యిబ్బందిపడుతున్నట్టున్న మురళిని చూసి వాళ్ళక్క యెలా వుంటుందో వూహించుకునే ప్రయత్నం చేయసాగాను.

"టీ తాగతారా, తెప్పిస్తాను," అన్నాడు మురళి వుదారంగా. "భోజనం టయింలో టీ యెందుకులే! యింటికి పోతా నిన్ను చూద్దామని యిట్లొచ్చినాము," అని చెప్పాక షాజహాన్ నాకేసి తిరిగి, "మా పాచ్చా, వీళ్ల నాయినా జిగిరీ దోస్తులు. యీ అరుగుపైన్నే కూర్చునేటోళ్లు సీజన్ లేనప్పుడంతా," అన్నాడు షాజహాన్ మ్యూజియంలో మొగల్ సింహాసనాన్ని చూపిస్తున్నంత గంభీరంగా.

అంతలోనే వచ్చిన పని అయిపోయినట్టుగా మెట్లు దిగి రోడ్డుపైకొచ్చేశాడు.

షాజహాన్ ప్రేమలో కూడా నేను స్లీపింగ్ పార్ట్‌నర్ అయ్యానేమోనన్న సందేహం వచ్చింది. నేనెప్పుడూ చూడని, కేవలం షాజహాన్ మాటల ద్వారా మాత్రమే వూహించుకున్న రాజ్యలక్ష్మిపైన నాకున్న కుతూహలాన్ని గుర్తు చేసుకునే కొద్దీ ఆశ్చర్యంగానే వుంది.

రాజ్యలక్ష్మి వాళ్లింటినీ, ఆమె తమ్ముడ్నీ చూశాక షాజహాన్‌లో ముందులేని వెలుగేదే దోబూచులాడుతోంది. అయితే రిషివాలీలో రాజ్యలక్ష్మికి ప్రేమలేఖలు రాసిన కుర్రాడిలో వున్నదేదో, యిప్పటి షాజహాన్‌లో కనబడడం లేదు.

"రిషివాలీలో నువ్వు దాచిపెట్టిన వుత్తరాల్ని తీసి జాగ్రత్త చేస్తే బావుణ్ను," అన్నాను.

"దాందేముంది? నువ్వు సరేనంటే భోంచేసినాక డైరక్టుగా మదనపల్లికే పోదాం," అన్నాడు షాజహాన్ పరవశంగా.

రిషివాలీ బడిలో సైన్సు టీచరు జూను బతికిన కాలేజీ అనీ, మ్యూజియంను చచ్చిన కాలేజీ అనీ పిలవడం గుర్తుకొచ్చింది. గోరీల నుంచీ మకాను వీధిలోకొస్తున్నప్పుడు చచ్చిన కాలేజీ నుంచీ బతికిన కాలేజీకొస్తున్నానని నన్ను నేను హెచ్చరించుకోసాగాను.

గోరీలు విశాలమైన మైదానంలో, పచ్చని చెట్లమధ్యలో, బోలెడంత గాలీ వెలుతురులతో వున్నాయి. మకాను వీధిలోని మనుషులు వుమ్మడి గోడలపైన కట్టిన బొరకల్లాంటి యిరుకు యిండ్లలో, పొంగిపారుతున్న మురికికాలువల పక్కన, వీధిలోనే కుంపట్లు పెట్టుకుని వంటలు చేసుకుంటున్న మురికిబట్టల ఆడవాళ్లతో, చెత్తాచెదారం నిండిన వరండాలతో గిజగిజలాడుతున్నారు. వీధుల్లో పొడుగు జుబ్బాల్లోపల, బురఖాల కింద తిరుగుతున్న మనుషులు సర్దుకుపోవడానికి సతమతమవుతున్నారు.

యెక్కడినుంచో తప్పించుకుని వచ్చిన సన్నటి గాలివీచిక మకాను వీధిలో దారితప్పి తగులుకులాడుతోంది. అసలే సన్నటిదైన షాజహాన్ వాళ్ళిళ్ళు, అన్నదమ్ములు విడిపోయాక మధ్యలో గోడగట్టి రెండుగా విభజించడంతో, మరింత సన్నదైపోయి తుపాకీ రెండు బారల్లలా సన్నగా పొడుగ్గా తయారయింది.

నన్ను చూడగానే షాజహాన్‌వాళ్ళమ్మ కళ్ళనిండా నీళ్ళుపెట్టుకుని, “అల్లా నా కొడుకును చిన్నచూపు చూసినాడు నాయనా! యెట్లా వుండాల్సిన యిల్లు యెట్లయిపోయిందో చూడు. నా మనవడ్నీ, మనవరాల్నీ యిక్కడ్నే యిడిసిపెట్టమంటే యినకుండా వాళ్ళు అరగొండకు తొడుక్కోని పొయినారు,” అంటూ యేడవబోయింది

“హర్షాను యేడ్చి బెదరగొట్టద్దమ్మా! అంతా అల్లా దువా అని గదా చెప్తావుండావు. ఆ మాటపైన్నే వుండు. బాబీ వచ్చి బిర్యానీ చేసిందా, లేదా? పొయినతూరి వచ్చినప్పుడు బాబీ చేసిన బిర్యానీ హర్షాకు భలే నచ్చింది,” అని షాజహాన్ తల్లిని కసిరాడు.

షాజహాన్‌వాళ్ళ వదిన లోపలినుంచీ “ఖానా నికాల్నా?” అని అడిగింది.

క్రితంసారి నేనిక్కడికొచ్చినప్పుడు ఆమె కొత్త పెళ్ళికూతురని గుర్తుకొచ్చింది. యిప్పుడామెలో పాతగృహిణి అనుభవమూ, ప్రౌఢతనమూ స్పష్టంగా కనబడుతున్నాయి.

షాజహాన్‌వాళ్ళ వదిన బిర్యానీ వడ్డిస్తూండగా, వాళ్ళమ్మ, “రెండు సంబంధాలు యెప్పుడెప్పుడా అని నన్ను పట్టుకోని వుడకాడిస్తావుండాయి. వీడు జబాబు చెప్పాటం లేదు. నువ్వయినా గెట్టిగా చెప్పేసి పో నాయినా,” అంది.

“పదకొండో నెల దివసాలయ్యే దాకా ఆ మాటెత్తద్దమ్మా!” అని షాజహాన్ మళ్ళీ విసుక్కున్నాడు.

భోజనాలయ్యాక, మిద్దెపైని గదిలో మంచంపైన నడుం వాల్చి భుక్తాయాసం తీర్చుకుంటూ వుండగా, "మా అమ్మ రెండు సంబంధాలని చెప్పింది గదా!" అని మొదలుపెట్టాడు షాజహాన్. "కల్లూరు నించీ వొక సంబంధం. ఆ అమ్మాయికి యిరవై నాలుగేండ్లు. బాగుంటాది. అయితే బీదోళ్ళు. రెండోది రొంపిచెర్ల నించీ. ఆమెకు రెండేండ్లముందు మొగుడు చచ్చిపొయినాడు. కొడుకు గూడా వుండాడు. అయితే పెద్ద ఆస్తి. అదంతా ఆమెను నిఖా జేసుకున్నోడికే వస్తింది. యీ రెండు సమంధాల్లో దేన్ని జేసుకోవాల్నో తేల్చుకోలేకపోతావుండాను. యేది మంచిదో నువ్వే చెప్పు," అన్నాడు షాజహాన్.

కబరస్థాన్‌లోని రజియా గోరీ, రిషివాలీ చెట్టుతొర్రలో దాచిపెట్టిన ప్రేమలేఖలూ గుర్తుకొచ్చాయి.

కాస్సేపయ్యాక చాలాసేపటి నుంచీ అడగాలని అనుకుంటూ, అడగలేకపోతున్న ప్రశ్నను అడిగేశాను. "తపోవనమిట్ట దగ్గర చనిపోయిన మనిషి డైరీలో కొన్ని ఫోను నెంబర్లు దొరికాయని మా లాయర్ యిచ్చాడు. వాటిలో నీ నెంబరు కూడా వుంది."

షాజహాన్ మత్తుగా ఆవులించాక, "మీ దాయాదులతోపు కాపును నాలుగేండ్లుగా మన మండీకే అమ్మినారు గదా! ఆ తావు దగ్గిరికి చానుతూర్లు తిరిగినాను," అంటూ చెప్పుకుపోయాడు. "అప్పుడే యానాదుల రంపు గురించి తెలిసింది. యెందుకైనా మంచిదని తెల్లగుండ్లపల్లెకు పొయ్యి ఆ అబ్బాకొడుకులిద్దుర్నీ పలకరించి వచ్చినాను. ఆ ముసలాయినెంత పలకరించినా పలికేటోడు గాదు. ఆ కొడుకేమో మాట్లాడేది ఆపేటోడు గాదు. వానికి రెండుసార్లు ఫుల్‌బాటిల్లు తీసుకపొయి యిచ్చినాను. ఫ్యాక్టరీ వోనరు కొడుకు నా ఫ్రెండని చెప్పినాకే ఆ ముసలాయన నాతో మాట్లాడేదానికి ముగిసినాడు. అయితే ఆయనెప్పుడూ నా యాపారం తప్ప యింకేమీ మాట్లాడేటోడు గాదు. ఆయినే అడిగి నా నెంబరు దీసుకున్నాడు. మామిడితోపుల రైతుల గురించి నాతో యేందో మాట్లాడాలన్నాడు. అయితే వొకసారైనా ఆయిన్నించీ నాకు ఫోను రాలేదు. యీ లోపలే ఆ యిద్దరికీ అల్లానించీ పిలుపొచ్చేసింది."

నేను మౌనంగా వుండిపోయాను. పదినిముషాలు గడచి వుండవచ్చు.

కుర్చీలో కూర్చున్న షాజహాన్ దగ్గరినుంచీ గురక శబ్దం వినిపించింది. అతడి తల భుజంపైన వాలిపోయి వుంది. అంత త్వరగా నిద్రలోకి జారుకున్న షాజహాన్‌కేసి ఆశ్చర్యంగా చూశాను.

అతడి ముఖం నిర్మోహంగా బుద్ధుడి ముఖంలా నిర్మలంగా వుంది.

బయట వీధిలో చిన్నపాపాయెవరో యేడుస్తోంది.

కింది అంతస్థులో షాజహాన్ వాళ్ళమ్మ యెందుకో పకపకా నవ్వుతోంది. సుఖదుఃఖాలు రెండింటినీ వొకే రకంగా గుండె లోపలికి చేరనివ్వకుండా వుండగలిగే మనుషులుంటారని నాకప్పుడు తోచింది. అంతలోనే రాగానురాగాలను భౌతికస్థాయిని దాటించి జీవితకాలపు బంధాలుగా మార్చుకోగలిగిన వాళ్ళు మాత్రమే ప్రస్తుతంలో జీవించగలరని అనిపించింది. పూర్తిగా భిన్నంగా వున్న యీ రెండు వైరుధ్యాల మధ్య, నిర్మోహత్వానికీ భావోద్వేగాలకూ మధ్య, యింత వేగంగా డోలకంలా వూగగలిగే శక్తిని వాళ్ళకిచ్చిన నమ్మకపు మూలాలెక్కడున్నాయో నాకు తెలియడం లేదు.

అరగంట తర్వాత పనేదో చేసేసినట్టుగా నిద్రలోంచీ మేల్కొన్నాడు షాజహాన్. "అయితే యిప్పుడే పోదామా మదనపల్లెకు, రిషివాలీకి?" అన్నాడు.

రెండు ప్రపంచాలతోనూ యింతగా సర్దుకుపోయిన షాజహాన్ నేనెలాంటి అలజడిలో పడి కొట్టుకుపోతున్నానో గమనించే స్థితిలో లేడు.

"యిప్పుడొద్దులే షాజహాన్. మళ్లీ యెప్పుడైనా వస్తాను. రేపు నన్ను ఆర్సీ నాయుడంకుల్ కలవమన్నాడు," అని చెప్పాను.

బద్ధకంగా వొళ్ళు విరుచుకున్నాక, "ఆయనతో కొంచెం జాగ్రత్త హర్షా! ఆయన మీ డాడీ లాగా కాదు. భలే ఆశపోతు. అంతేగాదు, ఆయన ఆవులించకముందే పేగులు లెక్కబెట్టేస్తాడు," అన్నాడు షాజహాన్.

అందుకేగా, ఆయన్ను కలవడం ముఖ్యమైన పని అనుకుంటున్నది. డాడీ గురించి ఆయనకు తెలిసినంతగా యింకెవరికి తెలుస్తుంది? రేపు నా ప్రశ్నకు సమాధానం దొరికే అవకాశమెంతో వుందనిపిస్తోంది.

9

మరో రోజు తెల్లవారింది.

ప్రతి రోజూ బరువుగా కదులుతోంది.

ప్రతి రాత్రీ అంతం లేనిదిగా వేదిస్తోంది.

దేనికోసం వెతుకుతున్నానో దాన్ని స్పష్టంగా అనుకోవడానికి యిష్టంలేని కష్టమైన వెతుకులాటలో సాగుతున్నాను.

కొందరిని తప్పకుండా కలవాల్సిన స్థితి. మరికొందరిని తప్పించుకోలేని పరిస్థితి.

వుదయం పదిగంటలకంతా తనని కలవమని ఆర్సీనాయుడు అంకుల్ ఫోన్ చేశాడు. నేను స్పష్టంగా వాచ్యం చేసుకోని ప్రశ్నలకు ఆయన దగ్గరినుంచీ అస్పష్టమైన సమాధానాలు దొరుకుతాయేమోనన్న కోరికా, భయమూ నన్ను ముందుకూ, వెనక్కూ లాగుతున్నాయి.

ఆయన చెప్పినట్టుగా శ్రీనివాస మంగాపురం దాటి మూడు కిలోమీటర్లు వచ్చాక, రోడ్డుపక్కన ఆగిన నల్లరంగు కారు కనిపించింది. పక్కనే నిలబడి ఆయన చేయి వూపుతున్నాడు.

దూరంగా మలుపు తిరుగుతున్న రోడ్డుపక్కన ఆయన దారితప్పిపోయిన వొంటరి ప్రయాణికుడిలాగున్నాడు.

"మా యింటికి డిన్నర్‌కు రమ్మని పిలిచినాను కదా! అయితే యీ లోపల యిక్కడికి రమ్మని పిలవాల్సి వచ్చింది. చూసినావా హర్షా! మనం అనుకునేదొకటి. జరిగేదింకొకటి," అన్నాడాయన బలవంతంగా నవ్వడానికి ప్రయత్నిస్తూ.

మాట్లాడుతూనే ఆయన నన్ను రమ్మన్నట్టుగా సైగ చేశాడు. రోడ్డుకు రెండువైపులా పెరుగుతున్న చింతచెట్లు యెన్ని తరాల మనుషుల్ని చూశాయో లెక్కబెట్టమని సవాలు చేస్తున్నాయి. రోడ్డునానుకుని దూరంగా మట్టిగుట్ట వరకూ వ్యాపించిన బీడు నిండా పిచ్చిమొక్కలు చీకాకు పెట్టే ప్రశ్నల్లా దట్టంగా పెరుగుతున్నాయి. బీడుకు రెండువైపులా కనుచూపు మేరలో కనబడుతున్న మామిడితోటలు దూరంగా వున్నవే పచ్చగా వుంటాయని గుర్తు చేస్తున్నాయి. ఆ తోటల మధ్యలో బరాబయలుగా యింత నేల బీడుగా పడివుండడం వెనక రహస్యం లాంటి కథో, కథ లాంటి రహస్యమో దాగే వుంటుంది.

"అట్లా ఆ పక్క చూడు హర్షా! ఆ పక్కనుండే ఆ పెద్ద కొండపైన చిన్న బొమ్మల మాదిరి యిండ్లు గనబడతా వుండాయి చూడు. అదే తిరుమల. రాత్రుల్లో దీపాలుండేటప్పుడు యింకా బాగా కనబడతాది. ఆ కొండ పేరు శేషాద్రి. దూరం నుంచీ చూస్తే ఆ కొండంతా పండుకోనుండే పెద్ద పాముమాదిరే గనబడతాది," నాయుడంకుల్ అక్కడినుంచే రెండు చేతులూ పైకెత్తి జోడించి మొక్కుకున్నాడు.

శ్రీనివాస మంగాపురం నుంచీ కొండ కిందున్న శ్రీవారిమెట్టు వరకూ రెండువైపులా పెరిగిన చెట్లతో రోడ్డు పెద్ద పసిరిక పాములా కనబడుతోంది. శ్రీవారిమెట్టు దగ్గరినుంచీ కొండ కొసపైనుండే తిరుమల వరకూ వున్న మెట్లదారి నీలిరంగు రేకుల్ని కప్పుకుని లోహసర్పమేదో కొండపైకి పాకుతున్నట్టుగా కనబడుతోంది. నాయుడంకుల్‌కు భక్తిని

పుట్టిస్తున్న కొండ నాకు భయాన్ని కలిగిస్తుండడం ఆశ్చర్యమేమీ గాదనీ, భయమూ, భక్తీ రెండూ పేరుకు మాత్రమే వేరనీ స్ఫురించింది.

కొన్ని మేఘాలు కొండలపైకి వెళ్లడం యిష్టం లేనట్టుగా చాలా నెమ్మదిగా కదులుతున్నాయి. కాలాన్ని పట్టించుకోకుండా స్థిరంగా నిలబడిపోయిన కొండలంటేనే యిష్టమని చెప్తున్న మేఘాలు నా చూపుల్ని లాగుతున్నాయి.

"యీ తావు తిరుపతికి బాగా దగ్గిర. సంవత్సర సంవత్సరానికీ రెండు మూడింతలుగా రేటు పెరిగే తావిది," ఆ బీడును బృందావనం గార్డెన్ను చూస్తున్నంత ఆనందంగా చూస్తున్నాడు ఆర్సీ నాయుడంకుల్. కొమ్మల నిండా ముళ్ళు తప్ప ఆకుల్లేని మొక్కపైన చిత్రమైన పురుగేదో పాకుతోంది. యింతలో వొక మిడతొచ్చి దాన్ని మింగేసింది. దూరంగా పెద్ద పొదలో తెల్లటి పాముపొర వొకటి తగులుకుని, గాలి వీచినప్పుడల్లా జెండాలా యెగురుతోంది.

నేను భయపడుతూనే రెండడుగులేసి "యిక్కడ ఫాంహౌసు లాంటిదేమైనా ప్లాన్ చేస్తున్నారా అంకుల్?" అని అడిగాను.

నడుస్తున్నవాడల్లా చటుక్కున ఆగిపోయి నా వైపుకు తిరిగాడు. "ఫాంహౌసు కాదు. మన ఫ్యాక్టరీని తపోవనమిట్ట దగ్గిర గాకుండా యీ తావులో కడదామని మీ డాడీతో చెప్పినాను. యీ ప్లేసు బావుండాదని నువ్వు కూడా మీ డాడీతో వొక మాట చెప్పు. నువ్వు చెప్తే సుభాష్ కాదనడు," అన్నాడాయన.

"నేనా? డాడీకి చెప్పాలా?" నాకంతా అయోమయంగా వుంది.

"ఆ గొడవ జరిగినాక మీ డాడీకి ఫ్యాక్టరీపైనే విరక్తి పుట్టేసింది. కానీ వాళ్ళ బుడ్డబెదిరింపులకు మనమెందుకు భయపడాల చెప్పు? యిది బాగా యెక్కొచ్చే తావు. వాస్తు గూడా జమ్మనుండాది. మొత్తం యేడెకరాలు. మన ఫ్యాక్టరీకిదిచాలు. యిది యీ పక్కనుండే కూచివారిపల్లెలో వుండే మనిషిది. వానికి డబ్బు అవసరం. తక్కవలో పడతా వుంది. మంచి యిన్వెష్టుమెంటు. యిప్పుడు గాకపోయినా, యింకో అయిదారేండ్లకయినా యీ ఫ్యాక్టరీని మేనేజ్ చెయ్యాల్సింది నువ్వే గదా? నీకింటరెస్టుండాదంటే సుభాష్ వద్దనడు."

"నేనా? యీ ఫ్యాక్టరీ మేనేజ్‌మెంటా?" నేను విస్తుపోయాను.

అక్కడ కట్టడం ఆగిపోయిన ఫ్యాక్టరీని గురించి గానీ, యిక్కడ కట్టాలని అనుకుంటున్న ఫ్యాక్టరీ గురించి గానీ క్షణంసేపయినా ఆలోచించని, పట్టించుకోని నేను వీటికెలా యజమానినయ్యాను? లేశమాత్రమైనా నాకు తెలియని మనుషుల్నీ, వస్తువుల్నీ,

ప్రదేశాల్నీ నాకిలా ముడివేస్తున్న శక్తుల పేరేమిటి? యిలాంటి బంధనాలు నాకు మాత్రమే వున్నాయా? లేకపోతే అందరికీ వుంటాయా?

నా వెతుకులాట వొక అయోమయం నుంచీ యింకో అయోమయంలోకి జారిపోతోందని మాత్రం నాకప్పుడర్థమయింది.

"నాకు అమెరికాలో గ్రీన్‌కార్డుంది అంకుల్. అక్కడ సెటిలవతానో, యిక్కడికొస్తానో నాకే తెలియదు. అసలా సంగతినింతవరకూ నేనాలోచించలేదు. మమ్మీ డాడీ కూడా ఆ ప్రసక్తి తేలేదింతవరకూ," అన్నాను దిగులుగా.

"దీంట్లో ఆలోచించేదేముంది హర్షా! మీ మమ్మీడాడీలకు నువ్వుండేదొకే కొడుకు. సుభాష్ యెంతకాలమని కష్టపడతాడు? యెదిగొచ్చిన కొడుకు తండ్రి పనుల్ని హేండోవర్ చేసుకోని పేరెంట్సుకు రెస్టివ్వాల," యీసారి ఆయన మందలిస్తున్నట్టు తెలిసిపోతోంది. ఆస్తి అనేది కేవలం హక్కు మాత్రమే గాదనీ, బాధ్యత కూడా అని నాయుడంకుల్ గుర్తుచేస్తున్నాడు. యీ సంగతిని నేనింతవరకూ యెందుకు గుర్తించలేకపోయాను? మమ్మీగానీ, తాతగానీ, అవ్వగానీ యెందుకు నాకు గుర్తుచేయలేదు? నా బాధ్యతల్ని నా అంతగా నేను తెలుసుకోవాలనుకుంటున్నారా? యింకా తెలుసుకోనందుకు లోలోపల బాధపడుతున్నారా?

"యినుము వేడెక్కినప్పుడే సాగదీయాల హర్షా! యే పనయినా చెయ్యాల్సినప్పుడు వెంటనే చేసెయ్యాల. ఆలస్యమైపోతే చెయ్యి జారిపోతుంది. ఆపైన బాధపడి లాభం లేదు."

నాయుడంకుల్ కేవలం ఫ్యాక్టరీ కట్టడం గురించి మాత్రమే మాట్లాడుతున్నట్టనిపించడం లేదు.

"వెంసూ అనే ఆ చనిపోయిన మనిషి మీకు తెలుసునట గదా అంకుల్! మీకు చాలాసార్లు ఫోన్ చేశాడట! ఆయన పాకెట్ డైరీలో మీ ఫోన్ నెంబరుందనీ, ఆయన ఫోన్‌లో కూడా మీ నెంబరు రికార్డయిందనీ లాయరు చెప్పాడు. లాయరుకాసంగతి పోలీసులు చెప్పారట!" అన్నాను.

నాయుడంకుల్ నడవడం ఆపి, పెద్దగా నిట్టూర్చి, "అక్కడ ఆ గొడవలు జరిగినప్పుడా వ్యవహారమంతా నేనే హ్యాండిల్ జేసినాను. సుభాష్ ఆ పక్కకయినా రాలేదు," అన్నాడు. తర్వాత మళ్లీ నడుస్తూ, "ఆ వెంసూ చానా సంవత్సరాలు అండర్‌గ్రౌండులో యెక్స్‌ట్రీమిస్ట్‌గా వుండొచ్చినాడు," అని చెప్పసాగాడు. "ఆ కొడుకేమో వుపద్రం బట్టినోడు. కొందురు కొడుకులంతే! కన్నతండ్రినే దాయాదిని జూసినట్టు జూస్తారు. ఆ యానాదోళ్లు యెవుడు మందుబోయిస్తే వాని మాట మాట్లాడతారు. ఆ తండ్రీ కొడుకుల్లో యెవుడు మంట

రాజేస్తా వుండాడో, యెవుడా మంటపైన నీళ్ళు దిమ్మరిస్తా వుండాడో తెలిసేది గాదు. ఆ యానాదోళ్ళు యెప్పుడెవరి మాట మాట్లాడతారో అస్సలు తెలిసేది గాదు. దేవుడనే వాడొకడు లేకుండా వుంటే అందురూ మిడిమాళంగా యెగిరిపడతానే వుండేటోళ్ళు. వాళ్ళ సంగతి దేవుడే జూసుకున్నాడు. ఆ తండ్రీకొడుకూ మనమాతావులో ఫ్యాక్టరీ గట్టకుండా చేసేదాంట్లో మాత్రం సక్సెసయినారు. అదీ మనమంచికే... లేకపోతే యింత మంచి తావు మనల్నెతుక్కుంటా వచ్చేది గాదు."

నేను కారులో కూర్చున్నాక, "నువ్వు యింటికి పో హర్షా! నేనా కూచివారిపల్లెకు పొయ్యేసి వస్తాను. సాయంత్రం వచ్చి కలస్తానని సుభాష్‌తో చెప్పు," అన్నాడాయన.

నేను సరేనని తలవూపాక కారు స్టార్టు చేశాను.

కారు రియర్ అద్దంలోంచీ క్రమంగా దూరమైపోతున్న నాయుడంకుల్ యిప్పుడు దారితప్పిన ప్రయాణీకుడిలా లేడు. దారి మరచిపోయినవాడిలాగున్నాడు.

అయితే అంతగా దారి మరచిపోయిన నాయుడంకుల్‌కు దేవుడిపైన అంత నమ్మకమెలా కుదిరింది? తనలోని అలజడికీ, కొండపైన కూర్చున్న దేవుడికీ మధ్య వుండే సంబంధాన్ని గురించి ఆయనెప్పుడూ ఆలోచించలేదా? దేవుడే జరగాల్సిన వాటిని జరిపించి కావాల్సినవాళ్లకు మేలు చేస్తాడని ఆయన నమ్ముతున్నాడు. యిప్పుడు నేనూ అలా నా ప్రశ్నల్ని దేవుడికప్పగించి సమాధానాల కోసం యెదురుచూస్తూ కూచోవాలా?

మరికాస్త దూరం వచ్చాక, ఆయన నా దారిని మలుపు తిప్పేసినట్టున్నాడని అనిపించగానే, నేను కంగారుపడసాగాను.

10

కారు ముందుకు పరిగెత్తుతూంటే ముసలి చింతచెట్లు నిర్లిప్తంగా వెనక్కు తప్పుకుంటున్నాయి. రోడ్డుపైన వాహనాలు అనవసరంగా హారన్లు మోగించి యెవరినో అప్రమత్తుల్ని చేసినట్టుగా ఆనందపడుతున్నాయి.

ఆర్సీనాయుడంకుల్ నా బాధ్యతల్నీ, హక్కుల్నీ గుర్తుచేసి కలవరపెట్టేశాడు. కర్తవ్యంతో బాటూ గమ్యం కూడా మరచిపోయి కారును నడుపుతున్నాను.

రోడ్డుపైన వరసగా ఆగిపోయిన కార్లూ, బస్సుల వెనక నా కారుకూ బ్రేకు పడక తప్పలేదు. ముందరేదో రైల్వేగేటు అడ్డంపడి తన అస్తిత్వాన్ని సగర్వంగా నిరూపించుకుంటోంది.

కారు అద్దం తలుపులపైన్నుంచీ శబ్దం వచ్చినప్పుడు తిరిగి చూశాను. తెల్ల ఖద్దరు

చౌక్కాలో వున్న యువకుడొకడు చేతి రెండువేళ్ళ గెణుపులతో అద్దంపైన కొడుతున్నాడు. నేనద్దాన్ని కిందికి దింపగానే, “నేను ఆర్సీనాయుడు కొడుకు ప్రణీత్‌నాయుడు. శ్రీనివాస మంగాపురం ఆర్చి దగ్గిరుంటాను. అక్కడ కలవు,” అనేసి అతను గిర్రున వెనక్కు తిరిగి ముందుకెళ్ళిపోయాడు. అతడి కారు నా ముందెక్కడో వుండి వుంటుందని అనుకున్నాను. అతను నన్ను రిక్వెస్ట్ చేస్తున్నాడో, ఆజ్ఞాపిస్తున్నాడో అర్థం గాలేదు. అయితే ఆ గొంతులో వినయమేకోశానా లేదు.

చాలా సంవత్సరాల ముందు చికాగో యెయిర్‌పోర్టు ముందు ఆర్సీనాయుడంకుల్ పెద్ద కొడుకును చూశానన్న సంగతి జ్ఞాపకం వచ్చింది. నన్నిక్కడ పలకరించిపోయిన యువకుడిలో యెవరి పోలికలున్నాయో గుర్తుచేసుకోసాగాను.

వినయంగా నమస్కరించే బృత్యుల్ని పట్టించుకోకుండా ముందుకు నడచే యజమానిలా, రైలొకటి అటూ యిటూ ఆగిన బస్సుల్నీ, కార్లనీ పట్టించుకోకుండా ముందుకు దూసుకెళ్లిపోయింది.

గేటు తీయగానే వాహనాలు కదిలాయి. వెనకనుంచీ హారన్లతో తరుముతున్న వాహనాల ధాటికి తట్టుకోలేక నేనూ నా కారును ముందుకు కదిపాను. నీళ్లల్లోకి దూకే గొర్రెలమందలా అటూ యిటూ వాహనాలు గుంపుగా కదిలాయి. వాటి సంరంభంలోంచీ తప్పించుకున్న తరువాత గానీ నేనెక్కడున్నానో తెలియలేదు.

కూలిపోవడానికి సిద్ధంగా వున్న పాతమండపంలో దూరి, గడ్డగట్టుకుపోయిన భూతకాలం లాంటి గుడి పక్కనుంచీ పరిగెత్తి, సిమెంటుతో కట్టిన ఆర్చి దగ్గరికొచ్చింది కారు. రోడ్డు మధ్యలోకే వచ్చి నిలబడిన మురికిబట్టల మనిషొకడు చేతులు రెండూ భీకరంగా తిప్పుతూ కారునాపమని అరుస్తున్నాడు.

నేను కారునాపగానే అతగాడు విండో దగ్గరికొచ్చి “అన్న లోపలుండాడు. కారును లోపలే ఆపుకోవచ్చు,” అని చేతిని పక్కకు చాపాడు. అదంతా ప్రణీత్ నాయుడి యేర్పాటని అర్థమయింది.

ప్రహరీ ముందున్న బోర్డు అదేదో రిసార్టని చెప్తోంది. కొబ్బరి చెట్ల మధ్య, క్రోటన్ మొక్కల పక్కన, తలుపులు మూసుకున్న రిసార్టు గదులు రహస్యాల్ని వొలికిపోకుండా జాగ్రత్తపడుతున్నాయి.

కారును ఆపాక రిసార్టు గదుల మధ్యలోంచీ వెళ్తున్న దారిలో నడవసాగాను. అది పాదచారుల్ని వెక్కిరిస్తున్నట్టుగా పెద్ద మలుపు తిరిగింది. యెర్ర పెంకుల్ని కప్పుకున్న గోడల్లేని వోపనేర్ రెస్టారెంటు ముందుకెళ్ళి ఆగిపోయింది.

రెస్టారెంటులో ప్లాస్టిక్ టేబులు ముందు కుర్చీలో కూర్చుని పక్కన కూర్చున్న వ్యక్తితో తదేకంగా మాట్లాడుతున్న ప్రణీత్ నాయుడు నన్ను మరో కుర్చీలో కూచోమన్నట్టుగా సైగ చేశాడు. మరో రెండు నిముషాలు అదే పనిగా మాట్లాడాక, "సరే పో సుబ్రమణీ! కొంచేపు యిట్లెవుర్నీ రానీయద్దు. మేం కొంచేపు మాట్లాడుకోవాల," అన్నాడు.

ఆ మాట కోసమే యెదురుచూస్తున్నట్టుగా దిగ్గున పైకిలేచిన ఆ వ్యక్తి, "కాఫీలేమైనా అంపిచేదాన్నా?" అని అడిగాడు.

అతడికి సమాధానం చెప్పకుండా నాకేసి తిరిగి, "మా నాయినతో మాట్లాడేసి వస్తా వుండారు గదా! యేమంటా వుండాడాయిన?" అని అడుగుతూ ప్రణీత్ సిగరెట్టు వెలిగించుకున్నాడు.

అమెరికాలోనయితే యెంత పరిచయమున్న వాళ్ళయినా యింత డిస్కర్టియస్‌గా వుండరు. యిలా యెవరైనా ప్రవర్తిస్తే వారి ముఖంలో రెండు గుద్దులు గుద్ది వెళ్ళిపోతారు.

"మీకు హెల్ప్ చేద్దామనీ పిలిచినాను. మీరు యేమారితే నా మాదిరే నష్టపోతారు," అన్నాడతను. తర్వాత అదో పెద్ద విషయం గాదన్నట్టు పక్కకు తిరిగి, "అట్లా చూడండి. యిక్కడ్నించీ కొండపైనుండే తిరుమల యెంత బాగా కనబడతా వుండాదో! అక్కడుండే యిండ్లూ, టీవీ టవర్లూ చిన్న చిన్న పూలగుత్తుల మాదిరిగా లేవా చూడండి!" అన్నాడతను.

అతగాడి ముక్కుపైన కుంకుమబొట్టు స్పష్టంగా కనబడుతోంది. కాస్సేపటి క్రితం తిరుమలకేసి చూస్తూ దండం పెట్టుకున్న అతడి తండ్రి గుర్తుకొచ్చాడు.

అతడి మాటలు విన్న తర్వాత చూస్తే తిరుమల పూలగుత్తిలాగే కనబడుతోంది. మెట్లదారి ఆడపిల్లలు కట్టుకునే మొగిలిపూల జడలాగుంది. శ్రీనివాస మంగాపురం నుంచీ మెట్టు వరకూ వున్న రోడ్డు ఆకుపూల మాలలాగే వుంది.

కాస్సేపటి క్రితం అదే దృశ్యం మరోలా కనబడిందన్న విషయం గుర్తుకొచ్చి విస్మయుడినైపోయాను.

నా ముందు కూర్చుని చిడుముడి పాట్లు పడుతున్న యువకుడిలో వాళ్ళమ్మ గారి పోలికలు కనబడగానే నాకెందుకో సంతోషం కలిగింది.

సిగరెట్టు బూడిదను కుర్చీపక్కన నేలపైకి రాలుస్తూ "మీ నాయిన అమెరికాలో వుండే మీకు గాకుండా ఆస్తినంతా మీ చెల్లికే యిచ్చేయాలని చూస్తావుండాడు. మా నాయిన యిండియాలో వుండే నాకు అన్యాయం జేసి ఆస్తిలో పెద్దభాగం అమెరికాలో వుండే మా అన్నకు వరతట్టేయాలని పట్టుబట్టుకోనుండాడు. పేరుకయితే మీ నాయినా, మా నాయినా

పెద్ద నేస్తులు. కానీ యెంత తేడానో చూడండి," అన్నాడు ప్రణీత్.

ఆ తండ్రీకొడుకులు పూర్తిగా విరుద్ధమైన మాటలు మాట్లాడారని నాకు స్ఫురించింది. అయితే ఆ వైరుధ్యం నా పట్ల మాత్రమేనని నాకు వెంటనే తెలిసింది. తన కొడుకులకు ఆస్తులు పంచే విషయంలో నాయుడంకుల్ నాతో యేమీ చెప్పలేదు. అయితే కొందరు కొడుకులు తండ్రికి దాయాదుల్లా తయారవుతారని మాత్రం అన్నట్టున్నాడు. చికాగో యెయిర్‌పోర్టులో కలిసినప్పుడు నాయుడంకుల్, "అన్నదమ్ముళ్లు ఆస్తుల కోసం తన్నుకునే లక్షణం మాకు వంశపారంపర్యంగా వచ్చింది. పోరబాటంతా జీన్సులో వుండాది. పుట్టినప్పుడు అన్నదమ్ముళ్లు, పెరగతానే దాయాదులు అని పెద్దోళ్లు వూరికే అనలేదు," అన్నాడని గుర్తుకొచ్చింది. ఆయన మాటల్లోని శాస్త్రీయతనెంతవరకూ నమ్మాలో నాకు తెలియదు.

బాగా నలిగిపోయిన యూనిఫాం వేసుకున్న బేరర్ వొకతను కాఫీ కప్పులు తీసుకొచ్చి మా ముందు వుంచేసి వెళ్ళాడు.

"యీ రిసార్టు వోనరు మన మనిషే! పెట్టుబడేమీ వొద్దు. స్లీపింగ్ పార్ట్‌నర్‌గా వుండు అని భంగపొయినాడు. నా పేరును గుడ్‌విల్ కింద వాడేద్దామని వాని యెత్తు. యెంత లేదన్నా నెలకు ముప్పయి నలభై లక్షల టర్నోవరుండే యాపారం. అయినా నేనొప్పుకోలేదు. పాలిటిక్సులో వుండేటప్పుడు యిట్లాటి చిన్న యెరలకు చిగులుకోకూడదు," అతను రిసార్టు గురించి చెప్పడం లేదనీ, రాజకీయాల్లో తనకున్న పలుకుబడి గురించే చెప్తున్నాడనీ తెలుసుకోలేకపోయేటంత అమాయకుడ్ని గాను.

అయితే స్లీపింగ్ పార్ట్‌నర్ అనే మాట మాత్రం నన్ను కాస్సేపు కట్టిపడేసింది. కళ్ళకు కనబడుతున్న అనేకానేక విషయాల్లో కనబడని స్లీపింగ్ పార్ట్‌నర్లెందరున్నారో తెలుసుకోవడం అసాధ్యమని మాత్రం నాకప్పుడర్థమయింది.

"మా నాయిన అమెరికాలో వుండే మా అన్నకేదో సమాచారం చెప్పమని మీతో చెప్పుంటాడని నాకు తెలుసు," అతను కోపంగా మాట్లాడుతున్నాడు.

నేను ముఖం చిట్లించుకుని, "అదేం లేదు. ఫ్యాక్టరీని ముందున్నచోటులో గాకుండా యీ చోటులో గడితే బావుంటుందని చెప్పాడాయన. ఆ చోటు నాకు చూపెట్టడానికే పిలిచాడు," అని చెప్పాను.

"దానికి మీరొప్పుకోవద్దండి. యీ జిల్లాలో పల్పు ఫ్యాక్టరీ గట్టి బాగుపడినోడు లేదు. అదంతా డెడ్ యిన్వెస్టుమెంటు. ఆ మాట చెప్పాలనే మిమ్మల్ని పిలిచింది," అన్నాడతను విసుగ్గా.

యింతలో నాకో అనుమానం వచ్చింది. నా మొబైల్ ఫోను తీసుకుని, నేను ఫీడ్ చేసుకున్న నెంబర్లలో యింతవరకూ మాట్లాడని నెంబర్లు తీసి నొక్కసాగాను. ప్రణీత్ ఫోను మోగింది. "అక్కడ చనిపోయిన మనిషి దగ్గరున్న నెంబర్లివి. పోలీసుల నుంచీ మా లాయర్కూ, మా లాయర్ నుంచీ నాకూ దొరికాయి," అన్నాను.

"దీంట్లో రహస్యమేముంది? నేనెన్నోసార్లు ఆ తావుకు పొయి వాళ్ళిద్దరితోనూ మాట్లాడేసి వచ్చినాను. ఆ ముసలాయిన యింకొన్ని దినాలు రాకుండా వునుంటే వేరా అనుకునిందంతా జరిగేవునుండును. రాష్ట్రానికి రాష్ట్రమంతా తిరిగి చూసుండును. సియెమ్మే గాకుండా సెంట్రల్ మినిష్టర్లు కూడా పరిగెత్తుకోనొచ్చుందురు. దెబ్బతో వేరా నేషనల్ ఫిగరయిపొయిణ్ణు. ఆ ముసిలోనికి కొడుకు ఆయినకంటే పెద్దోడైపోతాడని భయం."

నాకేం మాట్లాడాలో తోచలేదు. పైకి లేచాను.

"యీ పేరెంట్సు అందురూ వొకే రకం. వాళ్ళకంటే మనం గొప్పోళ్ళయిపోతామని భయపడి చస్తారు. ఆ ముసలోడు కూడా పేరు కోసమే పడి చస్తా వున్నాడంట. యిల్లూ వాకిలీ, తల్లీ తండ్రీ యేమీ పట్టించుకోకుండా అండర్గ్రౌండుకు పొయినాడంట. యిద్దురికీ యిద్దురే! వాళ్ళ నాయిన్ను లెక్కబెట్టలేదు వీడు గూడా! సొంత ప్రాణాలతోనే చెలగాటమాడినాడు. అంతా వాళ్ళ రక్తంలోనే వుండే లక్షణాలు."

ప్రణీత్ చివర్లో అన్నమాట వినగానే వులిక్కిపడ్డాను.

మా మమ్మీకీ, డాడీకీ వారసత్వంగా వచ్చిన లక్షణాలేమిటి? వాళ్ళ దగ్గరినుంచీ నాకు సంక్రమించిన బుద్ధులేవి?

కారు రిసార్ట్లోంచీ రోడ్డుపైకొచ్చింది.

నేను వెళ్తున్నాననయినా ప్రణీత్తో చెప్పలేదని గుర్తుకొచ్చింది.

ప్రణీత్ కూడా నాకు వీడ్కోలు చెప్పలేదు. ప్రణీత్పైన నాకొచ్చిన యీ వైమనస్యం యెవరినుంచీ సంక్రమించింది?

ఆర్సీనాయుడంకుల్ గానీ, ఆయన కొడుకు గానీ తమ ఆరాటాల్లో తామున్నారు. డాడీ గురించి వాళ్ళకేమీ పట్టింపు లేదు.

నేనయినా మా డాడీ గురించి కాకుండా, ఆ చచ్చిపోయిన మనిషి గురించే యెక్కువగా ఆలోచిస్తున్నట్టున్నాను. ఆ మనిషి మరణానికి నాలోని అమానుషమూ, అమానవత్వమూ కారణమనే అపరాధ భావనే, గిల్ట్కాన్సెన్స్నెస్సే అందుకు కారణం గావచ్చు.

ప్రేమా, గౌరవమూ లాంటి మానవీయ విలువల కంటే నేరమూ, ద్రోహమూ లాంటి

అమానవీయ విలువలే యెక్కువ బలంగా కనబడుతున్నాయేమిటి? నాకు దొరికిన ఫోన్ నెంబర్లలో మా రిషివాలీ టీచరు మునిరత్నంగారి నెంబరుండడమే నాకాశ్చర్యాన్ని కలిగించింది. ఆయనకూ చనిపోయిన ఆ వెంసూకు వున్న సంబంధమేమిటి? ఆయనయినా నాక్కావలసిన సమాచారాల్నివ్వగలడా?

రేపు తప్పకుండా ఆయనను కలవక తప్పదు.

11

వుదయం పదిగంటలకంతా యెండ ధగధగలాడుతోంది.

దారిపొడుగునా యెండిన యేర్లనూ, నీళ్లు లేని చెరువు కట్టలనూ దాటుకుంటూ వస్తోంది కారు.

నేను కలవవలసిన ఫోన్ నెంబర్లలో యిక కొన్నే మిగిలాయి.

కలవాలన్న తలంపయినా లేనివాళ్ళనెందరిని కలవబోతున్నానో నేను?

'కుక్కలపల్లె' అనే బోర్డు దాటాక కిలోమీటర్ దూరంలో సిమెంటు షెల్టరు కనిపించింది.

నా కారక్కడ ఆగగానే షెల్టరులోంచీ బయటికొచ్చి, "యుఆర్ ఆన్ టైం, హర్షా! నీ కారునటువైపు వూర్లోకి తిప్పి నీడలో ఆపుకో," అన్నాడు మునిరత్నం సార్.

'బాపూజీ నగర్' అనే బోర్డు చూపిస్తున్న దారిలోకి తిరిగి, వో యింటి నీడలో కారును పార్క్ చేశాను.

మునిరత్నం సార్ కారు దగ్గరికొచ్చి, "యిదే హర్షా మా యిల్లు! లోపలికి రా!" అని పిలిచాడు.

యింట్లోకెళితే ఆయనతో పర్సనల్‌గా మాట్లాడడం కుదరకపోవచ్చు. "వోసారి మీ వూరంతా చూసొద్దాం సార్! తర్వాత యింటికెళ్దాం," అన్నాను.

ఆయనదోలా నవ్వి, "మా వూర్లో యేముంది హర్షా చూడ్డానికి? యిదేమైనా డబ్బులు దండిగా వుండేవాళ్ళ వూరా?" అన్నాడు. కానీ నాకంటే ముందుగా వీధిలో నడుస్తూ, "వొకప్పుడీ పల్లెలో గుడిసెలన్నీ కుప్పబోసినట్టుండేవి. గవర్మెంటు యిండ్లు గట్టించినాకే వీధులేర్పడినాయి. చదువుకోని వుద్యోగాలు జేస్తావుండేవాళ్ళు మిద్దెలు గట్టుకున్నారు. వొకప్పుడైతే యీ వూర్లో వుండే మొగోళ్ళంతా కాపుపల్లెలో సేద్యగాళ్ళుగా, కూలోళ్ళుగా బతికినారు. యిప్పుడుద్యోగాలొచ్చి యీ వూర్లో వుండేవాళ్ళ మోచేతులకే మీసాలు

మొలిచినాయనీ, వీళ్ళు కూలీలకు పోకుండా వాళ్ళ వ్యవసాయాలు కుంటుబడినాయనీ కాపుల్లె రైతులు దుమ్మెత్తిపోస్తావుండారు. దాంతో యిప్పుడావూరికీ యీవూరికీ సరైన సంబంధాలు లేవు," మాట్లాడుతూ నడుస్తున్న మునిరత్నం సార్ రావిచెట్టున్న రచ్చబండ దగ్గరికొచ్చాక ఆగాడు.

"సార్, మిమ్మల్నో మాట అడగాలి!" అన్నాను.

ఆయన చెప్పమన్నట్టుగా చూశాడు.

"తిరుపతి దగ్గర తపోవనమిట్టలో మా డాడీ మ్యాంగో పల్పు ఫ్యాక్టరీ కట్టాలనుకున్నారు. అయితే ఆ ప్లేసు వాళ్లదని పక్కపల్లెలో వుండే యానాదులు అడ్డం వచ్చినారు. యానాదులకు సహాయంగా బయటినుంచీ యిద్దరు మనుషులొచ్చినారు. వొక తండ్రీ, వొక కొడుకూ. ఆ తండ్రి పేరు వెంసూ. ఆయన పాకెట్ డైరీలో మీ ఫోను నెంబరుంది."

నేను మాట్లాడుతూ వుండగానే మునిరత్నం సార్ రచ్చబండపైన టప్పున కూలబడ్డాడు. ఆయన తలవాలిపోయింది. పొంగుకొస్తున్న యేడుపునాపుకోడానికి ఆయన సతమతమైపోసాగాడు.

"సార్... సార్..." అని ఆయనను పట్టుకుని కుదిపాను.

యేడుపు తన్నుకొస్తూంటే ఆయన మరికాస్సేపు తనకలాడిపోయాడు. మాట పెగల్లేదు. కాస్త తమాయించుకున్న తర్వాత, "చానా తప్పు చేసినాను హర్షా! నా అంత పాపాత్ముడింకొకడుండడు," అన్నాడాయన బొంగురు పోయిన గొంతుతో. తర్వాత మరోసారి బలవంతంగా గొంతు పెగుల్చుకుని, "నేనిప్పుడిట్లా వుండానంటే అదంతా ఆయిన చలవ," అన్నాడు.

"......"

"ఆయినకు కనీసం థ్యాంక్సనే మాట గూడా చెప్పలేకపొయినాను."

"......"

"ముప్పయ్యేండ్ల ముందు మాయమైపొయినాడు. బతికి కూడా లేడనుకుని అనుకున్నారందురూ. రెండు నెలల ముందే ఆయిన పేరు పేపర్లో కనబడింది. అండర్‌గ్రౌండ్‌లో వున్నాడని రాసినారు. పొయి ఆయిన కాళ్ళపైన పడదామని అనుకుంటా వుండాను. యీ లోపల యింత జరిగిపోయింది."

"......"

"నా నెంబరు ఆయిన డైరీలో రాసుకోనుండాడని నువ్వు చెప్తేనే తెలస్తా వుంది.

అంటే యిన్నాళ్లయినా ఆయినేమో నన్ను గెవనం పెట్టుకోనే వుండాడనేగదా అర్థం. నేనే కృతజ్ఞతలేని పాపాత్ముడ్ని. తూ తూ! నాదేం బతుకు?" మళ్ళీ ఆయనకు యేడుపు ముంచుకొచ్చేసింది. భుజంపైన టవలులో ముఖం దాచుకుని ఆయన కుళ్ళి కుళ్ళి యేడవసాగాడు. ఆయన మామూలు మనిషి కావడానికి చాలాసేపు పట్టింది.

టవలుతో ముఖం తుడుచుకున్నాక, "చదువుకునేటప్పుడు యూనివర్శిటీలో నాలాంటి వాళ్ళకోసరం యెంతెంతో చేసినాడు. అంత పెద్ద చదువు చదువుకోని బీదాబిక్కీ కోసమని అండర్‌గ్రౌండుకు పోయినాడు. చివరకు మా లాంటి బీదోళ్ళ కోసరమే కాలమైపోయినాడు," అన్నాడు. ఆయన కళ్ళు యెర్రగా మెరుస్తున్నాయి. పెదవులు వణుకుతున్నాయి.

"స్కూల్లో నువ్వు దేవుడి బొమ్మ చేసింది జ్ఞాపకం వుందా హర్షా? అప్పుడు దేవుడెట్లా వుంటాడో నీకు స్పష్టంగా చూపించలేకపోయినాను. దేవుడంటే వెంసూ అన్న మాదిరే వుంటాడు హర్షా! దీనికి జేకే కూడా వొప్పుకుంటాడు. కానీ నేనే ఆయినకు యేమీ చెయ్యలేకపోయినాను. యూనివర్శిటీలో వుండేటప్పుడు ఆయనే స్టూడెంట్లకందరికీ హీరో. స్టూడెంట్లంతా, ఆడోళ్ళూ, మొగోళ్ళూ, అందురూ ఆయనంటే పడిచస్తావున్నారు. యెంత వైభోగంగా బతికినాడో నీకు చెప్పలేను. కానీ కడాకు యెవురూ పట్టించుకోకుండా అనాథగా పోయినాడు. అదంతా మన కర్మ."

దిగాలుగా తల పైకెత్తిన మునిరత్నం సార్ దూరంగా యేదో కనిపించినట్టుగా అలాగే చూడసాగాడు. నేనూ అటుకేసి చూశాను.

రచ్చబండ వున్న ప్రాంతం బాగా యెత్తులో వుంది. దూరంగా కొబ్బరిచెట్ల మధ్యలో యిండ్లున్న పల్లె కనబడుతోంది.

"మా నాయిన బతుకంతా ఆ కాప్పల్లెలో కాయకష్టం జేసే బతికినాడు. వాళ్ళకా కృతజ్ఞతెప్పుడూ లేదు. అందుకే వాళ్ళంటే నాకొళ్ళుమంట. యిప్పుడు నాకూ ఆ కాప్పల్లె రైతులకూ తేడా లేదని తెలస్తావుంది. లేకపోతే వెంసూ అన్నను..." ఆయన గొంతు మళ్లీ యేడుపుతో పూడుకుపోయింది. కాస్త కుదుటపడ్డాక, "ఆ తెల్లంగా మెరిసే సూర్యునికంతా తెలుసునంటారు పెద్దోళ్ళు. అయితే ఆయిన చూడనప్పుడు, చీకట్లో యెన్ని ఘోరాలీ భూలోకంలో జరిగినాయో యెందురికి తెలుసు? యెవురికెవురు యేమవుతారో కూడా తెలియదు మనకు," అన్నాడాయన పెద్దగా నిట్టూరుస్తూ.

"యూనివర్సిటీలో చదివినప్పుడు వెంసూ గారికి మీరు గాకుండా యింకా యెవరైనా క్లోజ్ ఫ్రెండ్సు వుండేవాళ్లా సార్?" అని అడిగాను.

ఆయన మాట్లాడకుండా చాలాసేపు నన్నే చూస్తూ వుండిపోయాడు. నేను మళ్ళీ అదే ప్రశ్నను అడిగేసరికి వులిక్కిపడి, "ఫ్రెండ్స్ అంటే..." అని మాటల్ని వెదుక్కోసాగాడు. తర్వాత "ఆయన తనకు ఫ్రెండని నీకెవురూ చెప్పలేదా?" అని జవాబుకు బదులుగా ప్రశ్ననే అడిగాడు.

యెదురుచూడని ఆ ప్రశ్నకు విస్తుపోయి, "ఆయనతో పాత పరిచయముందని చెప్పిన వొకే వొక వ్యక్తి మీరే సార్!" అన్నాను.

"కులమూ మతమూ ఆడామొగా బీదాబిక్కీ అనే యే తేడాలూ పట్టించుకునేటోడు గాదు ఆయన. అందుర్నీ స్నేహంగానే చూసేటోడు. ఆయన్ని గురించి నాకంటే యింకొందురుకి చానా బాగా తెలుసునని అనుకుంటా వుంటిని చాన్నాళ్లు. కంటికి కనబడేవి నిజమనుకుంటా వుంటి. అయితే అది తప్పని చాన్నాళ్లకు తెలిసింది. నాకు చిన్నప్పటినించీ తెలిసిన మా నాయన గురించే నాకు తెలిసింది చానా తక్కువని తెలుసుకున్నాను. తెలిసీ తెలియని తప్పులెన్నో చేస్తాము. అవిట్ని యింగో మనిషితో చెప్పుకోనేలేము," ఆయన కొంతసేపు ఆగి మళ్ళీ చెప్పాడు. "క్యాథలిక్కు చర్చుల్లో పాస్టరుకు రగస్యంగా కన్ఫెషన్ చెప్పుకునే సౌకర్యముంటిందంట. అట్లాటిది దొరికితే మనస్సులో వుండే బాధను చెప్పుకుంటే బాగున్ననిపిస్తావుండాది."

మరికాస్సేపయ్యాక ఆయన నీటిబుడగలు చిట్లినట్టుగా వినిపించే చిత్రమైన నవ్వు నవ్వాడు. "చూసినావా హర్షా! అదే తమాషా. వొకప్పుడు చర్చికి పోగూడదని పట్టుబట్టుకుని కుచ్చునోడ్ని నేను. యిప్పుడు నేను కూడా అప్పుడప్పుడూ చర్చికి పోక తప్పదు. నా పెద్దకొడుకు బంధువుల్లోనే పెండ్లి జేసుకున్నాడు. వాని అత్తామామా వాళ్ళకు బిడ్డలు పుట్టక ముందునించీ చర్చికి పోతావుండారు. నా రెండో కొడుకు వాళ్ళ బ్యాంకులో పనిచేసే కొలీగ్ మరదల్ని చేసుకున్నాడు. ఆ కోడలు వాళ్ళ నాయిన గుంటూరు దగ్గరోవూర్లో పాస్టరు. యిప్పటికీ నేనూ నా భార్యా ప్రతి సంవత్సరమూ తిరుమల కొండకు పొయ్యేసొస్తాము. తరాలుగా వస్తా వుండే ఆచారం. నా కొడుకుల కాడికొచ్చేసరికి అంతా తారుమారయిపొయింది. యిప్పుడు యివన్నీ చాలదని క్యాథలిక్కు చెర్చి అవసరమొచ్చి పడింది నాకు," అన్నాడు. ఆయన బాధపడుతున్నాడో, ఫిర్యాదు చేస్తున్నాడో నాకర్థం గాలేదు.

ఆయన తన వూరు, తన తండ్రీ, తన కొడుకులూ, యిలా యెవరిని గురించి మాట్లాడినా, వాళ్ళ గురించి చెప్పిన దానికంటే తన గురించే యెక్కువగా చెప్పుకుంటున్నాడు. ఆ మాటల్లోంచీ నాక్కావలసిన సమాచారాన్ని యేరుకుంటూ రచ్చబండ దగ్గరినుంచీ నా కారు దగ్గరికి నడవసాగాను. ఆయన కూడా నాతో బాటూ నడుస్తూ, "కాపు పల్లెకూ

మా పల్లెకూ సంబంధాలు తెగిపోయినాయని చెప్పినాను కదా! అది నిజం గాదని యిప్పుడనిపిస్తా వుంది. రిజర్వేషన్లలో మా పంచాయితీని యెస్సీకని అలాట్ చేసినారు. దాంతో మా నారాయణసామి ప్రెసిడెంటయినాడు. దినమ్మూ తెల్లారకముందే వీడు ఢిల్లీరెడ్డి యింటికే పోతాడు. ఆయిన రాజకీయాలకు వీడే యిప్పుడు సేద్యగాడు. వీనితో ఆ పనికి పోటీబడతా మా వూర్లోనే యింకో నలుగురైదుగురుంటారు," అన్నాడు.

వీధిలో వూరకుక్కల గుంపు పరిగెడుతోంది. వొక యింటి సందులో పిల్లలతో బాటూ వో కోడిపెట్ట వూరేగింపుగా వెళ్తోంది. పెద్ద గ్రద్దొకటి యిళ్ల కప్పులకు తగిలేలా యెగురుతోంది.

నేను కారులో కూర్చున్నాక, "వెంసూ అన్న డెయిరీలో నా నెంబరుందని నీకెట్లా తెలిసింది హర్షా?" అని అడిగాడు మునిరత్నం సారు.

ఆయన ముఖం ఆవేదనతో ముడుచుకుపోయి వుంది.

"మా లాయరు చెప్పాడు సార్," అన్నాక నేను కారు స్టార్ట్ చేశాను. పదినిముషాల ప్రయాణం తర్వాత నేను మునిరత్నం సార్ యింటికి వెళ్ళలేదని గుర్తుకొచ్చింది.

మరో అయిదు నిముషాల తర్వాత వెంసూను కలవలేకపోయానన్న బాధలోపడి, మునిరత్నం సార్ నన్ను తన యింటికి పిలవడం మరచిపోయి వుంటాడని స్ఫురించింది.

మరికాస్త దూరం వచ్చాక వుదయం నేనొచ్చిన దారిలోనే యిప్పుడు తిరుగు ప్రయాణం చేస్తున్నానని కూడా స్ఫురించింది.

అయితే వచ్చినప్పటిలా కాకుండా తిరిగెళ్తున్న యీ దారి చాలా పెద్దదిగా వున్నట్టు విసుగు కలుగుతోంది.

మునిరత్నంసార్‌కు కావలసిన విషయాలేవో నేనే అందజేసినట్టున్నాను. నేనాయనకు చెప్పిన సమాచారం ఆయనను ఆవేదనలో ముంచిపారేసింది. ఆయనలా అతలాకుతలమవడం చూశాక, నేను నాక్కావలసిన పాత సంగతుల్ని ప్రస్తావించలేకపోయినట్టున్నాను. యెవరికి వాళ్లో చీకటి గుహలా తయారైన యీ లోకంలో అందరి వెతుకులాటలూ రాతి యుగపు ఆటవికుల తిరుగుళ్లకు భిన్నంగా లేవని నాకనిపించసాగింది.

వెంసూ అనే ఆ మనిషిపైన మునిరత్నంగారికి చెప్పలేనంత గౌరవమూ, విశ్వాసమూ వున్నాయని తెలిసింది. నేను ఆయనను కాపాడగలిగే అవకాశముండీ, కాపాడలేదనే విషయం మునిరత్నం గారికిప్పుడు తెలిస్తే యేమవుతుంది? ఆయనకమాంతంగా కోపం ముంచుకొచ్చి నా గొంతు పట్టుకుని పిసికి చంపేసినా ఆశ్చర్యం లేదు.

ఆ ఆలోచన రాగానే భయంతో నా వొళ్ళంతా చెమటలు పోసేశాయి.

అలాంటి ప్రమాదమేదైనా వస్తే నన్ను కాపాడేవాళ్లెవరు? సరిగ్గా అప్పుడే లాయరు ఛాయాపతి గుర్తుకొచ్చాడు. ఆయనలా జ్ఞాపకం రావడానికి ఆయన న్యాయాల్ని కాపాడగలవాడనే నమ్మకం కారణం గాదనీ, నేను నేరాన్ని తలచుకోవడమే అసలైన కారణమనీ చాలాసేపటి తర్వాత నాకు అర్థమయ్యింది.

12

టేబుల్ టెన్నిస్ ఆడేందుకు సరిపోయేటంత పెద్ద టేబులది.

దానికవతల రివాల్వింగ్ చెయిర్‌లో కూర్చున్న లాయరు ఛాయాపతిగారు యివతల సాదా కుర్చీల్లో కూర్చున్న క్లయింట్లతో మాట్లాడుతున్నారు.

టేబుల్ టెన్నిస్‌లో బంతి అటునించీ యిటూ, యిటునుంచీ అటూ వెళ్తేనే ఆట సాగుతుంది. అయితే యిక్కడ అటువైపునుంచే మాటలన్నీ వస్తున్నాయి. యివతలి వాళ్ళకు “అవును”, “సరే”, “కాదు” లాంటి చిన్న మాటలు మాత్రమే వచ్చినట్టున్నాయి. టేబుల్‌కు మరోవైపు మధ్యలో కూర్చుని నోట్సు రాసుకుంటున్న యువ లాయరు అంపయిరులా వుండడానికి పెద్ద ప్రయత్నం చేస్తున్నాడు.

లాయరు ఛాయాపతి గారి మాట్లాటకు నేను ప్రేక్షకుడిలా కాస్త దూరంలో కూర్చున్నాను. నా రాకను గురించి తెలియగానే లాయరుగారు నన్ను సరాసరి తన ఆఫీసు గదిలోకి రానిచ్చారు. “కొంచెంసేపు వెయిట్ చెయ్యండి. యీ క్లయింట్లతో రెండంటే రెండు మాటలు మాట్లాడి పంపించేస్తాను,” అన్నాడు.

ఆయన ఆఫీసులో క్లయింట్లకు వాళ్ళ వాళ్ళ స్థాయిలను బట్టి వేర్వేరు ఆతిథ్యాలు దొరుకుతాయని నాకు అర్థమైపోయింది.

లాయరుగారి వెనక, ఆయనకు కుడియెడమల్లో వున్న గోడలు కనబడకుండా అరలున్నాయి. అయితే ఆయన వెనకున్న అలమారులోని రెండు వరసల్లో మాత్రమే పుస్తకాలున్నాయి. మిగిలినవన్నీ ఖాళీగా, అర్థరాత్రుల్లో ఖాళీ అయిపోయిన డౌన్‌టౌన్ వీధుల్లా బోసిపోయి, బిక్కుబిక్కుమంటున్నాయి. వుదయమెప్పుడో వెలిగించినట్టున్న అగరొత్తుల వాసన యింకా ఘాటుగా తగులుతోంది.

లాయరుగారి వెనక అలమారాల మధ్యలో, ప్లాస్టిక్ పూలమాల తగిలించుకున్న ఫోటోలోంచీ కోటు తొడుక్కున్న పెద్ద లాయరెవరో ఆఫీసునంతా తనిఖీ చేస్తున్నట్టు

చూస్తున్నాడు. ఆ ఫోటోపైన వేంకటేశ్వరుడితో బాటూ మరి రెండు దేవుళ్ళ ఫోటోలున్నాయి. ఆ ఫోటో కింద పెద్ద తొండంత పెద్దదిగా వున్న బల్లి వొకటి తోక మాత్రం ఆడిస్తూ గోడకు కరుచుకుని వుంది.

యిదివరకూ నా రాకను గురించి లాయరుకు చెప్పిన ముసలి గుమాస్తా స్వింగ్‌డోర్ తోసుకుని లోపలికొచ్చి, లాయరుగారి దగ్గరికెళ్ళి ఆయన చెవిలో యేదో గొణిగాడు.

లాయరుగారు సరేనన్నట్టుగా తల వూపాక, "సరే రామాంజులూ, అన్నీ మేము నోట్ చేసుకున్నాము. వచ్చే బుధవారం వాయిదా వుంది. చాకల మునసామిని కూడా తీసుకుని రావాల," అన్నాడు.

తండ్రీకొడుకుల్లా కనబడుతున్న క్లయింట్లిద్దరూ పైకిలేచారు. తన సీనియర్ సైగనర్థం చేసుకున్న జూనియరు లాయరు వాళ్ళను "రండి పోదాం," అంటూ బలవంతంగా బయటి గదిలోకి లాక్కెళ్ళాడు.

వాళ్ళనటు నెట్టేసిన తర్వాత ఆఫీసు స్వింగ్‌డోర్ టప్పున మూసుకుంది.

నన్ను తన ముందున్న కుర్చీలోకి రమ్మని సైగ చేశాక, "మా లాయర్ల ప్రొఫెషనే యింత హర్షా గారూ! మీలాంటి స్పెషల్ క్లయింట్లను కూడా వెయిట్ చేయించక తప్పదు. యిప్పుడైనా మా గుమాస్తా వైకుంఠం మ్యానేజ్ చేసి వాళ్ళను బలవంతంగా బయిటికి తోసినాడు," అంటూ ఆయన తన ముసలి గుమస్తాను మెచ్చుకున్నాడు.

ఆయన పొగుడుతున్నది తనను గాదన్నట్టుగా వైకుంఠం నిర్లిప్తంగా బయటికెళ్ళిపోయాడు.

"మా మామగారి కాలంనుంచీ యీయనే మా ఆఫీసులో గుమాస్తా. ఆఫీసుకు గుండెకాయలాంటోడు. యీ మనిషొక్కడు గాని లేకపోతే యీ ఆఫీసులో యే పనీ ముందుకు జరగదు," లాయరుగారు వైకుంఠం బయటకు వెళ్ళిపోయాక గూడా ఆయనను చాలాసేపు మెచ్చుకుంటూనే వున్నాడు.

గోడ గడియారం టక్కుటక్కుమంటూ తానెక్కడున్నానో కనిపెట్టమని సవాలు చేస్తోంది.

స్వింగ్‌డోర్ అవతలి గది శబ్దాలను యివతలికి రాకుండా జాగ్రత్త పడుతోంది. స్ప్లిట్ యేసీ కూడా సవ్వడి చేయడంలేదు. కిటికీలు కూడా మూసేయడంతో ఆ గది బయటి ప్రపంచంతో సంబంధం లేని ద్వీపం లాగుంది.

"నేను మీతో మా ఆస్తి పంపకాల గురించి డిస్కస్ చేస్తావున్నానని మా సిస్టర్ హజ్బెండుకెవరో ఫోన్ చేశారు. దాంతో మా సిస్టరూ, బ్రదరిన్‌లా కోయంబుత్తూరు నించీ

వచ్చేశారు. యింతకూ నేనిదివరకెప్పుడూ మిమ్మల్ని కలవనేలేదు. మిమ్మల్ని యిదే మొదటిసారి కలవడం. యిట్లాంటి రూమరు యెవరు పుట్టించారో నాకు తెలియదు," అన్నాను వీలయినంత నెమ్మదిగా.

లాయరు గారు వొక నిముషంసేపు తన తలను రెండు చేతులతో పట్టుకున్నారు. తరువాత తల పైకెత్తి, నీరసంగా, "వాటిని మీరు పట్టించుకోవద్దు. నిజానికి ఆ రూమర్లు మిమ్మల్ని డిస్టర్బ్ చేసేందుకంటే యెక్కువగా నన్ను హెరాస్ చేసేందుకే పుట్టిస్తున్నాడు. మీరు యిగ్నోర్ చెయ్యండి," అన్నాడాయన.

"ఆ పని యెవరు చేశారో మీకు తెలుసా సార్?" అని అడిగాను.

"వుండాడొకడు. పక్కలో బల్లెం. కంట్లో రాయి. చెప్పులో ముల్లు. చెవులో జోరీగ. ఆకాశరామన్న లెటర్లూ, దొంగ ఫోన్లూ, అపద్దాలూ యిట్టాంటివన్నీ కడుపులోనే నేర్చుకోని వచ్చినాడు. వాడు వేరే యెవురో గాదు నా వైపుకు సొంత అన్న. కానీ నాకు దాయాదిగా తయారైనాడు."

ఆయన కాస్సేపు కళ్లు మూసుకున్నాడు. "నాపైన వానికంత కసెందుకు? వాని చెల్లిని పెండ్లి చేసుకున్నాను. వాళ్ళ నాయన ఆస్తిని వానితో సమానంగా నా భార్యకూ పంచేసి పోయినాడు. నేనేమీ అడగలేదు. ఆయనకు న్యాయమనుకునింది ఆయన చేసినాడు. వాని భాగానికొచ్చిన ఆస్తినంతా తగలేసేసి యిప్పుడు నన్ను సాపిస్తా వుండాడు," లాయరుగారీసారి నాతో మాట్లాడుతున్నట్టు లేదు. తనని తాను తిట్టుకుంటున్నట్టుగా కనబడుతున్నాడు. బాధతో ఆయన ముఖం ముడుచుకుపోతోంది.

గోడపైని బల్లి దేవుళ్ల పటాలకింద బొమ్మలా నిలిచిపోయి వుంది.

ఆయన మాటలు వింటూనే నన్ను వెంటాడుతున్న లెటర్ గుర్తుకొచ్చింది. "నేను యిండియాకొచ్చిన మూడో రోజే నాకో అనానిమస్ లెటరొచ్చింది సార్."

"యింకెవరు? ఆ మనిషే రాసుంటాడు," లాయరుగారీసారి ఆక్రోశించాడు.

"దానిలో మీ ప్రసక్తేమీ లేదు సార్. వొక పేపరు కటింగ్ వుంది. వెంసూ డైరీలో దొరికిన ఫోన్ నెంబర్లనే చిన్న పేపరొకటి. దాంట్లో వరసగా పది నెంబర్లు. ఆ నెంబర్లను ట్రై జేసినప్పుడే వొక కాల్ మీకొచ్చింది. అందుకనే మిమ్మల్ని కలిసేందుకు వచ్చానన్నేను," వీలయినంత నెమ్మదిగా చెప్పడానికి ప్రయత్నించాను.

"నా నెంబరు ఆ మనిషి దగ్గరుండకుండా యెట్లుంటాది? నేనే ఆయిన నెంబరు తెప్పిచ్చి మా ఆఫీసుకు రమ్మని పిలిచినాను. రాలేదు. అయిదారు సార్లు ఫోన్ చేసుంటాను. ఆ

మనిషి కొడుకుతో కూడా మాట్లాడినాను. వాడయితే కోర్టులోనే తేల్చుకుందామని సవాలు జేసినాడు. ఆ తండ్రి మాత్రం మర్యాదగానే మాట్లాడినాడు. ఆయిన కూడా లాయరేనని దెలిసింది. పైగా సివిల్ లిబర్టీస్ లాయరు. లా బాగా తెలిసినోడు.”

“......”

“యానాదులకాతావు వల్ల వొరిగేదేముంది? వొకొకరికీ వచ్చే నలభై యాభై అడుగుల్లో వాళ్ళేం జేసుకుంటారు? అక్కడ ఫ్యాక్టరీ గడితే వాళ్ళకే వుద్యోగాలొచ్చేటట్టుగా పత్రం రాయిస్తానని చెప్పినాను. వాళ్ళ వూరే బాగుపడతాదని చెప్పినాను. ఆ పెద్దాయిన వొప్పుకున్నాడు. యీ లోపల ఆ మిడిమేళం కొడుకూ, నా వితండం బామ్మరిదీ కలిసినారు. వొకడు నిప్పయితే యింకొకడు గాలి.”

తలుపు తెరుచుకుని లోపలికొచ్చిన వైకుంఠం సరసరా లాయరు గారి దగ్గరికెళ్ళి ఆయన చెవిలో యేదో గొణగబోయాడు.

“పర్వాలేదు గట్టిగానే చెప్పు వైకుంఠం. యీ యెత్తులూ పైయెత్తులూ, కుట్రలూ, లిటిగేషన్లూ, వీటితో విసిగిపోయినాను. యింకా షార్ట్‌కట్‌లొద్దు. మంచిదారే యెప్పుడూ షార్ట్‌కట్ అని తెలిసింది. యింక మనమేం చేసినా అది మంచికేనని మన ఆత్మకు తెలిస్తే చాలు,” అన్నాడు ఆయన వణుకుడు లేని స్థిరమైన గొంతుతో.

“ప్రభుదాసు వొచ్చినాడు సార్! లాయరు సత్యమూర్తికి గుమాస్తాగా వుండేటోడు. ఆయన చనిపోయినాక గాలికి తిరగతా వుండాడు. అదేదో కేసు విషయంగా మాట్లాడేదానికొచ్చినానంటా వుండాడు. అయితే అది నిజెం గాదు. యీ నడమ బాలాజీ సారెనకాలే తిరగతావుండాడు,” అన్నాక అతను నాకేసి చూసి, “యిప్పుడీ సార్ యెనకాల్నే వచ్చినాడని నా అనుమానం. రహస్యంగా వొచ్చి మనమేం చేస్తావుండామో కనుక్కోని రమ్మని బాలాజీ సారే అంపించుంటాడు,” అన్నాడాయన కాస్త జంకుతూనే.

మళ్ళీ ఛాయాపతిగారు కాస్సేపు కళ్ళు మూసుకున్నాడు. తర్వాత కళ్లుతెరిచి, “ఆయన్ని లోపలికి రమ్మను వైకుంఠం,” అన్నాడు.

వైకుంఠం బయటికెళ్లాడు. ప్రభుదాసనే వ్యక్తి లోపలికొచ్చేవరకూ లాయరుగారేమీ మాట్లాడలేదు.

సన్నగా, వంగిపోయిన నడుముతో, ప్రభుదాసు ముసలి ప్రశ్న గుర్తులాగున్నాడు.

“మా బాలాజీ నిన్నిక్కడేమి తెలుసుకొని రమ్మని పంపించాడు ప్రభుదాస్?” అని లాయారుగారు సూటిగా అడిగేశాడు.

"బాలాజీ సారా? లేదు.. కాదు.. అదేమీ కాదు సార్," ప్రభుదాసు తడబడిపోయాడు.

"నేను.. నేనూ.. రాచపాళెం నించీ ల్యాండు లిటిగేషను కేసొకటొస్తే.. దాన్ని మీ దగ్గిరికి తీసుకోనొచ్చేదానికని..."

"నాకంతా తెలుసు ప్రభుదాస్. నీ మింద నాకు కోపమేం లేదు. అస్సలు బాలాజీ మీదే యిప్పుడు కోపం లేదు. యానాదులు వుద్యోగాలు కావాలంటే సుభాష్ గారు అక్కడ ఫ్యాక్టరీ కడతారు. వాళ్లొద్దంటే ఆ నేలను మళ్ళా గవర్మెంటుకే హ్యాండోవర్ చేస్తారు. అందువల్ల తపోవనమిట్ట దగ్గిర యిప్పుడు లిటిగేషన్ లేదు. నాకు రావాల్సిన ఫీజు నాకొచ్చేసింది. నేను దాంట్లోంచీ పూర్తిగా బయటికొచ్చేసినాను. యిప్పుడు బాలాజీకేమి కావాలంటే అది చేసుకోమను," మాట్లాడుతూనే ఆయన బిల్లు నొక్కాడు. వైకుంఠం లోపలికొచ్చాడు.

"మా మామ ఆయన కూతురికి న్యాయంగా రావాల్సిన ఆస్తినిచ్చినాడు. అది ఆమె ఆస్తి. ఆమె హక్కును కాపాడడానికి నేనెంత దూరమైనా పోతాను. నా క్లయింట్లను అన్యాయంగా యిబ్బందిపెట్టితే గొమ్మునుండను. యెంతయినా వాడు నాకు బావమరిది. ఆ మర్యాద నేను యిచ్చేకావాల. ఆపైన వానిష్టం. యీ మాట చెప్పు వానికి," అంటూ ఆయన నిట్టూర్చాడు. తర్వాత, "ప్రభుదాసుకో వెయ్యి యిచ్చుపించు వైకుంఠం. యిప్పుడు మన పని చెయ్యబోతా వుండాడు," అన్నాడు.

ప్రభుదాసు నీడలా వెనక్కు తిరిగి, వైకుంఠం వెనకే వెళ్ళిపోయాడు.

"సారీ హర్షా గారూ! యీ కేసును మీ ఫాదర్ నా దగ్గరికి గాకుండా యింకే లాయరు దగ్గరికైనా తీసుకొనిపోయ్యుంటే యింత రప్చర్ జరిగుండదు. ఆ అనానిమస్ లెటర్లనూ, ఆ మనిషి చేసే ఫోన్లనూ పట్టించుకోవద్దండి. మీ తాతగారు కూడా వొకసారి మా ఆఫీసుకొచ్చినారు. చానా మంచోడాయన. మీ ఫాదర్ గూడా అంతే మంచోడు. మీలాంటోళ్లను కోర్టుకు లాగేది పాపం. యింతటితో యీ పాడు గొడవను మర్చిపోండి," అన్నాడాయన.

"ఆ చనిపోయిన వెంసూ అనే పెద్దాయన బతుకంతా బీదవాళ్ళకోసమే పనిచేశాడని తెలిసింది. ఆయన బాగా చదువుకున్నాడట గూడా! ఆయన్ని గురించి మీకేమైనా తెలుసా సార్?" అని అడిగాను.

"ఆయినా, ఆయన కొడుకూ గూడా బీదోళ్ల కోసరమే పోట్లాడినారంటారు. కానీ వాడు ఆ తండ్రి మాటను కావాలని ఖాతరు జెయ్యకుండా వుతపతాళంగా బతికినాడు. వాళ్ళిద్దరూ బుల్డోజర్ల మాదిరే బతికినారు. యెత్తు తగ్గుల్ని సాపు చేసేది అవసరమే గానీ, దానికింద యెన్ని చెట్లూ, జీవాలూ పడి నలిగిపోయినాయో వాళ్ళు గమనించుకోలేదు. కేసు

తీసుకున్నానని వాళ్ళ గురించి కొంచెం యెంక్వయరీలు జేసినాను గానీ అట్లాంటోళ్లంటే నాకు పెద్ద అక్కరేమీ లేదు. వాళ్ళు గొప్పోళ్ళు గావచ్చు గానీ, మంచోళ్లు గాదు. యిప్పుడు నాకు మీ తాతా, మా నాయన లాంటోళ్లంటేనే గౌరవం. వాళ్ళ దెగ్గిరనించీ నేర్చుకోవలసింది చానా వుంది," మళ్ళీ ఆయన తనతో తాను మాట్లాడుకున్నట్టే కనిపించాడు.

గోడపైన బల్లి కనబడడం లేదు. నేనోసారి ఖాళీ అలమరాలనంతా నిర్లిప్తంగా చూశాక స్వింగ్‌డోర్ తీసుకుని ఆఫీసులోంచీ యివతలి గదిలోకొచ్చాను.

ముందు గదిలోని జూనియర్లు తమ పనిలో తామున్నారు.

అలమరా ముందు నిల్చున్న వైకుంఠం వకాలత్తు కట్టల్ని సర్దుకుంటున్నాడు. ఆయన ఆ పనిని పుట్టినప్పటినుంచీ చేస్తున్నట్టూ, చనిపోయేవరకూ ఆ పనిని ఆపకుండా చేసుకుపోయేటట్టూ కనిపించాడు. లాయరుగార్ని కలవడం కోసమొచ్చిన క్లయింట్లలోంచీ యిద్దరు ఆఫీసు గదిలోకి వెళ్ళేందుకు సన్నద్ధమవుతున్నారు.

నేను రోడ్డుపైకొచ్చి కారులోకెక్కబోతుండగా మొబైల్ మోగింది. అవతలినుంచీ, "నేను బదరీ నారాయణ. సాయంకాలం. అయిదు గంటలకు. కపిలతీర్థం దగ్గర. అలిపిరికెళ్లే దారిలో. సెవెన్ హిల్స్ అనే చిన్న హోటలుముందు," అని మాత్రం చెప్పి అతను ఫోన్ కట్ చేసేసాడు.

వెంసూ గురించి తెలుసుకోవాల్సినంత అవసరమేమీ లేదని లాయరు ఛాయాపతి గారన్నమాట యింకా చెవుల్లో గింగురుమంటుండగానే యిప్పుడీ ఫోను. నా యిష్టా యిష్టాలతో బదరీ నారాయణ గారికి నిమిత్తం లేదు. కలవమని ఆర్డరులా చెప్పాడు. యింకా వెంసూ గురించి తెలుసుకోవలసినదేదో వుందనే అనుమానం వదల్లేదు. బదరీ నారాయణ గారలాంటి సమాచారమేదో యివ్వచ్చునన్న అనుమానమూ వెంటాడుతోంది.

13

కపిలతీర్థం నుంచీ అలిపిరికెళ్ళే రోడ్డుకు వుత్తరం వైపున వున్న తిరుమల కొండలపైకి మేఘాలు వచ్చి వాలుతున్నాయి. కపిలతీర్థంలో సన్నగానూ, దానిక్కాస్త దూరంలో వున్న మాలాడిగుండంలో పెద్ద పాయగానూ నీళ్లు దూకుతున్నాయి. యీ నెలలో తిరుపతిలో యెప్పుడో గానీ యిలా వర్షాలు కురవవని అందరూ అంటున్నారు. చెన్నయి దగ్గర సముద్రంలో వాయుగుండమేదో లేసిందని వార్తలు వస్తున్నాయి. వుదయం నుంచీ వర్షం కాసేపు కురుస్తూ కాస్సేపు తెరపినిస్తూ ఆడుకుంటోంది. సరిగ్గా నా మనస్థితిలాగే ప్రకృతిలా యెలా తయారయ్యిందో తెలియడం లేదు.

పేవ్‌మెంటుపైన సన్నగా కురుస్తున్న వానజల్లుల్లో తడుస్తున్నాను.

నిన్న మొదటిసారిగా బదరీనారాయణగారికి ఫోన్ చేసినప్పుడు ఆయన కోపంతో విరుచుకుపడ్డాడు. యెక్కడో యెవరి దగ్గరో నెంబరు దొరికిందని యిలా ముక్కూ మొహం తెలియని వ్యక్తికి ఫోన్లు చేసి విసిగించడం అనాగరికమని అరిచాడు. కానీ యివ్వాళ తానే ఫోన్ చేసి, "కపిలతీర్థం దగ్గర రేపు కలుద్దాం," అని పిలిచాడు.

యింటి దగ్గరో, తన ఆఫీసులోనో కలవడం యిష్టం లేక యిలా సంకేతస్థలంలో కలుస్తున్నాడని మాత్రం నాకర్థమైపోయింది. అలా కలవాలనుకునే వ్యక్తి దగ్గర నాక్కావలసిన సమాచారమేదో వుంటుందని నమ్మడమెలా?

పేవ్‌మెంటు పక్కన 'సెవెన్‌హిల్స్' అనే పేరున్న చిన్న హోటల్ కనిపించింది. హోటల్ అనే పేరే గానీ అదొక చిన్న రేకులషెడ్డు మాత్రమే! అక్కడో టీ బాయిలరు ముందు కూర్చున్న వ్యక్తి గాజు గ్లాసుల్ని కడుక్కుంటున్నాడు. షెడ్‌కవతల టార్పాలిన్ పట్టకింద గ్యాస్‌స్టవ్వుపైన కళాయిలో మరో వ్యక్తి బజ్జీలు వేయిస్తున్నాడు.

నేనక్కడ నిలబడగానే కాస్తదూరంలో సిగరెట్టు కాల్చుకుంటున్న వ్యక్తి నా దగ్గరికొచ్చి "హర్షానే కదా?" అని పలకరించాడు. నేను తల వూపగానే "బదరీ నారాయణ" అని తనను పరిచయం చేసుకుని, "యిక్కడే కూర్చుందాం," అన్నాడు ప్లాట్‌ఫాంపైన వేసిన కుర్చీలను చూస్తూ.

సిగరెట్టునొకసారి గాఢంగా పీల్చాక పక్కకు విసిరేస్తూ, "తిరుపతిని చూడాలంటే వర్షాకాలంలోనే చూడాలి. అక్కడ చూడండి కొండపైన మేఘాలెలా ఆట్లాడతా వుండాయో!" అన్నాడు. కోయాగ్జియల్‌లో యింజనీరుగా వుంటున్న బదరీ నారాయణ గారు స్క్రూడ్రైవరకు దుస్తులు తొడిగినట్టుగా సన్నగా పొడుగ్గా రివటలాగున్నాడు. అతని మాటకూ, చిడిముడి పాట్లు పడుతున్న అతడి ముఖానికీ సంబంధం కుదరడం లేదు. తనలోని అలజడిని తగ్గించుకోడం కోసమో, నన్ను దారి మళ్లించడం కోసమో, విషయాంతరంలోకి కావాలని లాగుతున్నట్టున్నాడు. తరువాత మరచిపోయిన విషయం గుర్తుకొచ్చినవాడిలా, "కాఫీనా టీనా?" అని అడిగాడు.

టీ బాయిలర్ ముందున్న వ్యక్తికేసి చూసి "నాకు బ్లాక్ కాఫీ," అన్నాను.

"నాకు ఫిల్టర్ కాఫీ," అన్నాడు బదరీనారాయణ. తరువాత మళ్లీ వొక సిగరెట్టు వెలిగించుకుని, "మీరు అమెరికా నుంచీ వచ్చారని చెప్పారు నాతో... మూడు వారాల సెలవుపైన్నే కదా!" అని అడిగాడు.

నిజమేనన్నట్టుగా తల వూపాక, "అవసరమైతే లీవును యెక్స్‌టెండ్ చేసుకోవచ్చు,"

అన్నాను.

"అంత అవసరమేమీ వుండదు లెండి, మీరిలా అనవసరమైన ఫోన్లు చేసి యితరుల్ని యిబ్బందిపెట్టకపోతే!" ఆయన నన్ను కలవకముందే చాలాసార్లు రిహార్సల్సు చేసుకున్నట్టున్నాడు. ఆయన మాట దుడుకుగా, పదునుగా విసురుకొచ్చింది. "నేను చెప్పేది నా వొక్కడి గురించి మాత్రమే గాదు. నిన్న మీరు మా సిస్టర్‌కు కూడా ఫోన్ చేశారని తెలిసింది. ఆమె నాకు వెంటనే ఫోన్ చేసి పెద్దగా అరిచింది. ఆమె కాలేజీ ప్రిన్సిపాల్. ఆమె నెంబరు చాలామంది దగ్గర వుండచ్చు. యిలా కారణం లేకుండా ఆడవాళ్ళకు ఫోన్ చేయడమెందుకు? యింతకూ మీకు యేం కావాలి? ఆ చనిపోయిన వాడెవడో కూడా మాకు తెలియదు."

నేను కాస్సేపు ఆలోచించాక, "నేనిండియాకొచ్చింది వేరే పనిపైన," అని నెమ్మదిగా చెప్పసాగాను. "అక్కడ మా డాడీ ఫ్యాక్టరీ కట్టాలనుకున్నారు. ఆ గొడవతో, ఆ యిద్దరి డెత్‌లతో ఆ పనులన్నీ ఆగిపోయాయి. అనవసరంగా మా డాడీని కూడా పోలీసులు రెండు సార్లు పోలీస్‌స్టేషనుకు రమ్మన్నారు. పేపర్లలో యేవేవో రాశారు. మా పేరెంట్సిలా యిబ్బందిపడుతూ వుంటే చూస్తూ యెలా వూరుకోవాలి? మా లాయరు ఆ డైరీలో వున్న ఫోన్‌నెంబర్లని నాకిచ్చాడు," చివరిలో చాలామందికి చెప్పిన పాత అబద్ధాన్నే మళ్ళీ చెప్పాను.

"మీరిలా ఫోన్లు చేయడం వల్ల వుపయోగమేముంది?" అన్నాడాయన సిగరెట్టును విసుగ్గా పీలుస్తూ. "ఆ పెద్దాయన డయాబిటిస్‌తోనే పోయినాడని డాక్టరు సర్టిఫై చేసేసినారు. ఆయిన కొడుకు సూసైడ్ నోట్ పాకెట్టులో పెట్టుకుని చచ్చాడు. ఫ్యాక్టరీని వేరే చోటికి మార్చుకుంటున్నామని ఫ్యాక్టరీ వోనర్లు ప్రెస్‌నోట్ యిచ్చేసినారు. పోలీసులు ఫైల్ క్లోజు చేసేసినారు. అంతా చల్లంగా అణగారిపోయింది. మీరే అనవసరంగా కెలుకుతున్నారు. మళ్లా మీరు ఫోన్లు చేసినవాళ్లు పేపర్లకెక్కి, మళ్లా పేపరోళ్లు యేదేదో రాసి, మళ్లా యేదో గొడవ తయారవ్వాలనా మీ వుద్దేశం? యిలాగేనా మీరు మీ పేరెంట్సుకు హెల్ప్ చేయడం?"

మౌనంగా కాఫీ తాగసాగాను. బదరీ నారాయణ గారు సహేతుకంగానే మాట్లాడుతున్నాడు. సత్యం ముల్లులా గుచ్చుతుందని యెక్కడో చదివాను. పేరెంట్సుకు సహాయం చేస్తున్నానని నన్ను నేను బుకాయించుకుంటున్నాను. నేను వేరే యింకేదో వెతుకుతున్నాను. అలా వెదకడం అవసరమా, కాదా అన్న ప్రశ్నను యిప్పుడు రెండోసారి యెదుర్కొంటున్నాను.

బదరీ నారాయణ గారికి కేసు గురించి నాకంటే యెక్కువ వివరాలు తెలిసినట్టు నాకు అర్థమవుతోంది. తనకు అనవసరమైన విషయాల్ని గురించి యెవరూ యింతగా

పట్టించుకోరు. ఆయన మాటలు విన్నాక ఆయనకూ వెంసూ అనే ఆ చనిపోయిన మనిషికీ మధ్యలో యేదో పెద్ద సంబంధముండే వుండాలనిపిస్తోంది.

అంతలోనే మరో విషయం స్ఫురించింది. వొకవేళ ఆయనకేదో సంబంధమున్నా అది చెప్పేందుకాయన సిద్ధంగా లేడు. అందుకే ఆయన నన్ను ఫోన్లు చేస్తున్నందుకు మందలిస్తున్నాడు.

హోటలువాలాకు డబ్బులిచ్చేసి నేను పైకి లేచాను.

బదరీనారాయణ కూడా నాతో బాటూ నడవసాగాడు.

రెండడుగులేశాక, "యిప్పుడు చూడండి. మేఘాలు సగం కొండను పూర్తిగా కప్పేశాయి," అన్నాడు. మరో రెండడుగులు నడచాక "మేఘాలు సగం కొండను వదిలేశాయి," అన్నాడు. ఆయన చెప్పిన రెండు మాటలకూ అర్థం వొకటే కదా అనుకున్నాను. అర్థం వొకటే గానీ రెండూ రెండు వేర్వేరు నిజాలు గదా అని కూడా అనుకున్నాను. బదరీ నారాయణ గారు మళ్ళీ ప్రసక్తిని కావాలని మార్చి తనను తాను నెమ్మదించుకుంటున్నాడో, నన్ను ముగ్గులోకి దింపుతున్నాడో అర్థం గావడం లేదు.

తరువాత క్యాజువల్‌గా అడుగుతున్నట్టుగా, "ఆ చనిపోయిన మనిషి గురించి యేమీ తెలియదు నాకు. మీరేమైనా తెలుసుకున్నారా?" అని ప్రశ్నించాడు.

"ఆయన చనిపోయిన గంట తర్వాత అనుకోకుండా ఆ చోటుకెళ్ళాను. అక్కడున్న యానాదులంతా తమ దగ్గరి చుట్టమెవరో పోయినట్టుగా పెద్దగా యేడుస్తూ కనిపించారు," నేనూ వీలయినంత క్యాజువల్‌గా మాట్లాడడానికి ప్రయత్నించాను. "మొన్న యాక్సిడెంటల్ గా ఆయన పాతఫ్రెండును కలిశాను. ఆయనైతే బోరుమని పెద్దగా యేడ్చేశాడు. ఆయన లేకపోతే తాను నాశనమైపోయి వుండేవాడినన్నాడు. జీవితమంతా బీదాబిక్కీ కోసమనే బతికాడట ఆయన. దేవుడంటే ఆయనే అన్నాడాయన."

"కొందరు పైకలాగే కనబడతారు," బదరీ నారాయణ గొంతు టంగుమంది. "వాళ్ళ అసలు రంగు యెవరికి తెలుస్తుంది? తడిగుడ్డతో గొంతులు కోసేరకం మనుషులు."

నేను విస్తుపోయి, ఆయన ముఖంలోకి చూసి, "మీకాయన గురించి అంత బాగా తెలుసా సార్?" అని అడిగాను.

ముందుకేసిన అడుగును వెనక్కు లాక్కుంటూ బదరీ నారాయణ గారు నిలబడిపోయారు. నాకేసి సూటిగా చూడబోయి, ముఖం తిప్పుకుని, "నాకా? ఆయన గురించా?... నాకేం తెలుసు?... తెలియదు," అంటూ వణుకుతున్న గొంతుతో పొడి

పొడి మాటలు మాట్లాడాడు. యెండుకుపోయిన పెదవుల్ని నాలుకతో తడుపుకుని, "అన్యాయంగా మీరు కట్టబోయే ఫ్యాక్టరీకి అడ్డం తగిలినాడు. అట్టాంటోడు దుర్మార్గంగా వుండేవాడని ప్రత్యేకంగా తెలుసుకోవాల్నా?" అన్నాడు.

వున్నట్టుండి పెద్దగా చినుకులు పడసాగాయి. పెద్ద వర్షం గబుక్కున కమ్మేసింది.

పేవ్‌మెంటు పక్కనున్న యింటిముందున్న రేకుల వరండా కిందికి పరిగెత్తామిద్దరమూ.

ముఖంపైనున్న వాన చినుకుల్ని రుమాలుతో తుడుచుకున్నాక, వణుకుతున్న చేతులతో బదరీ నారాయణ గారు యింకో సిగరెట్టు వెలిగించుకున్నాడు. రెండు దమ్ములు లాగాక, "నిన్న ఆయన ఫ్రెండునెవడినో కలిశానన్నారు గదా! ఆయనేం చెప్పినాడు?" అని అడిగాడు. తరువాత మాటలు కూడబలుక్కుంటున్నట్టుగా, "ఆయన గురించి నాకేమీ తెలియదు. వూరికే క్యూరియాసిటీతో అడిగానంతే!" అన్నాడు.

ఆయన తెలిసీ అడుగుతున్నాడో, లేకపోతే తెలుసుకోవాలని అడుగుతున్నాడో తెలియడం లేదు. యెవరో ముక్కూమొహం తెలియని వ్యక్తి గురించి తెలుసుకోవాలనే క్యూరియాసిటీ యెవరికుంటుంది? ఆయన నాతో దాగుడుమూతలాడుతున్నాడనిపించింది. నేను కాస్సేపాలోచించాక, "ఆయన ఐయేయెస్ అవుతాడని వాళ్ళ ప్రొఫెసర్లకు కూడా నమ్మకముండేదట! స్టూడెంట్లందరికీ, అంటే మగవాళ్ళకూ ఆడవాళ్ళకూ కూడా ఆయనపైన హీరోకుండేటంత క్రేజుండేదట! ఆయనకుండే ఆ గొప్ప లక్షణాలు ఆ కొడుకుకు కూడా రాకుండా యెట్లా వుంటాయన్నాడాయన," అన్నాను నేను కావాలని కొంత నా కవిత్వం కూడా కలిపి.

"ఆ కొడుకు పైనుండే ప్రేమ వల్లే ఆయనట్లా ప్రాణ త్యాగం చేసినాడని కూడా అన్నాడా ఆ పెద్దమనిషి? యిట్లాంటిదే యేదో మహాభారతంలో జరిగిందని గుర్తు. అంత మహానుభావుడా యీయన? అయితే ఆయన గారి పెండ్లామేమయింది? పెండ్లాం లేకుండానే కొడుకులెట్ల పుట్టినారు?" బదరీ నారాయణ బలవంతంగా కోపాన్ని ఆపుకుంటున్నాడని తెలిసిపోతోంది.

నేను ఆయనకేసి ఆశ్చర్యంగా చూసి, "నిజమే గదా! ఆయన భార్య గురించి యెవరూ ఆలోచించడం లేదు. యేమయ్యిందామె?" అన్నాను.

ఆయన మళ్లీ అడుగేయడం మరచిపోయి ఆగిపోయాడు. తరువాత తలపైనున్నదేమిటో విదిలించుకుంటున్నట్టుగా తల పెద్దగా వూపాడు. "అంటే... వుద్యమాల్లోకి దూకేసినోళ్ళంతా అంతేనని పేపర్లలో చదివినాను" అని గొణిగాడు. నడవకుండా అక్కడే నిలబడిపోయి, "నేను శ్రీశైలంలో వుద్యోగం చేసినప్పుడు నా ఫ్రెండుకొక బావ

వుండేవాడు. నా ఫ్రెండు అక్కను పెళ్ళి చేసుకున్నాడు. అతను సివిల్ లిబర్టీస్ లాయరుగా పనిచేసేవాడు. వాళ్లకొక కొడుకు కూడా పుట్టినాడు. అప్పుడా మనిషి పెళ్లాన్నీ, కొడుకునూ నడిసముద్రంలో ముంచేసి, వుద్యమంలోకి దూకి తీవ్రవాదయిపోయినాడు. ఆ మనిషి మా ఫ్రెండువాళ్ళ అక్కను చేసుకోకముందే యింకో పెళ్ళి కూడా చేసుకున్నాడనీ, ఆ పెండ్లానికి కూడా బిడ్డలున్నారనీ తెలిసింది. అప్పుడు నా ఫ్రెండువాళ్లక్క యెన్ని అగచాట్లు పడిందో నాకు తెలుసు. కొంతమంది బతికినప్పుడూ యేడిపిస్తారు. చచ్చినాక కూడా దెయ్యమై పట్టుకుంటారు," బదరీనారాయణ గొంతులో బాధ, ఆవేదన పొంగుకొస్తున్నాయి.

అయితే నాకు ఆయనను మరికాస్త పరీక్షించి చూడాలనిపించింది.

"వుద్యమంలోకి వెళ్లడమంటే వ్యక్తిగతమైన జీవితాన్ని పట్టించుకోకపోవడమే గదా! ఆయన ముప్పయి సంవత్సరాలకు పైగా అడవుల్లో తిరిగినవాడు. తరువాతెప్పుడో ముసలివాడయ్యాక, పోరాటం చెయ్యలేక, పోలీసులకు లొంగిపోయినాడు. అయినా సివిల్ లిబర్టీస్ లాయరు పని మానలేదు. ఆయనొకరకంగా వోడిపోయి వుండొచ్చు. అయితే ఆయన యే ఆదర్శాల కోసం తన వయసునంతా ఖర్చుపెట్టినాడో, ఆ ఆదర్శాలు వోడిపోయినట్టు గాదు. అందుకే ఆ యానాదులూ, ఆయన పాత స్నేహితులూ ఆయన్ని దేవుడని అంటున్నారు," అన్నాను.

ఆయనేమీ మాట్లాడలేదు.

పక్కకు తిరిగి కొండలవైపు చూడసాగాడు. మేఘాలు పూర్తిగా కమ్మేయడంతో అప్పుడక్కడ కొండలున్నట్టే అనిపించడం లేదు. ఆకాశం నేలపైకి వొంగిపోయి కొండల్ని మాయం చేసేసింది.

నా పక్కనే నిల్చున్న బదరీ నారాయణ గారు ఆకాశంలో యేం చూస్తున్నాడో నాకర్థంగాలేదు.

జల్లులు పడడం ఆగిపోయింది. "సరే సార్! నేను వెళ్తాను! రేపోసారి చిత్తూరుకెళ్ళాలి," అన్నాను కావాలని.

బదరీ నారాయణ గారు వులిక్కిపడి, "మా అక్క యిప్పుడక్కడ లేదు. వాళ్ళబ్బాయి పెళ్ళి పనులపైన వేరే వూరుకెళ్ళింది," అన్నాడు.

"నేను వెళ్తున్నది ఆమెను కలవడం కోసం కాదు లెండి. నిన్న నేనోసారి మాట్లాడిన తర్వాత ఆమె ఫోను మళ్ళీ పలకలేదు. రెండు మూడు సార్లు ప్రయత్నించినా నో రిప్లయ్యే వచ్చింది," అన్నాను. తర్వాత "ఆమె ప్రిన్సిపాల్ అన్నారు గదా? ఆమె హజ్బెండేం చేస్తారు?" అని అడిగాను.

బదరీ నారాయణ గారు ముఖం చిట్లించుకుని, "లేరు. ఆయన చనిపోయి చాలా సంవత్సరాలైపోయింది," అన్నాడు. తరువాత గిర్రున వెనుతిరిగి వెళ్ళిపోయాడు.

ఆయన రోడ్డు మలుపు తిరిగే వరకూ నేనావైపే చూస్తూ నిలబడిపోయాను.

యిక నేను పలకరించాల్సిన ఫోన్ నెంబర్లు రెండే వున్నాయి. అయితే అవి రెండూ నాకు బాగా తెలిసిన నెంబర్లే.

వొకటి మా మమ్మీది. రెండోది మా డాడీది.

చంకలో బిడ్డను పెట్టుకుని వూరంతా తిరిగినావిడ సరిగ్గా అప్పుడే నాకు గుర్తుకొచ్చింది. సత్యాన్నీ, నిజాన్నీ వాళ్ళు తప్ప నాకు చెప్పగలిగిన వాళ్లింకెవరున్నారు?

14

రోడ్డు పక్కగా వున్న సిమెంటు స్థూపం దానికటువైపున వున్నది ఆంధ్రప్రదేశ్ అనీ, యిటువైపున వున్నది తమిళనాడనీ హెచ్చరిస్తోంది.

అయితే ఆ సరిహద్దుల్ని లెక్కచెయ్యకుండా పొలాలూ, నేలలూ అతుక్కునే వున్నాయి. గాలి మారలేదు. యెండ మారలేదు. చివరకు రోడ్డూ మారలేదు.

చిత్తూరు జిల్లాను దాటి తమిళనాడు తిరువళ్ళూర్ జిల్లాలో కొన్ని మీటర్లు ముందుకు రాగానే 'హోటల్ కాశీ' అనే పేరు కనబడింది.

"కాఫీ తాగదాం," అంది మమ్మీ.

కారును పక్కకు తిప్పి, హోటలు ప్రహరీ గేటులోంచీ దూరి, ఖాళీగా వున్న ఆవరణలో పార్క్ చేశాను.

చుట్టూ కొబ్బరిచెట్లూ, వెనక మామిడితోటా, మధ్యలో సన్నగా, వెడల్పుగా వుంది హోటలు. రోడ్డుపక్కన వొంటరిగా వుండే యిలాంటి హోటళ్ళను అమెరికాలో మోటల్ అని పిలుస్తారు.

చిన్నప్పటినుంచీ డాడీ నాతో వ్యవహరించిన తీరూ, పత్రికల్లో వచ్చిన వార్తలూ, నాకందిన ఆకాశరామన్న వుత్తరమూ, నాలో రగిలించిన అనుమానాలు మమ్మీ ముఖం చూడగానే మటుమాయమైపోతున్నాయి. ఆమెకు డాడీపైనుండే గౌరవాన్నీ, నాపైన వుండే ప్రేమనూ శంకించడం పాపమని నా అంతరాత్మ నన్ను తీవ్రంగా మందలిస్తోంది. అయినా ఆ అనుమానపు వీచికలు నన్ను వదలడం లేదు. యిదేం పాడు బుద్ధి? నాపైన నాకు

చెప్పలేనంత కోపమూ, నిరసనా వస్తున్నాయి.

హోటల్లో కస్టమర్లు బాగా తక్కువగా వున్నారు.

హోటలు ముందున్న ఖాళీస్థలంలో రెండు పెద్దరేకుల షెడ్డులున్నాయి. వాటికింద కూడా ప్లాస్టిక్ టేబుళ్లూ, కుర్చీలూ వేశారు. షెడ్డుకవతల పళ్ళూ, స్నాక్సూ అమ్మే చిన్న షాపుంది.

మమ్మీ షెడ్డుకిందున్న కుర్చీలో కూర్చుంది.

నేను హోటల్లోకెళ్ళి, కౌంటరు ముందున్న వ్యక్తితో కాఫీలు పంపమని చెప్పి వచ్చాను. నేనొచ్చేసరికి మమ్మీ ఫోన్‌లో మాట్లాడుతోంది.

హోటలుకవతలి మైదానమంతా ఖాళీగా బరాబయలుగా వుండడంతో గాలి పెద్దగా వీస్తోంది. మమ్మీ ఫోను మాట్లాడడం ముగిసిందని తెలిశాక షెడ్డులోకెళ్ళి కూర్చున్నాను.

“యీ గాలి ఆంధ్రప్రదేశ్ నుంచీ వస్తోంది మమ్మీ! టోల్ టాక్సు కట్టిందో లేదో?” అన్నాను.

మమ్మీ మెత్తగా నవ్వింది.

ఆమె నవ్వంత అందమైన నవ్వు యింకెక్కడా వుండదు. అయితే ఆమె నవ్వులో చిన్న విషాదపు మెలికుందని నాకెప్పుడూ అనిపిస్తుంది. ఆమెకు మూడు ప్రాణాలున్నాయి. నేనూ, దివ్యా, డాడీ. యీ మూడింటిలో యేది యెక్కువో చెప్పడం కష్టం. అయితే నేను ఆమె కోరుకున్నంత కాలం ఆమె దగ్గర లేను. యిప్పుడూ వేరే దేశంలో వుంటున్నాను. ఆమె నవ్వులోని ఆ విషాదపు జీరకు అదే కారణమని అనుకుంటూ వుంటాను. యిప్పుడెందుకో అన్నీ అనుమానాలే, శంకలే అవుతున్నాయి.

ఆమె అదే నవ్వును కొనసాగించాక, “వొకప్పుడు యిదే రోడ్డుపైన పొత్తిళ్ళలో వుండే పాపాయిగా నిన్నెత్తుకుని మదరాసు నుంచీ మదనపల్లెకు వెళ్లినాను. నిన్ను చూస్తే గానీ అది జరిగి ముప్పయ్యేళ్ళకు పైగా దాటిందని అనిపించడం లేదు,” అంది. కాస్సేపాగి “పిల్లలు పేరెంట్సు వయస్సు కొలిచే స్కేళ్ళు,” అంది.

నేనామె చేయి గట్టిగా పట్టుకుని, “నాకైతే నువ్వెప్పుడూ వొకే మాదిరిగా వుంటావు మమ్మీ! నీ పక్కనుంటే నాకెప్పుడూ ఐదేళ్లే!” అన్నాను. తర్వాత, “వొకప్పుడు యిదే రోడ్డుపైన మదరాసుకు వొకటిగా వెళ్ళుంటావు. అక్కడినుంచీ మదనపల్లెకెళ్లేటప్పుడు రెండయి వుంటావు,” అన్నాను. యింతలో మరచిపోయిన విషయం గుర్తుకొచ్చినట్టుగా, “అమెరికాలో డెలివరీ టయంలో హజ్బెండు పక్కనే వుండాలని డాక్టర్లు యిన్సిస్ట్ చేస్తారట!

నేను పుట్టినప్పుడు డాడీ యెక్కడున్నారు?" అని అడిగాను.

వున్నట్టుండి ఆమె ముఖం ముడుచుకుపోయింది. కళ్లల్లోంచీ బొటబొటా కన్నీళ్లు రాలాయి. ఆమె గభాలున ముఖాన్ని వెనక్కు తిప్పుకుంది. రెండు నిముషాల తర్వాత కర్చీఫ్‌తో కళ్ళు తుడుచుకుంటూ, "ఆయనప్పుడు బిజీ... ఆఫీసు పని," అంది. పాత సమాధానమే! మార్పేమీ లేదు.

"తల్లికి మాత్రమే అర్థమయ్యే అనుభవమొకటి చెప్పనా నీకు!" అమ్మ గొంతు జీరగా అదోలా పలికింది. "బిడ్డ కడుపులో వున్నప్పుడు యెప్పుడు తొందరగా బయటికొస్తుందా అని ఆత్రంగా వుంటుంది. ప్రసవమయ్యాక, బిడ్డ పెరిగి పెద్దవాడయ్యాక, కడుపులో వున్నప్పుడే సంతోషంగా వుండేదనిపిస్తుంది."

వేగంగా వీస్తున్న గాలికి రేకులపైన ఖాళీ ప్లాస్టిక్ సీసాలు డబడబలాడుతున్నాయి. ప్రహరీ రాతిపైన కూర్చున్న కాకి పెద్దగా అరుస్తోంది.

మరోసారి కళ్ళు తుడుచుకున్నాక, "బిడ్డ యెప్పుడూ దగ్గరే వుండాలనుకుంటుంది తల్లి. కానీ అది జరగదు. నేనిండియాలో నిద్రపోతున్నప్పుడు నువ్వు అమెరికాలో మేలుకుని వుంటావు. నువ్వక్కడ నిద్రపోతున్నప్పుడు నేనిక్కడ మేలుకుని వుంటాను. రాత్రుల్లో ఆ ఆలోచన వచ్చినప్పుడు నాకు నిద్రపట్టదు," అంది మమ్మీ.

నేనామె దగ్గరున్న సమయం చాలా తక్కువ. మమ్మీ నాకు చాలా అరుదుగా దొరికే లగ్జరీ. రోజులు గడవను గడవనూ అది మరీ తక్కువగా దొరుకుతోంది.

నేనీసారి యిండియాకొచ్చి పదిరోజులు దాటింది. అయితే తిరుపతి నుంచీ బయలుదేరిన రెండు గంటలనుంచీ మాత్రమే యీ మాత్రం వొంటరిగా మాట్లాడుకోగలుగుతున్నాము. ఆ సంగతి గ్రహించినందుకేనేమో, మమ్మీ కళ్ళల్లోంచీ యెన్నాళ్ళుగానో నాకోసం దాచుకున్న కన్నీళ్ళు చిన్న గాలి తెర తగిలినా పొంగుకొస్తున్నాయి. రిషివాలీలో వున్నప్పుడు మమ్మీ దగ్గరికెళ్ళాలని తహతహలాడేవాడ్ని. క్రమంగా ఆ తహతహలాటకు అలవాటు పడిపోయాను. అమెరికాకెళ్ళాక ఆమెను విడిచి వుండడమే సహజమైపోయింది.

అమెరికాలో పనిలో బడిపోవడంతో, వొంటరితనంతో వేగే సమయాలు తక్కువ. మమ్మీ గుర్తుకొస్తూనే ఫోన్ చేసేవాడ్ని. స్కైప్‌లూ, వాట్సప్‌లూ వచ్చాక నేరుగా చూస్తూ మాట్లాడుకోవడం పెద్ద వోదార్పయిపోయింది.

వున్నట్టుండి నాకు సోఫియా గుర్తుకొచ్చింది. ఆ వెంటనే మనమీ కూడా జ్ఞాపకమొచ్చింది.

"హలో సంగీతా! హలో!" వెనకనుంచీ పెద్దగా యెవరో పిలుస్తున్నారు.

ఆగిన కారులోంచీ దాదాపుగా మమ్మీ వయస్సే వున్న స్త్రీ దిగి మా వైపుకు పరుగే నడకగా వస్తోంది. ఆమె వెనకే కారు దిగిన అమ్మాయి, "ఆంటీ! ఆంటీ!" అని చిన్నపిల్లలా కేరింతలు కొడుతోంది. కారు డ్రైవింగ్ సీటులోంచీ దిగిన వ్యక్తి నెమ్మదిగా వస్తున్నాడు.

"యిక్కడికొస్తూనే ఫోన్ చెయ్యాలనిపించింది. చూశావా, వసుంధర వెంటనే వచ్చేసింది," అంది మమ్మీ సంభ్రమంగా.

నగరి వూరు పక్కనుంచీ రోడ్లో వస్తున్నప్పుడు "అన్నీ సక్రమంగా జరిగుంటే యీ వూరికెప్పుడో వచ్చేవాళ్ళం. వసుంధర, నాగరాజు యీ వూర్లోనే వున్నారు. శాలినిని చూడ్డానికి వస్తామని చెప్పాం కూడా!" అని మమ్మీ వాపోయింది.

వసుంధర అనే మా మమ్మీ స్నేహితురాల్ని చిన్నప్పుడెప్పుడో చూశానంటారు గానీ జ్ఞాపకాలేవీ లేవు. ఆ వెనకే వస్తున్న అమ్మాయి శాలిని అని తెలిసిపోతోంది.

"శాలిని కూడా వస్తోందని చెప్పలేదే నువ్వు!" మమ్మీ సంతోషంగానే వుంది.

"నీతో బాటూ హర్షా వున్నాడని చెప్పలేదు నువ్వు కూడా!" వసుంధరాంటీ కూడా అంతే సంతోషంగానే వుంది. ఆమె వెనకే వస్తున్న వ్యక్తి, ఆయనే నాగరాజయి వుంటాడు, "యీ దారిలో వస్తున్నామని ముందుగా చెప్పుంటే నగిరిలో మన యింట్లోనే కలిసేవాళ్ళం గదా?" అన్నాడు. ఆయన నవ్వు బలవంతంగా తెచ్చుకున్నది గానూ, యిక్కడ యిలా కలవడం ఆయనకంత యిష్టం లేనట్టుగానూ అనిపిస్తోంది.

శాలిని వెళ్ళి మమ్మీ కుర్చీ పక్కనున్న కుర్చీలో కూర్చుంది.

ఆ అమ్మాయి చేతిని తన చేతిలోకి తీసుకున్నాక, "హర్షాకు మొన్నాటికి చెన్నయి యెంబసీలో స్టాంపింగుంది. యేదో పనుందని సుభాష్ నిన్ననే చెన్నయికెళ్లాడు. మేమిద్దరమూ యివాళ బయల్దేరాం. యీ హోటలుకొచ్చాక, యింత దగ్గరికొచ్చాక, నిన్ను పలకరించకుండా వెళ్ళడానికి మనస్కరించలేదు. అయితే అందరూ యిలా కలుస్తామని అనుకోలేదు," మమ్మీ యింకా సంభ్రమంలోనే వుంది.

"నాగరాజువాళ్ళ వూరు పోన్పాడి యిక్కడినుంచీ యెనిమిది మైళ్లే! అక్కడ వాళ్ళ పొలాల భాగాల పరిష్కారం కాలేదు. వాళ్ళ చిన్నాయన కొడుకు రమ్మని పిలిస్తే వెళ్ళడానికి యీరోజే కుదిరింది. ఆ వూరు చూస్తానని శాలిని కూడా వచ్చింది. రిటర్న్ అవుతూ కారెక్కుతూ వుంటే వచ్చింది నీ ఫోను. నువ్వు చెప్పకుండా వుంటే యీ దారిలోనే వెళ్ళిపోయి వుండేవాళ్ళం. సరిగ్గా టయానికి ఫోన్ చేసి బతికించినావు. యెవరో యిదంతా ప్రోగ్రాం

చేసినట్టు కుదిరింది. నీ ఫోనొచ్చిన పది నిముషాల్లో నీ ముందున్నాము," వసుంధరాంటీ వుద్వేగంతో రొప్పుతోంది.

"సుభాష్ కూడా వచ్చుంటే బావుణ్ణు. చూసి చానా రోజులైంది," అన్నాడు నాగరాజు గారు నిష్ఠూరంగా. ఆయనా, ఆయన భార్యా నాకేసే చూస్తూ మమ్మీతో మాట్లాడుతున్నారు. నాకెందుకో సిగ్గేసింది. ముఖం పక్కకు తిప్పుకున్నాను.

"మీరు మాట్లాడుకుంటూ వుండండి. నేను స్నాక్సేమైనా పంపమని హోటల్లో చెప్పేసొస్తాను," అన్నాడు నాగరాజుగారు లేచి వెళ్ళిపోతూ.

ఆయన వెళ్ళిపోయాక వసుంధరాంటీ మమ్మీ వైపుకు వంగి రహస్యం చెప్తున్నట్టుగా "వాళ్ళు ఆ వూర్లోనే భోంచేసి వెళ్ళమన్నారు. నేను భయపడి పరిగెత్తుకొచ్చి కారెక్కేసినాను. వాళ్ళకు యింకా శుభ్రత తెలియదు," అంది. తర్వాత కాస్త పెద్దగొంతుతో "కర్నూల్లో వుండేన్ని దినాలు ఆ వూర్లోనే సెటిలవతాననేవాడు గదా! యిప్పుడు నగరిలో యిల్లు కట్టే పని మొదలుపెట్టేసినాడు. పెళ్ళయి యిన్నేండ్లయినా నాగరాజు నాకు కొత్తగా వింతగానే కనబడతాడు," అని పెద్దగా నవ్వేసింది.

"మంచిదేగా! హజ్బెండు యెప్పుడూ కొత్తగా వుంటే బోరు గొట్టే ప్రశ్నే లేదు," అంది మమ్మీ కూడా నవ్వేస్తూ. తర్వాత వాళ్ళిద్దరూ నా వైపూ, శాలిని వైపూ చూశారు.

"నీతో బాటూ హర్షా వున్నాడనుకోలేదు," అందామె మళ్ళీ.

"నీతో బాటూ శాలిని వస్తోందనుకోలేదు," అంది మమ్మీ కూడా.

"యెలాగూ వచ్చారు కదా వాళ్ళిద్దరూ! మనమూ హోటల్లోకెళ్దాం వసూ! మనముంటే వాళ్ళు మాట్లాడుకోరు," అంది మమ్మీ పైకిలేస్తూ.

వసుంధరాంటీ బిడియంగా నవ్వి, "సరే అలాగే! వెళ్దాం పద," అంది. ఆమె వెళ్ళే ముందు కూతురికి కళ్ళతోనే యేదో సైగ చేసినట్టు నాకు తెలిసిపోయింది.

అంతవరకూ పసిపిల్లలా వుత్సాహంగా వున్న శాలిని, మమ్మీవాళ్ళటు వెళ్ళగానే ముడుచుకుని కూర్చుంది.

పసుపు పువ్వులున్న ఆకుపచ్చ కుర్తా పైజమాల్లో ఆ అమ్మాయి లేత సంపెంగ పువ్వు లాగుంది. ముద్దమందారం లాగుండే మనామీ, లిల్లీపువ్వు లాగుండే సోఫియా గుర్తుకొస్తున్నారు. పెళ్ళిచూపులకెళ్ళుంటే యిదే అమ్మాయిని పట్టుచీర కట్టించి, మెడలో రకరకాల నగలు దిగేసి, బుట్టబొమ్మలా తీసుకొచ్చి కూర్చోబెట్టేవాళ్ళు. యిప్పుడా అమ్మాయి మెడలో సన్న గొలుసు తప్ప మరేమీ లేదు.

మా మధ్య ఘనీభవిస్తున్న నిశ్శబ్దాన్ని నేనే పగలగొట్టక తప్పదని తెలుసుకున్నాను.

"సారీ, యిట్లా యెంబారస్ చేస్తామనుకోలేదు. మమ్మీ కూడా యిలా కుదురుతుందని అనుకోలేదు. యిది యిలా అయిందంతే! జస్ట్ హాపెన్డ్," అన్నాను.

శాలిని ముఖమెత్తి, మృదువుగా నవ్వి, "పర్వాలేదు. మీకూ తెలియదు గదా!" అంది.

తర్వాతేం మాట్లాడాలో తోచలేదు నాకు.

షెడ్డుకవతల, యినప ముళ్ల కంచెకు అవతలా యివతలా, ప్లాస్టిక్ కవర్లూ, ఖాళీ డ్రింకుల డబ్బాలూ కుప్పలా పడివున్నాయి. కంచె పక్కనున్న క్రోటను మొక్కలు యెండి వేలాడుతున్నాయి. షెడ్డు పక్కనున్న షాపు ముందు రకరకాల స్నాక్సున్న ప్యాకెట్లు భీకరంగా వేలాడుతున్నాయి. రేకులపైన రెండు కాకులు కూచుని అరుస్తున్నాయి. హోటలు పెరడులోంచీ కుక్కేదో నోటితో పట్టుకుని వేగంగా పరిగెడుతోంది.

వొక యువతీ వొక యువకుడూ మొదటిసారిగా యిక్కడ కలుసుకోబోతున్నారని తెలిసుంటే యెంత దుర్మార్గులయినా యీ ప్రాంతాన్నింత అన్‌రొమాంటిక్‌గా తయారుచేసి వుండరు.

యిక యిలా కుదరదని, యే కంపెనీలో పని చేస్తున్నారు? మోడ్ ఆఫ్ వర్కేమిటి, వర్కింగ్ వుమెన్స్ హాస్టలు బాగుంటుందా, చెన్నయి అట్మాస్ఫియర్ యెలాగుంటుంది, లాంటి ప్రొజాయిక్ ప్రశ్నలే అడిగాను.

ఆమె ముక్తసరిగా అయినా స్పష్టంగానే జవాబులు చెప్పింది.

కాలం చాలా నెమ్మదిగా, బరువుగా కదులుతోంది.

"కాఫీ తాగుతారా?" అడిగాను.

"మీకు కావాలంటే," అందామె.

"నేనిప్పుడే తాగాను," అన్నాను.

ఆమె మౌనంగా వుంది. "నేను మరో కప్పు తాగుతాను. మీరు?"

ఆమె తల వూపింది.

కౌంటరు దగ్గరున్న వ్యక్తికి నేను ఆర్డరిస్తున్నప్పుడు లోపల కూర్చుని యేదో తింటున్న ముగ్గురూ అదోలా చూశారు.

"కాఫీలు ఆర్డరివ్వడం కోసం,"

నా గొంతు నాకే వింతగా వినిపించింది.

వాళ్ళ చూపులనుంచీ తప్పించుకోడం కోసం గబగబా బయటికొచ్చేశాను.

మళ్లీ యేవో అనవసరపు ప్రశ్నలు.

ఆమె పొడి పొడి సమాధానాలు.

గాలి పెద్దగా వీస్తోంది. అయినా ఆమె నుదుటిపైన చెమట పొటమరిస్తోంది.

కాఫీలొచ్చాయి.

ఆమె మొహమాటంగా కప్పు చేతికి తీసుకుంది.

పొరబోవడంతో వుక్కిరిబిక్కిరైపోయింది.

ఆమెనలా యెంతసేపు యిబ్బందిపెట్టాలో తెలియలేదు.

వాళ్ళు ముగ్గురూ చాలా చాలాసేపటి తర్వాత హోటలు బయటికొచ్చారు. వసుంధరాంటీ కూతురికేసి ఆశ్చర్యంగా చూసి, "కాఫీనా? నీకలవాటు లేదు గదా!" అని ఆశ్చర్యపోయింది.

"అలవాటు చేసుకుంటుందిలే," అంది మమ్మీ.

"కాశీ గదా యీ హోటలు పేరు. మీ పెళ్లిచూపులిలా కాశీలో జరగాలని రాసిపెట్టి వుంది," వసుంధరాంటీ సంతోషంగానే వుంది.

"యిది నిజంగా మోక్షం దొరికే కాశీనేలే!" నాగరాజు గారు మాత్రం చిరాకుగానే వున్నారు. "ఆంధ్రప్రదేశ్‌లో వైన్స్ రేటు యెక్కువ. అందుకని ఆ పక్కనించీ చానామంది దినమ్మూ యీ పక్కకొస్తారు. యీ హోటలు బిల్డింగ్ వెనక వొక అనఫిషియల్ బారుంది. అక్కడ పగలుకూ రాత్రికీ తేడా వుండదు. యీ హోటలు నుంచీ బాటల్లు బార్డరు దాటి దొంగతనంగా పోతానే వుంటాయి. యిట్లాంటి సౌకర్యాలు యిక్కడ చానా వుంటాయి. యీ హోటల్లో జరిగే అసలు వ్యాపారం అదే! యిక్కడ పారే గంగ వేరే!"

"గాలేరు నగరి కాలవ యెంతవరకొచ్చింది నాగరాజూ!" మమ్మీ ఆయన ధోరణి మార్చడం కోసమన్నట్టుగా అడిగింది.

"యిప్పుడు నగరి చేరినాను గదా! గాలేరును నగరి చేరే దాకా వదిలేది లేదు," నాగరాజు గారిలో వున్నట్టుండి వుత్సాహం పొంగుకొచ్చింది.

"మధ్యలో యెన్నో యెత్తిపోతలూ అడ్డంగా వున్నాయి. యీ లోపల కలివిపిట్టలడ్డం వచ్చి కొత్త రిజర్వు ఫారెస్టులూ పుట్టచ్చు," వసుంధరాంటీ భర్తను వుడికిస్తోంది.

నేను కారులో కూర్చున్నాను.

మమ్మీ కూడా కారెక్కింది.

"రిటర్న్‌లో నగరిలో ఆగండి. సుభాష్‌ను రమ్మన్నామని చెప్పు," అంది వసుంధరాంటీ.

"బై ఆంటీ!" అంటోంది శాలిని.

ఆమెకేసి చూశాను. ఆమె కళ్ళతోనే నవ్వుతున్నట్టు అనిపించింది.

తిరుత్తణి దాటి బాగా దూరం వచ్చాక, చాలాసేపటి తర్వాత మమ్మీ గొంతు పెగుల్చుకుంటున్నట్టుగా అడిగింది, "శాలిని యెలాగుంది? నీకు నచ్చిందా?"

నేనేమీ సమాధానం చెప్పలేదు.

సమాధానం చెప్పమని మమ్మీ బలవంతపెట్టలేదు.

15

ప్రార్థన జరుగుతోంది.

యువతీ యువకులు కొందరు మైకు ముందు నిలబడి స్తోత్రం పాడుతున్నారు.

చెన్నై ట్రిప్లికేన్‌లో ఆల్ సెయింట్స్ చర్చిలో వున్నాం.

అల్తారు పక్కనున్న గుమ్మంలోంచీ చర్చి బయట నిలబడి పాస్టరుతో మాట్లాడుతున్న డాడీ కనబడుతున్నారు.

సమయం సాయంకాలం ఆరున్నర దాటింది.

"యీ చర్చిలోనే మా పెళ్లి జరిగింది," అంది మమ్మీ నా భుజంపైన వాలి. నేనామె భుజంచుట్టూ చేయివేసి గట్టిగా హత్తుకున్నాను.

నా జేబులోని సెల్‌ఫోను వైబ్రేట్ అయింది. తీసి చూశాను.

సోఫియా! యీ సమయంలో ఆమె ఫోన్ వస్తుందనే వూహయినాలేదు.

యిప్పుడే వస్తానని అమ్మ చెవిలో గొణిగి, గబగబా చర్చి బయటికొచ్చాను.

గుమ్మం దాటగానే సెల్ నొక్కి, "హలో సోఫీ, సర్‌ప్రైజ్! యీ ఆడ్ టైంలో... హౌ ఆర్యూ?" అని అడిగాను, చికాగోలో అప్పుడు రాత్రి తొమ్మిదయి వుంటుందేమోనని లెక్కబెట్టుకుంటూ.

"యెక్సలెంట్... నువ్వెలాగున్నావు? పెళ్ళెప్పుడు?" ఆమె గొంతులోని వుత్సాహం సహజమైనది గాదని నాకు తెలిసిపోతోంది.

పెళ్లి మాటెత్తగానే నాకు చిరాకు ముంచుకొచ్చింది.

"యేం చేస్తున్నావు నువ్వు? వొంటరిగా గిటారు వాయించుకుంటూ ప్రపంచాన్ని మరచిపోయావా?" పెద్దగానే విసుక్కున్నాను.

"ప్రపంచాన్ని మరచిపోతే నీకెలా ఫోన్ చేయగలను? నీకిప్పుడు దాదాపుగా నూట యాభై కిలోమీటర్ల దూరంలో మాత్రమే వున్నాను. అదే నేను నీకిప్పుడిచ్చే సర్‌ప్రైజ్."

ఆమె మాటలు విని వులిక్కిపడ్డాను.

"నన్ను వుడికించే సమయం గాదిది. అసలే చాలా డిస్టర్బెన్స్‌లో, కన్ఫ్యూజన్‌లో పడి గిలగిల్లాడుతున్నాను," యీసారి యేడుపు జీరతో నా మాటలు వెలువడినట్లున్నాయి.

"నిజమే హర్షా! ఆఫీసువాళ్ళు చెన్నయి యెవరెళ్తారని అడిగారు. రెండు రోజుల పని. నేను పోటీపడి, పోటీవచ్చిన వాళ్ళకు నచ్చజెప్పి వచ్చేశాను. పనిలో పనిగా యిండియాలో రెండు వారాల వెకేషన్ సంపాదించుకుని వచ్చాను. నేనొచ్చిన పని యీ సాయంకాలంతో అయిపోయింది," ఆమె చెప్పుకుపోతూనే వుంది.

"ఆగాగు. యిప్పుడెక్కడున్నావు? హోటలు పేరు చెప్పు."

"తాజ్ కోరమాండల్."

"రూం నెంబరు?"

ఆమె చెప్పిన నెంబరును రెండుసార్లు మననం చేసుకున్నాక, "నువ్వు రూములోనే వుండు. నేను అరగంటలో నీ ముందుంటాను," అని చెప్పాను.

చర్చిలో మమ్మీ పక్కన డాడీ కూర్చుని వున్నారు. వాళ్ళిద్దరూ స్తోత్రంలో గొంతులు కలుపుతున్నారు. నేను మమ్మీ దగ్గరికెళ్ళి కూర్చుని, "అమెరికా నుంచీ ఫ్రెండొచ్చాడు మమ్మీ! నేను వెళ్తున్నాను. నాకోసం చూడకండి. నేను ఫోన్ చేస్తాను," అన్నాను.

"అంత అర్జెంటా? యెలా వెళ్తావు?" అందామె కంగారుగా.

"ట్యాక్సీలో వెళ్తాను. మీరు కారులో హోటలుకెళ్ళండి," అని చెప్పాక చర్చిలోంచీ బయటికొచ్చేశాను.

ట్యాక్సీలో కూచున్నాక నా గుండెచప్పుడు నాకే స్పష్టంగా వినబడుతోంది. సోఫియా వచ్చిందని తెలిశాక, ఆమెను మరికాస్సేపటిలో కలవబోతున్నానని అనుకున్నాక, నాలోని అలజడి మరింత పెరిగిపోయింది. ఆమెను చూసి చాలా సంవత్సరాలైపోయినట్టుగా అనిపిస్తోంది. కాలం నాపైన కోపం పెట్టుకుని కావాలని ఆలస్యంగా కదులుతోందనిపిస్తోంది.

చెన్నై నగరంలోని మనుషులంతా పనులేవీ లేకపోయినా అనవసరంగా రోడ్డుపైకొచ్చి ట్రాఫిక్‌ను పెంచేసి ట్యాక్సీకి అడ్డం పడుతున్నారని కోపం వస్తోంది.

"కొంచెం వేగంగా పోనీ," అని ట్యాక్సీ డ్రైవర్ని రెండు మూడు సార్లు కసిరాను.

హోటల్ రిసెప్షన్‌వాళ్ళు మరింత నెమ్మదిగా సోఫియా గదికి ఫోన్ చేసి అతిథి వచ్చాడని చెప్పారు. ఆమె అనుమతి యిచ్చాక యెలివేటర్ వైపుకు చూపెట్టారు. మూడో అంతస్థు కారిడార్‌లోకెళ్లగానే యెదురొచ్చింది సోఫియా.

"చెన్నయికి నువ్వెందుకొచ్చావు?" అంది నా చేయి గట్టిగా పట్టుకుని వుద్వేగంగా.

ఆమె కళ్ళు మెరుస్తున్నాయి. పెదవులు వణుకుతున్నాయి. "చెప్తాగా! గదిలోకెళ్దామా?" అని అడిగాను.

ఆమె నా చేయి వదలకుండా గట్టిగా పట్టుకునే గది తలుపులు తీసింది. గదిలోకెళ్లాక చేయి వదలిపెట్టి, సోఫాలోని బట్టల్ని తీసి సూట్‌కేసుపైన పడేసింది.

నేను సోఫాలో సోలిపోయి కళ్ళు మూసుకున్నాను.

కాస్సేపు మనసంతా ఖాళీ అయినట్టుగా తోచింది.

తరువాత కళ్ళు తెరిచి ప్రపంచాన్ని మొదటిసారిగా చూస్తున్నట్టు చూశాను.

"అలా చూస్తున్నావేమిటి?" అని అడిగింది సోఫియా.

"గిచ్చుకుని చూసుకుంటున్నాను, యిది నిజమా, కలా అని. నేను చూస్తున్నది నిజంగా నిన్నేనా? యెక్కడి మెక్సికో! యెక్కడి చికాగో! యెక్కడీ చెన్నయి? యెక్కడినుంచీ యెక్కడికొచ్చావు నువ్వు?" అన్నాను విభ్రాంతితో. మరోసారి కళ్ళు మూసుకుని తెరిచాక "నేనిండియాకొచ్చిన యీ పద్మూడు రోజులూ కలేనేమోననీ, నువ్వూ, చికాగో, యివే నిజమనీ యిప్పుడెందుకో అనిపిస్తోంది," అన్నాను.

ఆమె నన్ను కళ్లార్పకుండా కాస్సేపు చూసి "నువ్వు అమెరికా నుంచీ యిండియాకు ఫ్లయిటెక్కినప్పుడున్నట్టుగా లేవు. వొక్కసారిగా నీ వయిసెంతో పెరిగిపోయినట్టు కనబడుతున్నావు. నీ ముఖంలో అంత బడలికా, అన్ని ముడతలూ అంత మార్పూ వచ్చిందెందుకు?" అంది విచారంగా.

నేను మళ్ళీ కళ్ళు మూసుకుని, "అవునా? అంతగా మారిపోయానా?" అని విస్తుపోయాను. "పదిరోజులుగా తిరుగుతూనే వున్నాను. వెతుకుతూనే వున్నాను. దేనికోసం వెతుకుతున్నానో కూడా తెలియదు. వెతకడం కోసం వెతకడం లాగుంది నా వెతుకులాట."

"పెళ్ళి చేసుకోడానికి అమ్మాయిని వెతికే నీ 'మిషన్' అంత పెద్దదా?" సోఫియా గొంతు అదోలా పలికింది.

కాస్సేపు ఆలోచించాక, "నేను రాకముందే మా మమ్మీ వొక అమ్మాయిని సెలక్టు చేసిపెట్టింది. ఆ అమ్మాయి నచ్చకపోతేనే వెతకాల్సిన పని. అయితే ఆమెను చూడకముందే మరో వెతుకులాట నాపాలబడింది," అన్నాను.

అదేం వెతుకులాటని ఆమె నన్నడగలేదెందుకో!

నా చుట్టూ వున్నవాళ్ళు నాకు తెలియకుండా యేదో రహస్యాన్ని దాస్తున్నారన్న అనుమానం నన్ను పట్టుకుని లాగుతోంది. వాళ్ళు దాస్తున్నదీ, నన్ను యిబ్బందిపెడుతున్నదీ వొకే రహస్యమై వుంటుందనే సందేహమొకటి నన్ను ముందుకు తరుముతోంది.

నా అనుమానాన్ని స్పష్టంగా యెందుకు వాచ్యం చేసుకోలేకపోతున్నాను? యీ దుర్భలత్వం, యీ పలాయనం నాలో కొత్తగా వచ్చినవి కావని యిప్పుడిప్పుడే తెలుసుకుంటున్నాను.

నాలోకి నేను చూసుకుంటున్నట్టుగా, నాతో నేను మాట్లడుకుంటున్నట్టుగా సోఫియాతో యేమిటేమిటో చెప్పుకుపోతున్నాను.

ఫోను మోగింది.

ఫోనులో మమ్మీ.

"అమెరికా నుంచీ సోఫియా వచ్చింది మమ్మీ! నువ్వేం కంగారుపడకు. రేపు మళ్లీ ఫోన్ చేస్తాను," అని ఫోను గొంతు నొక్కేశాను.

సోఫియా కళ్ళార్పడం మరచిపోయినట్టుగా నన్ను వింతగా చూస్తోంది.

"ఆకలిగా వుంది సోఫియా!" అన్నాను.

"రెస్టారెంటుకెళ్దామా? గదికే ఆర్డరివ్వనా?" అని అడిగిందామె.

"నీ యిష్టం," అన్నాక మళ్లీ కళ్లు మూసుకుని మొదలుపెట్టాను. ఆమె రూమ్ సర్వీసుకు ఫోన్ చేసి డిన్నరు ఆర్డరిచ్చింది.

చాలాసేపటి తర్వాత డిన్నర్ గదికొచ్చింది.

ఆమె వడ్డించింది.

యేం తింటున్నానో తెలియదు. అయితే వారం రోజులుగా తిండి తిననివాడిలా అంతా తినేస్తున్నాను. తింటూ కూడా చెబుతూనే వున్నాను. డిన్నరు తిన్నాక అలాగే సోఫాలో

పడుకుని మాట్లాడుతూనే వున్నాను.

ఆమె తినడం ముగిశాక, ఖాళీ గిన్నెల్ని తీసి గది బయట పెట్టేసి వచ్చింది.

తరువాత గది పోర్టికో దగ్గర నిలబడి, హోటలు బయట చీకటి రోడ్డుపైన దీపాలు వెలిగించుకుని జారిపోతున్నట్టుగా పరిగెత్తుతున్న వాహనాల్ని చూస్తూ నిలబడింది.

అటు తిరిగి నిలబడి అటు చూస్తూ వున్నా, ఆమె నా మాటల్ని ధ్యాసగా వింటోందని తెలుసు.

చాలాసేపటి తరువాత సోఫియా వచ్చి మంచంపైన పడుకుంది. దీపాలన్నీ తీసేశాక రాత్రి దీపం మా యిద్దరి నీడలకూ క్రీనీడల్ని మోహరించసాగింది. అలా మాట్లాడుతూ మాట్లాడుతూ యెప్పుడు నిద్రలోకి జారిపోయానో నాకే తెలియదు.

తెల్లవారాక మెలకువ వచ్చినప్పుడు చూస్తే నాపైనో శాలువా కప్పబడి వుంది. సోఫియాకేసి ఆపేక్షగా చూసాను. ఆమె ల్యాప్‌టాప్ ముందు కూర్చుని యేదో పని చేసుకుంటూ వుంది.

గడియారాన్ని చూశాక, “యింతసేపు నిద్రపోయానేమిటి? లేపరాదా?” అన్నాను శాలువాను ఆర్తిగా, ప్రేమగా హత్తుకుంటూ. ఆమె తల తిప్పి చూసి నవ్వింది.

నా మనస్సూ, శరీరమూ చాలా తేలికగా వున్నాయి.

టాయ్‌లెట్‌లోకి దూరి, మిగిలిన రాత్రంతా కరిగిపోయేలా స్నానం చేశాను. వుదయం కొత్తగానూ, గాలి హాయిగానూ, వెలుతురు శుభ్రంగానూ వుంది.

“యేమిటి నీ ప్రోగ్రాం?” అని అడిగాను.

ఆమె ల్యాప్‌టాప్ మూసేశాక వెనక్కు తిరిగి, “యిండియాకు రావడానికి నాకు రెండు పర్సనల్ కారణాలున్నాయి. వొకటి తిరువణ్ణామలై వెళ్ళడం. రెండు నీ పెళ్ళి చూడ్డం,” అంది.

ట్యాక్సీ వచ్చాక డ్రైవరుతో ముందుగా టీనగర్‌కు తీసుకెళ్ళమన్నాను.

టీనగర్ అని పేరు మార్చేసుకున్న త్యాగరాయనగర్‌లో పానగల్ పార్కుకు రెండు ఫర్లాంగుల దూరంలో యెమ్మార్ అనే పేరున్న పాత హాస్పిటల్ కోసం వెదకసాగాను.

అరగంటసేపు ముందుకూ వెనక్కూ తిరిగాక, “ముప్పయ్యేళ్ల ముందున్న హాస్పిటల్ యింకా అలాగే యెట్లా వుంటుంది సార్? యెప్పుడో దాన్ని కొట్టేసి, కొత్త బిల్డింగేదో కట్టేసుంటారు. యిప్పుడాతావులో యేముందో యెవరు చెప్పగలరు?” అన్నాడు ట్యాక్సీ

డ్రైవరు.

"నేను పుట్టిన హాస్పిటల్ అది. ముందుగా దాన్ని నీకు చూపెట్టాలనుకున్నాను సోఫియా! యిప్పుడు యిక్కడే యెక్కడో పుట్టానని మాత్రం చెప్పగలను. నా కథ యిక్కడే యెక్కడో ప్రారంభమయ్యింది. పిన్ పాయింటెడ్‌గా యిక్కడేనని చూపించలేకపోతున్నాను," అన్నాను నిస్సహాయంగా. ఆ మాటకొస్తే యీ లోకంలో దేన్నయినా స్పష్టంగా పిన్ పా యింటెడ్‌గా చూడగలుగుతున్నానా నేను?

సోఫియా కారు దిగి, "యిక్కడ యెక్కడైనా టిఫిన్ చేద్దాం," అంది.

డ్రైవరుతో దగ్గర్లో వున్న పాత వుడిపీ హోటల్‌కు దేనికైనా తీసుకెళ్ళమన్నాను.

పొగచూరిన గోడలున్న చిన్న హోటలుకే తీసుకెళ్ళాడు డ్రైవరు.

యిడ్లీ, వడ, పొంగల్‌లను, కారమున్న చట్నీలతో సాంబారుతో వూదుకుంటూ తిన్నాక, "బాగుంది, రుచిగా," అంది సోఫియా.

"యీ మిరపకాయ మాకు మెక్సికో నుంచే వచ్చింది," అన్నాను. తర్వాత "నాకు బాగా యిష్టమైన కాయగూర కూడా మిరపకాయే," అన్నాను నవ్వుతూ.

టాక్సీ డ్రైవరుకు తిరువణ్ణామలై తీసుకెళ్ళమని చెప్పాక, "అక్కడేం చూద్దామని?" అని అడిగాను.

"రమణ మహర్షి 'హు యామ్ ఐ' చదివాను. అప్పటినుంచీ ఆ వూరూ, ఆ కొండా చూడాలని వుంది," అందామె.

16

కారు వూరు దాటాక, కిటికీ అద్దాన్ని దించి, తూర్పునుంచీ కారులోకి పడుతున్న యెండలోకి జరిగి కూర్చుంటూ, "నేనెవరు? యీ ప్రశ్నకు భౌతికమైన సమాధానం వెతుకుతూనే నేనూ యిన్నాళ్లూ తిరిగానని యిప్పుడు తెలుస్తోంది," అన్నాను. "ప్రశ్న చాలా చిన్నది. కానీ సమాధానమంత సులభం కాదు."

అటువైపుకు కిటికీ అద్దం దించుకుని కూర్చుంది సోఫియా. ఆమె నా మాటల్ని జాగ్రత్తగా, శ్రద్ధగా వింటోందని తెలుసు.

"మదరాసులో యిప్పుడు మాయమైపోయిన పాత హాస్పిటల్లో మొదలయింది నా కథ అన్నాను గదా? అది తప్పు. నా కథ అంతకుముందు, చాలా చాలా సంవత్సరాల క్రితం

ప్రారంభమయింది. నా కథలో నాకు తెలిసింది చాలా తక్కువ. తెలియందే యెక్కువ. ఆ తెలియని దానిని తెలుసుకోగలననే అహంభావం వుండేది నాకింతవరకూ.”

“......”

“నాకొచ్చిన అనుమానం అనే చిన్నరాయిని గతమనే పెద్ద చెరువులోకి విసిరాను. అది యెన్ని జలరేఖల్ని రేపిందని! వాటిలో నాకు కనిపించిందెంత తక్కువని! సముద్రంలోని వుప్పునూ అడవిలోని వుసిరికాయనూ యెవరు యెప్పుడు జతచేశారో యెవరు చెప్పగలరు? యెన్ని యాక్సిడెంటల్ కలయికల తర్వాత నేనిలా వున్నానో చెప్పడం సాధ్యమేనా?”

“......”

“మా తాత, అంటే మా మమ్మీవాళ్ల నాన్న, కడప జిల్లాలో ఫ్యాక్షన్లలో వున్నప్పుడెన్నో ఖూనీలూ, ఘోరాలు చేశాడట! ఆయనే క్రిస్టియన్‌గా కన్వర్టయి, మదనపల్లెకొచ్చి స్థిరపడిపోయాడు. చిన్నతనంలో భగవద్గీత ఆయనకు నోటికొచ్చేదట. యిప్పుడాయన బైబుల్లో మునిగిపోయి వున్నాడు. మా అవ్వ ఆయన మంచిలోనూ, చెడులోనూ, వదలకుండా ఆయనను అంటిపెట్టుకునే వుంది.”

“......”

“నాకు మా అమ్మకంటే ముందున్న జ్ఞాపకం చిట్టెమ్మ. యానాదుల యింట్లో పుట్టింది. చిన్నప్పుడు తల్లికంటే యెక్కువగా నన్ను పెంచింది. యిప్పటికీ పాపం నన్ను స్వంత కొడుకులకంటే యెక్కువగా చూస్తుంది. కానీ ఆమెకు నాకు తెలియని ఆమెదైన జీవితం చాలా వుంది.”

“......”

“మా అమ్మకు నేనంటే ప్రాణం. అందరి అమ్మల్లాంటిదే మా మమ్మీ అనుకోలేను. అంత మంచిది మా అమ్మ. అయితే అందరు పిల్లల్లా నేను ఆమెతో గడపాల్సినంత కాలం గడపలేదు. అది తీరనిలోటు నాకు. ఆమెకూ అది లోటని ఆమె యెప్పుడూ బాధపడుతూనే వుంటుంది. అయితే ఆ లోటు రాకుండా ఆమెందుకు అడ్డుకోలేదో అని నేను బాధపడుతూ వుంటాను.”

“......”

“మా డాడీ కూడా అందరిలాంటి నాన్న కాదు. నన్నెప్పుడూ నిరాదరించలేదు. కానీ మిగిలిన తండ్రుల్లా నాతో యెప్పుడూ గడపలేదు. అది ఆయన్నెప్పుడూ బాధపెట్టినట్టుగా కూడా ఆయనెప్పుడూ కనబడలేదు. అందరిలా వాచ్యం చేయడం ఆయనకలవాటు

కాదన్నదే నాకు దొరికిన సమాధానం."

"......"

"డాడీ గురించి అంతా తెలుసుకోవాలని వుంటుంది నాకు. అందుకే ఆయన స్నేహితుడు ఆర్సీనాయుడంకుల్‌ను కలిశాను. పాపం ఆయన తనదైన యిబ్బందుల్లో తానున్నాడు. ఆయన కొడుకులతో యిబ్బంది పడుతున్నాడు. అన్నిటికీ జీన్సే కారణమని సర్దుకుంటున్నాడు."

"......"

"కొన్ని స్నేహాలు యెలా యెందుకు యేర్పడతాయో చెప్పలేము. మదనపల్లెలో నా చిన్నప్పుడు మా పక్కింట్లో వున్న విద్యాసాగర్ అక్క విద్యావతికి నేనంటే చాలా అభిమానం. ఆమెతో మాట్లాడడం నాకెప్పుడూ యెంతో వూరటగా వుంటుంది. అన్ని సంబంధాలకూ స్నేహం అనో, ప్రేమ అనో యేదో వొక పేరు పెడతాం. అయితే పేరు పెట్టలేని అనుబంధాలూ వుంటాయి. మనుషులు పళ్ళ చక్రాల లాంటివాళ్ళు. తిరుగుతూ తిరుగుతూ యెక్కడో వొకచోట మాత్రమే కలుస్తారు. నాకు తెలియని విద్యావతిని గురించే ఆమె యెప్పుడూ చెప్తుంది. అయితే దానిపైన నాకు ఆసక్తి లేదు."

"......"

"నాకు షాజహాన్ అని వొక ఫ్రెండున్నాడు. వాడికి పెళ్ళి వేరు, ప్రేమ వేరు. పెళ్ళాం వేరు, సెక్సు వేరు. వాడిలా పెళ్ళాన్ని ప్రేమించినవాడ్ని చూడలేదు నేను. ప్రేమించిన అమ్మాయిని యెప్పుడూ యిబ్బంది పెట్టకుండా అంత మౌనంగా, నిశ్శబ్దంగా ప్రేమించిన మనిషినీ చూడలేదు. యింత చేసీ షాజహాన్ విడ్డూరంగా కనబడడు. సాదాసీదా మనిషిగానే కనబడతాడు."

"......"

"మా ఫ్యాక్టరీ గొడవల కోసం వొక లాయర్ని పెట్టుకున్నారు. ఆయనకూ ఆయన బావమరిదికీ జన్మాంతర వైరం. యిండియాకొస్తూనే నాకో ఆకాశరామన్న వుత్తరం వచ్చింది. దాన్ని ఆ బావమరిదే రాశాడంటాడా లాయరు. అదెంత నిజమో తెలియదు గానీ, ఆ వుత్తరం నన్ను డిస్టర్బ్ చేసిపారేసింది."

"......"

"రిషివాలీ స్కూల్లో నాకు మునిరత్నం గారని వొక ఆర్ట్స్ టీచరుండేవాడు. మా ఫ్యాక్టరీ దగ్గర చనిపోయిన యెగ్స్ట్రీమిస్టు ఆయనకు ఫ్రెండని తెలిసింది. ఆ వ్యక్తిని

దేవుడంటాడాయన. ఫ్యాక్టరీ కట్టాలనుకున్న చోట్లో వుండే యానాదులు కూడా ఆ మాటే అంటారు. ఆ యెగ్స్ట్రీమిస్టు కొడుకు ఆయనకంటే ముందుగా అక్కడే సూసైడ్ చేసుకున్నాడు. బతుకంతా బీదవాళ్లకోసం త్యాగం చేశాడని అంటున్న ఆ పెద్దాయన అనామకంగా చనిపోయాడు... వొక జీవితకాలపు యెఫర్టు... యేమయింది?"

"......"

"అయితే నాకు జ్ఞానోదయం చేసిన మనిషీ వొకడున్నాడు. కోయాక్సియల్లో యింజెనీరు. ఆయన అక్కగారి ఫోన్ నెంబరు కూడా సందేహించాల్సిన లిస్టులో వుంది. అనవసరమైన విషయాల్ని కదిలించి పేరెంట్సును యిబ్బంది పెట్టొద్దని ఆయన హెచ్చరించాడు. నాకు తెలియని విషయాలేవో ఆయనకు తెలుసని తెలుసుకున్నాను. అయితే ఆ విషయాలు నాకెంతవరకూ అవసరమో చెప్పలేను."

"......"

"మా మమ్మీకి వసుంధర గారనే ఫ్రెండుంది. ఆమె కూతుర్నే మా అమ్మ నాకోసం సెలక్టు చేసిపెట్టింది. ఆ అమ్మాయి తనకు మంచి కోడలవుతుందని మా మమ్మీ నమ్మకం. ఆ అమ్మాయి యిండియాలో వుండే చాలామంది అమ్మాయిల్లాగే మంచి భార్య అవుతుంది కూడా."

"......"

"అయితే నేను వెతుకుతున్నది అది కాదు. యింకా యేదో ఖాళీతనం నన్ను వెంటాడుతోంది. మమ్మీ చాలా సంవత్సరాలుగా యిండియాకొచ్చి పెళ్లి చేసుకు వెళ్ళమని పోరు బెడుతూంటే వచ్చాను. వస్తూనే యిక్కడ వేరే డిస్టర్బెన్స్ అడ్డుతగిలింది. దాంతో వేగుతున్నప్పుడే నాకు నా గురించి తెలుసుకోవల్సిందేదో వుందనే సందేహం బలంగా వచ్చింది. 'హు యామ్ ఐ' అదే నా ప్రశ్న గూడా!" నేను మాట్లాడడం కాస్సేపు ఆపాను.

తిరువణ్ణామలై చేరేవరకూ మేమిద్దరమూ మౌనంగానే వున్నాం.

దూరం నుంచీ తిరువణ్ణామలై కొండ కనబడడం మొదలయ్యింది. వూరు చేరేసరికి గుడికీ, వూరికీ అది పెద్ద నేపథ్యంలా తయారయ్యింది.

గుడిలో మాకో గైడు దొరికాడు. అతను అడుగడుగుకో విశేషం చెప్తూ గుడినంతా తిప్పాడు. పన్నెండున్నరకు గుడి మూసేస్తారనీ, ఆ లోగా దర్శనం చేసుకురమ్మనీ చెప్పాడు.

సోఫియా అందరు భక్తుల్లాగే శివలింగానికి కళ్ళుమూసుకుని నమస్కారం చేసింది. ఆమె తెల్లని ముఖంపైన విబూది వెలవెలబోయింది. గుడిముందున్న హోటల్లో భోంచేశాము.

కార్లో కాస్సేపు సేదదీరాక కొండ దగ్గరికెళ్ళాము.

"పద్నాలుగు కిలోమీటర్లన్నారు. దాదాపు తొమ్మిది మైళ్లు. నడవగలవా?" అని అడిగాను.

"ప్రయత్నిస్తే గదా ఆ సంగతి తెలిసేది?" అందామె.

"గిరిప్రదక్షిణం అంటారు దీన్నే," అన్నాను.

నడవడం ప్రారంభించాం.

శతాబ్దాలుగా కదలకుండా అక్కడే వున్న కొండ.

దాని చుట్టూ యెన్ని లక్షలమంది యిలా గింగిరాలు తిరిగారో యెవరు లెక్కబెట్టి వుంటారు? యెందరికా కొండ అర్థమయింది?

"మెక్సికోకెళ్ళి మీ అమ్మను చూడాలని అన్నావు గదా! అయితే మెక్సికోకెళ్ళడానికంటే ముందుగా యిండియాకే వచ్చావు చూడు. కొన్ని చిత్రాలు అలా యెందుకు జరుగుతాయో తెలియదు," ఆపకుండా నడుస్తున్నాం యిద్దరమూ.

నడుస్తూ పరధ్యానంలో పడుతూనే వున్నాం.

మాట్లాడుకుంటున్నామని అనుకుంటూ యెవరితో వాళ్ళే మాట్లాడుకుంటున్నామని అప్పుడు గుర్తించలేకపోయాం.

"మమ్మీనే గాదు, మా తమ్ముడ్నీ చెల్లెల్నీ కూడా చూడాలని వుంది. అలాగే వున్న హాఫ్ బ్రదర్లూ, హాఫ్ సిస్టర్లలో కొందరినీ చూడాలని వుంది. ముఖ్యంగా మా అమ్మకు యిప్పుడున్న భర్తని కూడా! యిన్స్పయిటాఫ్ మెనీ కన్స్ట్రయిన్స్, ఆయనేం చెడ్డవాడు కాదు. నేనంటే కన్సర్న్‌గానే మాట్లాడతాడు. అయితే నా అసలు తండ్రిని యింతవరకూ చూడలేదు నేను. నేను పుట్టిన కొన్ని నెలలకే విడిపోయారట వాళ్ళు. ఆ తరువాత మా అమ్మకూ, ఆయనకూ పూర్తిగా తెగతెంపులయిపోయాయి. నో కమ్యూనికేషన్స్. ఆయనెక్కడున్నాడో కూడా తెలియదు. యెందుకో ఆయనను వొక్కసారైనా చూడాలని అప్పుడప్పుడూ అనిపిస్తూ వుంటుంది... వెళ్ళాలి... చూడాలి..."

తలంతా తెల్లబడిపోయి, శరీరమంతా శుష్కించిపోయి, నూరేళ్లు దాటే వుంటుందనిపిస్తున్న ముసలి బిచ్చగత్తె వొంటరిగా తలవంచుకుని నడచిపోతోంది. యెప్పుడు బయల్దేరిందో తెలియదు. యిలా నడుస్తూ యెప్పుడు గిరి ప్రదక్షిణం ముగిస్తుందో తెలియదు. నడవడమే శాశ్వతమన్నట్టుగా నడుస్తోంది.

ఆ బిచ్చగత్తెను దాటుకుని బాగా ముందుకొచ్చేశాక, "యెక్కడో పుట్టాను.

యెక్కడో పెరిగాను. యిప్పుడు చికాగో చేరాను. అప్పుడూ యిప్పుడూ యెప్పుడూ వొంటరితనమే!" అంది సోఫియా. "నువ్విండియాకొచ్చేశాక అపార్టుమెంటులో వొంటరితనం బాగా పెరిగింది. అప్పుడు గానీ నువ్వున్నప్పుడు నా వొంటరితనం బరువు తగ్గిందని నేను గుర్తించలేకపోయాను. అందుకే చెన్నయికెళ్ళే అవకాశం దొరికితే వచ్చేశాను. యిండియాకు నేను రావడానికి రెండు కారణాలని చెప్పాను గదా! అది కొంతే నిజం! అపార్టుమెంటులో వొంటరితనం యిబ్బందిపెట్టింది. ఆ వొంటరితనం నుంచీ పారిపోయేందుకే యీ ప్రయాణాన్ని పెట్టుకున్నాను."

పల్లెటూరి వాళ్ళని తెలిసిపోతున్న నడివయసు స్త్రీ పురుషులిద్దరు నడుస్తున్నారు. వాళ్ళు భార్యాభర్తలయి వుంటారు. అతను పంచగట్టుకుని చొక్కా తొడుక్కుని వున్నాడు. ఆమె నూలు చీర కట్టుకుని వుంది. పక్క పక్కనే నడుస్తున్నా యిద్దరూ మాట్లాడుకోకుండా యెవరి ప్రదక్షిణ వాళ్ళు చేసుకుంటున్నట్టుగా నడుస్తున్నారు.

"తిరువణ్ణామలై చూడ్డం కంటే నీ పెళ్లి చూద్దామన్నదే పెద్ద కుతూహలం నాకు. యెంతవరకు వచ్చిందీ నీక్కాబోయే భార్య?"

రోడ్డుపక్కన పెద్ద వేపచెట్టుంది.

దానికటుపక్కనే రోడ్డుపైన చిన్న వంతెనుంది.

యిటీవలెప్పుడో కాస్త వర్షం కురిసినట్టుంది. వంతెన కింద సన్నటి నీటిజాలు సాగుతోంది.

వున్నట్టుండి నాలో యేదో మెరుపు మెరిసినట్టయింది.

అంతవరకూ అస్పష్టంగా వున్నదేదో ఆకారాన్ని సంతరించుకున్నట్లయింది.

నేనో మూడడుగులు ముందుకేసి వంతెన మధ్యలోకొచ్చి ఆగి, సోఫియా చేతుల్ని నా చేతుల్లోకి తీసుకుని, "సోఫియా! మనం పెళ్ళి చేసుకుందాం," అన్నాను.

ఆమె వులిక్కిపడ్డట్టుగా భుజాలెగరేసింది.

నాకేసి కళ్ళార్పకుండా చూసింది. నెమ్మదిగా పెదవుల్ని సాగదీసింది. "యెందుకలా చూస్తావ్? నన్ను హిప్నటైజ్ చేస్తున్నావా?" అంది అదోలా పెదవి వంపు తిరుగుతుండగా చిన్న నవ్వు నవ్వుతూ.

మళ్లీ నడవసాగాం.

"మా మమ్మీతో మనం అమెరికాలో సంవత్సరం క్రితం పెళ్లి చేసుకున్నామని చెప్తాను. పెళ్ళి పేరుతో నిన్ను బంధించాలని లేదు. పెళ్ళి, కుటుంబమూ, మతమూ,

అన్నీ యినిస్టిట్యూషన్లే! సహజీవనం కోసం, తోడుకు, ప్రేమకు విస్తరణగా కుటుంబమూ, జీవించే పద్ధతికోసం మతమూ యిష్టమే గానీ, వాటి పేరుతో వ్యక్తుల్ని యిరుకు గదుల్లో పెట్టేస్తున్నారని యిప్పుడే తెలిసింది నాకు. నువ్వు నన్ను విసుక్కునే అవసరం రాకుండా వుంటాను. జీవితంలో నన్ను వదలివెళ్ళాలనే ఆలోచన నీకు రాకుండా జాగ్రత్తపడతాను."

"యూ ఆర్ క్రేజీ," అంది సోఫియా.

"ముందుగా మనం రిషివాలీకెళ్దాం. అక్కడ మా ఆర్ట్స్ టీచర్ నన్ను దేవుడి బొమ్మ చేయమన్నాడు. అప్పుడు నేనేం చేశానో తలచుకుంటే నాకాశ్చర్యంగా వుంటుంది. నిజానికి నా కథ అక్కడ ప్రారంభమయింది," అన్నాను.

"యిప్పటికి మూడు వేర్వేరు చోట్లలో వేర్వేరు సమయాల్లో నీ కథ ప్రారంభమయిందన్నావు," అందామె చిలిపిగా నవ్వుతూ.

"యిక ఆ లెక్కబెట్టడం మానేయి. యెప్పుడు నేను దేన్ని ప్రారంభమంటానో అదే నిజమనుకో," అన్నాను ధీమాగా. "యెన్ని వైరుధ్యాలు చూడు మనలో! వొంటరితనమే సత్యమని నమ్మి కూడా పెళ్ళి చేసుకోవాలనుకోవడం, పెళ్ళి బందిఖానా అని తెలిసీ పెళ్ళి చేసుకోవడం, నేనెవరో తెలుసుకోవడం కష్టమని తెలిసీ వెతుక్కోవడం... ఆధ్యాత్మికత అనుకుంటూ భౌతిక విషయాల దగ్గరే ఆగిపోవడం," మాట్లాడుతూనే వోసారి నా చేతిని చూసుకున్నాను. మా యిద్దరి చేతులూ పట్టుకునే వున్నాయి. నేను కావాలని నా చేతిని వదులు చేశాను. ఆమె కూడా గట్టిగా పట్టుకుని వుందని తెలిశాక నా మనసు నెమ్మదించింది.

"నువ్వు నీ లీవును యెక్స్‌టెండ్ చెయ్యి సోఫియా! నీకు చూపెట్టాల్సిందిక్కడ చాలా వుంది. ముందు మదనపల్లె, తర్వాత రిషివాలీ, రాజంపేట, వేలూరు, చిత్తూరు, తిరుపతి, నగరి, గాలేరు..."

"అవన్నీ తిరగాలంటే మళ్లీ ముప్పయి రెండేళ్ళు కావాలేమో!" అందామె యీసారి పెద్దగా నవ్వుతూ.

"యిదయ్యాక మనం మెక్సికో కూడా వెళ్దాం. మీ మమ్మీనీ, మీ వాళ్ళనీ చూడాలని వుంది నాకు. నీకు తెలియని నీ అసలు తండ్రిని చూడాలని మాత్రం లేదు. తీరా వెళ్తే ఆయనెప్పుడో చనిపోయాడని తెలిస్తే... ఆ నిరాశ బావుండదు. ఆయనెక్కడో బతికే వున్నాడన్న వూహ చాలు... తెలుసుకోవల్సినవేవో, తెల్సుకోకూడనివేవో, తెల్సుకోవాలన్నా తెలియనివేవో... కొన్ని తెలుసుకున్నా తెలుసుకోకపోయినా వొకటే... యేది మనకు అవసరమో అది మాత్రం మనకు దొరికితే చాలు."

దూరంగా తిరువణ్ణామలై గోపురం కనబడుతోంది.

యెండ బాగా తగ్గిపోయింది. పడమటి నుంచీ వాలుతున్న కిరణాలు పదును తగ్గి, శరీరాలను ప్రేమగా లాలిస్తున్నాయి.

"వొకసారిగా నేను సోఫియాను పెళ్ళి చేసుకుంటాననంటే మా మమ్మీ షాక్ తింటుందేమో!" అన్నాను మాటలు కూడబలుక్కుంటూ.

"అదేం లేదు. నిన్న ఫోన్‌లో సోఫియా వచ్చిందనీ, తర్వాత ఫోన్ చేస్తాననీ మీ అమ్మతో అన్నావు నా ముందే. యింతవరకూ ఫోన్ చెయ్యలేదు. ఆమె నీకు తల్లి. యిప్పటికి ఆమెకు నీ సంగతి అర్థమయ్యే వుంటుంది," అంది సోఫియా స్థైర్యంగా.

నేనామె చేయి వొక చేత్తో గట్టిగా పట్టుకుని, మరో చేత్తో ఫోను నొక్కి, "మమ్మీ! నీకు నేనో సంగతి చెప్పాలి," అన్నాను.

మధురాంతకం నరేంద్ర: 1957లో చిత్తూరు జిల్లా దామలచెరువు దగ్గరి రమణయ్యగారి పల్లెలో జన్మించిన నరేంద్ర, గత నాలుగు దశాబ్దాలుగా రచనలు చేస్తూ సమకాలీన తెలుగు సాహిత్యంలో తనకంటూ ఒక ప్రత్యేక స్థానాన్ని సంపాదించుకున్నారు. పదిహేడో ఏట నుంచే కథలు రాయడం మొదలుపెట్టిన నరేంద్ర, వందకు పైగా కథలు, ఐదు నవలలు, ఎన్నో కవితలు, రేడియో నాటికలు, విమర్శనా వ్యాసాలు రచించారు. తిరుపతి శ్రీవేంకటేశ్వర విశ్వవిద్యాలయంలో ఇంగ్లీష్ ప్రొఫెసర్‌గా పనిచేసి పదవీ విరమణ పొందారు.

'సాహిత్యం మన జీవితానికి ఒక అర్థాన్నీ ఒక గమ్యాన్నీ ఒక మార్గాన్నీ నిర్దేశిస్తుందని నమ్ముతాను. అందువల్ల మన జీవితం హాయిగా ఉంది. మన జీవితంలోంచి సాహిత్యం తీసివేస్తే ఏముంది – చాలా డిస్టర్బింగ్‌గా ఉంటాం. మనకుండే ఆందోళనలు, మనకు సమాజం కల్పించే ఇబ్బందులు, మన ఆనందాలు - ఇవన్నీ పంచుకోవడానికో తగ్గించుకోవడానికో పెంచుకోవడానికో సాహిత్యమే మనకు ఉపయోగపడుతోంది' అని నమ్మి రచనలు చేస్తున్న నరేంద్ర ఈ నాలుగు దశాబ్దాల కాలంలో ఎన్నో అవార్డులు అందుకున్నారు. 2022 సంవత్సరంలో 'మనోధర్మపరాగం' అన్న నవలకు గాను నరేంద్ర, ప్రతిష్టాత్మక కేంద్ర సాహిత్య అకాడమీ అవార్డును అందుకున్నారు.

మధురాంతకం నరేంద్ర రచనలు:

* కుంభమేళా (కథలు)
* అస్తిత్వానికి అటూ ఇటూ (కథలు)
* రెండేళ్ళ పద్నాలుగు (కథలు)
* వెదురుపువ్వు (కథలు)
* భూచక్రం (నవల)
* కొండకింద కొత్తూరు (నవల)
* రూపాంతరం (నాటిక, కథ)
* పాఠాంతరం (నాటిక, కథ)
* ఆమ్‌స్టర్‌డ్యామ్‌లో అద్భుతం (నవల)
* ఒంటరి శిఖరాలు (కథలు)
* మనోధర్మపరాగం (నవల)
* దాయాదుల తోట (నవల)

అజు పబ్లికేషన్స్ పుస్తకాలు

• ఇరానీ కేఫ్ (కథలు)	డిసెంబర్ 2018	వి. మల్లికార్జున్
• కాగితం పడవలు (కథలు)	డిసెంబర్ 2019	వి. మల్లికార్జున్
• నల్లగొండ కథలు	నవంబర్ 2020	వి. మల్లికార్జున్
• గాజుల సంచి (కథలు)	డిసెంబర్ 2021	మొహమ్మద్ గౌస్
• నానిగాడు	మార్చి 2022	వి. మల్లికార్జున్
• కేజీహెచ్ కథలు	ఏప్రిల్ 2022	డా. శ్రీకాంత్ మిర్యాల
• రామగ్రామ నుంచి రావణలంక దాకా (నవల)	డిసెంబర్ 2022	సీతారామరాజు ఇందుకూరి
• ఋూ (కథలు)	డిసెంబర్ 2022	సాయి కౌలూరి
• అమ్మడైరీలో కొన్ని పేజీలు (నవల)	జూన్ 2023	రవి మంత్రి
• రెండేళ్ళ పద్నాలుగు (కథలు)	నవంబర్ 2023	మధురాంతకం నరేంద్ర
• గంగరాజం బిడ్డ (కథలు)	డిసెంబర్ 2023	పూదూరి రాజిరెడ్డి
• లోహనది (కవిత్వం)	డిసెంబర్ 2023	వసీరా
• హర్షాయణం (కథలు)	ఫిబ్రవరి 2024	హర్షవర్ధన్
• దాయాదుల తోట (నవల)	ఆగస్టు 2024	మధురాంతకం నరేంద్ర
• భారత సైనికుల వీరగాథలు	సెప్టెంబర్ 2024	లెఫ్టినెంట్ జనరల్ సతీశ్ దువా (రిటైర్డ్) అనువాదం - అఖిల కొనకంచి
• ఏనుగమ్మ ఏనుగు (కవిత్వం)	నవంబర్ 2024	వసీరా

- కలవపూడి కథలు నవంబర్ 2024 సాంబశివ తడవర్తి
- యుద్ధం మధ్యలో నువ్వు నవంబర్ 2024 అఫ్సర్
- కథా వేదిక 2024 డిసెంబర్ 2024 కథావేదిక కథకులు
- కొన్ని పుస్తకాలు - చిన్ని పరిచయాలు డిసెంబర్ 2024 'ఛాయ' మోహన్ బాబు
- వి. రాజారామమోహనరావు నవలలు -1 డిసెంబర్ 2024 వి. రాజారామమోహనరావు
- అలా జరగలేదే (కథలు) జనవరి 2025 వి. శాంతి ప్రబోధ
- 'A' (కథలు) ఏప్రిల్ 2025 చిలుకూరి రామ ఉమామహేశ్వర శర్మ
- సీజన్ ఎండ్ జూన్ 2025 దర్శన్
- 90 's లవ్‌స్టోరి జూలై 2025 ప్రసాద్ రామతోట
- ఒంటరితనపు కథలు ఆగస్టు 2025 మొహమ్మద్ గౌస్
- మందేమంటకు ఒళ్ళంతా నోరు ఆగస్టు 2025 డా.పద్మిని నాగరాజు అనువాదం - సి.రమేశ బాబు
- కనిపించని కోయిల ఆగస్టు 2025 మధురాంతకం మహేంద్ర
- స్వర్ణసీమకు స్వాగతం ఆగస్టు 2025 మధురాంతకం మహేంద్ర
- పర్వవేలా తరంగాలు ఆగస్టు 2025 మధురాంతకం మహేంద్ర
- ధీర సమీరే గంగా తీరే... ఆగస్టు 2025 రవి మంత్రి